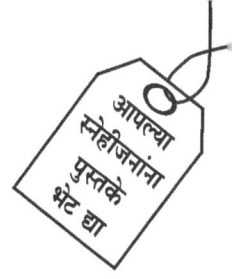

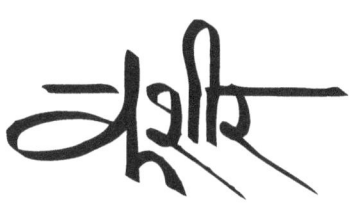

कशीर

कन्नड लेखिका

सहना विजयकुमार

अनुवाद

उमा कुलकर्णी

AA000899

मेहता पब्लिशिंग हाऊस

Please contact us at **Mehta Publishing House,** Pune.
Email : production@mehtapublishinghouse.com
Website : www.mehtapublishinghouse.com

KASHEER by **SAHANA VIJAYKUMAR**

© Sahana Vijaykumar

Translated into Marathi Language by Uma Kulkarni

कशीर / अनुवादित कादंबरी

अनुवाद : उमा कुलकर्णी

author@mehtapublishinghouse.com

मराठी अनुवादाचे व प्रकाशनाचे हक्क मेहता पब्लिशिंग हाऊस, पुणे.

प्रकाशक : सुनील अनिल मेहता, मेहता पब्लिशिंग हाऊस,
१९४१, सदाशिव पेठ, माडीवाले कॉलनी, पुणे - ३०.

मुखपृष्ठ : चंद्रमोहन कुलकर्णी

प्रथमावृत्ती : नोव्हेंबर, २०२१

P Book ISBN 9789392482373
E Book ISBN 9789392482380
E Books available on : play.google.com/store/books
www.amazon.in
https://books.apple.com/

अंतरंगात अमूर्त असलेल्या काश्मीरला
अक्षरांचा आकार प्रदान केलेल्या
शारदेच्या चरणांपाशी...

– सहना विजयकुमार

प्रस्तावना

काश्मीरसमस्या हे भारत-पाकिस्तानामधल्या वैमनस्यामागील मूळ कारण आहे, अशी भावना भारतीय बुद्धिजीवींच्या मनात आहे. ही समस्या संपली, म्हणजे अगदी भारतानं जम्मू-लडाखसहित काश्मीर दानपात्रात ठेवून पाकिस्तानाला देऊन वर एक दंडवत घातला, तरी पाकिस्तान नव्यानव्या कुरापती काढणं सोडणार नाही, याची जाणीव किंवा याची पाळंमुळं खणून काढायची प्रामाणिकता त्यांच्याकडे नाही. तिथल्या अतिरेक्याला देशाच्या अत्युच्च न्यायालयानं मृत्युदंड देऊन पुन्हा केलेलं अपीलही फेटाळलं. तरी ती शिक्षा अमलात आणायचं प्राथमिक कर्तव्यही पार पाडताना सामान्य अडचणी निर्माण करून अपराध्यांना वाचवण्यासाठी धडपड करणारं राजकारण आपल्या प्रजासत्ताक राजकारणाचं मूलभूत अंग होऊन बसलं आहे. त्याचप्रमाणे पाकिस्तान आणि काश्मीरच्या बाबतीतही व्होट-बँकेचा हिशेबच प्रमुख विषय होऊन बसला आहे. संपूर्ण काश्मीरसमस्या निर्माण करणाऱ्या देशाच्या पहिल्या पंतप्रधानांनी आपल्या सहयोगी मिल्ट्रीतज्ज्ञांनी सांगितलं असतानाही केलेला हा अहंकारपूर्ण अविवेकच अगदी अलीकडच्या काळापर्यंत अधिकारावर असणाऱ्या राजकीय पक्षाला मान्यच होत नाही.

या क्लिष्ट समस्येचं परखड चित्रण कादंबरीत करूनही त्याला साहित्याच्या पातळीपर्यंत नेण्याचं साहस श्रीमती सहना विजयकुमार यांनी केलं आहे. असा विषय हाताळताना सर्वसाधारण भारतीय लेखक आपलं धर्मसहिष्णुतेचं औदार्य, गगनापलीकडच्या गांधीवादाच्या आदर्शातून स्वत:ची सुटका करून घेत नाहीत. त्याच निमित्तानं ते राजकीय शहाणपण मिरवतात! यामागचं निष्ठुर सत्य हेरून ते मांडणारे क्वचितच दिसतात. सहना या अशा दुर्मिळ लेखकांपैकी एक आहेत.

कलम ३७०चा परिणाम म्हणून काश्मीरमध्ये इतर कुणीही मालमत्ता विकत

घेऊ शकत नाहीत. त्यामुळे कुठलाही उद्योगपती तिथं भांडवल गुंतवू शकत नाही. त्यामुळे तिथे नवीन नोकऱ्या निर्माण होऊ शकत नाहीत. आपले सरकारही भारतातल्या इतर भागातून वसूल केलेल्या कराच्या पैशातून काश्मीरच्या जनतेला पोसत आहे. तिथले मुसलमान तेच खात-पीत 'आझादी'च्या डरकाळ्या फोडत भारतीय सैनिकांवर दगडफेक करतात. जास्तीत जास्त पैसा ओतून काश्मीरमधल्या मुसलमानांचं समाधान करून त्यांची मनं जिंकून घ्यावीत असा आक्रोश भारतातले बुद्धिजीवी करत असतात. अल्पसंख्याकांची तुष्टी करण्याव्यतिरिक्त दुसऱ्या कुठल्याही मार्गाचा विचारही न करणारं सरकार त्याच अंतहीन अंध वाटेवर रखडतं आहे. त्याचबरोबर टुरिझम हा मुसलमानांना चार पैसे मिळवून देणारा मार्ग झाला आहे. यांच्याकडून दाखवण्यात येणाऱ्या चार जागी जाऊन येणारा भारतीय प्रवासीही 'आम्ही काश्मीर पाहिलं, तिथं सगळं आलबेल आहे..' असं सांगत येतात आणि त्याचाच प्रसार करतात.

ही कादंबरी लिहिण्यासाठी केवळ सृष्टिसौंदर्य पाहण्यासाठी केलेला प्रवास मुळीच उपयोगाचा नव्हता. धोकादायक प्रदेशांत, तिथल्या गल्लीबोळात फिरणं आवश्यक होतं. जिथं पुरुषांच्याच जिवाला धोका, तिथं स्त्रियांना तर त्याहीपेक्षा जास्त भीती! अशा परिस्थितीत या लेखिकेनं न घाबरता 'घरवापसी' करणाऱ्या आणि घेट्टोत राहत असलेल्या मोजक्या हिंदूंशी संपर्क साधला, त्यांची मदत घेतली आणि तिथं धाकदपटशानं हजारोंच्या संख्येनं होणारं धर्मांतर, अत्याचार, एवढंच नव्हे तर रक्तपात घडलेल्या स्थळांना भेट दिली. आजही भयग्रस्त होऊन, जीव मुठीत धरून जगत असलेल्या हिंदू वृद्धांची, मुलांची, तरुण-तरुणींची भेट घेऊन त्यांच्याशी त्या बोलून आल्या आहेत. एके काळी भारतीय संस्कृतीचं समृद्ध स्थळ असलेलं, अक्षरश: शारदेचं निवासस्थान मानलं गेलेलं काश्मीर तेजोहीन होऊन आज म्लेच्छ धर्मापुढे का शरणागत झालं आहे? याच्या तपशिलाचा शोध या लेखिकेनं घेतला आहे. या विषयावर दीर्घ अध्ययन केल्याशिवाय, दररोज रक्तपात होत असलेल्या या प्रदेशात राहून घटना मनाशी साकार करून घेतल्याशिवाय अशा प्रकारची कादंबरी लिहिणं शक्य नाही. तेही काश्मीरी विद्वानांचं मार्गदर्शन मिळवून.

२०व्या शतकाच्या पूर्वार्धातल्या ए. एस. ब्रॅडले नावाच्या साहित्य-चिंतकानं 'ऑक्स्फर्ड लेक्चर्स ऑन पोएट्री' या ग्रंथात म्हटलंय, 'एका गोल सुईच्या डोक्यावर कलात्मक पद्य लिहिता येईल; पण त्यावर महान काव्य रचणं शक्य नाही. महान काव्य रचण्यासाठी विषयही तसाच मोठा हवा.' तशीच बृहद्-कादंबरी लिहिण्यासाठी गेली सत्तर वर्षं धगधगत असलेला काश्मीरप्रश्न याहून योग्य विषय कुठला असणार? दोन संस्कृतींचा संघर्ष, त्याचा इतिहास भारतातल्या सगळीकडच्या विद्वानांना आणि मुमुक्षूंना आकर्षित करणाऱ्या सर्वज्ञ-पीठाचा नाश, आपापल्या

भागातल्या क्षुद्र मतांसाठी काश्मीरमधल्या अतिरेक्यांना साष्टांग दंडवत घालणारं देशाच्या 'महान' लोकशाहीचं राजकारण, सैनिकांचे दोन्ही हात मागं वळवून करकचून बांधून ठेवून अतिरेक्यांशी लढायची आज्ञा देणारं उत्तरकुमाराचं सरकार... या सगळ्या आधुनिक महाभारताच्या वेगवेगळ्या बाजू! या सर्व बाजू या लेखिकेला आकर्षित करताना दिसतात.

'आम्ही सोडून गेलो तर हे बहुसंख्याक हिंदू तुमचा नायनाट करतील, आम्ही येण्याआधी तुम्ही सगळ्या भारतावर राज्य करत होतात!' असं सांगून ब्रिटिशांनी मुसलमानांना भडकवलं होतं. जातीपातीतले भेदभाव चुकीच्या पद्धतीनं दाखवून हिंदूंचं विभाजन केलं. उच्चवर्णीय ब्राह्मण, कायस्थ, गुजराती यांना बहुजनांपासून वेगळं काढून स्वातंत्र्यलढ्याचा वेग मंदावेल असं केलं होतं. आणि निरुपायानं भारताला स्वातंत्र्य देणं अपरिहार्य झालं तेव्हा 'हिंदुस्तान-पाकिस्तान' अशा विभाजनाला फूस दिली. विविध धर्मांची वैशिष्ट्ये मुळासकट अभ्यासलेल्या डॉ. आंबेडकरांनी पाकिस्तानातल्या हिंदू आणि भारतातल्या मुसलमानांची देवाण-घेवाण करणं भविष्यकाळाच्या दृष्टीनं विवेकपूर्ण ठरेल, असा सल्ला दिला होता. पण आकाशापेक्षा उंच असलेल्या गांधीजींच्या आदर्शात तरंगत असणाऱ्या काँग्रेस-नायकांनी आंबेडकरांचं वास्तव नाकारलं. हिंदू-मुस्लीम एकता देशाच्या स्वातंत्र्यापेक्षा मोठी असल्याचा गांधीजींचा हट्ट आणि मार्क्सवादाच्या नशेत बुडालेल्या नेहरूंचा सिद्धान्तच अखेर जिंकला. 'आपल्या अल्पसंख्याकांना पाकिस्तान कशी वागणूक देतो हे त्याच्या नैतिकतेवर सोडू या, आजवर पाळत आलेल्या हिंदू-मुस्लीम ऐक्यावरच आम्ही भर देणार' असा त्यांचा वाद राहिला.

पण लोकशाहीमध्ये निवडणुकीचं राजकारण सामोरं आलं तसं काँग्रेसचे सर्वेसर्वा नेहरूंनी ब्रिटिशांच्याच तंत्राचा वापर करायला सुरुवात केली. 'बहुमतात असलेले हिंदू तुमचा नायनाट करतील. मी आणि माझा काँग्रेस पक्षच तुमचं रक्षण करेल, हे लक्षात घ्या..' असं सांगत मुसलमानांची एकगठ्ठा मतं मिळवू लागले. तसंच, 'उच्चवर्णीय तुम्हाला हजारो वर्षांपासून तुडवत आहेत... मी आणि माझा काँग्रेस पक्षच तुमच्या हिताचं रक्षण करेल...' असं सांगत इतर जातीच्या लोकांचीही सरसकट मतं आपल्यालाच मिळतील याची खात्री करून घेतली. अशा परिस्थितीत मुसलमानांकडे अनुकंपेनंच बघितलं जाईल असं वातावरण तयार झालं. कारण या दोघांनाही उच्चवर्णीय समाज हा एकमेव शत्रू दिसू लागला. तसंच दिसेल असं या पुढाऱ्यांनी केलं होतं. काश्मीरमध्ये अत्याचार, दरोडा, खून यांसारख्या राक्षसी कृत्यांना घाबरून-वैतागून जम्मू किंवा इतर भारतातल्या प्रांतात पळून आलेल्या जनतेचा केवळ पक्षातलेच नव्हे तर वृत्तपत्रेही 'काश्मीरी पंडित' या नावानेच उल्लेख करतात. कधीही कुणी त्यांचा 'काश्मीरी हिंदू' असा उल्लेख करत नाही.

या कादंबरीत बशीर अहमद, त्यांचा मुलगा अन्वर, ड्रायव्हर सलीम यांसारखी धर्माच्या सीमा ओलांडून त्या पलीकडचं पाहणारी मुसलमान पात्रं आहेत. पुरातन वेदान्तात आजच्या समस्येवरचं उत्तर शोधणारे हृदयनाथ पंडित; आपल्यावर - आपल्या संपूर्ण कुटुंबावर, आपल्या संपूर्ण समुदायावर अन्याय केलेल्या बशीरच्या घरासमोर एक घंटा टांगून दररोज सकाळी अजानच्या वेळी 'मेगच्छ इन्साफ' म्हणत न्यायाची मागणी करणारे कैलाश मास्टरजी, काश्मीरमधली घरंदारं सोडून जम्मूला निराश्रित होऊन आलेल्या बांधवांकडून चार-चारपट भाडी वसूल करणारे हिंदू घरमालक, अशा अमानवी परिस्थितीत दांपत्य-जीवनाची फरफट होत असतानाही दांपत्य-जीवनातलं मूल्य जपणारे संजीव आणि आरती कौर आहेत. या आणि मुफ्ती लतीफ यांसारख्या पात्रांच्या द्वारे लेखिकेनं कादंबरीला कलेच्या दृष्टीनं उंचावर नेऊन ठेवलं आहे.

तपशील शोधून त्यानं कलाकृती भरून काढणं ही त्यादृष्टीनं फारशी कठीण गोष्ट नाही. त्या तपशिलाला कलेच्या पातळीपर्यंत नेऊन ठेवण्यात लेखकाच्या सर्जनशीलतेचा कस लागतो. आपल्या पहिल्या कादंबरीत रम्य प्रेमाचा विषय कर्तव्य ते मूल्याच्या दृष्टीनं रंगवणाऱ्या सहना यांनी प्रज्ञावंत वाचकांचं लक्ष वेधून घेतलं होतं. या दुसऱ्याच कादंबरीत त्यांनी मोठा विषय घेतला आहे आणि तो मांडण्यात त्यांना बहुतांशी यश मिळालं आहे. आपल्या कुटुंबात किंवा शेजारीपाजारी, फार फार तर आपल्या प्रांतात घडणाऱ्या घटना हेरून त्यावर सुबक कथा विणणं ही छान गोष्ट आहे. सुबक रांगोळी रेखावी तशी. संपूर्ण राष्ट्र, संपूर्ण मानवसमूहाचा सांस्कृतिक संघर्ष हेरून तो मांडायचा असेल तर त्यासाठी भरपूर अध्ययन, धैर्य, चिंतन, समीक्षा या साऱ्याची आवश्यकता असते. हे करणारं कुणीही दिसलं तर साहित्यक्षेत्रात मोठ्या भविष्याचा भरवसा वाटतो. या लेखिकेनं या कादंबरीद्वारे तसा विश्वास दिला आहे! भारतीय अध्यात्मात आत्म्याला स्त्री-पुरुष असा भेद नाही. तसंच सर्जनशीलताही कुठल्याही लिंगभेदापलीकडे असते. ज्यांना हा भेद ओलांडता येतो, तेच महत्त्वाचे 'लेखक' म्हणून वाढू-विस्तारू शकतात. लेखिका सहना यांचे अशा प्रकारची प्रमुख लेखिका होण्याचे सगळे गुणधर्म या कादंबरीतून दिसत आहेत.

—डॉ. एस. एल. भैरप्पा

प्रास्ताविक

जागतिक दृष्टीनं ८०वं दशक इस्लामच्या धार्मिक पुनर्जन्माला कारणीभूत झालं. पूर्वार्धात प्रचंड प्रमाणात तेलसाठा गवसलेल्या मुस्लीम बहुल मध्य-पूर्वेकडील देशांत तेलाच्या किमती मोठ्या प्रमाणात वाढल्या. ही संधी साधून ती राष्ट्रं रातोरात पेट्रोल-डॉलरच्या आधारे प्रचंड धनसंचय करण्यात गुंतली, तर उत्तरार्धात त्यातले काही देश देशातला सेक्युलॅरिझम मोठ्या प्रमाणात दडपून टाकणं आणि इतर राष्ट्रांमध्येही इस्लामीकरण करण्यात पुढाकार घेऊ लागले. या प्रक्रियेत प्रमुख असलेले सौदी अरेबिया आणि सीरिया हे देश आपसातले मतभेद बाजूला सारून एकत्र आले. अशा प्रकारे सुरू झालेलं इस्लामीकरण एका उंचीवर पोहोचलं ते १९७९च्या इराणच्या क्रांतीच्या वेळी. १५ वर्षांच्या कालावधीत देश भ्रष्ट झाल्याचं पाहून इराणभर मूलतत्त्ववादाची ठिणगी पेटवली गेली. त्यात आयातुल्ला खोमेनीला मिळालेलं यश पाहून मध्यपूर्वेकडच्या इतर देशांनाही तो आदर्श वाटू लागला. त्या वेळी जन्मलेली इस्लामीकरणाची प्रबळ लाट उत्तर आफ्रिकेतील देशांतच नव्हे, इराक, अफगाणिस्तान, इंडोनेशिया, मलेशिया अशा काही देशांना व्यापून टाकत आपल्या शेजारी असलेल्या बांगलादेश आणि पाकिस्तानावरही येऊन आदळली. त्याच्या आघातासरशी भारतही हेलपाटून गेल्याचं बहुतेकांच्या त्या वेळी लक्षात आलं नाही. एकीकडे १९७७साली आपल्या संविधानातून 'सेक्युलॅरिझम' हा शब्द काढून टाकलेला होता. बांगलादेश तर मोठ्या आनंदानं सौदी अरेबियाच्या या धार्मिक आक्रमणाला सामोरा गेला. दुसरीकडे स्वतंत्र असून एकीकडे मूलतत्त्ववादींचं मनमुराद बागडायचं अंगण असलेला पाकिस्तान अखेर मूलतत्त्वावाद्यांच्या पंजात सापडून सौदीकडून मुबलक प्रमाणात अर्थसाहाय्य संपादन करून कृतार्थ झाला. त्या क्षणापासून तो भारतात आपल्याला जमेल त्या पद्धतीनं आणि जमेल तेवढा

इस्लामीकरणाच्या सबलीकरणाठी प्रयत्न करू लागला.

आपल्याला काश्मीरच्या समस्येकडे या पार्श्वभूमीवर बघावं लागेल. इस्लाममधील मूलतत्त्ववाद, सुधारणावाद आणि सेक्युलरवाद यामधले टप्पे समजून घेतल्याशिवाय ही समस्या लक्षात येणार नाही. सत्यावर आधारित हे पैलू समजून घेण्यासाठी आवश्यक असलेला वस्तुनिष्ठ विचार आपल्यावर राज्य करणाऱ्या सरकारला न जमल्यामुळे या समस्येचा जन्म आणि विस्तार झाला असून तिचं स्वरूप आटोक्यात येणं अवघड जातंय. सीमारेषेच्या पलीकडे जे काही चाललंय ते डोळ्यांवर कातडं ओढून न पाहू इच्छिणाऱ्यांना सीमेअलीकडच्या गोष्टीही उमजणार नाहीत हे जितकं खरं आहे, तितकंच अशी मन:स्थिती असेपर्यंत त्यावरील उत्तरही नजरेआडच राहील हेही तितकंच खरं.

१९९०साली झालेलं काश्मीरी हिंदूचं हत्याकांड आणि त्यामागं घडलेल्या घटनांची पानं एक-एक करून उलटत गेल्यावर आपण जाऊन पोचतो ते इस्लामीकरणाच्या इतिहासाच्या पानांवर. असं असताना 'आम्ही इतिहास विसरून केवळ वर्तमानातच राहिलं पाहिजे...' अशा अर्थाचं बोलणं कुणाच्याही तोंडून आलं तरी ते तितकंच बेजबाबदारपणा आणि बालिशच नव्हे तर ते आत्मवंचना करणारं ठरतं.

'कशीर' म्हणजे कशुर भाषेत 'काश्मीर'.

मी या कृतीसाठीचा स्थानिक अभ्यास करण्यासाठी काश्मीरला गेले होते. तेव्हा तिथल्या काही बंधू-भगिनींनी मला भरपूर मदत केली. त्या सगळ्यांना माझे अनेकानेक धन्यवाद. काश्मीरमध्ये मला भरपूर वेळ देण्याव्यतिरिक्त माझ्या काही शंकांना त्यानंतरही फोन आणि ई-मेलद्वारा उत्तर देणारे ज्येष्ठ विद्वान डॉ. काशिनाथ पंडित यांना धन्यवाद. त्यांनी सुचवलेल्या काही मार्गांचा मी माझ्या अध्ययनासाठी वापर केला आहे. तसंच माझ्याशी अतिशय विश्वासानं वागणारे जम्मूचे श्री. अवतार किशन त्रक्रू आणि त्यांचे कुटुंब, काश्मीरमधील श्री. अश्वनी पंडित यांचं कुटुंब, ज्येष्ठ पत्रकार श्री. दयासागर, तसंच जम्मू विश्वविद्यालयातील कायदाविभागाचे निवृत्त विभागप्रमुख डॉ. के. एल. भाटिया यांची मी ऋणी आहे. काश्मीरमध्ये मला हवी असलेली प्रत्येक माहिती मिळवून देऊन मदत करणाऱ्या सगळ्या हिंदू-मुस्लीम बंधू-भगिनींना धन्यवाद. त्यातही ज्येष्ठ बंधू रियाझ वानी यांना माझे विशेष धन्यवाद. खास माझ्यासाठी दिल्लीहून काश्मीरला आलेले लेखक आणि पत्रकार मित्र श्री. विवेक सिन्हा यांच्याविषयी मी कृतज्ञ आहे.

डॉ. एस. एल. भैरप्पा यांचे मी मन:पूर्वक आभार मानते. त्यांनी आपला अमूल्य वेळ देऊन माझ्या हस्तलिखिताचं विश्लेषण केलं. प्रस्तावना लिहून शुभेच्छाही दिल्या. सविस्तर चर्चा करताना प्रत्येक दृष्टिकोनाकडे वेगळ्या दृष्टिकोनातून पाहायची

प्रेरणा देणाऱ्या, माझ्याशी मोठ्या आस्थेनं वागणाऱ्या आणि मला प्रोत्साहन देणाऱ्या श्रीमती एल. व्ही. शांतकुमारी यांची मी अत्यंत ऋणी आहे. संपूर्ण कलाकृती बारकाईनं तपासून काही महत्त्वाच्या दुरुस्त्या सुचवणाऱ्या आणि योग्य त्या प्रकारची माहिती तत्काळ देणाऱ्या शतावधानी डॉ. आर. गणेश यांची मी ऋणी आहे.

कलाकृती तयार होत असतानाच त्यातला काही भाग वाचून काही सूचना देत श्री. स. प्रेमशेखर यांनी केलेल्या साहाय्याचं या संदर्भात स्मरण केलंच पाहिजे. कायद्याच्या संदर्भातला तपशील स्पष्ट होण्यासाठी मदत करणारे वकील श्री. किरण बेट्टदपुर, तसंच काही पात्रांच्या वर्तनाच्या संदर्भात पडलेल्या प्रश्नांचं निवारण करणाऱ्या श्रीमती ज्योती महादेव यांचंही स्मरण करणं अत्यावश्यक आहे. सुरुवातीपासून माझ्या लेखनाच्या प्रेरणास्थानी राहून मार्गदर्शक शक्ती बनलेल्या, तसंच या विषयाच्या संदर्भात अनेक संदर्भ अमेरिकेतून मिळवून देणाऱ्या श्री. श्रीवत्स जोशी यांचीही मी कृतज्ञ आहे.

मला सतत प्रोत्साहन देत आलेले महान विद्वान श्री. एस. आर. रामस्वामी यांचे आणि मी विचारलेल्या सर्व संदर्भांची पूर्तता करणाऱ्या श्री. विश्वेश्वर भट्ट यांचे उपकारही मला विसरता येणार नाहीत.

इथं उल्लेख करायचा राहून गेलेल्या, मला प्रत्यक्ष-अप्रत्यक्षरीत्या मदत केलेल्या प्रत्येकांची मी कृतज्ञ आहे.

या पुस्तकाच्या प्रकाशनाची जबाबदारी स्वीकारलेल्या 'मेहता पब्लिशिंग हाऊस'चे श्री. सुनील मेहता यांना माझे धन्यवाद. सुंदर मुखपृष्ठ तयार केलेले श्री. चंद्रमोहन कुलकर्णी यांचीही मी कृतज्ञ आहे.

ही माझी दुसरी कलाकृती असली तरी काही बाबतीत पहिलीच म्हटली पाहिजे. पात्रं, प्रसंग काल्पनिक असले तरी तिचा पाया सत्यावर आधारित आहे. तो अध्ययनावर आधारलेला आहे.

—सहना विजयकुमार

एक

संपूर्ण प्रांगण नि:शब्द आहे. पंचवीस हातांपेक्षा जास्त उंचीची षट्कोनाकृती दगडी इमारत. प्रत्येक कोनाच्या मध्ये सुमारे वीस हात उंचीच्या भिंती. प्रत्येक भिंतीवर दोन या प्रमाणे उजेडासाठी ठेवलेले झरोके.

जमिनीवर चौरसाकृती काळीभोर गुळगुळीत फरशी. प्रांगणाच्या मध्यभागी पुरुषभर उंचीची संगमरवरी षट्भुजा शारदेची हंसवाहिनी मूर्ती सर्वालंकारभूषिता स्वरूपात विराजमान झाली आहे. तिच्या समोर असलेल्या खांबांवर पाजळत असलेल्या दिव्यांची रांग. त्या दिव्यांच्या प्रकाशात संपूर्ण प्रांगणात पसरलेली हरित रंगाची छाया. शारदेच्या उजव्या बाजूला सिंहासनाप्रमाणे शोभायमान असलेल्या रत्नखचित सर्वज्ञपीठापासून निरंतर अशी तेजस्वी प्रभा फाकते आहे. डाव्या बाजूला समोरासमोर बसलेली विद्वत्जनांची रांग. एका रांगेत खाली मान घालून बसलेले न्याय्य, वैशेषिक, सांख्य, योग, बौद्ध आणि जैन विचाराचे प्रतिपादक. त्यांच्या मागे बसलेले त्यांचे अनुयायी. त्यांच्या समोरच्या रांगेत पीठावर अधिष्ठित असलेल्या अर्धोन्मिलित नेत्रांनी बसलेले शंकरभगवत्पाद. त्याच्या मागील चारही उच्चपीठावर आचार्य. समोरचं संपूर्ण प्रांगण भरून टाकणारा प्रचंड जनसमुदाय.

'''तुमच्या सगळ्यांच्या प्रश्नांना आणि आक्षेपांना श्रीमत भगवत्पादांनी योग्य अशी उत्तरं दिली आहेत. हे तुम्ही सगळ्यांनी मान्य केलेलं आहे. उत्तर मिळालं पाहिजे अशा काही शंका मनात आहेत काय? कुठल्याही प्रकारची आशंका न बाळगता आपण ती मांडावी.'' त्यांनी सभाप्रमुखांवरून नजर फिरवत विचारलं. त्यांच्या बोलण्याचा प्रतिध्वनी परतून आला. त्याशिवाय आणखी कुणाचाच आवाज ऐकू आला नाही. इमारतीपासून काही अंतरावर वाहत असलेल्या मधुमतीच्या प्रशांत पात्रामुळे इथल्या प्रसंगाला अधिकच गांभीर्य प्राप्त झालं आहे.

“ठीक आहे. अशा परिस्थितीत इथलं मौन आम्हाला इथून प्रस्थान ठेवण्याची अनुमती देत आहे असे दिसते! फार पूर्वीपासून ज्ञानाचे केंद्रस्थान असलेल्या आपल्या शारदा-देशानं आजही तीच परंपरा कायम ठेवली आहे, ही आम्हा सगळ्यांच्या दृष्टीने अत्यंत आनंद देणारी गोष्ट आहे! दक्षिण देशाकडून आलेले शंकराचार्यभगवत्पाद सर्वज्ञपीठावर आरूढ व्हायला अर्ह आहेत की नाहीत याचा निर्णय देण्यासाठी इथे गेले काही दिवस चाललेला वाक्यार्थ तुम्ही आपल्या चक्षूंनी पाहिला आहे. या सर्वच बाबतीत त्यांना प्राप्त झालेला विजयच त्यांच्या अर्हतेचे प्रमाण आहे. तुम्ही सगळेजण याला साक्षी आहात. आज सगळे वाद-प्रतिवाद परिपूर्ण झालेले असल्यामुळे आज त्यांचं पीठारोहण संपन्न होणं न्याय्य आहे. हे तुम्हा सगळ्यांना संमत आहे का?” असं विचारून प्रमुखांनी आपली नजर प्रांगणात जमलेल्या समुदायावरून फिरवली.

‘साधू... साधू...’ सुरुवातीला क्षीण आणि नंतर मोठ्यानं सगळ्या दिशेनं स्पष्ट स्वर घुमला . ‘शंकरभगवत्पादांचा विजय असो!...’ सगळ्यात आधी जयघोष करत उभे राहिले सुरेश्वराचार्य. इतर तिघांनीही पाठोपाठ जयघोष केल्यानंतर सगळी सभाच घोषणेनं दुमदुमून गेली. आता सगळे प्रमुख आणि पंडित एकेक करून सर्वज्ञपीठाच्या दिशेनं जाऊ लागले. त्यांच्या आवाहनानुसार भगवत्पाद आपल्या पीठावरून उतरून त्या दिशेला पावलं टाकू लागले. आनंदाश्चर्यानं उठून उभा राहिलेला जनसागर समोरचं दृश्य मनात साठवून ठेवण्यासाठी आतुर झाला.

‘एवढा काळ बंद असलेलं शारदामंदिराचं द्वार उघडायला लावणारे सर्वज्ञ आहेत हे!...’ काहीजण आपसात कुजबुजताहेत. पीठारोहण होण्याची ती अमृतघटिका जवळ जवळ येऊ लागताच ‘शंकरभगवत्पादांचा विजय असो!...’ चा घोष आकाशाला भिडलाय. वाद्यांचा गजर चाललाय. आनंदावेगात बुडून गेलेले एक ज्ञानवृद्ध उच्चस्वरात काश्मीर देशाच्या निर्मितीच्या संदर्भातल्या श्लोकांचं पठण करू लागले. त्यांच्या आवाजात ओसंडून वाहणारा अभिमान सगळ्यांनाच रोमांचित करत आहे.

‘क: प्रजापतिरुद्दिष्ट: कश्यपश्च प्रजापती: ।
तेनासौ निर्मितो देश: कश्मीराख्यो भविष्यति ।।

(‘क’ या वर्णापासून निरूपित झालेला प्रजापतीच कश्यप. त्याच्याकडून निर्मित झालेला काश्मीर देश’)

कं वारि हरिणा यस्माद्देशादस्मादपाकृतम् ।
कश्मीराख्यं तत: पश्य नाम लोके भविष्यति ।।

(ज्या भूमीतून ‘कं’ हे जल श्रीहरीनं स्वत: रिकामं करून जलोद्भव नावाच्या राक्षसाच्या संहाराला कारणीभूत झाला, त्या कारणासाठी ही काश्मीर भूमी या नावानं लोकांत प्रसिद्धी पावली.)

हे पठण चालू असतानाच भगवत्पाद पीठावरून खाली उतरत आहेत. पुष्पार्चना

चालू आहे. मागे शांतिमंत्र घुमत आहेत. ध्यानमग्न होऊन पीठावर विराजमान असलेले शंकरभगवत्पाद, हे आपल्या हृदयात कायमचे साठवत असलेला प्रचंड जनसमुदाय...

काही वेळच असा गेला असेल. त्याच क्षणी शंकरभगवत्पादांचे शब्द आले, 'आता येथून प्रस्थान ठेवायचा क्षण आलाय!'

'हो! चला...' म्हणत हस्तामलकाचार्य शंकरभगवत्पादांना पीठावरून उतरण्यासाठी साहाय्य करायला पुढे सरसावले आहेत..

एवढा वेळ मंत्रमुग्ध होऊन पाहत होतो मी! आता मात्र भानावर आलोय. वेळ टळण्याच्या आधीच विचारायला पाहिजे. यानंतर कुठल्या काळी पुन्हा आचार्यांचं दर्शन होणार? हातांच्या मदतीनं समोरच्या जनसागरातून महाप्रयासानं मार्ग काढत शक्य तितक्या वेगाने त्या पीठासमोर जाऊन उभा राहिलो. आता भगवत्पाद उठून उभे राहिले आहेत. विनम्रपणे मस्तक झुकवून विनंती केली, ''भगवत्पाद हो! म्लेच्छांच्या अतिक्रमणाचा परिणाम म्हणून आपले अनेक जन अविद्येला वश झाले आहेत. त्यांच्या आसुरी मार्गानं भरलेल्या वागण्याला अंतच नाही. आपल्याला अज्ञानानं घेरलं आहे, याचं भान येईपर्यंत त्यांची सुटका नाही. त्यांचं रक्षण कसं करायचं? मार्ग दाखवावा. जनमानसाच्या असुखाला कारण झालेल्या या घोर विप्लवातून आम्हाला कधी मुक्ती मिळेल? या समस्येचं समाधान काय?''

आपल्यावरचा ताबा सुटू नये म्हणून कितीही दृढ निश्चय केला असला तरी अंत:करणात साठून आलेल्या दु:खाचा भार असह्य होऊन शरीराला कंप सुटलेला जाणवतोय.

भगवत्पादांकडून कुठलंही उत्तर नाही. आता काहीतरी बोलतील आणि परिहार सांगतील या अपेक्षेनं डोळे मिटून तसाच उभा आहे. मागं अधूनमधून गोंधळ चाललेला जाणवतोय. 'भगवत्पादांना मार्ग द्या... सगळे एका बाजूला होऊन उभे राहा...' यासारखी काही कठोर आज्ञाकारक वाक्ये कानांवर पडताहेत.

डोळे उघडून पाहिलं. ते समोर नव्हते. वळून पाहिलं, ते एव्हाना मंदिराच्या प्रवेशद्वारापाशी पोचले आहेत.

देवा रे! यांनी माझ्याकडे का दुर्लक्ष केलं? की माझ्यापर्यंत त्यांची दृष्टीच गेली नाही? काय करू? त्यांना हजारो माणसांनी वेढल्यावर त्यांच्यापर्यंत पोचणार तरी कसा? माझ्या मनात अशांती... नाही... भीती?... होय! भोवतालची माणसं काय म्हणतील याचा विचार न करता सगळ्या गोंधळातूनही त्यांच्या कानांवर पडेल इतक्या मोठ्यानं ओरडलो, ''भगवत्पाद हो! राग-द्वेषाच्या गोंधळामुळे इथली परिस्थिती हाताबाहेर चालली आहे... असत्याचा वरचष्मा होतोय... सम्यक ज्ञान धुळीला मिळतंय.. यावर उपाय काय? दक्षिणदेशातून आलेल्या तुमच्याशिवाय दुसरं कोण

सांगणार? असं निघून जाणं बरोबर आहे काय?...''

त्यांचं राहू दे, माझ्या शेजारी उभ्या असणाऱ्यांनाही माझा आवाज ऐकू येत नाहीये. मलाही हे समजतंय. पुढं काय?

मी जागीच तळमळत असताना, हे काय... भगवत्पादांनी मंदिराबाहेर पाऊल ठेवलंही! गेले निघून ते! या कूपात मला एकट्याला ठेवून!

शारदे! माते!... आक्रोश दऱ्या-खोऱ्यातून फिरून आकाशाला भिडला.

***

हृदयनाथ पंडित ताड्‌कन उठून बसले. उकाड्याची चाहूलही नसलेल्या सप्टेंबर महिन्यात त्यांचं शरीर घामेजलं होतं. बाहेर किड्यांची किर्ऽऽ किर्र सतत ऐकू येत होती.

'यैवोमा सैव कश्मीरा यस्मात्तस्माद्‌भुजंगम ।
विशोकेत्यभिविख्याता भ्रमिता च तथा मया ।।'

त्यांच्या नकळत त्यांच्या तोंडी श्लोक आला. कश्मिरा या नावानंच साक्षात भगवतीदेवी इथे येऊन राहिली आहे. शारदा, सरस्वती, उमा, ललिता, त्रिपुरसुंदरी अशा कितीतरी नावांनी ओळखल्या जाणाऱ्या त्या जगन्मातेची ही भूमी! ही काश्मीरची भूमी! इथे ती केवळ उपस्थितच नाही तर, शोकरहित अवस्थेत आहे. तिच्या केवळ स्मरणमात्रानंही आपल्याला अभय प्राप्त होतं, या विचारानं पंडितांचं मन थोडं शांत झालं. कदाचित याच कारणामुळे हा श्लोक वरचेवर त्यांच्या तोंडी येत होता. हा श्लोक म्हणत असतानाच त्यांनी चार-सहा वेळा दीर्घ श्वासोच्छ्वास केला आणि छातीचे ठोके पूर्वस्थितीला आणले.

ते उठले. खोलीचा दरवाजा उघडून बाहेर आले. दरवाजा किलकिला होताच बाहेरून शिरलेलं थंडगार वारं चेहऱ्यावर आदळलं. टेकडीवरच्या सपाट भागावर असलेल्या वस्तीत त्यांची छोटीशी खोली होती. खोलीबाहेर येऊन ते देवस्थानाच्या डाव्या बाजूला असलेल्या मोकळ्या जागेत उभे राहिले. चार-पाच क्षण जेमतेम गेले असतील-नसतील; कुणीतरी विचारलं, ''काय झालं पंडितजी? असे का उभे?'' आवाजात कळकळ होती.

''वाईट स्वप्न पडलं बेटा! जाग आली बघ!'' आवाजाची ओळख पटवण्यासाठी त्यांची नजर सैनिकांच्या बंकरकडे वळली. पण काळ्याकुट्ट अंधारात कुणाचीच ओळख पटली नाही. पंडितजींची सत्तरीची काया या अंधारात तिकडेही कुणाला दिसायची शक्यता नव्हती. साडेपाच फुटांची सडपातळ शरीरयष्टी थोडीफार दिसली तरी चेहरा दिसण्यासाठी उजेड हवा. चेहऱ्यावरचे भाव टिपण्यासाठी तर वेगळ्या प्रकारची प्रभा हवी. आपल्याशी बोलला तो सकाळच्या पाळीचा सैनिक नसावा असं

मनात येत असतानाच पुन्हा तोच आवाज ऐकू आला, ''जा! निवांतपणे झोपा जा! तुमचं आणि या शंकराचार्यांच्या टेकडीचं रक्षण करायची जबाबदारी आमची आहे! जा तुम्ही!''

पाळी बदलली की आवाजही बदलतात, पण ते देत असलेला भरवसा मात्र सारखाच असतो. त्या आधारावरच आपण इथले दिवस आणि रात्री काढत असतो. त्या भरवशामुळे एकीकडे बरं वाटलं तरी आपण असा भरवसा कुणालाच देऊ शकत नाही या भावनेमुळे असाहाय्य असल्यासारखं वाटलं. ते पुन्हा अस्वस्थ झाले.

यातही काही नवं नव्हतं. याआधी कितीतरी वेळा ही भावना त्यांच्या मनात दाटून आली होती. कोण हिशेब ठेवणार?

माघारी वळायची इच्छा झाली नाही. ते तसेच उभे राहिले. त्यांनी त्याच दिशेला दूरवर दृष्टी वळवली.

इथून सुमारे शंभर... नाही, एकशे तीस किलोमीटरवर शारदा देवस्थान आहे. तिच्याजवळच मधुमती आणि किशनगंगा नद्यांचा संगमही आहे. देवस्थानाच्या पूर्वेला विद्यापीठही आहे. जवळ म्हणजे मैलभर अंतरावर. वडिलांनीच सांगितल्याची आठवण. त्या खेड्याचं नावच शारदा आहे म्हणे. आता ते सीमारेषेच्या पलीकडे आहे. फाळणीच्या आधी सगळे भाद्रपद शुक्ल अष्टमीला तिथं जायचे, तिथं विद्यासंपन्नांचा मेळावाच भरायचा, असं वडील किती अभिमानानं सांगायचे! त्या वर्णनामुळेच आपणही कल्पनालोकात तिथं जाऊन येऊ लागलो ना! आधी स्वप्नात केवळ देवस्थान आणि विद्यापीठ एवढंच यायचं. गेल्या खेपेला दक्षिणदेशात शृंगेरीला जाऊन आल्यानंतर त्या स्वप्नात हा बदल झालाय. दर खेपेला तेच दृश्य समोर येतं. संभाषण मात्र वेगवेगळं! काही वेळेला सगळं अगदी सुस्पष्ट असतं. तर अनेकदा नुसता गोंधळ! पण शंकरभगवत्पादांनी एकदाही या क्षोभावरचं उत्तर दिलेलं नाही. आपला प्रश्नच त्यांच्यापर्यंत पोचत नाही की काय कोणजाणे! असं वाटूनच त्यांनी प्रत्येक वेळी वेगवेगळ्या प्रकारे सांगितलं तरी काहीच उपयोग होत नाही! असं का? मग काय करायचं?

पंडितांचं मन म्लान झालं.

की माझंच काही चुकतंय? आता अशा प्रकारचं समाधान मिळण्याची अपेक्षा करणंच चुकीचं आहे? कितीतरी काळ इथला राज्यकारभार पाहिलेल्या शाहमीर, चक वंशातले, मोगल आणि अफगाणी; या सगळ्यांनी या काश्मीरभूमीवर मनमानी करत लूटमार केलीय. सगळं भांडार रितं करून टाकलंय. आता काय चूक आणि काय बरोबर याविषयी काय बोलायचं? अशा वेळी धर्मविद्येतल्या त्रुटी दाखवून देत मार्गदर्शन करणाऱ्यापैकी कुणीच राहिलेलं नाही हे तर ठाऊक आहेच ना! म्हणूनच तर आपण भगवत्पादांकडून मदतीची अपेक्षा करतोय ना? त्या दूरवर असलेल्या

दक्षिण देशातून ते इतक्या दूरवर आले! इथून बद्रीला गेले. काही दिवस बद्रिनारायणाच्या सेवेत काढून तिथून ते कैलास पर्वताच्या दिशेनं निघून गेले म्हणे. तिथंच त्यांनी देह ठेवला असं शृंगेरीच्या पंडितांनीच सांगितलं तेव्हा. दिग्विजयाच्या मार्गावरही त्यांनी सामोऱ्या आलेल्या प्रत्येकाचं संकट-निवारण केलं म्हणे. मग ते केवळ माझीच का उपेक्षा करताहेत? ज्ञानदिवटीच्या प्रकाशातच त्यांनी सगळा संचार केला. मग माझ्या प्रश्नालाही त्यांच्याकडे उत्तर असलंच पाहिजे. माझा गाढ विश्वास आहे तसा. की ते आणखी कुणाला तरी आपला प्रतिनिधी म्हणून पाठवून देतील? आता तर परिस्थिती अधिकच बिकट होत चालली आहे!

हृदयनाथांनी सभोवताली नजर फिरवली.

घनदाट अंधारात आपल्या हलण्यामुळे आपलं अस्तित्त्व दर्शवत असलेले घनदाट देवदार वृक्ष. तिथं घडणाऱ्या सगळ्या घटनांचे मूक साक्षीदार. पण कसलीही साक्ष द्यायला असाहाय्य असलेले. एका दृष्टीनं असाहाय्यतेचंच मूर्तस्वरूप! तेच या डोंगराचंही आहे. इथं अगदी पहिल्यांदा अशोक चक्रवर्तीच्या मुलानं, लौक त्याचं नाव, देवालय उभारलं म्हणे. नंतर सहाव्या शतकात काश्मीरचा राजा गोपादित्याच्या नेतृत्वाखाली नव्या देवस्थानाची निर्मिती झाली. आता त्याच जागी असलेल्या देवालयाचा निर्माता कुणीतरी अनाम भक्त असल्याचंही ठाऊक होतं. या टेकडीचं शंकराचार्यांच्या नावानं ओळखलं जाणं हे त्यांनी इथे पदस्पर्श केल्यानंतर सुरू झालं. ते सारं काही का असेना, इतिहासाच्या पडझडीनंतर संपूर्णपणे झाकोळून गेलेलं हे स्थान सुमारे चाळीस वर्षं इथंच वास्तवाला असलेल्या पंडितांच्या दृष्टीनं अजूनही गूढच होऊन राहिलं आहे. हाच डोंगर-हेच वृक्ष कुठल्याही वस्तूवर अवलंबून नसताना समाधी साधायला निघालेल्या वेळी आपल्या कर्तृ-शक्तीच्या पलीकडे जाऊन ध्येय-मन होऊन का छळताहेत याचं उत्तर पंडितजींना अजूनही सुचलेलं नाही. आपल्या आकलनाबाहेरच्या आणखीही कितीतरी गोष्टी आहेत असं वाटतं. या विचारात असतानाच कुठलासा संदेश गडबडीनं पोचवायच्या घाईत असल्यासारखा वेगानं वाहणारा वारा. त्याच्या धावपळीच्या गोंधळात संधी मिळून आणखी जोरात गदागदा हलणारा वृक्षसमूह.

पंडितजींनी काही क्षण तसेच डोळे बंद करून ठेवले. त्यांची खोली होती ती टेकडीवरच्या सपाट भागावर. सहज कुणाच्या दृष्टीला पडू नये म्हणून काहीशा बाजूलाच ती बांधली होती. थोड्या आतल्या बाजूला. खोली आठ फूट लांब-रुंद असली तरी खूप झालं! त्याला साजेशी छोटीशी स्वयंपाकाची खोली. गल्लीतून बाहेर येऊन उजवीकडे वळलं तर समोरच शंकराचार्यांची मूर्ती. पायऱ्यांच्या सुरुवातीलाच. वीस पायऱ्या चढून गेल्यावर शंकराचार्यांनी ध्यान केलेली जागा. तिथंच तयार केलेली छोटी गुहा. आणखी वीस पायऱ्या चढून गेल्यावर टेकडीचं वरचं टोक. तिथं

असलेल्या गर्भगृहात शिवलिंग.

एकदा दीर्घ श्वास घेऊन पंडितजींनी खाली पाहिलं. जबरदस्तीनं बसवून ठेवलेले काजवे असावेत तशी दिसतेय श्रीनगरच्या दिव्यांची रांग. त्यांना पार्श्वभूमी काळ्याकुट्ट अंधाराची. किती क्रौर्य आहे इथल्या अंधारात! ते त्या अंधाराचा वेध घेण्याचा प्रयत्न करू लागले. पाठोपाठ वाटलं, खरं पाहिलं तर अंधाराला अस्तित्वच नाही. उजेडाचा अभाव असला की त्याला अंधार म्हणायचं, याचं भान येताच क्षणभर याचा विसर पाडणाऱ्या आपल्या ज्ञानशक्तीच्या झालेल्या संकोचाविषयी मनात संताप उमटला. उजेडाचा अभाव असं म्हटलं की अंधाराची परिभाषाच बदलते. त्या मागचा राक्षसगुण लय पावतो. अगदी लवकर यापासून सुटका करून घेणं शक्य आहे, असा आत्मविश्वासही सहजच मनात जन्मतो!

त्यांनी पुन्हा एकदा त्या दिव्याच्या रांगांवरून नजर फिरवली.

'अंधाराला पळवून लावणं सोपंय हे खरं. पण त्यासाठी प्रखरपणे जळणाऱ्या दिवट्या हव्यात ना! देशभरचा अंधार पळवून लावायचा असेल तर एवढासा उजेड काय कामाचा?' या विचारानं मनाला वेदना झाली. ते पुन्हा वळून शंकराचार्यांच्या प्रतिमेपाशी आले.

शंकराचार्यांची चेहऱ्यावर अपार शांती विलसत असलेली ती मूर्ती! कितीही घनघोर अंधकार असला तरी त्या चेहऱ्यावरून निरंतर प्रकाश विलसतोय! त्याचबरोबर या समस्येवर समाधान मिळेल ही आशाही मनात उमटतेय.

कुठल्या दगडापासून ही मूर्ती बनवलीय? बहुतेक संगमरवरच असणार. ट्रस्टी आनंद भेटतील तेव्हा विचारलं पाहिजे.

त्यांना हसू आलं. आपल्याच मूर्खपणाचं! कुठली शिळा झाली म्हणून काय झालं? शिळेतून उजेड कसा पाझरेल?

पुन्हा आपल्या खोलीत जाऊन त्यांनी झोपायचा प्रयत्न केला तरी डोळा लागला नाही. पहाट झाली. अभिषेकाची तयारी व्हायची होती. नुसतं पडून राहण्यात अर्थ नाही असं जाणवून ते उठलेच. आचार्यांच्या प्रतिमेला नमस्कार करायला आले तेव्हा सैनिकानं हाक मारली, "पंडितजी! समजलं काय? काल रात्री उशिरा झालेल्या गोळीबारात सैनिकांनी चार अतिरेक्यांना कंठस्नान घातलंय! पण एक वाईट बातमीही आहे! आपले मेजरसाहेबही त्यात घायाळ झाले!"

पंडितजी काहीच बोलले नाहीत. हे नेहमीचंच. पंडितजींनी विचारलं नाही तरी ते दररोज काय घडलं ते त्यांच्या कानांवर घालतात. सगळ्या बारकाव्यासकट. संभाषण सुरू करण्यासाठी दरवेळी दारूगोळा, बंदुका, तोफा, गोळीबार याच गोष्टी मदतीला येतात. त्या मागचा क्षात्रगुण प्रतिमेच्या स्वरूपात साकार झालेल्या प्रत्येक वेळी पंडितजींना होत असलेल्या वेदना सैनिकांना समजत नाहीत. पण म्हणून 'मला

या असल्या हत्येच्या गोष्टी सांगू नका...' असं सांगायची त्यांनाही इच्छा होत नाही.

'तुम्हाला अभिमान वाटायला पाहिजे! सगळ्या भारत देशात संपूर्ण इतिहासाची अतिशय नेटकेपणानं नोंद सापडते ती केवळ काश्मीरमध्येच! बाकी सगळ्या ठिकाणी इतिहासकाराला आपल्याकडे असलेल्या माहितीला कल्पनेच्या आधारे पुनर्निमित करत इतिहास लिहावा लागतो. गेल्या महिन्यात इथं आलेल्या विदेशी प्रोफेसरांनी सांगितलं ते आठवतंय.'

कल्पनेत का होईना काहीतरी वेगळं बघायची संधी न देता, हा मी इथंच आहे, असं बजावणारा गतकाळ. दु:ख देत सामोरा येणारा वर्तमान... आणि अनिश्चिततेच्या आंदोलनात हेलकावणारा भविष्यकाळ... या भूमीला हा शापच चिकटलाय की काय कोणजाणे! हे धडधडीत कळत असताना कसला अभिमान आणि कसलं काय! मनात असले भाव उसळणारे असताना यावर काय उत्तर देणार? समोरचं धडधडीत सत्य कशाच्या आवरणाखाली झाकणार? या सत्याला समोरं जावंच लागणार, हे खरं वास्तव आहे. पंडितजी काहीच बोलले नाहीत.

वेगानं वाहणाऱ्या वाऱ्याचा जोर वाढताच पंडितजींची कृश काया हेलपाटून गेली. असं व्हायचं कारण नव्हतं. आपला देह फारच दुर्बल झालाय की आपलं मन? 'शारदे!...' असा उद्गार काढत त्यांनी क्षणभर डोळे मिटून घेतले. पायऱ्या चढण्यासाठी ते सरसावले. त्याच वेळी पुन्हा सैनिकानं हाक मारली, 'पंडितजी! बळी पडलेले मेजरसाब दक्षिणदेशाचे होते!'

पंडितजींच्या चेहऱ्यावर वेदना उमटली. त्यांनी जागीच थांबून नि:श्वास टाकला.

दोन

अंधार हळूहळू वितळत चालला होता. सूर्योदय व्हायला अजून बराच वेळ होता. दूरच्या मशिदीतून अजान ऐकू येत होती. मुअजिन् आपल्या कुवतीनुसार 'अजान' देऊन लोकांना जागं करून 'फजर निमाजा'साठी जागृत करत होते. प्रत्येक 'अजान'मध्ये काही क्षणांचं अंतर असल्यामुळे ते सगळेच आवाज एकमेकात मिसळून जाऊन कुणाचाच आवाज स्पष्टपणे ऐकू येत नव्हता.

पण बशीर अहमदांना या कुठल्याच अजानवर अवलंबून राहायची गरज नव्हती. त्यांना अरेबिक भाषेची जाण नसली तरी 'अजान'च्या प्रत्येक शद्बाचा अर्थ त्यांनी जाणून घेतला होता.

'अल्लाहु अकबर् , अल्लाहु अकबर्, अल्लाहु अकबर्, अल्लाहु अकबर्'(अल्लाहच सर्वश्रेष्ठ)

अशह्दु अल्ला इलाहा इल्ललाह्, अशह्दु अल्ला इलाहा इल्ललाह् (अल्लाहाव्यतिरिक्त दुसरा देव नाही हे मी प्रमाण मानतो)

अशह्दु अन्न महंमद्-उर रसूलउल्लाह्, अशह्दु अन्न महम्मद्-उर् रसूलउल्लाह (महंमद हेच अल्लाहचे संदेशवाहक, हे मी प्रमाण मानतो)

हय् अलस् सलह्, हय् अलस् सलह् (प्राथनेसाठी या)

हय् अलल फलह्, हय् अलल फलह् (यश मिळवण्यासाठी या)

अस्सलातु खैर् - उ मिनन् नोम्, अस्सलातु खैर् - उ मिनन् नोम् (निद्रेपेक्षा प्रार्थना श्रेष्ठ आहे)

अल्लाहु अकबर् , अल्लाहु अकबर् (अल्लाच सर्वश्रेष्ठ)

ला इलाहा इल्लल्लाह् (अल्लाह सोडला तर दुसरा देव नाही)

निमाज विशिष्ट वेळेवर सुरू करायच्या प्रतीक्षेत सगळेच असतात. सामान्यत: अजान आणि प्रत्यक्ष फजर-निमाज सुरू करायच्या वेळेत पंधरा-वीस मिनिटांचं अंतर असतं. सगळ्यांनी जागं होऊन तयार होण्यासाठी आणि मशिदीत जाऊन पोहोचण्यासाठी दिलेला वेळ.

पण बशीर अहमदांचं तसं नव्हतं. अजान ऐकू यायच्या वेळी ते तयारच असायचे. पण ते मशिदीत जायचे नाहीत. आजही ते जायनिमाज अंथरून उभे होते. प्रतिक्षिप्त क्रियेप्रमाणे त्यांची पावलं किब्लाकडे वळली. आता दोन्ही तळवे उंचावून अंगठे कानांना लावून 'अल्लाहु अकबर्' म्हणणार, तेवढ्यात...

तेवढ्यात जोराचा आवाज. ठण्णण! पाठोपाठ कानात घुसला तो चिरपरिचित आवाज..

'मेगच्छ् इन्साफ.'

बशिर अहमद दचकले. एकदम थरकाप उडाल्यासारखं होऊन त्यांचं संपूर्ण शरीर कापलं. स्वत:ला सावरण्याआधी पुन्हा तेच शब्द कानांवर आले. आधीपेक्षा जोरानं. 'ठण्ण्णण!...' पुन्हा तोच आवाज... 'मेगच्छ् इन्साफ्...'

तो आवाज, त्यात लपलेली शक्ती, यातलं त्यांना काहीच नवं नव्हतं. तरीही प्रत्येक वेळी ते स्वर त्यांच्या मनात विचित्र खळबळ उडवून देत होते. दोनदा हा पुकारा आणि घंटानाद ऐकू आला. त्यानंतर नीरव शांतता... नंतर पुन्हा तेच शब्द, तोच घंटानाद पुन:पुन्हा ऐकू येऊ लागला, 'ठण्णण! ठण्णण!...' 'मेगच्छ् इन्साफ' 'मेगच्छ् इन्साफ.'

आवाजाचा प्रतिध्वनी येत राहिला. बशीर अहमदांचं शरीर दगडासारखं झालं. पण मन वितळून गेलं. दोन पायावर उभं राहणं कठीण वाटू लागलं. शरीराचा भार एकदा या पायावर आणि एकदा त्या पायावर घालत ते जागच्या जागी चडफडू लागले. मनातल्या वेदनेवर कायमचा इलाज करायच्या प्रयत्नाचा एक भाग म्हणून तसेच वेडेवाकडे पाय टाकत अखेर दमून एका जागी उभे राहिले.

त्याच क्षणी त्यांची पत्नी रीफतजान दारात येऊन उभी राहिली. तिला दिसणाऱ्या नवऱ्याच्या पाठीला उद्देशून उद्‌गारली, "पुन्हा आलाय बघा शैतान! नेमक्या फजर-निमाजाच्या वेळी हा नस्ता त्रास सुरू झालाय!" क्षणभर नवरा आपल्याकडे वळून पाहील या अपेक्षेनं तिनं वाट पाहिली.

पण यापैकी काहीही घडलं नाही. कुठलीही हालचाल न करता एकाच मुद्रेत उभ्या राहिलेल्या नवऱ्याकडे ती पाहत राहिली. तरी तिची उत्तेजित अवस्था कमी झाली नाही. ती तशा अवस्थेतच म्हणाली, "कुणाला तरी सांगून त्याचा काहीतरी बंदोबस्त का करत नाही तुम्ही? की आपणच हे मकान सोडून आधी राहत होतो तिथं

राहायला जायचं? या रानात आपण एकटेच राहतोय ना? म्हणून तो दररोज येऊन आपल्याला त्रास देतोय! नाहीतर एवढं धैर्य याला कुठून आलं असतं?...''

तिचं बोलणं पूर्ण व्हायचं होतं. त्याच वेळी खाली घातलेली मान वर न करता बशीर गरजले, तोंड बंद! बस्स!

एरवी नवऱ्याच्या छोट्याशा बोलण्यावर ती तोंड मिटून गप्प राहायची. पण आज ती गप्प बसायला तयार नव्हती. पंचाहत्तरीच्या उंबरठ्यावर असलेला आपला नवरा दिवसेन्‌दिवस लहान तर होत नाही ना! आधी थोडं का होईना शरीरावर मांस होतं. अलीकडे मात्र आणखी आणखी बारीक होत चालले आहेत! ज्या वयात निवांतपणा हवा त्या वयाला इतर परेशानींबरोबरच याचीही कटकट सुरू झाली आहे. त्यांचं अधिकाधिक मांस झडत चाललेलं तिला बघवत नव्हतं. त्यातून आलेल्या धैर्यापोटीच ती बोलत होती. त्यांच्या दरडावण्यामुळे तिचा आवाज मात्र थोडा खाली आला. तरी ती बोलतच राहिली, ''पण मी म्हणते, तुम्ही त्याचा त्रास का उगाचच सहन करताय?...''

तिचं वाक्य पुरं व्हायच्या आधीच बशीर पुन्हा दरडावत म्हणाले, ''सांगितलं ना, तोंड बंद कर म्हणून? एकदा सरळ शब्दात सांगितलेलं समजत नाही काय?'' तिनं पाहिलं, बशीरांचा आवाज चढला होता. तीव्रही झाला होता. ते गरकन वळले होते. हाताचं बोट तिच्याकडे रोखलं होतं. संतापानं त्यांचं ते बोटच नव्हे, सगळा देहच कंप पावत होता. त्यांना देहाचंच नव्हे, भोवतालच्या परिसराचंही भान राहिलेलं दिसत नव्हतं.

नाही म्हटलं तरी नवऱ्याच्या आवेशामुळे रीफत घाबरी झाली आणि खाली मान घालून उभी राहिली. नवऱ्याच्या नजरेतल्या क्रोधाची ती केवळ कल्पनाच करू शकायची. त्या नजरेला नजर द्यायची तिची प्राज्ञा नव्हती. काही क्षण तशीच उभी राहून नंतर खालच्याच मानेनं ती तिथून निघून गेली.

बशीर सावकाश पावलं टाकत खिडकीपाशी गेले आणि त्यांनी बाहेर डोकावून पाहिलं.

होय... तोच होता! घराजवळच्या विजेच्या खांबाला कुठूनशी आणलेली घंटा... काशाचीच असावी... बांधलेली. तिच्या जिभेला एक कसलासा दोर बांधलेला. तो दोर ओढला की घंटानाद होतो. जोरात ओढून सोडून दिला की घंटाही जोरजोरात वाजायला लागते. प्रत्येक घंटानादानंतर ते मान वर करून या घराकडे पाहतात. वर ओरडतात, 'मेगच्छ इन्साफ...' हे काही फार वेळ चालत नाही. आठ-दहा वेळा एवढं झालं की नंतर ते निघून जातात. त्यांची मान वर होते तेव्हा पडद्यामागे हटल्यामुळे त्या दृष्टीत नेमकं काय आहे ते कधी बघता आलं नाही. तिथं आक्रोश नसेल. त्या जातीत ते वैशिष्ट्य रक्तातून आलेलं नाही. संतापून एक ठेवून दिली तर

आयुष्यात वर उठू शकणार नाही असा माणूस! याच बाबतीत का असा हट्टीपणा करतोय? असह्य वाटावा असा अस्वस्थपणा बशीरांच्या मनात दाटून येत होता.

अशा वेळी आपल्या बाबांची आठवण छळत राहत असे. ते नेहमीच सांगायचे त्या बादशहा जहांगिराच्या न्यायदानाच्या कथाही आठवायच्या. त्यातही ती कथा.

बादशहा जहांगिरांनी आपल्या महालाच्या समोरच्या बाजूला अशीच एक घंटा बांधून तिला एक दोर बांधला होता म्हणे. इन्साफ हवा असलेला कुणीही, मग तो श्रीमंत असो, गरीब असो, साधासुधा माणूस असो वा एखादा उमराव असो; कुणीही तो दोर खेचून ती घंटा वाजवू शकत असे. तो आवाज ऐकताच स्वत: बादशहा महालातून बाहेर येत पीडिताची चौकशी करायचे. एकदा एका बाईनं तिथं येऊन फिर्याद मांडली, "जहापनाह! माझे पती यमुना नदीच्या काठावरून फिरत चालले होते. तेव्हा कुणीतरी मारलेल्या बंदुकीच्या गोळीनं मरण पावले आहेत. कुणी गोळी मारली याचा शोध घेऊन मला न्याय मिळवून देण्यात यावा..." तसा बादशहानं मंत्र्यांकरवी शोध घेतला. तेव्हा समजलं, ती बंदूक बादशहाच्या लाडक्या बेगमनं, नूरजहाननं उडवली होती. बादशहांची तिच्यावर बेहद मुहोब्बत होती. तिला कशी शिक्षा करणार? हा गुन्हा का घडला याची चौकशी केल्यावर समजलेली गोष्ट अशी, हे उद्देशपूर्वक घडलं नव्हतं. बेगम कबुतरांची शिकार करत असताना ती गोळी चुकून त्या माणसाला लागली होती. मुद्दाम केलेली असो वा चुकून घडलेली असो; चूक ती चूकच ना! त्यामुळे बादशहांनी लगोलग बेगमला बंदिवासात पाठवून दिलं. दुसरे दिवशी दरबार भरला. तक्रार घेऊन आलेल्या बाईलाही बोलावण्यात आलं. तिला बादशहा म्हणाला, "तुला माझ्या बेगमनं विधवा केलं आहे! तू तिचा सूड घे. मी तुझ्यासमोर उभा आहे. मला गोळी मारून तूही तिला विधवा कर!" हे ऐकून ती बाई हबकून गेली. तिनं नकार दिला. शेवटी बादशहा आणि बेगमनं तिला महालात ठेवून घेऊन मुलीसारखं अखेरपर्यंत सांभाळलं म्हणे. केवढी ही न्यायबुद्धी!

ही आपल्याला फार मोठ्या प्रमाणात प्रभावित करणारी कथा. बादशहाला प्रजेविषयी वाटणारी काळजी दर्शवणाऱ्या आणखीही कितीतरी कथा ठाऊक आहेत. आपल्याला या कथा ठाऊक आहेत हे त्यांनाही ठाऊक असेल. कदाचित म्हणूनच हे एवढ्या धैर्यानं सकाळच्या वेळी घंटा वाजवत असतील. कदाचित ठाऊक नसेलही. तरीही हक्कानं हा दोर ओढून घंटा वाजवत असतील. हा पुकारा कधीही केविलवाणा नसतो. त्यात रागही नसतो. त्यात एक प्रकारचा प्रामाणिकपणा असतो. गेल्या काही दशकांत दुर्मिळ झालेला प्रामाणिकपणा! त्याचाच आत खोलवर त्रास होतोय. पण काय आहे आपल्या हातात? बादशहांच्या हातात होती तेवढी सत्ता? तेवढा अधिकार? दोर ओढत राहतात तेवढा वेळ त्यांच्या समोर उभं राहायचंही धैर्य नसतं. तसं आपण बाहेर पडलो तरी काय सांगायचं? बादशहानं सांगितलं तसं...

कुणाला कुणावर गोळी झाडून ठार करू दे म्हणायचं? आपल्यावर? रीफतवर? नवऱ्याच्या घरी आपल्यापुरतं समाधानानं जगत असलेल्या बेटी नैलावर? की... कुणावर?

या विचारानंच जीव व्याकूळ होतो. आणि जरी त्यांच्यासमोर जाऊन उभा राहिलो तरी कधीही हातात दगडही न घेणारा हा माणूस कुणाला कसा गोळी घालेल? आपल्या हातून क्रौर्य घडू शकणार नाही हे त्यालाही ठाऊक आहे. अशा वेळी पुन:पुन्हा येऊन इन्साफ मागतोय कशासाठी? इन्साफ देण्याची माझी तर योग्यता नाही. हे त्याला समजत नाहीये काय? एवढं कसं समजत नाही या हुशार माणसाला?

की केवळ मला मनस्ताप द्यायला म्हणूनच हा येतो? गेल्या काही महिन्यांपासून तर हे दररोज सकाळचं आहे! कुठून तरी येतो, घंटा वाजवत राहतो, कंठशोषही करतो आणि निघून जातो! जेवढा वेळ तो आवाज कानांवर पडत राहतो, तेवढा वेळ यातना. शेजाऱ्यांची कटकट नको म्हणून श्रीनगरहून एवढ्या लांबवर येऊन राहिलं तर ही कटकट. हा कटकट करतोय, हे आपल्या माणसांना एकदा सांगितलं की बस्स! पुरता बंदोबस्त करतील. ते घडायला नको म्हणून ती घंटाच काढून टाकावी म्हटलं तर का कोण जाणे, मनात तेवढं धैर्य गोळा होत नव्हतं. त्या घंटेच्या आवाजासरशी दररोज आपलं वय वाढून आपण अधिकाधिक वृद्ध होत चालल्याचं मात्र जाणवतं.

आवाज थांबला. तो पुन्हा ऐकू येणार नाही याची खात्री वाटल्यानंतर बशीर उठून उभे राहिले. यानंतर निमाज सुरू करायला हरकत नाही असं वाटून त्यांनी सुरुवात केली. रोजच्याप्रमाणे आजही उशीर झालाय. सुन्नत् रकात्ची वेळ टळून गेली आहे. फर्द रकात् तरी करायचीच असा विचार करून तक्बीर्नं त्यांनी सुरुवात केली. सूरह् अल्-फातेहा म्हटला, नंतर सूरह् अल्-फलक् म्हटलं. गुढग्यावर हात रोवून कंबरेतून पुढे वाकून रुकु करत पायांच्या मध्यभागी असलेलं जाय्निमाज्चं छोटं जाजम पाहत असताना पुन्हा तोच चेहरा नजरेसमोर आला. मस्तक खाली घालून सज्द करायला तयार झाले. गुढगे जमिनीला टेकून पृष्ठभागावर बसले. पुढं वाकून आधी नाक, नंतर कपाळ जमिनीला टेकवून कानांवर तळवे टेकून डोळे बंद केल्यावरही पुन्हा तोच आवाज डोक्यात फेर धरून फिरू लागला. पहिला सज्द अडचणीसह पार पडल्यावर मात्र दुसरा सज्द संपल्याचं लक्षातच आलं नाही. तिथं एक रकात् म्हणजे आवर्तन पूर्ण झालं. नीट पार पडलं की नाही याविषयी मनात आशंका निर्माण झाली. पुन्हा सूरह् अल्-फातेहानं सुरुवात करून त्यांनी वेगळी सूरह उचलली. या खेपेला मात्र मन शांत असल्यामुळे सगळं नीट झालं. नंतर अत्यावश्यक असलेले दोन फर्द्-रकात् पुरे केले. यानंतर सुन्नत-रकात् करणं शक्य होतं. पण

तेवढं त्राण आपल्या शरीरात राहिलं नसल्याचं त्यांना जाणवलं.

तसं पाहिलं तर फर्द्-रकात्ही इमामांचं अनुकरण करतच करायला हवं, पण बशीरनी तो नियम फार पूर्वीच सोडून दिला होता. आपल्या जाती-बांधवांबरोबर सामूहिकपणे करायचा निमाज घरात एकट्यानंच करण्यापेक्षा पंचवीसपट मौल्यवान असतो, हा मुद्दाही त्यांना फारसा महत्त्वाचा वाटला नाही. आता निमाज संपल्यानंतर ते काही क्षण शांत बसून राहिले. अखेरीस दुवा मागायची इच्छा होत नव्हती. वयाच्या या टप्प्यावर मागायचं तरी काय?

'या अल्लह्! काय मागू? सगळं तुला ठाऊक आहे...' एवढंच मागून ते गप्प बसले.

त्याचा त्रास चुकेल असं काहीतरी होऊ दे, असं मागितलं तर? पण पाठोपाठ वाटतं, तो येतोय, तेच ठीक आहे! येऊ दे त्याला. मी असाच आत स्वत:ला दडवून उभा राहीन. काहीही झालं तरी तो आत येत नाही. तेवढा वेळ आपणही घराबाहेर पडायचं नाही! चालू दे असंच जितके दिवस चालेल तोवर! याहून जास्ती काही घडणार नाही हे नक्की! अनेकदा स्वत:चं समाधान केलं, तसंच आजही त्यांनी स्वत:ला समजावलं. तरीही दररोज पहाटे मनात कळवळा निर्माण करून असाहाय्यतेची भावना निर्माण करून देह-मनाला जडत्व आणून देहही थकून जातो. याच विचारात बसून राहिलेल्या बशीर अहमदांच्या पायांना मुंग्या येऊन बधिरपणा जाणवला. त्यांच्या तोंडावाटे उद्गार निघाला, 'बिस्मिल्ला...' त्यांनी जवळच्या भिंतीचा आधार घेत पाय सरळ केले.

कितीतरी वेळानं माघारी परतलेली रीफतजान अजूनही खोलीत पाऊल टाकायला तयार नव्हती. तिनं खोलीत वाकून पाहिलं. नवऱ्याचे पांढुरके बारीक पाय पसरलेले दिसताच ती चाहूल न देता पुन्हा माघारी परतली.

तीन

"उठाऽ किती वेळ झोपायचं ते? आज इतका वेळ कसे काय झोपलात?" आरतीनं हलवून जागं केलं तेव्हाच संजीवना जाग आली. डोक्यावरचं पांघरूण न काढता ते आतूनच कूस पालटत म्हणाले, "यंदा या श्रीनगरमध्ये दरवर्षीपेक्षा जास्त थंडी पडलीय ना?"

"होय. पण साडेसात वाजून गेलेत! माझा तर स्वयंपाकही झालाय श्रीमान संजीव कौलजी!..." म्हणत आरती खोलीबाहेर आली.

"अरेच्चा! एवढा उशीर झाला? जागच नाही आली. पण तू का मला लवकर उठवलं नाहीस?" बायकोलाच लटका दोष देत संजीव गडबडीनं उठले आणि अंथरूण-पांघरूण आवरत त्यांनी घाईनं न्हाणीघराकडे धाव घेतली. स्वयंपाकघरात शिरत असताना आरतीनं वळून पाहिलं. पतीची पाठमोरी रुंद आणि दणकट पाठ तिच्या नजरेला पडली. साडेपाच फुटांपेक्षाही थोडी जास्तच उंची आणि त्या उंचीला साजेशा बांध्याचा तिचा नवरा न्हाणीघरात दिसेनासा झाला.

"रात्री बराच वेळ जागेच होता ना! काहीतरी वाचत होता. म्हणून गप्प राहिले. तुम्ही आपण होऊन उठाल म्हणून इतका वेळ वाट पाहिली." तिनं ओरडून सांगितलं. आत नळ सोडल्याचा आवाज येत होता. त्याही आवाजात आपलं बोलणं ऐकू जावं म्हणून ती थोड्या चढ्या आवाजातच बोलली.

पण ऐकू गेलं असावं. कारण लगेच त्याची 'हं..' ही प्रतिक्रिया तिला ऐकू आली. काही क्षण थांबून आरती त्याच आवाजात म्हणाली, "काल रात्रीपासून पुन्हा कारवाया सुरू झाल्यात. चार अतिरेकी आणि एक मेजर मेलेत म्हणे. सकाळपासून टीव्हीवर तेच दाखवताहेत!"

"ठीकाय! बघतो नंतर!"

"सगळे अतिरेकी पुलवामा जिल्ह्यातले आहेत म्हणे! आर्मी-युनिटवर हल्ला करायचा प्लॅन चालला होता त्यांचा. त्यांनी आश्रय घेतलेल्या घरालाच वेढा घालून कारवाई केली भारतीय सेनेनं!"

आपल्याला ठाऊक असलेली माहिती नवऱ्याला कळवणं हाच आपला पत्नी-धर्म असल्याची भावना गेल्या काही वर्षांत आरतीच्या मनात खोलवर रुजली होती.

"हं..मेजर कुठले होते?" बोबड्या उच्चारावरून ते दात घासत असल्याचं आरतीच्या लक्षात आलं.

"एक मिनिट! बघून सांगते." म्हणत ती टीव्हीपाशी निघाली. दोन-तीन क्षणात उत्तर दिलं, "बेंगळुरूचे!"

नवऱ्याला आवडणारा बेताचा तिखट, पण मसालेदार दमआलू तयार झाला होता. तो एका डब्यात काढल्यावर तिनं दुसऱ्या डब्यात भात भरला. नाश्त्याला गरमागरम रोटी करून द्यायचा विचार असल्यामुळे तिनं डोकावून विचारलं, "आवरलं की नाही तुमचं?"

एव्हाना संजीव तयार होऊन टीव्हीपुढे उभे होते. पाठमोरेअसल्यामुळे चेहरा दिसत नव्हता. तिनं भराभर रोटी शेकली, एका ताटलीत रोटी आणि एका कटोऱ्यात दमआलू घालून, दुसऱ्या हातात डबा घेऊन ती बाहेर आली. तिचीही दृष्टी टीव्हीवर खिळली होती. पडद्यावर 'ब्रेकिंग- न्यूज' येत होती. मोठ्या अक्षरात तीच दिसत होती. बातमी विशेषच होती. काश्मीरशी संबंधित होती. ही काही दररोज सकाळी-सकाळी यायची तसली बातमी नव्हती.

बातमीनं तिलाही खिळवून ठेवलं. आपण वाचतोय ते खरं असेल काय? टीव्हीकडे पाहतच तिनं ताटली पुढं केली. टीव्हीवरची नजर न हटवता त्यांनीही ती हातात घेतली आणि त्यात काय आहे ते न बघता खायला सुरुवात केली. हातातला डबा टेबलावर ठेवून तीही टीव्ही पाहू लागली.

'...नुकतीच हाती आलेली बातमी अपेक्षितच होती. घरवापसी या योजनेला केंद्र सरकारनं हिरवा झेंडा दाखवला असून देश-विदेशात विखुरलेल्या काश्मीरी हिंदूंना आपल्या मातृभूमीत थारा मिळणार! या दिलासा देणाऱ्या योजनेला उद्यापासून अधिकृतरीत्या चालना देण्यात येईल. आधी सर्व साधकबाधक बाबींचा बारकाईनं विचार करून या योजनेची विस्तारपूर्वक रूपरेषा तयार केली जाईल. नंतर टप्याटप्यानं ती कार्यवाहीत आणण्यात येईल. अडीच दशकांपूर्वी उद्‌भवलेल्या परिस्थितीमुळे आपली जमीनजुमला आणि इतर संपत्ती टाकून परागंदा झालेले काश्मीरी पंडित आणि इतर हिंदू कुटुंबं पुन्हा आपल्या मातृभूमीला परतून पूर्ववत आनंदानं राहावीत, असे गृहमंत्र्यांनी सांगितले आहे. ही कार्यवाही केंद्र आणि राज्य सरकारच्या नेपथ्याखाली केली जाणार असून, त्याचबरोबर काश्मीरी समुदायाच्या प्रतिनिधींची एक समितीही

या सर्व प्रक्रियेत सहभागी असणार आहे. जम्मू आणि काश्मीरच्या विविध कॉलनीमध्ये राहणाऱ्या सगळ्या हिंदू कुटुंबांचा या योजनेत समावेश असेल, असेही मंत्रिमहोदयांनी सांगितले आहे. त्याचबरोबर त्या दंग्यात निराश्रित होऊन आता जम्मूच्या कॉलनीत राहणाऱ्या मुसलमानांनाही या योजनेचा लाभ मिळेल, असेही कळवण्यात आले आहे. देशाच्या लोकशाहीसमोर मोठा सवाल बनून राहिलेला काश्मीरी हिंदूंचा प्रश्न निकालात काढण्यासाठी कार्यप्रवृत्त झालेल्या या सरकारला मागील सरकारचे बोटचेपे धोरण कारणीभूत आहे, असं गृहमंत्र्यांनी सांगताच विरोधी पक्षात गदारोळ माजला. हे या सरकारचं धर्मांधांना कुरवाळण्याचं धोरण भारताच्या सेक्युलर विचारसरणीला मारक असून त्यामुळे अल्पसंख्याकांच्या हिताला मारक ठरणारे आहे, असे विचार विरोधकांनी...'

त्याच वेळी आरतीचा फोन वाजू लागला. तिनं स्वयंपाकघरात धाव घेतली. भाभीचा फोन. तिच्याशी गप्पा मारत ती तिथल्या स्टूलवर बसली. थोड्याच वेळात संजीव "आरती... निघतोय ऑफिसला..." असं सांगून बाहेर निघाले. ती बाहेर आली त्या वेळेपर्यंत ते दार ओढून घेऊन बाहेर पडले होते. एकाएकी तिला तीव्रपणे जाणवलं, उठल्यापासून नवऱ्याचं तोंडच बघितलं नाही. तिनं फोनवर 'भाभी! एक मिनिट! फोन ठेवू नका... आलेच..' असं सांगितलं आणि जवळजवळ धावतच ती पायऱ्या उतरू लागली. धडपडत ती खाली येऊन पोचली तेव्हा तिला ओझरतं दर्शन झालं ते धूळ उडवत निघून गेलेल्या त्यांच्या कारचं. ती परतली. एकीकडे मनाला चुटपुट वाटत असली तरी आवाजातून ते न दाखवता फोन उचलून ती म्हणाली, '...हं... भाभी... बोल... काय म्हणत होतीस?...'

***

कॉलनीतल्या मातीच्या रस्त्यावरून सावकाश कार चालवत असलेल्या संजीवजींचा फोन वाजू लागला. किशनपंडितांचा फोन. कारचा वेग आणखी कमी करून त्यांनी फोन कानाला लावला, 'नमश्कार् !..'

"तोयि छुव् महरा वारै?" पलीकडून कुशलक्षेम विचारणारा कशूर भाषेतला प्रश्न कळकळीच्या स्वरात ऐकू आला.

"अस् छ् वारै..." यानंही आपण क्षेम असल्याचं सांगितलं.

"सकाळी टीव्ही पाहिला का? केंद्र सरकारची नवी योजना ऐकली की नाही? उद्यापासूनच अमलात आणणार आहेत म्हणे? त्यानंतर आणखी काय काय सामोरं येणाराय कोण जाणे!"

त्यांना थांबवत संजीव म्हणाले, "बघू या! पुढच्या आपल्या सभेत यावरच चर्चा ठेवू या. त्या वेळेपर्यंत आणखीही तपशील समजलेला असेल. तशी आपल्याला तयारी करता येईल!" काहीतरी आठवून त्यांनी विचारलं, "अरे हो... कैलाशजी

कसे आहेत?''

"तसेच आहेत. आजही गेले होते पहाटे! पाय दुखावलाय त्यांचा! बहुतेक कुठतरी ठेचकाळलेले दिसतात!'' हे सांगताना त्या आवाजात कसलाच चढ-उतार नव्हता.

"ठीक तर मग! संध्याकाळी भेटूच... नमश्कार!'' म्हणत संजीवनी फोन कट केला. कॉलनीच्या गेटपाशी येईपर्यंत त्याच्या मागे-पुढे वाहनांची रांग लागली होती. त्यात स्कूटर्सच मोठ्या संख्येनं होत्या. तुलनेनं गाड्यांची संख्या कमीच होती.

विस्थापित काश्मीरी हिंदूंसाठी म्हणूनच सरकारनं निर्माण केलेली ही घरांची कॉलनी श्रीनगरपासून सुमारे दहा किलोमीटर अंतरावर होती. सुमारे अडीचशे कुटुंबांची. गावाबाहेर असल्यामुळे त्यातल्या त्यात क्षेम असल्याची भावना होती. ऑफिसला जाताना प्रवास जास्त करावा लागत असल्यामुळे वेळही जास्त लागायचा. संजीवजींचं ऑफिस शहराच्या हृदयाशी होतं. तिथं जाऊन पोचायला नाही म्हटलं तरी अर्धा तास लागायचा.

गेट ओलांडून मातीच्या रस्त्यावरून पन्नासेक मीटर गेल्यावर छोटा आडवा फाटा लागत होता. तिथं डावीकडे वळून थोड्या अंतरावर मोठा मुख्य रस्ता. मुख्य रस्त्यावर उजवीकडे वळलं की श्रीनगर गावाकडे जायचा रस्ता होता. या मातीच्या रस्त्याची आणि कॉलनीतल्या रस्त्याची सुधारणा करून टार-रोड करायला सरकारनं पैसे मंजूर करून कितीतरी काळ लोटल्याचं जुनी माणसं सांगत होती. पण अजूनही त्या रस्त्याचं काम सुरूच झालं नव्हतं. मनात आलं, एवढ्या कालावधीत तो पैसाही वितळून गेला असणार!

गाडी मुख्य रस्त्यावरून धावू लागली. संजीवजींच्या डोळ्यांसमोर कैलासांचा चेहरा तरळून गेला. त्यासरशी संजीवजी खिन्न झाले. सुमारे २५-२६ वर्षांपूर्वी म्हणजे एकोणीसशे नव्वद साली काश्मीरमध्ये घडलेला आत्मस्वकीयांचा मरण-होम अनुभवल्यानंतर कैलासांच्या स्मरणशक्तीवर बराच परिणाम झाल्याचं ठाऊक होतं. यांचं तर सगळं घरदारच बरबाद झालं होतं! जवळपास राहत असलेल्या अनेक प्रौढांविषयीच्या घटनाही ठाऊक होत्या. घरदार, आप्तस्वकीय आणि पैसालत्ता गमावून, अक्षरही न बोलता, केवळ अश्रुपात करत जीवन कंठणाऱ्या, वास्तवाचं भान गमावून एखाद्या प्रेताप्रमाणे जगणाऱ्यांनाही पाहिलं होतं. अशा व्यक्तींना आवर्जून भेटून जमेल तेवढं त्यांचं सांत्वनही करून यायचा त्यांचा स्वभावच बनून गेला होता. पण दररोज जाब विचारण्यासाठी संबंधितांच्या दाराशी जाऊन साकडं घालणाऱ्या कैलासांच्या स्वभावाविषयी मात्र काही उमजत नव्हतं. सगळं आठवत असूनही कैलासांनी मुद्दामच मौन स्वीकारलंय की काय कोणजाणे, असंही कितीतरी वेळा वाटायचं.

तो लहान असल्यापासूनच कैलासजींना बघत वाढला होता. त्यांच्या घरी जा-ये करतच वयात आलेल्या संजीवला त्यांची आजची अवस्था बघताना एकीकडे वाईट वाटत असलं तरी दुसरीकडे आश्चर्यही वाटायचं. त्या वेळी एवढं सगळं घडूनही आता हे दररोज तिथं जाताहेत! असं करण्यात यांच्या जिवाला धोका किंवा आणखी काहीतरी त्रास व्हायची शक्यता नाकारता येण्यासारखी नव्हती. पण हे कैलासजी कुणाचं काय ऐकतात?

काहीतरी सुचून संजीवजींनी कार रस्त्याकडेला थांबवली आणि हृदयनाथ पंडितांना फोन केला. छे: स्विचऑफ! हेही नेहमीचंच! चार्जिंग संपलं असलं तरी पंडितजींना समजत नाही. त्यांच्याशी बोलायचं असेल तर टेकडीवर जाणं आलं! ते नाही म्हटलं तरी वैतागले. पाठोपाठ पंडितांच्या वयाची आठवण येताच स्वत:ची लाजही वाटली. सरळ ऑफिसला जायची इच्छा झाली नाही. त्यांनी कार थेट शंकराचार्यांच्या टेकडीकडे वळवली. कार वरपर्यंत जाण्यात काहीच अडचण नव्हती. पायऱ्या सुरू व्हायच्या ठिकाणापर्यंत कारनं जाता येत होतं. कितीही सवय असली तरी दोनशे त्रेचाळीस पायऱ्या चढून जायचं म्हटलं तर थकायला होतंच. शिवाय बावन्न वर्षं म्हणजेही काही लहान वय नाही.

ते धापा टाकतच माथ्यावरच्या सपाट भागापर्यंत पोचले. प्रवासी जनांची मरणाची गर्दी असली तरी वातावरणात अतिथंडी किंवा अतिउष्णता नसलेली सुखावह हवा होती. अर्थात म्हणूनच या ऋतूत प्रवाशांची गर्दी असते म्हणा! फुललेली केशराची फुलं, फळांनी लगडलेल्या सफरचंदाच्या बागा बघणं; शिकाऱ्यात बसून दाल सरोवरात तरंगत देहभान विसरून जाणारे प्रवासी. हाउसबोटमध्ये दिवस काढून सुट्टी घालवायला उत्सुक असलेले प्रवासी. काहीजणांच्या नजरेला हाच खरा स्वर्ग!

पण स्वर्गाच्या सगळ्या व्याख्या इतक्या सरळ असतात का? इतक्या वर्षांचा त्यांचा अनुभव तरी वेगळं काय सांगतोय?

पायऱ्या चढून वर गेल्यानंतर, तिथल्या गर्दीतल्या माणसांना 'थोडी वाट द्या प्लीज...' म्हणत बाजूला सारत ते गर्भगृहापर्यंत जाऊन पोचले. गर्दी फारच होती. प्रसाद घ्यायला बाहेरपर्यंत लागलेली भली मोठी रांग. वाकून गर्भगृहाच्या दारातून आत डोकावत असताना रांगेतले काहीजण त्याच्याकडे रागारागानं पाहू लागले. त्यांनी खुलासा केला, "प्रसादासाठी नाही चाललोय! पंडितजींच्या ओळखीचा आहे मी. त्यांच्याकडे काम आहे. अर्जंट." हे ऐकल्यावर मात्र गर्दी थोडी ढिली झाली आणि त्याला आत प्रवेश करणं शक्य झालं.

आत जाऊन संजीवजींनीं सगळीकडे नजर फिरवली. भरपूर उंची असली तरी दहापेक्षा जास्त माणसं उभी राहू शकणार नाहीत, असं गोलाकार देवालय. कुठूनही

खिडकी नसल्यामुळे आत बेताचाच उजेड होता. दोनच पावलांवर पंडितजी मांडी घालून बसले होते. समोर बसलेल्या एका जोडप्याला प्रसाद देत होते. त्यांच्याशी बोलणं वाढवून काहीतरी समजून घ्यायचा प्रयत्न करणारं ते जोडपं. पंडितजी मात्र मौन होते.

"नमस्कार महाराज..." म्हणत संजीव सामोरे गेले.

आवाजावरूनच त्याची ओळख पटली. पंडितजी मान वर करून म्हणाले, "हे जोडपं दक्षिण देशाकडून आलंय."

आत शिरण्यासाठी आतुर असलेल्या बाकीच्या भक्तमंडळींनी आडोसा करून दरवाजा जवळजवळ झाकून टाकला होता. त्यामुळे संजीवजींना पंडितजींचा चेहरा दिसत नव्हता. पंडितजींनाही त्यांचा चेहरा दिसणं शक्य नव्हतं. त्याची गरजच वाटू नये इतका त्या दोघांचा गाढ आणि जुना परिचय होता. पंडितजीच म्हणाले, "मी विचारलं, कुठून आलात; पण त्यांना ते समजत नाहीये. हिंदीही नीट येत नाही. आणि मला इंग्लिश येत नाही! तुम्ही विचारा बघू!"

चौकशी करून संजीवजींनी खुलासा केला, "तमिळनाडूचे आहेत."

ते जोडपं निघून गेल्यावर संजीव अगदी खालच्या स्वरात म्हणाले, "महाराज! तुम्ही एकदा कॉलनीत येऊन जा ना. कैलाशना तुम्ही समजावणं योग्य ठरेल."

"दोन आठवड्यापूर्वीच येऊन गेलो ना! कुठंही जाऊ नकोस म्हणून त्याला नाना परीनं सांगितलं होतं. पण मुलखाचा हट्टी माणूस! ऐकेल तर शपथ!"

"पुन्हा येऊन सांगा. तुम्ही सांगत राहिलात तर कधी ना कधी ते नक्की ऐकतील!" यावरचा पंडितजींचा आविर्भाव जाणून घेण्यासाठी संजीव यांनी लक्ष देऊन त्यांच्या चेहऱ्याकडे पाहायचा प्रयत्न केला. पण अंधारात ते शक्य झालं नाही. पण त्यांनी खाली मान घातल्याचं मात्र लक्षात आलं.

पंडितजी विचार करताहेत. ही त्यांची नेहमीची विचार करायची पद्धत. हे जमणार नाही हे कदाचित पंडितजीनाही जाणवत असावं.

होय. एक काळ असा होता की पंडितजींचा एखादा शब्द झेलण्यासाठी कैलाश उत्सुक असायचे. त्या वेळी असाहाय्यपणे ओठ शिवून राहिलो! आता तर परिस्थिती आणखी असाहाय्य आहे! अशा वेळी काय सांगणार? मला माझाच आवाज ऐकू येईनासा झालाय. त्याला सामोरं जाण्याचा प्रसंग आला की प्रत्येक वेळी मला याची तीव्रपणे जाणीव होते. हे काम करणं अपरिहार्य आहे, या विचारानं ते भय आणखी वाढतं. मनातली अपराधीपणाची भावना बृहदाकार धारण करते. आपलं थिटेपण प्रकर्षानं जाणवतं. त्याही परिस्थितीत समाधानाचे चार शब्द सांगितल्यावरही पुन्हा पूर्ववत व्हायला कितीतरी काळ जावा लागतो! तेही जाऊदे; आपल्या बोलण्याचा काही सकारात्मक परिणाम झाल्याचा तरी दिसतो काय? तेही नाही. हा कैलास

अजूनही नियमितपणे तिथं जातच असतो.

याच विषादात पंडितजी गर्क होते. त्यांच्या मौनाचा अर्थ न समजल्यामुळे संजीव पुन्हा म्हणाले, ''तुम्हाला जमेल तेव्हा तुम्ही येऊन त्यांच्याशी बोला. आणखीही एक बोलायचं होतं. घरवापसी योजनेच्या कार्यवाहीला उद्यापासून सुरुवात होणार आहे म्हणे. आता मी चाललोय ऑफिसला. शक्य असेल तर पुन्हा एखाद्या संध्याकाळी चक्कर मारेन.''

एवढं बोलून झाल्यावर आपण एवढा वेळ थांबलो हेच चुकलं की काय असा विचार करत ते घाईघाईनं जायला निघाले. जाता जाता थबकून सांगितलं, ''तुमचा फोन स्विचऑफ आहे! चार्जिंग संपलंय का ते पाहा!...'' आणि वळून पुन्हा धावतच बाहेर येऊन पायऱ्या उतरू लागले.

''रात्रीचं समजलं काय?'' मागून पंडितजींचा आवाज आला.

''होय. संध्याकाळी बोलू या..'' म्हणत संजीवजींनी वेग वाढवला. ते निघून गेलेल्या दिशेला पाहत असलेल्या पंडितजींना भक्तानं जागं केलं, ''पंडितजी, लवकर प्रसाद द्या. गर्दी वाढतेय. इथं उभं राहायलाही जागा नाही.'' हे ऐकताच पंडितजी भानावर आले आणि पुढील भक्तांना प्रसाद देऊ लागले.

***

कार ऑफिसच्या दिशेनं वेगानं जात होती. संजीवना आदल्या दिवशी सभेत झालेल्या चर्चेची आठवण झाली. चर्चा कशीही सुरू झाली तरी ती अखेर यायची; काश्मीर वाचवण्याची भारतीय नेत्यांची अजिबात मानसिकताच नाही, या मुद्द्यावर. ५५५ राजे आणि संस्थानांना भारतात विलीन करणारे काँग्रेसचे नेते, या सर्व प्रकरणात संपूर्णपणे झोकून देऊन काम करणारे सरदार वल्लभभाई पटेल, तरीही काश्मीरचा विषय का एवढा भिजत पडावा?

हा एकीकरणाचा विषयही काही फारसा सरळ नव्हता. देशात बाकीच्या ठिकाणी फारसा दंगा झाला नसला तरी हैदराबादमध्ये लोकशाही आणण्यासाठी सैन्य वापरावं लागलंच ना! इथंही तेवढ्याच पौरुषाची गरज होती. नेहरू आणि शेख अब्दुल्ला ही जोडी एकीकडे आणि त्यांना विरोध करायची कुवत नसल्यामुळे हात बांधून असलेले सरदार पटेल दुसरीकडे. नाही. हेही काही खरं नाही. ते हताश होते असं म्हणणं म्हणजे वस्तुस्थितीचा विपर्यास होईल. त्यांनी योग्य विचार करून पाऊल उचलल्यामुळेच योग्य वेळी भारतीय सेना इथं येऊन पोचली आणि निदान एवढं तरी शिल्लक राहिलं! पाकिस्तानला धडा शिकवायची संधी अनेकदा मिळाली होतीच. तेव्हा दाखवलेल्या बोटचेपेपणाचा परिणाम आजही कुणाला भोगावा लागतोय? मनात उमटलेल्या या प्रश्नावरचं उत्तरही त्याच्या मनात आपोआप उमटलं. नेत्यांच्या देशहिताच्या भावनेपेक्षा जर स्वप्रतिष्ठा वरचढ झाली तर काय होतं यासाठी काश्मीर

उदाहरण आहे!

आणि त्याबरोबर माझं आयुष्य!

खरंतर हे सगळं भररस्त्यात उभं राहून किंचाळून सांगायची प्रबळ इच्छा होतेय. संपूर्ण देशाला ऐकू येईल आणि घसा फाटून जाईल अशा आवाजात सांगायला पाहिजे! परिणामी आयुष्यभर ब्र उच्चारता आला नाही तरी चालेल! कारण अशा प्रकारची चूक देशाच्या आणखी कुठल्याही भागात पुन्हा चुकूनही घडता कामा नये! त्यामुळे हे सांगणं हे माझं कर्तव्य आहे!

या विचारासरशी मन भरून येऊन डोळे पाणावले. स्टिअरिंगवरचा हात ओलसर होऊन घसरू लागला. कार रस्त्याच्या बाजूला घेऊन ते काही क्षण सीटवर रेलले. आपण एकटे असल्याची असाहाय्य भावना इतकी का छळत असावी? ही आपली वैयक्तिक हार आहे काय? की संपूर्ण देशाचीच हार?

मनातली तळमळ आणखी वाढली. मन ताळ्यावर यायला बराच वेळ लागला. पुन्हा कार सुरू केली तेव्हा मनात नवे विचार आणि नव्या योजना उमटू लागल्या.

सरकार काहीतरी नवी योजना साकार करू पाहतंय. पण काय करायचं? एवढा मार खाल्ल्यानंतरही काश्मीरी हिंदूंमध्ये आजही एकमत नाही! आमच्या कॉलनीच्या सुधारणेसाठी कोट्यवधी रुपये येतात. ते गडप करणाऱ्या राजकारण्यांना आमचेच लोक सहकार्य करतात. काही वेळा केंद्र सरकारचं धोरणच गोंधळ वाढवायला कारणीभूत होतं. 'काश्मीरला येणारच नाही; आम्हाला जम्मूतच उद्योगधंदा सुरू करून द्या!..' अशी दीनवाणेपणानं केंद्र सरकारकडे मागणी करणारा एक गट तर. 'काश्मीरला येऊ, पण तिथं आमच्यासाठी वेगळा भाग ठेवून त्याला केंद्र सरकारची राजवट म्हणून घोषणा करा!..' म्हणून टिपं गाळणारा एक समूह! काही वर्षांपूर्वी बोलणी करण्यासाठी बोलावले असताना प्रधानमंत्र्यांच्या जवळच्या माणसांमध्येच कोण-कोण जाणार यावरून वाद झाला आणि अखेर कुणीच गेलं नाही, अशीही एक बातमी होती!

आता सरकार नेमत असलेल्या सल्लासमितीचीही तशीच गत होईल की काय कोण जाणे! मध्येच कुणीतरी उठतं आणि 'काश्मीरमध्ये मुसलमानांचं प्राबल्य आहे..' म्हणतं. मग कुणी 'त्यांच्याइतकेच हक्क आम्हालाही आहेत,..' म्हणत उभं राहतं. सत्य या दोन्हीमध्येही आहे. प्रत्यक्षात नेत्यांना बाजूला सारून लोकांना विश्वासात घेऊन कारवाई केली पाहिजे. त्यांना पाकिस्तानाच्या कबजातून सोडवल्याशिवाय यातली कुठलीही योजना सफल होणार नाही, हे इथलं वास्तव कुणीच का समजून घेत नाही? का जाणूनबुजून डोळ्यांवर कातडं ओढून घेताहेत? निदान या कारणासाठी तरी इथल्या हिंदूंना इथं राहिलं पाहिजे! कितीही मनस्ताप झाला तरी!

याविषयी कुणाशीतरी चर्चा करायला पाहिजे! पण कुणाशी? मन त्यासाठी कितीही आतुर झालं तरी काय करायचं? कुणाशी चर्चा करायची? हे नेमकेपणानं कोण समजून घेईल? इथल्या कुणाशीही बोललं तरी ते त्यांना समजत नाही. अशा परिस्थितीत बाकीच्या भारतीयांना कसं समजणं शक्य आहे? तिथं तर काश्मीर हे एक वेगळं राष्ट्र आहे, असं मानण्याइतकं अज्ञान आहे! अशा वेळी कुठून का होईना, दिलासा देणारं काहीतरी घडलं तर...! पण कसं? काय घडेल याची तरी काय खात्री? तूर्त तरी सरकार हा एकच आशेचा किरण आहे! अनेक दिशांना विभागून गेलेलं इथलं मन एका सूत्रात बांधण्याची ताकद असलेला, मांत्रिक शक्ती असलेलं कुणीतरी या पृथ्वीवर असेल काय?

एव्हाना त्यांची कार गावात पोचली होती. काही अंतरावर ऑफिसही दिसू लागलं होतं. त्यांनी महत्प्रयासानं स्वत:ला सावरलं.

चार

"हे काय अप्पा! गोष्ट सांगून अंघोळीला जा ना!" मैत्रेयी मागं येऊन उभी राहिली.

नरेंद्रनं हातातला टॉवेल बाजूला ठेवून तिला उचलून घेतलं आणि खिडकीबाहेर नजर टाकली. या खेपेला मान्सून थोड्या उशिराच सुरू झाला होता. सप्टेंबर संपत आला तरी पावसाची रिपरिप थांबायला तयार नव्हती. दिवसेंदिवस अवघड होत चाललेल्या बेंगळुरूमधल्या ट्रॅफिकबरोबर पावसाचीही भर पडली होती. रस्त्यातले लहान-मोठे खड्डे पाण्यानं भरून वाहत होते. त्यांना नाल्यांचं रूप आलं होतं. मंजूर झालेला पैसा जलाशयापर्यंत जायचीच गरज नव्हती! गावातली तळी भरून त्यावर बांधलेल्या विविध कॉलनीमधून तळ्यांच्या वाटेचं पाणी साचलं होतं. सगळं गडप करायच्या हव्यासामुळे पुढील काळात काय होऊ शकेल याचे अनेक छोटे छोटे नमुने सामोरे येत असतानाही त्यांच्याकडे लक्ष न देता वागत राहिलं तर अल्पावधीतच कसा जलप्रलय होईल हे वरचेवर सांगणाऱ्या टीव्ही चॅनेल्सची आठवण होऊन त्याला हसू आलं. समोर उभ्या असलेल्या लेकीकडे लक्ष गेलं. त्यानं हसतच विचारलं, "गोष्ट? आत्ता? कुठली गोष्ट सांगू?"

"कुठलीही चालेल. पण नवीन पाहिजे!" तिनं मान वेळावत सांगितलं तेव्हा तिच्या छोट्या छोट्या वेण्याही डोलल्या.

थोडं आठवून त्यानं सांगायला सुरुवात केली, "खूप खूप वर्षांपूर्वी भरतखंडात विश्वामित्र नावाचा एक राजा होता.."

"अं... नाही... मला ठाऊक आहे!... विश्वामित्र ऋषी होते... राजा नाही..."

"...सगळी गोष्ट तर ऐक! मग तुलाच समजेल. हं... एक राजा होता. मोठ्या आनंदानं तो राज्यकारभार पाहत होता."

आता मैत्रेयी हाताची घडी घालून मुकाट्यानं गोष्ट ऐकू लागली.

"एकदा काय होतं... सगळी पृथ्वी हिंडून बघून यायचं म्हणून राजा आपल्या सैन्यासहित निघाला. राजाचं सैन्य किती मोठं असतं, ठाऊक आहे की नाही?"

"हो!..." डोळे विस्फारून ती उत्तरली.

"एकेक प्रदेश बघत तो आणि त्याचं सैन्य वसिष्ठ ऋषींच्या आश्रमात येऊन पोचले. राजाला बघून वसिष्ठांनाही आनंद झाला. राजाचं त्याच्या योग्यतेप्रमाणे स्वागत करायला पाहिजे! ते त्या तयारीला लागले. त्यांनी आपल्या कामधेनू नावाच्या गाईला हाक मारली. कामधेनू म्हणजे ठाऊक आहे की नाही?"

"मागेल ते सगळं देणारी गाय!" ती पटकन म्हणाली.

"हं. कामधेनू समोर येऊन उभी राहिली. वसिष्ठ ऋषींनी तिला सांगितलं, या राजाच्या संपूर्ण सेनेला पुरेल अशा पक्वान्नाच्या जेवणाची व्यवस्था कर बाई!" त्यांचं सांगणं पुरं झाल्याच्या पुढच्या क्षणाला कामधेनूनं नाना तऱ्हेच्या पक्वान्नांसह जेवण तयार केलं.

"हं."

"हे बघून विश्वामित्राला भारी आश्चर्य वाटलं. तो म्हणाला, "ऋषिवर्य, अशी कामधेनू तुमच्याकडे राहून काय उपयोग? मला द्या. तिच्या बदल्यात तुम्हाला जे काही हवं असेल ते सगळं मागून घ्या." ऋषी कसे द्यायला तयार होतील? ते म्हणाले, "नाही." विश्वामित्राला खूप राग आला. आपण एवढा मोठा राजा! आणि हा आपल्याला नाही म्हणतो? त्यानं कामधेनूला जबरदस्तीनं ओढून न्यायचा प्रयत्न केला. स्वतःला सोडवून घेऊन कामधेनू वसिष्ठांकडे आली. तिनं विश्वामित्र कसा वागतोय हे सांगितलं. ते ऐकून वसिष्ठांनाही राग आला. त्यांनी सांगितलं, तुझ्या रक्षणासाठी तू मोठं सैन्य तयार कर. कामधेनू एकदा मोठ्यानं हंबरली आणि तिच्यासमोर भलंमोठं सैन्य तयार होऊन उभं राहिलं. त्या सैन्यानं विश्वामित्राच्या सगळ्या सैन्याचा आणि त्याच्या मुलांचा पाडाव केला."

एवढी गोष्ट सांगून नरेंद्रनं लेकीकडे पाहिलं.

"होय?..." उत्सुकतेनं गोष्ट ऐकत असलेल्या मैत्रेयीचे डोळे आणखी विस्फारले.

"हं! पुढं काय झालं... किती केलं तरी विश्वामित्र क्षत्रिय राजा! त्यानं निश्चय केला, शंकराची भरपूर तपश्चर्या करायची आणि पुन्हा यायचं. गेला तपश्चर्या करायला. तपश्चर्या झाल्यावर पुन्हा वसिष्ठांशी लढाई करायला आला. दोघांमध्ये घनघोर लढाई झाली. विश्वामित्रांनी कितीही प्रभावी अस्त्रं टाकली तरी वसिष्ठ आपला दंड पुढं करत आणि अस्त्रं निकामी करून टाकत. एकेक अस्त्र निकामी होऊ लागलं तसा विश्वामित्र गडबडून गेला. शेवटचं ब्रह्मास्त्रही निकामी ठरलं. वसिष्ठांच्या दंडानं तेही गिळून टाकलं. तेव्हा मात्र विश्वामित्राचा गर्व भुईसपाट होऊन त्यानं हार मानली. तो निघून गेला. यातून तो काय धडा शिकला असेल, सांग बघू!"

काही क्षण विचार करून ती म्हणाली, ''आपल्यापेक्षा हे ऋषीच श्रेष्ठ आहेत!''

''होय. आपल्या क्षत्रिय बाहूबलापेक्षा ऋषींची मंत्रशक्तीच श्रेष्ठ ठरल्यामुळे आपणही ऋषी झालं पाहिजे, असं त्यानं ठरवलं. त्याप्रमाणे त्यानं हजार वर्षं तपश्चर्या केली आणि नंतर तोही मोठा ऋषी झाला! आलं की नाही लक्षात?''

मैत्रेयी तशीच उभी राहिलेली पाहून तोच म्हणाला, ''संपली गोष्ट! समजली की नाही?''

कुठलीही गोष्ट मुकाट्यानं ऐकेल तर ती मैत्रेयी कसली? हजार प्रश्न असतात तिच्या डोक्यात! दुसरं म्हणजे ते प्रश्न ती लगेच विचारेल, असंही नाही. पुढचे दोन-तीन दिवस ती त्याच गोष्टीच्या गुंगीत असते. अचानक केव्हातरी त्या संदर्भातला एखादा कोपऱ्यातला प्रश्न घेऊन समोर येते.

''हं!...'' म्हणत मैत्रेयी गप्प राहिली. तिच्या डोक्यात काहीतरी चाललंय हे त्याच्या लक्षात आलं. त्याच्या अपेक्षेप्रमाणे तिनं काही क्षण गेल्यानंतर विचारलं, ''म्हणजे अप्पा, तेव्हाचे ऋषी म्हणजे आताचे स्वामी ना?''

''होय बेटा!''

''तर मग हे सगळे स्वामीजी कधीच कुठल्या युद्धाला का जात नाहीत?''

''जातात! ज्यांनी शक्ती मिळवली आहे, साठवली आहे, ते जातात. पण आता युद्ध काही अस्त्र-मंत्रानं होत नाहीत! आताची शस्त्रं वेगळी आहेत बेटा!''

शेवटची दोन वाक्यं तिला नीट समजली नसल्यामुळे तिच्या डोक्यात थोडा गोंधळ उडाला. तरीही गोष्ट समजण्यात अडचण नव्हती. त्यामुळे ती खुशीनं बाहेर धावली.

***

''अप्पा! तुमचा फोन!''

तो अंघोळीला जाऊन जेमतेम दोन मिनिटं झाली असतील, मैत्रेयीचा पुकारा ऐकू आला. त्यानं शॉवर ऑफ करून विचारलं, ''कुणाचा आहे?''

''विक्रम अंकल!''

''घे. म्हणावं आणखी दहा मिनिटांनं अप्पा करतील!''

काही क्षण गेले, ''सांगितलं.'' मैत्रेयीचा आवाज आला.

''वा... शहाणी ती!...''

अंघोळ आटोपून ओल्या केसांनीच बाहेर येत त्यानं फोन पाहिला. विक्रमनं मेसेजही पाठवला होता, ''अर्जुन इज नो मोअर! तुझ्या घरी येतोय. एकत्रच जाऊ या.''

मेसेज वाचताच नरेंद्रचा श्वास क्षणभर थांबल्यासारखा झाला. त्याचा स्वतःच्या डोळ्यांवर विश्वास बसेना. कुठंतरी काहीतरी चूक झाली असेल अशा आशेनं त्यानं

पुन:पुन्हा वाचला. हळूहळू त्याला त्या बातमीवर विश्वास ठेवावाच लागला. सैन्यात नोकरी करणाऱ्या कुणाच्याही संदर्भात अशा प्रकारची बातमी अगदीच अनपेक्षित म्हणता येणार नाही, याचंही त्याला भान आलं. तरीही अगदी जवळच्या माणसांच्या बाबतीत हे घडलं, की मनाला होणाऱ्या वेदनांपुढे हे शहाणपण फिकं पडतंच ना!

त्यानं पुन्हा एकदा मेसेज वाचला. खिडकीपाशी जाऊन बाहेर बघत तो उभा राहिला. त्याच्या नजरेसमोर सहा फुटांचा तरणाबांड दणकट अर्जुन उभा होता. कुरळ्या केसांचा देखणा तरुण! विक्रमनं त्याला घाबरवलं होतं, "अरे! सैन्यात गेलास तर तुझे हे सुंदर केस जातील ना!" त्यावर तो म्हणायचा, "जाऊ दे! नाहीतरी लहान असताना जावळ करायच्या आधी अम्मानं वेणीवर गजरा माळून, परकर पोलका घालून, बांगड्या-कुंकू लावून, मुलीच्या अवतारात आरती करायचा सोहळा केला आहे. भरपूर बायकांना बोलावून!" अतिशय हुशार. हातात घेतलेलं कुठलंही काम पुरं केल्याशिवाय सोडायचा नाही, असा हट्टी स्वभाव! पाऱ्यासारखं व्यक्तित्व. सगळंच आर्मी-ऑफिसर होण्यासाठी मुद्दाम बनवून घेतल्यासारखं!

गेल्याच आठवड्यात फोनवर बोलताना तो अतिउत्साहानं सांगत होता, "वुई आर एलिमनेटिंग देम फ्रॉम द रूट्स! बघाल तुम्ही! एकेकाला त्यांच्या बिळातून बाहेर काढून खतम करतोय!" यानं विचारलं होतं, "कुठून बोलतोयस? कुठं आहे पोस्टिंग तुझं? आता काश्मीरमधल्या कुठल्या भागात आहेस?" नरेंद्रनं नेहमीप्रमाणे काळजीच्या सुरात चौकशी केली होती. काश्मीरमधल्या कुठल्या कोपऱ्यात काय जळतंय याची संपूर्ण कल्पना असल्यामुळे हा प्रश्न त्याच्याही नकळत त्याच्या तोंडी आला.

"ते नाही सांगता येणार! पण एक मात्र नक्की! मरायच्या आधी तुम्हाला इथं बोलावून घेऊन इथल्या गल्लीबोळांमधून फिरवून आणेन! धिस प्लेस इज ए मस्ट सी फॉर यू! दुर्व्यवस्थेच्या बाबतीत बोलायचं तर काश्मीरपेक्षा दुसरा दुर्दैवी प्रदेश नसेल असं वाटतं!" तो व्याकूळ होऊन सांगत होता.

"का रे? भलताच प्रेमात पडलेला दिसतोस काश्मीरच्या!" नरेंद्रनं छेडलं तेव्हा मात्र तो मोठ्यानं हसला होता, "भाऊ! तुम्हाला ठाऊक नाही असं काही आहे का? बाय..." म्हणत त्यानं फोन ठेवला होता. फोन ठेवताना नरेंद्रला त्याच्या तोंडून आलेला "मरायच्या आधी..." हा शब्द खटकला होता. हे अगदीच अपेक्षित नव्हतं. अर्जुनच्या स्वभावाच्या अगदी विरुद्ध होतं. तरीही त्या क्षणी तरी नरेंद्रनं त्याला फारसं महत्त्व दिलं नव्हतं. अनपेक्षितपणे वार करणं ही नियतीची पद्धतच आहे की काय कोणजाणे!

पावसाची रिपरिप चालूच होती. नरेंद्र अर्जुनच्या आठवणींत बुडून गेला होता. मागून हाक आली, "अप्पा!"

त्यानं वळून पाहिलं. हातात खाण्याची ताटली घेऊन उभी असलेल्या लेकीसोबत आशाही उभी होती. त्याला काय करावं, काय बोलावं ते सुचलं नाही. त्या दोघींनाही त्याचं हे रूप अनाकलनीय होतं. भानावर येऊन तो बायको-मुलीला बाजूला सारत हॉलमध्ये शिरला आणि टीव्हीचा रिमोट हाती घेतला.

टीव्हीवर "ब्रेकिंग न्यूज" सुरू होती. काश्मीरमधल्या अतिरेक्यांच्याबरोबर झालेल्या चकमकीत हुतात्मा झालेला वीर योद्धा कन्नडिग मेजर अर्जुन..." मोठ्या अक्षरात कुठल्याशा कन्नड चॅनेलवर बातमी दाखवली जात होती... "...तिशीतल्या तरुण वयातच मेजरच्या हुद्द्यापर्यंत पोहोचले होते. शिक्षण संपल्यावर सैन्यात प्रवेश करून कमी कालावधीतच बढती मिळवून मेजर हुद्द्यावर पोचले होते. गेल्या वर्षी काश्मीरमध्ये नियुक्त झालेल्या मेजर अर्जुन यांनी अनेक मोहिमांचे नेतृत्व करून मोहिमा फत्ते केल्या. त्यांच्या मागे वृद्ध माता-पित्यांबरोबरच पत्नी आणि तीन वर्षांची कन्या आहे..." जमा झालेली सगळी माहिती सांगायची चॅनेलची घाई चालली होती. कोपऱ्यात अर्जुनचा फोटो कायम दिसत होता. स्टुडिओत एक निवृत्त सेनाधिकारी सैन्यापुढची आव्हाने आणि त्यावर मात याविषयी बोलत होता. फोनवरून एक तज्ज्ञ यामध्ये पाकिस्तानचा कसा हात आहे याविषयी तावातावानं सांगत होता.

"यासंदर्भात ४७ साली काश्मीरमध्ये झालेल्या हल्ल्यात प्राणाची आहुती देणाऱ्या आपल्या वीर योध्यांची आठवण होते. बडगाममध्ये मेजर सोमनाथ शर्मा, मुजफ्फराबादमध्ये कर्नल नारायण सिंग, उरीमध्ये ब्रिगेडियर राजेंदरसिंग, बारामुल्लामध्ये लेफनंट कर्नल राय... एक ना दोन! किती म्हणून नावं सांगायची? एवढंच कशाला? आपले मेजर जनरल थिमय्या यांनी सुमारे बारा हजार फूट उंच असलेल्या जोजिला पासवर आपले टँकर चढवले तेव्हा शत्रू पाठ दाखवून पळून गेल्याची इतिहासात सुवर्णाक्षरात नोंद आहे!..." सेनाधिकारी सांगत होते. टीव्हीवाल्यांची घाई चालली होती. इकडे यांनाही प्रश्न विचारायचे, तिकडं त्यांच्याकडूनही उत्तर मिळवायची घाई! कुणालाच पूर्ण उत्तर द्यायची संधी न देता सगळं चाललं होतं. त्यातच मध्ये-मध्ये अर्जुनच्या घराचं गेट दाखवायचीही त्यांना घाई दिसत होती. चॅनलचा एक तरुण त्या घराला चिकटूनच उभा असलेला दिसत होता. तिथला शिपाई त्याला बाहेर हुसकत असतानाही त्याचं चाललंच होतं, "आता तुम्ही पाहताय मेजर अर्जुन यांच्या घरात शोक भरून राहिला आहे. इथे अत्यंत दुःखद वातावरण पसरलं आहे!..." असं सांगत आपली थेट प्रसारण करायची जबाबदारी प्रामाणिकपणे पार पाडत होता.

नरेंद्रची बोटं व्हॉट्सॲप आणि फेसबुकवरही फिरू लागली. तिथंही अर्जुनचा फोटो आणि त्याच्या शौर्याचे पोवाडे शेकडोंच्या संख्येनं गायले जात होते. सगळीकडे दुखवटा आणि अश्रूंचा महापूर ओसंडत होता.

त्याच्या पाठोपाठ आलेल्या आशाला तर धक्काच बसला होता. ती नुसतीच उद्गारली, ''अरे... काय हे!... अर्जुन?... कधी?...'' म्हणताना तिचे डोळे भरून आले. वडिलांची अवस्था आणि अम्माचं रडणं बघून मैत्रेयीला काही समजेना.

तेवढ्यात बाहेर कार उभी राहिल्याचा आवाज आला. नरेंद्र भानावर आला आणि म्हणाला, ''विक्रम आलाय. निघायला पाहिजे. चला.''

सगळे निघाले. कार सुरू होताच कुणीच काही बोललं नाही. नंतर विक्रमनं विचारलं, ''मी कळवेपर्यंत तू पाहिलं नव्हतंस काय? रात्री किती वाजता आली तुझी फ्लाइट?''

कारचा वेग नेहमीपेक्षा जरा जास्तच होता. रस्त्यावर नजर असली तरी मन आणखी कुठंतरी असल्याचं समजत होतं. नरेंद्र उत्तरला, ''घरी पोचलो तेव्हा तीन वाजले होते. थोडी झोप झाली. जागा होऊन अंघोळीला गेलो होतो, तेव्हा तुझा फोन आला.''

नंतर कुणीच बोललं नाही. अर्जुनचं घर अर्धा किलोमीटर अंतरावर असतानाच रस्त्यावर गाड्यांची रांग दिसू लागली. गेटपाशी पहारेकरी होते. घरात जाण्याआधी अस्मिताला फोन करून तिनं परवानगी दिल्यानंतरच पोलिसांनी त्यांना आत सोडलं.

सगळं घर माणसांनी भरून गेलं होतं. बॉडी येऊन पोचायला संध्याकाळ होणार हे तर स्पष्टच होतं. कुणीतरी हलक्या आवाजात आपसात बोलत होतं, ''...चेहऱ्याला काही झालेलं नाही म्हणे! खालच्या पोटात गोळी बसलीय!...''

त्या गर्दीतून अस्मितापर्यंत पोचणं तितकंसं सोपं नव्हतं. यांना पाहताच तिचे डोळे पुन्हा भरून आले. पण क्षणार्धात तिनं स्वत:ला सावरलं. ''भय्या...'' म्हणत ती नरेंद्रपाशी आली. तिला चिकटून अन्विताही आली. तिला घडलेल्या घटनेचा किती अर्थ समजलाय कोण जाणे! तीही सतत रडत होती. नरेंद्रनं तिला उचलून घेतलं, तिचं मस्तक कुरवाळलं आणि छातीशी घट्ट धरलं. अस्मिताची तळमळ तिच्या चेहऱ्यावरून दिसत होती.

ती उत्तर भारतातली असूनही तिचं दक्षिणेकडच्या अर्जुनशी लग्न झालं होतं. त्यासाठी यानंच मध्यस्थी केली होती! या क्षणी ते सगळं आठवून त्याचं हृदय जड होत होतं. तिचे वडीलही आर्मी-ऑफिसर होते. त्यांच्याकडून या लग्नाला कसलाच आक्षेप नव्हता. पण अर्जुनच्या अम्माला पटवणं हेच मोठं काम होतं. अवघडही! अर्जुननं आपल्या मनातली गोष्ट सांगून आपल्या अम्माला पटवायची जबाबदारीही नरेंद्रवरच सोपवली होती. त्याच्या आईचे अनेक आक्षेप होते, ''आमचा एकुलता एक मुलगा! त्यानं आपल्यापैकीच मुलीशी लग्न करावं असं नाही का वाटणार आम्हाला?... आमच्या मुलासाठी इथं हजार मुली सांगून येताहेत! कुणालाही कळू न देता परप्रांतातून मुलगी आणून लग्न करावं अशी काही परिस्थिती नाहीये!...''

तेव्हा तर मुलावरचा सगळा राग त्यांनी मुलाची बाजू घेणाऱ्या नरेंद्रवरच काढला होता.

त्यानं समजावलं होतं, ''अहो अम्मा! भाषा आणि जातीवरून भांडायचा काळ मागं पडलाय! ही मुलगी तुमच्याकडच्या मुलीपेक्षा चांगल्या प्रकारे सांभाळून घेऊन संसार करेल बघा तुम्ही!..'' बराच वाद घालून, त्यांच्या सगळ्या प्रश्नांना समर्पक उत्तरं देऊन नरेंद्रनं त्याच्याविषयी अर्जुननं दाखवलेला विश्वास सार्थकी लावला होता.

पण असं काही विपरीत घडलं तर काय करायचं हे अर्जुननं सांगितलं नव्हतं. तरीही या कुटुंबाच्या संदर्भात आपली काहीतरी नैतिक जबाबदारी आहे, असलीच पाहिजे, असं त्याचं मन त्याला बजावत होतं.

तसं पाहिलं तर अर्जुन काही त्याच्या थेट नात्यातला नव्हता. वयानंही त्याच्यापेक्षा दहा वर्षांनी लहान होता. तरीही अर्जुनचा त्याच्याशी थोडा जास्तच स्नेह जुळला होता. लहान असल्यापासून शेजारीच राहत होता अर्जुन. शाळा-कॉलेजमध्ये येणाऱ्या अडचणींतून मार्ग काढण्यासाठीही त्याला या नरेंद्रदादाची नितांत गरज असे. पुढं आयुष्यातले काहीही महत्त्वाचे निर्णय घेतानाही नरेंद्रशी चर्चा करायची त्याची पद्धत कायम राहिली. कितीतरी वेळा निर्णय घेणं कठीण झालं की अर्जुन नरेंद्रलाच शरण जाई. पुढच्या काळात ते संपूर्ण कुटुंब जागा बदलून दुसरीकडे राहायला गेलं तरी ही पद्धत कायम राहिली. त्यांची मनं जुळलेलीच राहिली. हे बंधन तोडायचं सामर्थ्य प्रत्यक्ष मृत्यूलाही नाही, असं वाटून नरेंद्रचं मन भरून आलं. त्याचबरोबर, अर्जुनचा मृत्यू हे कठोर वास्तव असल्याचं तीव्रपणे जाणवून मन काहीसं हताश झालं.

तो तसाच अस्मिताकडे वळला. ती आशाबरोबर हलक्या आवाजात बोलत होती. दोघीही साधारण एकाच रंगरूपाच्या होत्या. पण अस्मिताच्या व्यक्तिमत्त्वात जाणवणारी दृढता आणि आत्मविश्वास आशामध्ये नाही हे त्याला पुन्हा जाणवलं. नाकीडोळी आशा अधिक देखणी असली आणि वयानं अस्मिताहून मोठी असली तरी तिच्याइतकी ही विचारशील नाही, हे नरेंद्रलाही ठाऊक होतं. जर असा प्रसंग आशावर आला असता तर तिला इतक्या प्रमाणात मनाचं संतुलन राखता आलं नसतं, याची नरेंद्रला खात्री वाटली. त्या क्षणी अस्मिताविषयी कौतुक आणि अनुकंपेनं त्याचं मन आर्द्र झालं. राखी बांधताना ती प्रत्येक वेळी त्याला हसत म्हणायची, ''भय्या! माझ्या रक्षणाची जबाबदारी तुमची आहे! लक्षात असू द्या!'' तिच्या त्या म्हणण्याला याआधी कधीही नव्हता तेवढा अर्थ प्राप्त झाला आहे, असं वाटून तिच्याविषयी वात्सल्य दाटून आलं.

त्या गर्दीत अर्जुनच्या आई-वडिलांना शोधण्यात आणखी वेळ गेला.

अर्जुनचे वडील एका बाजूला काहीही न बोलता मान खाली घालून उभे होते.

त्यांचे नातेवाईक आणि जवळचा मित्रपरिवार त्यांना घेरून उभा होता. त्यांना कुणाच्या सांत्वनाची आवश्यकता असावी असं दिसत नव्हतं. त्याच्या अम्माचा आक्रोश मात्र ऐकवत नव्हता. मुलांना विशेष स्थान देण्याचा त्यांचा स्वभाव ठाऊक असलेल्यांना ते अपेक्षितच होतं. मुलाचा देह कुठल्याही क्षणी येईल, अशा अपेक्षेनं त्या सतत दाराकडे पाहत होत्या. मध्येमध्ये काहीतरी बोलत होत्या; पण त्याचा काही संदर्भ लागत नव्हता. कुणी ऐकतंय की नाही याकडे लक्ष न देता बोलत होत्या, "...लहानपणापासूनचाच याचा नतद्रष्ट नाद! सतत हातात बंदूक पाहिजे म्हणून रडायचा. मी तर तेव्हाच म्हणत होते, ती काही खेळायची वस्तू नाही! नका त्याला आणून देऊ! बघा! शेवटी तिनंच त्याचा जीव घेतला!..." त्यांचा शोक पाहून कुणालाच समाधानाचे चार शब्द सांगायचं धैर्य होत नव्हतं.

नरेंद्र जवळ येऊन उभा राहिला. तरी "मला नाही बाबा बघायला शक्य होणार!.." म्हणत त्यानं दुसरीकडे चेहरा वळवला. "त्या यमधर्माचेही काही नियम असायला हवे होते! आणखी काही नाही तरी आई-वडिलांच्या समोर मुलाला नेऊ नये, एवढा एक नियम असता तरी किती बरं झालं असतं!" त्याच्या या बोलण्यावर विक्रमनंही मान हलवली.

लहानपणापासून विक्रम नरेंद्रचा वर्गमित्र. दोघं अगदी जवळचे मित्र बनले. शिक्षण संपता-संपता तर त्यांची मैत्री गाढ नात्यात परावर्तित झाली होती. त्यामुळेच विक्रमचाही अर्जुन तितकाच जवळचा झाला होता. त्यात अर्जुनचा अशाप्रकारे अचानक अंत झाल्यामुळे तोही मूक झाला होता.

कुणीतरी बडा माणूस भेटायला आल्यामुळे अस्मिताला बाहेर बोलावण्यात आलं. नरेंद्रच्या हातातल्या अन्विताला घेण्यासाठी तिनं हात पुढे केले. अन्विता रडून रडून दमल्यामुळे पेंगुळली होती. मैत्रेयीनं अस्मिताचा हात घट्ट धरून ठेवला होता. आशानं तो हात सोडवायचा प्रयत्न केला. पण ती सोडायला तयार नव्हती. शेवटी नरेंद्र गुढगे टेकून बसला आणि त्यानं तिला समजावलं, "मैत्रेयी, अन्विता खूप दमलीय! किती रडली तूही बघितलंस ना? तिला थोडावेळ तिच्या अम्माबरोबर असू दे. इथली सगळी माणसं गेल्यानंतर आपण तिला आपल्या घरी घेऊन जाऊ या! चालेल?"

अप्पांचं बोलणं तिला पटलं. तिनं हात सोडला. तिचा हात धरून नरेंद्र निघाला. त्याआधी वळून त्यानं हाक मारली, "अस्मिता!.."

तिनं वळून पाहिलं.

"हे बघ! स्वत:ला आवर! आम्ही सगळे आहोत!" तो म्हणाला.

त्याच्या नजरेतली वेदना तिलाही जाणवली. इतका वेळ आवरलेला शोक उन्मळून येईल या भीतीनं तिनं नजर वळवली आणि घाईनं वळली. नरेंद्र म्हणाला,

"संध्याकाळी येतो..."

"नको!" तिनं हलकेच, पण स्पष्टपणे सांगितलं. एवढं सांगून बाहेर निघून गेली. बाहेर अर्जुनच्या आईपाशी जाऊन म्हणाली, "अम्मा, अर्जुन कुठंही गेलेला नाही! अपल्याबरोबरच आहे तो! तुम्ही शोक करू नका!"

हे दृश्य बघून नरेंद्रचे डोळेही भरून आले. तो तिथून बाहेर निघाला.

कारमध्ये बसतानाही अर्जुनचं बोलणं, हसणं डोळ्यांसमोरून हलत नव्हतं. मागं एकदा ड्यूटीवर असताना तो थोडक्यात वाचला होता. तेव्हा नरेंद्र "जरा जपून रे!.." म्हणाला होता. त्यावर अर्जुन म्हणाला होता, "तुम्ही खात असलेल्या प्रत्येक दाण्यावर जसं तुमचं नाव लिहिलेलं असतं तसं प्रत्येक गोळीवरही आमचं नाव लिहिलेलं असतं. तिच्यापासून पळून जायचा प्रयत्न कुठलाही सैनिक करत नाही! तुम्ही खाता ते जगण्यासाठी, आम्ही खातो ते क्रूरपणे मरण्यासाठी!.." वर मोठ्यानं हसला होता तो!

साधा-सरळ मुलगा, तरतरीत नवतरुण, देशाच्या रक्षणाची जबाबदारी पेलणारा तरुण, एका संपूर्ण तुकडीचं नेतृत्व करणारा समर्थ सेनाधिकारी! या सगळ्या रूपातल्या अर्जुनच्या चेहऱ्यावरचं हसू कधीच लोप पावलं नव्हतं. सगळ्यांचाच लाडका होता तो! अण्णा म्हटल्याशिवाय कधीही तो आपल्याला हाक मारायचा नाही! तोच अर्जुन तिकडं कुठंतरी निर्जीव देह होऊन पडलाय!

नरेंद्र गलबलला. त्याची नजर आकाशात खिळली. भानावर आल्यावर त्याला अजून कार जागीच उभी असल्याचं लक्षात आलं. स्टिअरिंगवर डोकं ठेवून बसलेल्या विक्रमच्या डोळ्यांना धार लागली होती. भावनावेगानं स्टिअरिंग इतक्या घट्ट पकडलं होतं की त्याची बोटं लालबुंद झाली होती. तो उद्गारला, "भेकड! यांच्या नीचपणामुळे तरुण मुलांनी जीव गमावायचा, हा कुठला न्याय?"

नरेंद्र पूर्णपणे भानावर आला. विक्रमची अवस्था त्याच्या लक्षात आली. त्यानं मागं वळून पाहिलं. आशाही बाहेर बघत डोळे पुसत होती. मैत्रेयी मात्र काहीही न बोलता आईला बिलगून बसली होती.

***

घरी परतत असतानाच नरेंद्रचा फोन वाजला. स्थानिक टीव्हीवाल्यांचा फोन.

"सर, नमस्कार! आज संध्याकाळी डिबेट ठरलेय. नेहमीच्या वेळेला. तुम्हीही हवे आहात. येताय ना?"

टीव्हीचा पडदा भरेल एवढे पाच-सहा वक्ते गोळा करून सगळ्यांना एकाच वेळी बोलायला प्रवृत्त करून कुणालाच नीट बोलू न देता, कुणालाच कुणाचं ऐकू येणार नाही अशी परिस्थिती निर्माण करून त्याला चर्चा असं नाव देणाऱ्या इतर चॅनेल्सपेक्षा हा कन्नड चॅनेल वेगळा होता. त्यामुळे तो फक्त याच चॅनेलवर बोलावलं

की जात होता. इतर चॅनेल्सनी प्रयत्न करूनही तो तिकडे फिरकत नव्हता.

त्यानं आपली छोटी डायरी पाहून वेळ पाहिली आणि होकार देत विचारलं, "विषय काय आहे?"

"अजानच्या बांगेवर बंदी घालावी अशी हाकाटी चालली आहे ना सगळीकडे! तो विषय घ्यायचाय. आणि दुसरा विषय म्हणजे केंद्र सरकारचा काश्मीरमधला घरवापसीचा निर्णय. प्रत्येक विषयासाठी अर्धा अर्धा तास ठेवलाय. तेवढा वेळ पुरेसा होईल, सर!"

"ठीकाय! आणखी कोण-कोण आहेत?" पुढचा नेहमीचाच प्रश्न.

"दैनिक जनवाणीचे अतिथी संपादक सुंदरकृष्ण आणि लेखिका मीरादेवी."

ओळखीचीच माणसं. राज्य पातळीवरच्या सेक्युलर पेपरचे संपादक आणि बुद्धिजीवी लेखिका. त्यानं पुन्हा एकदा आपली संमती सांगून फोन बंद केला. अजान आणि काश्मीर! दोन्ही विषय माहितीचेच नव्हे, त्याच्या सखोल अभ्यासाचे! त्यासाठी आणखी कसलीच तयारी करायची गरज नाही.

"विक्रम! काल येताना वेळ मिळाला तेव्हाच सगळे रिपोर्ट तयार करून ठेवले आहेत. घरी गेल्यावर लगेच ई-मेल करतो. कडधान्याची बिस्किटं, त्यांचं प्रामुख्य, केव्हापासून निर्यात करता येईल याविषयी तू निर्णय घे."

विक्रमनं काही न बोलता मान डोलावली. घरी पोचले. नंतरही तो कितीतरी वेळ नरेंद्रचा हात धरून बसला होता. अवाक्षर न बोलताही एकमेकाच्या अंतरंगाचा वेध घेणारी गाढ मैत्री.

विक्रम निघून गेल्यानंतरही नरेंद्र कितीतरी वेळ तसाच बसून होता. नंतर तो सावकाश उठला, म्हटल्याप्रमाणे ई-मेल पाठवली. लॅपटॉप बंद करत असताना पाहिलं तर शेजारी मैत्रेयी उभी होती. संधी मिळताच त्याचा कल बघून तिनं बोलायला सुरुवात केली.

"अप्पा!.."

"काय बेटा?"

" कुणी मेलं की सगळे का रडतात?"

छोट्या मैत्रेयीच्या नजरेत नजर मिसळून तो काही क्षण तसाच राहिला. नंतर शांतपणे म्हणाला, "समज, तुला कुठून तर एक छानशी बाहुली खेळायला मिळते..."

एखादी गोष्ट ऐकताना उभी असते तशीच मैत्रेयी नेहमीप्रमाणे हाताची घडी घालून उभी होती, "हं!..."

"ती कुणाची आहे हे तुला ठाऊक नाही. तरीही तिच्याशी खेळण्यात तू रमून जातेस! तिला जीव लावतेस! तिला जेवू-खाऊ घालतेस, अंघोळ घालतेस,

आपल्या शेजारी झोपवून घेतेस. होय की नाही?''

''हं..''

''मग एक दिवस त्या बाहुलीचा खरा मालक येतो आणि ती बाहुली घेऊन जातो! तेव्हा तुला काय वाटेल?''

''मला... रडू येईल... खूप खूप रडू येईल!''

''ती बाहुली तुझी नाही, दुसऱ्या कुणाची तरी आहे हे तर तुला आधीपासूनच ठाऊक होतं! होय की नाही?''

''होय!''

''तरीही का रडू येतं?''

''कारण माझ्यापाशी असेपर्यंत खूप लाडकी असते ना ती माझी! खूप खूप लाड करते मी तिचे! मग रडू येणारच की!''

''तसंच आहे हे, बेटा!''

ती विचारात पडली आणि खिडकीबाहेर बघत राहिली.

''आजोबा वारले तेव्हा आजी किती रडायची! आठवतं? आता कुठं ती रडते? ती बाहुली घेऊन गेल्यावर तू दुसऱ्या बाहुलीशी खेळशील की कायमचं खेळायचं सोडून देशील?''

''हं! समजलं!'' तिच्या चेहऱ्यावरचा ताण ओसरला आणि तिथं प्रसन्न भाव उमटले. पाठोपाठ पुढचा प्रश्न आला, ''पण अप्पा! आजोबा वारले तेव्हाही तुम्ही रडला नाही! आज अम्मा, अंकल आणि तिकडचे सगळे रडत होते. तरी तुम्ही रडत नव्हता! म्हणजे रडायचं नसतं?''

''तसं नाही बेटा! जीव लावणं, रडणं, नंतर हसणं यातलं काहीच चुकीचं नाही. न रडता गप्प राहणंही चुकीचं नाही. ते प्रत्येकाच्या स्वभावावर असतं!''

ती क्षणभर विचारात पडली. नंतर त्याच्या जवळ येऊन मायेनं म्हणाली, ''मला ठाऊकाय! यू आर ए स्ट्रॉंग डॅडी! अम्मा सांगत असते ना!''

त्याच्या मनातही वात्सल्य दाटून आलं. त्यानं तिला जवळ घेऊन पापा घेतला. म्हणाला, ''ॲन्ड यू आर माय स्वीट डॉटर!'' आता तिचा मूड पालटला. चेहराही खुलला. ती खुशीनं बाहेर पळाली.

***

नरेंद्रचं लक्ष टेबलावरच्या फोटोकडे गेलं. अर्जुन, विक्रम आणि तो. अर्जुन सैन्यात शिरला त्या वेळी काढलेला फोटो. त्यानंच फोटोच्या कॉपीज काढून त्यांना फ्रेम करून प्रत्येकाकडे दिली होती. अर्जुनला तर सुरुवातीपासूनच सैन्यात जायचं खूळ होतं. निवड-परीक्षेत अत्युत्तम श्रेणीनं पास झाल्यानंतरही घरच्यांनी त्याला सैन्यात जायला पराकोटीचा विरोध केला होता. त्या वेळी नरेंद्रनंच त्याच्या घरच्यांचं,

त्यातही त्याच्या अम्माचं मन वळवण्यात यश मिळवलं होतं. त्यामुळे अर्जुनला त्याच्या मनाप्रमाणे सैन्यात जायला मिळालं तेव्हा त्याच्यापेक्षा नरेंद्रलाच आनंद झाला होता. असामान्य धैर्य, तंत्रकुशलता आणि मनोबल यासारख्या गुणांचा जन्मजात आशीर्वाद लाभलेल्या अर्जुनच्या यशाची कमान सेनेच्या क्षेत्रात सतत चढतीच राहिली होती. याचा परिणाम म्हणून त्याच्या अम्मा-अप्पांचा विरोध हळू-हळू मावळत गेला. अलीकडे तर त्यांना त्याचा अभिमान वाटू लागला होता.

कॉमर्स साइडचं शिक्षण पुरं करून स्वत:चा काहीतरी व्यवसाय सुरू करण्यासाठी धडपडणारा विक्रम. केंद्र सरकारच्या स्वावलंबन-योजनेखाली त्यानं भांडवल मिळवलं होतं. आपल्या धाकट्या काकांच्या मार्गदर्शनाखाली त्यानं आहार संशोधन आणि उत्पादन संस्थेची स्थापना केली होती. देशी धान्य वापरून नव्या-नव्या उत्पादनाची निर्मिती करणारी त्याची संस्था त्याची जबरदस्त आस, बेसुमार कष्ट घ्यायची तयारी आणि दूरदर्शीपणा यामुळे बघताबघता त्याच्या कंपनीनं बहुराष्ट्रीय कंपनींच्या समोर आव्हान उभं केलं होतं. आता तर गुणवत्तेच्या जोरावर तिच्या कार्याची व्याप्ती वाढत चालली होती. त्याने जवळपासच्या छोट्याछोट्या कंपन्या रास्त भावानं आणि योग्य पद्धतीनं काबीज केल्या, तर काही कंपन्यांशी कायमचं बांधून घेतलं. आता तर त्याच्याकडे या क्षेत्रात संशोधन करणाऱ्यांची एक फळीच तयार झाली होती. देशात त्या कंपनीच्या चार प्रमुख शाखा होत्या. शिवाय सहा प्रमुख निर्मिती केंद्रंही होती. पंधरापेक्षा जास्त देशांमध्ये ते आपला माल पाठवत होते. शेकडो तरुणांना त्यांनी नोकऱ्याही दिल्या होत्या. अलीकडे विक्रमनं स्वत:चा व्यवसाय सुरू करणाऱ्यांना मार्गदर्शनही करायला सुरुवात केली होती.

सुरुवातीपासूनच नरेंद्रचं मात्र सगळंच वेगळं होतं. इतिहास, धर्म, राजकारण या विषयांबद्दल त्याला आस्था होती. ''भारताचा सगळा ऐतिहासिक तपशील शाळेत चुकीच्या पद्धतीनं शिकवला जातो!'' असं त्याच्या मामानं, गिरीशनं एकदा सांगितलं होतं. त्यानंतर त्याच्या मनाला सत्यशोधनाची गंभीर आस लागली. पाठ्यपुस्तकातला खोटारडेपणाबरोबरच त्यात नसलेलं सत्य तो वर्गात सगळ्यांना सांगू लागला. तेव्हा गोंधळून गेलेल्या इतिहासाच्या शिक्षकांनी त्याला आपल्या खोलीत बोलावून घेतलं आणि बजावलं, ''तुझी अभ्यासू वृत्ती उत्तम आहे. पण वर्गातल्या मुलांना सांगून त्यांच्या मनातला गोंधळ आणखी वाढवू नकोस!'' पुढच्या काळात पुस्तकांच्या अध्ययनाबरोबरच प्रवासही सुरू झाला. त्यातून तो मांडत असलेल्या मुद्द्यांमुळे अलीकडे मात्र त्याची गणना अभ्यासक-संशोधकांमध्येच होऊ लागली होती. त्याच्या संग्रही असलेली आकड्यांसहितची बारीकसारीक माहिती लेखन करणाऱ्यांना आणि चर्चेमध्ये भाग घेणाऱ्यांना उपयुक्त ठरत असल्यामुळे सगळेच त्याच्या चर्चेला गंभीरपणे घेत असत.

सत्य-असत्यातला बारीक-सारीक भेद समोर येत असलेला हा काळ विचित्र असल्यामुळे सगळीकडे संघर्ष अनुभवायला येत होता. आविष्कारासाठी वापरण्यात येणारं तंत्रज्ञान सगळ्या गोंधळाचं मूळ आहे की काय असं काही म्हणत होते, तर काहीजणांच्या मते या मन्वंतराच्या काळासाठी तंत्रज्ञान हे अगदी योग्य साधन बनलंय! थोडक्यात, सगळंच वातावरण गढूळ होऊन गेल्यामुळे गोंधळात भर पडत होती. सत्य चिरडून आणि मूल्यांचा बळी देऊन खोलवर रुजलेल्या असत्याच्या मुळांचा नायनाट करण्यासाठी काही स्वघोषित नेते आणि त्यांना विरोध करणारे तथाकथित बुद्धिजीवी यांच्यामुळे गोंधळून जाऊन खरं काय ते जाणून घेणाऱ्या तरुणांची संख्याही मोठ्या प्रमाणात वाढली होती.

नरेंद्रला या तरुण पिढीशी नेहमीच कर्तव्य होतं. कामाचं दडपण कितीही असलं तरी तो सतत या गोष्टींविषयी जागरूक असे. त्यासाठी आवश्यक तेवढं सहकार्य विक्रमही देत असे. अशा तरुणांना सर्व प्रकारची मदत करायला तो सतत तयार असे. तरुणांना उपलब्ध असलेल्या समाज माध्यमांचा उपयोग केवळ जागृती निर्माण करण्यापुरताच सीमित राहत नव्हता. ते माध्यम लहान-मोठ्या वादा-वादीलाही समरांगण प्राप्त करून देत होतं. परिणामी, आजवर तटस्थ राहिलेल्या मंडळींच्याही समोर सगळ्या बाजू येत होत्या. हेच नरेंद्रलाही अपेक्षित होतं. या आधुनिक तंत्रज्ञानामुळेच तटस्थ लोकांनाही मार्गदर्शन होतं असा त्याचा अभिप्राय होता. सैद्धान्तिक विजयासाठी कुठल्याही पातळीपर्यंत उतरणारे, भाषाशुद्धीचा बोजवारा उडवणारे पत्रकार; राजकारणातला वंशवाद भांडवलासारखा वापरून स्वार्थ साधू पाहणारे राजकारणी; तसंच अध्ययनाचं पाठबळ नसताना असंबद्ध बडबड करणारे उथळ साहित्यिक यांचा कुठलाही मुलाहिजा न ठेवता 'भांडाफोड' करणारे तरुण!

नरेंद्रच्या मते, हेही एक प्रकारचं युद्धच! विक्रमचंही हेच मत असल्यामुळे अशा प्रकारच्या चर्चांसाठी नरेंद्रला जायला भरीस पाडण्यात विक्रमची जबाबदारी जास्तीची असली तर नवल काय! त्याचं म्हणणंच असं की, "जोपर्यंत तू ज्ञान मिळवण्यासाठी वाचन-अध्ययन करत असतोस, तोपर्यंत ते तुझं असतं. त्यानंतर ते आम्हा सगळ्यांना देणं हे तुझं कर्तव्य आहे!"

सुरुवातीला हे बोलणं नरेंद्रनं फारसं मनावर घेतलं नव्हतं. पण गेल्या काही वर्षांत मात्र त्यानं टीव्ही चॅनेलवर जायला सुरुवात केली होती. तेवढं सोडलं तर त्याचं जग म्हणजे त्याचा ग्रंथसंग्रह!

कंपनी सुरू करतानाही विक्रमनं त्याला आपल्याबरोबर ओढून घेतलं होतं. बेंगळुरू शाखेच्या विक्री-विभागाचा त्याला प्रमुख केल्यामुळे नरेंद्रलाही सोयीचं झालं होतं. देश-विदेशातल्या कॉन्फरन्सेसना जायची वेळ आली तर विक्रम त्यालाच पाठवत होता. पण हे सगळं नरेंद्रचं वाचन आणि प्रवासाला आडकाठी न आणता,

अनेकदा तर पूरक होईल अशाप्रकारे चाललं होतं. अर्जुन सुट्टीवर आला की त्या तिघांचा देशाच्या संदर्भात विविध पैलूंनी विचारविनिमय चालायचा.

अशा परिस्थितीत अर्जुनच्या मृत्यूची बातमी येऊन थडकली होती.

आदल्या दिवसभराचा प्रवास, रात्री नीट झोप न झाल्यामुळे नरेंद्रला दमणूक जाणवत होती. डोळ्यांवर अनावर झापड येत असली तरी त्यानं स्वत:ला जागं ठेवलं होतं. तरीही एकदा कळत-नकळत डोळा लागला तेव्हाही अर्जुनचाच भास होऊन तो ताडकन उठून बसला. जेवायची वेळ टळून गेली होती. तरीही काही खायची इच्छा मनात नव्हती.

तो तसाच आपल्या वाचनाच्या खोलीत गेला आणि संध्याकाळी स्टुडिओत जायच्या वेळीच तो खोलीबाहेर आला. रविवारचा दिवस जास्तीत जास्त सत्कारणी लावायची त्याची सवय परिचित असल्यामुळे मैत्रेयीही आपल्यापुरती खेळत राहिली. तो निघाला तेव्हा अम्माबरोबर तीही गेटपाशी उभी राहून गाडी दिसेनाशी होईपर्यंत त्याला "टाऽऽ टाऽऽ" करून आत आली.

***

नवऱ्याची गाडी कोपऱ्यावर वळताच आशा घरात वळली. नवऱ्याची अभ्यासिका साफ करायच्या विचारानं ती घरात शिरली. खरंतर याची काहीच गरज नाही हे तिलाही ठाऊक होतं. गादीवरच्या पलंगपोसावर एक किरकोळ सुरकुतीही पडलेली नसणार हा तिचा नेहमीचा अनुभव होता.

तिच्या मनात नरेंद्रसंबंधी विचार घोळू लागले.

हे इतरांसारखे नाहीत, याची एव्हाना चांगलीच कल्पना आलीय! लग्न ठरलं तेव्हाच सासूबाईंनी समोर बसवून घेऊन स्पष्टच सांगितलं होतं, "बाळ! माझा मुलगा थोडा विक्षिप्त माणूस आहे हे लक्षात असू दे! तुलाच त्याच्याबरोबर जुळवून घेऊन संसार करावा लागेल!"

तेव्हातर ऐकून धक्काच बसला होता! आधीच उशिरा लग्न ठरत होतं. अक्काच्या पत्रिकेत काहीतरी दोष असल्यामुळे उशीर होत चालला होता. अशा वेळी त्यातल्या त्यात सगळ्यांना पटेल असा मुलगा मिळून लग्न ठरायच्या वेळी ती एकोणतीस वर्षांची झाली होती. आणि पाठोपाठ तीही सव्वीसची! अप्पांचा मुलींनी नोकरी करायला ठाम विरोध होता. त्यामुळे डिग्री मिळवल्यावर घरीच राहिली होती. कुणीतरी हे स्थळ आणलं, लग्नही ठरलं. त्यांनीही सांगितलं होतं, 'माझं वाचन आणि प्रवासाचं वेड थोडं जास्तच आहे!" बघायला आले होते तेव्हाचा हा संवाद! काय बोलणार? नुसती मान हलवली होती. त्या वेळी त्यांनी तिच्या आवडी-निवडीविषयीही विचारलं होतं. काय उत्तर दिलं होतं ते आठवत नाही. 'चौतीस हे

काही फार वय म्हणता येणार नाही! मुलगा देखणा आहे. स्वभावानंही गंभीर दिसतोय. उथळ नाही. त्यामुळेच चेहऱ्यावर वेगळंच तेज आहे!'' यांच्याशी बोलणं झाल्यामुळे अप्पांनीही निर्वाळा दिला.

तिलाही ते पटलं. मातृमुखी गोल चेहरा, गव्हाळी रंग. थोडा उजळच म्हटला पाहिजे. उंच, सहा फुटांपेक्षा तीनेक इंच कमी. उंचीबरोबर भरलेला देह. त्यातही डोळ्यातले गंभीर भाव बघितल्यावर मनात भयभक्ती निर्माण झाली होती.

दोन-तीन दिवसांनंतर सगळे त्यांच्या घरी गेले तेव्हाच सासूबाईंनी ''थोड्या विक्षिप्तपणा''विषयी सांगितलं होतं. काही न समजून ती त्यांच्याकडे पाहत राहिली तेव्हा त्यांनीच खुलासा केला होता, ''खूप कष्ट घेऊन वाढवलंय बघ याला! याचा स्वभाव मुळातच अबोल आहे. त्याचे वडील वारले, नंतर तर तो पूर्णपणे अंतर्मुख झालाय बघ! माझा मुलगा म्हणून नाही सांगत-प्रचंड बुद्धिवान आहे तो! आपल्या मेहनतीनं त्यानं सारंकाही कमावलं आहे. आपल्याला समजून घेणारी कुणी भेटेल की नाही या विचारानं तो लग्न करायला मागंपुढं बघत होता. एक-दोन मुली पसंतही पडल्या होत्या. पण त्यांच्याशी बोलताना त्या फारच आत्मकेंद्री आहेत असं त्याला वाटलं, म्हणून हाच मागं सरला. याचा परिणाम म्हणून त्यानं मुली बघायचंही सोडूनच दिलं होतं. तुझ्याविषयी आणि तुमच्या कुटुंबाविषयी आमच्या खूप ओळखीच्या माणसांकडून समजलं म्हणून हा तयार झालाय!''

एवढं बोलून त्या बोलायच्या थांबल्या आणि हसल्या. तेव्हापर्यंत शरीराचा कान करून ऐकत असणारी ती शेवटचं वाक्य ऐकून अचानक भानावर आली आणि तिनं लज्जेनं खाली मान घातली.

त्यांनी बळेच माझी मान वर करत सांगितलं, ''तुझ्या चेहऱ्यावर अगदी सौम्य भाव आहे. मला तर तू खूपच आवडलीस!'' त्या पुढं म्हणाल्या, ''अजूनही त्याची वाचायची सवय कायम आहे. मनात आलं की अचानक उठून प्रवासाला निघतो! त्याचा मित्रपरिवारही विचित्र आहे! त्यात कॉलेज-विद्यार्थी आहेत, त्याचबरोबर गाढे विद्वानही आहेत! आपल्याकडेच बऱ्याचदा सगळे जमतात. वेदान्त, भारतीय संस्कृती, सद्यपरिस्थिती अशासारखे कुठलेही विषय घेऊन तासन्तास बोलत बसतात, हमरी-तुमरीवर येऊन चर्चा करतात. याचं बोलणं तर सगळेच मनापासून ऐकतात. शाळा-कॉलेजमध्ये असल्यापासून हा चर्चापटू! तेव्हा मिळालेल्या बक्षिसांना तर हिशेबच नाही! विद्यार्थिदशेपासूनच गंभीर वाचन करतोय. कुणी चांगले गुरूही भेटले. मग त्यांच्या मार्गदर्शनाखाली वाचत-चर्चा करत हाही गंभीर माणूस होऊन बसला आहे! नंतर त्याला समजून घ्यायचंच आहे तुला! असं कर... आधी त्या खोलीत जा आणि तुझ्या सवतींना भेटून ये!''

नाही म्हटलं तरी मी थोडी घाबरले. गोंधळून गेले. तेही त्या माउलीच्या लक्षात

आलं, त्यांनी खुलासा केला, ''अय्यो! अगं घाबरू नकोस! पुस्तकांना भेटून ये, म्हणायचं होतं मला!''

तिनं दबकतच त्यांच्या खोलीत प्रवेश केला. लहान-मोठ्या आकाराच्या ग्रंथांचं फार मोठं भांडार नजरेला पडलं. चार-दोन पुस्तकं उघडून पाहिली. नावंही वाचली, विचारलं तर सांगता यावं म्हणून! पण लक्षात राहिलं नाही. केवळ कन्नडच नव्हे; इंग्लिश, हिंदी, संस्कृत अशा विविध भाषांमधली पुस्तकंही नीटसपणे मांडून ठेवली होती. मानसशास्त्र आणि इतर धर्मांचेही जाडजूड ग्रंथ बरीच जागा व्यापून होते. कॉलेजच्या लायब्ररीत अशी पुस्तकं असायची; पण ती तिकडे नेहमीच काणाडोळा करायची. यानंतर तर यांच्याबरोबरच जगायचं आहे, या कल्पनेनं मन बावरलं तरी यांचे मालक माझे आहेत याचा तिला आनंदही कुठेतरी होत होता. पुन्हा सासूबाईंच्या समोर उभी राहिली तेव्हा चेहरा आरक्त झाल्याचं तिचं तिलाच जाणवत होतं.

त्याच म्हणाल्या, ''त्याचं मन जाणून त्याला सांभाळून राहा म्हणजे झालं! एकमेकापासून दूर व्हायला किरकोळ कारण पुरतं, असं मानायचा हा काळ आहे! माझा जीव घाबरा होतोय बघ!''

त्या बोलायच्या थांबल्या. तिच्या मनात मात्र येत होतं, आपल्या मुलाचे अवगुण लपवून ठेवून सुनांना बोल देणाऱ्या सासवांमध्ये अशी सासू म्हणजे विचित्रच! त्या क्षणापासून त्यांच्याशी आई-मुलीचं नातं जुळलं ते कायमचं! काही दिवस थोरल्या मुलाकडे आणि काही दिवस आमच्याकडे राहायची त्यांची पद्धत.

यांना संसारात अजिबात रस नाही, असंही म्हणता येणार नाही. तरीही खरं महत्त्व देतात ते वाचनासाठी. वेळेचा उपयोग करताना पैशापेक्षाही जास्त विचार करतात! एखादं काम करायचा निश्चय करायच्या आधी त्याच्या परिणामावर भरपूर विचार करायची त्यांची पद्धत आता परिचयाची झाली आहे. एकदा त्यात हात घातला की संपलंच! अप्पा तर यांना ''फार प्रॅक्टिकल माणूस'' मानत होते! अप्पा-अम्माच नव्हे, ओळखणारे सगळेच यांना भरपूर मानतात. एखादा मनस्ताप देणारा प्रसंग असो किंवा वयात येणाऱ्या मुलांबाळांबरोबर सामोरे येणारे नाजूक अवघड प्रसंग सामोरा आला की ते सगळेच यांच्याशी बोलायला येतात. आपल्या बोलण्याविषयीची यांची निष्ठा सगळ्यांनाच ठाऊक असल्यामुळे कुणीही यांचं बोलणं टाळू शकत नाही. बोलणं कमी, पण मृदुहृदयी. याची खात्री तर तीच देऊ शकते!

ताई परदेशी राहत असल्यामुळे अम्मा इथंच राहते. खालच्याच मजल्यावर. गेल्या वर्षीच अप्पा वारले. ते असतानाच ते दोघं इथं राहायला आले. घरी राहणं अवघड वाटतंय म्हटल्यावर इथंच जवळ त्यांच्यासाठी घर बघून सगळी व्यवस्था लावून द्यायची सगळी धडपड यांनीच केली. सगळा पुढाकार यांचाच! दोन खोल्यांचं आटोपशीर घर. दोघांसाठीही भरपूर मोठंच होतं.

यांनी काही वेळा आम्हालाही परदेशप्रवास घडवलाय! लग्न झालं तेव्हा यांचं टीव्हीवर दर्शन व्हायचं नाही. कुठल्याशा एका कार्यक्रमातलं यांचं भाषण खूप गाजलं. त्यानंतर टीव्हीवाल्यांनी यांना कायमचंच पकडलंय! रस्त्यावरून फिरतानाही माणसं ओळखतात-भेटतात-बोलतात. तेव्हा किती अभिमान वाटतो म्हणून सांगू! "नरेंद्रजी! त्या दिवशी तुम्ही सांगेपर्यंत आम्हाला सत्य ठाऊकच नव्हतं!..." म्हणत कितीतरी पुस्तकांची नावं विचारून टिपून घेतात.

यांच्या जीवनात भावुकतेला अजिबात स्थान नाही. तसा त्यांनी स्वतःचा स्वभाव प्रयत्नपूर्वक बनवला आहे की काय कोणजाणे! त्यांच्या मनाची जी काही उलघाल चालली असेल ती त्यांच्या वर्तनाकडे बघून आपणच समजून घ्यायची! ते कधीच स्वतःहोऊन बोलून दाखवणार नाहीत. तिनंही तिचा स्वभाव बदलून यांच्यासारखा बनवायचा बराच प्रयत्न करून सोडून दिला आहे! त्यांनी तर मला कधीच सांगितलंय, "तुला हवं असेल तर तूही घराबाहेर पडून नोकरी किंवा आणखी काही कर..." कामामुळे शिक्षण सुरूच राहतं, हे त्यांचं म्हणणं तिलाही पटतंय. पण यांच्या जाण्यायेण्याची काही खात्री नसते. मीही घराबाहेर पडले तर मैत्रेयीचं काय? अम्मालाही हे अजिबात पटत नाही. आपल्या लाडक्या जावयाला कुठल्याही प्रकारचा त्रास होता कामा नये, याविषयी तीच फार जागरूक असते! ती तर असा जावई मिळाला ही पूर्वजन्माची पुण्याई मानते. ती तरी दुसरं काय म्हणणार?

***

आशा हॉलमध्ये आली. तिनं टीव्ही लावला. चर्चा सुरू व्हायला आणखी पंधरा मिनिटं होती.

मैत्रेयी दुसऱ्या दिवशीची शाळेची बॅग भरण्यात रमली होती. ही तर बापाचीच लेक! वयाच्या मानानं प्रौढ वागणं-बोलणं. तिच्या वर्गशिक्षिका तर नेहमीच सांगतात.

तिला अचानक अर्जुनची आठवण झाली. अस्मिताला निदान चार दिवसांसाठी का होईना इकडं बोलावलं पाहिजे. माय-लेकींना तेवढाच बदल!

तिन्हीसांजा झाल्या होत्या. ती देवापुढे दिवा लावायला आत गेली. ती माघारी आली तेव्हा टीव्हीवर चर्चेचा विषय आणि त्यात सहभागी होणाऱ्यांची नावं सांगून झाली होती. प्रास्ताविक चाललं होतं. सोफ्यावर बसताना तिला गेल्या खेपेच्या चर्चेचा विषय आठवला. त्या वेळीही बाकीचे सहभागी हेच दोघं होते. भगवत्‌गीता जाळली पाहिजे, असं सुंदरकृष्णचं विधान त्या दिवशीचा मोठाच चर्चेचा विषय झाला होता. इतर सगळ्या चॅनेल्सवर टेबलावर मुठी मारून अंगात संचार झाल्याप्रमाणे जोरजोरात आरडाओरडा करणारे सुंदरकृष्ण हे चर्चेत असतील तर सौम्य होतात, हे ती नेहमीच पाहत होती. भीतीनं? कोणजाणे!

त्या दिवशीही गीतेवर मनसोक्त टीका केल्यानंतर यांनी अठराव्या अध्यायातला

त्रेसष्टावा श्लोक सांगून म्हटलं होतं, "सगळा उपदेश करून झाल्यानंतर तुला वाटेल तसं तू कर, हे सांगणं ही फार मोठी गोष्ट आहे! ही सवलत आपल्या धर्माव्यतिरिक्त जगातल्या इतर कुठल्याही धर्मात दिलेली नाही. हे सांगणाऱ्या धर्मात स्वातंत्र्य दिलंय म्हणून त्याच धर्माच्या संदर्भात काहीही अविचारीपणे विधानं करणं योग्य आहे काय? कुरआन-बायबल जाळायला पाहिजे असं सांगायची तुमची ताकद आहे काय? अभिव्यक्ती स्वातंत्र्याचा उपभोग घेताना आत्मावलोकन, विवेचन आणि परिणामाची दूरदृष्टी ठेवायची गरज वाटत नाही का तुम्हाला?" यावर मात्र त्यांना काहीच उत्तर सुचलं नव्हतं. काहीतरी थातुरमातुर उत्तर देऊन वाद सुरू ठेवला तरी बोलण्यात दम राहिला नव्हता हे सगळ्यांच्याच लक्षात आलं होतं.

यांचं बोलणं कधीच कठोर किंवा तोडून टाकणारं नसतं. बोलताना शब्दा-शब्दात संयम असतो. पण बोलण्यातला ठामपणा मात्र किंचितही डळमळीत होत नाही. मुख्य म्हणजे बोलण्याआधी त्या विषयाचा भरपूर अभ्यास केलेला असतो. त्यामुळे खोडून काढणंही सोपं नसतं. शिवाय रोखलेली नजरही तीक्ष्ण असते!

या चॅनलचं एक बरं आहे. एकाचं बोलून झाल्यानंतर दुसऱ्यानं बोलायला सुरुवात करायची. कधीकधी तर गंमतच होते! यांचं बोलणं झाल्यानंतर इतरांना बोलायलाच सुचत नाही. चर्चा तिथंच थांबते! त्यामुळे अलीकडे सगळ्यांचं बोलून झाल्यावर शेवटी यांचं बोलणं ठेवलं जातं.

ती विचारात गढलेली असतानाच मैत्रेयीनं खोलीत डोकावून विचारलं, "डिबेट सुरू झालं?"

"होतंय. ये." हे ऐकताच मैत्रेयी आत येऊन शेजारच्या दुसऱ्या सोफ्यावर बसली. शेवटची जाहिरात सुरू होती. आशाचं मन पुन्हा मागच्या चर्चेकडे वळलं.

ती मीरादेवी! किती रागीट बाई आहे ती! तुसडीच वाटते. आतापर्यंत एकाही चर्चेत तिला शेवटपर्यंत टिकलेलं पाहिलं नाही. यांच्या बोलण्यावर लगेच संतापते. उत्तर द्यायला सुचलं नाही की जवळजवळ रडायलाच लागते आणि उठून जाते! तरी यायचं काही सोडत नाही! त्या वेळीही कुरआनात काय आहे हेच ठाऊक नसल्यामुळे काहीतरीच बोलत सुटली होती. शेवटी यांनीच कुरआनाचा अर्थ लावणं कसं महत्त्वाचं आहे, तो कुठला कोण खलिफा,... काहीतरी नाव सांगितलं, त्या प्रवादीनं, महंमदाच्या जावयानं सांगितलेला संदर्भ... 'हे कुरआन... अक्षरांमध्ये लिहिलं आहे... याला बोलता येत नाही. त्यामुळे यावर भाष्य करणं आवश्यक आहे... भाष्य करणारी माणसं असतात..." या अर्थाचं यांनी कोटेशन देताच ती काय भडकली! रागारागानं उठून निघूनच गेली! यांच्याबरोबर राहण्याचा परिणाम म्हणून मला आणि छोट्या मैत्रेयीलाही सहजच कितीतरी गोष्टी ठाऊक असतात! इथं माणसं जमतात तेव्हा त्यांना काही समजावून सांगायचं असेल, तर कितीही गहन

विषय असला तरी विषद करून सांगायची पद्धत आकर्षक आणि थेट असल्यामुळे मनात कायमचं घर करून राहतं.

आशाचं लक्ष गेलं, टीव्हीवरचं सुरुवातीचं आन्हिक संपून चर्चेला सुरुवात होत होती. अँकरचं बोलणं सुरू होत होतं,

"नमस्कार! मी गणेश चिन्नप्पा! कन्नड टीव्हीच्या प्राइम टाइममध्ये आपले स्वागत आहे. आजच्या चर्चेचा विषय अत्यंत चित्तवेधक आहे! आजच्या चर्चेत आपल्याबरोबर आहेत,..." पडद्यावर नरेंद्र दिसला. नेहमीप्रमाणे हाताची घडी घातलेला! आशाच्या चेहऱ्यावर हसू उमटलं. स्टुडिओमध्ये असणाऱ्यांना आपल्यावर कॅमेरा कधी झूम होतो याची कल्पना नसते. पण भरपूर अनुभव असल्यामुळे नरेंद्रला याची कल्पना असते. आपल्यावर कॅमेरा झूम व्हायच्या वेळी तो अँकरकडे वळला.

"आजचा विषय आहे मशिदीतून केली जाणारी अजान आणि तिच्यामुळे भंग पावणारी शांतता. वेळीअवेळी होणाऱ्या अजानच्या बांगेमुळे शांततेचा भंग होतो, त्यामुळे त्यावर बंदी घालावी असं म्हणणारा एक वर्ग कायद्याची मदत घ्यायला सज्ज झाला आहे. आणि त्यावर बंदी घालता कामा नये, असं म्हणणारा विचारप्रवाह दुसरीकडे. अशा तप्त वातावरणात तज्ज्ञांचे विचार जाणून घेण्यासाठी आजची चर्चा आयोजित करण्यात आली आहे. आपण तज्ज्ञांचे विचार जाणून घेऊ या. आजच्या चर्चेत भाग घेण्यासाठी जनवाणी दैनिकाचे गौरव-संपादक श्रीयुत सुंदरकृष्ण आणि सुप्रसिद्ध लेखिका आणि सामाजिक कार्यकर्त्या श्रीमती मीरादेवी; त्याचबरोबर अभ्यासक-संशोधक श्रीयुत नरेंद्र हे भाग घेणार आहेत."

कॅमेरा रोखला गेल्यावर तिघांनीही नमस्कारासाठी हात जोडले. कॅमेऱ्यानं ते नमस्कार प्रेक्षकांपर्यंत पोचवले.

चर्चा सुरू करण्याआधी एक छोटी व्हिडिओक्लिप दाखवण्यात आली.

"आमचं घर मशिदीच्या अगदी जवळ आहे. रात्रभर अभ्यास करून पहाटे झोपायची मला सवय आहे. जेमतेम तास-दोन तास झोप होते न होते तोच लाउडस्पीकरवरून बांग सुरू होते! आपल्याकडून कुणालाही त्रास होऊ नये हीच सगळ्या धर्मांची शिकवण असते ना?... काय करावं आम्ही?..." एक विद्यार्थी सांगत होता.

अँकर या तिघांकडे वळला. त्यानं विचारलं, "बोला सुंदरकृष्ण! या विद्यार्थ्याचं म्हणणं तुम्ही ऐकलंत. यावर आणि यासारख्या समाजातल्या अनेक पीडितांचं बोलणं लक्षात घेऊन तुम्हाला अजानविषयी काय वाटतं?"

माइकपासून बाजूला बारीकसं खाकरून संपादक बोलायला सज्ज झाले. करडे केस, करकरीत चेहरा, लहान फ्रेमचा चश्मा, नीटस कापलेली दाढी, योग्य प्रमाणात-चेहऱ्याला शोभतील अशा मिश्या, गव्हाळपेक्षा थोडा गडद वर्ण. ते बोलू

लागले, “हे पाहा, आपला देश सेक्युलर आहे हे आपल्याला विसरता येणार नाही! सगळ्या धर्मांच्या विचारांचा आणि आचरणपद्धतींचा आदर केला पाहिजे. अजानमुळे आपल्याला त्रास होत असेलही. पण ती मुस्लिमांची निकड आहे. आपण अल्पसंख्याकांच्या भावनेचा आदर ठेवला पाहिजे की नाही? ते असो! पण अलीकडे आपण इतके का असहिष्णु होतोय?” त्यांनी अँकरलाच विचारलं.

“खरोखरच आपण असहिष्णु होत आहोत का? पण, भारतातल्या मुसलमान समाजाला जेवढं स्वातंत्र्य आहे तेवढं स्वत:ला मुसलमान राष्ट्र म्हणवणाऱ्या देशांत वास्तव्य करणाऱ्या मुसलमान नागरिकांनाही नाही, असं तिथलाच समाज सांगतोय ना! त्याचं काय?” त्यानं विचारलं.

“असू शकेल! पण त्या स्वातंत्र्यावर हल्ला करण्यासाठीच आज जातीयवादी शक्ती एकत्र येताहेत ना! अजान नको, गोहत्या नको... काय अर्थ याचा? आपल्या सेक्युलर परंपरेची अशाप्रकारे आपण हत्या करत चाललो आहोत, असाच याचा अर्थ ना?” त्यांनी संतापून आवाज चढवून विचारलं. यावर काहीही उत्तर न देता त्यानं केवळ मंदस्मित केलं आणि तो मीरादेवीकडे वळला. “मीरादेवी, यावर तुमचं काय म्हणणं आहे?”

गोल चेहरा, स्थूलपणाकडे झुकलेल्या मीरादेवींनी भडक मेकअप केल्याचं नजरेत भरत होतं. लिपस्टिकमुळे लकाकणाऱ्या ओठांकडे बघणाऱ्यांचं लक्ष प्रामुख्यानं जात होतं. या संधीचीच वाट पाहत असल्यासारख्या त्या जोरात म्हणाल्या, “सुंदरकृष्णांशी मी पूर्णत: सहमत आहे. आपल्या धर्मात सांगितलेल्या गोष्टींचं पालन करायचं स्वातंत्र्य आपण अल्पसंख्याकांना दिलंच पाहिजे. आफ्टर ऑल वी आर सेक्युलर डेमॉक्रेटिक रिपब्लिक, यू सी!”

आता अँकर यांच्याकडे वळून म्हणाला, “यावर तुमचं काय मत आहे, नरेंद्र?”

“तथाकथित सेक्युलॅरिझमला देशाची एकात्मता आणि जनतेचं हित याशिवाय जास्तीचं महत्त्व देता कामा नये हे माझं स्पष्ट मत आहे. आता अजानचा मुद्दा घेऊ. आज याचा विचार करताना आपल्याला याची पार्श्वभूमी समजून घेणं आवश्यक आहे. याची सुरुवात इसवी सन सहाशे बावीस-तेवीसच्या सुमारास झाली. त्यावेळी प्रवादी महंमद मक्केहून मदिनाला नुकतेच परतले होते. खजूर सुकवायच्या एका वखारीचं त्यांनी मशिदीत रूपांतर केलं होतं. तेव्हा त्यांची आणि त्यांच्या पत्नींची राहायची जागाही या मशिदीलगतच होती. हाच काळ मदिनामधली माणसं इस्लाममध्ये यायचा कालखंड. नव्या धर्मात दिवसातून विशिष्ट वेळांना नमाज करायची पद्धत होती. ती चुकायचीही शक्यता होती. तेव्हा घड्याळंही नव्हती ना! त्यामुळे माणसं केव्हाही त्या मशिदीपुढे जमा व्हायची. हे सगळ्यांनाच अडचणीचं होतं. प्रवादींचा

बिलाल नावाचा एक निष्ठावंत सेवक होता. त्याचा आवाज मोठा होता. नमाजाची वेळ झाली की त्याला त्या वखारीच्या छपरावर चढवून मोठ्यानं हाका देण्याला सांगण्यात आलं. त्याच्या हाका ऐकून माणसं नमाजासाठी एकत्र जमू लागली. पुढे तीच पद्धत सुरू झाली. त्यामुळे त्या गर्दीला एक प्रकारची शिस्त लागली. गोंधळ कमी झाला. अशाप्रकारे अजानची सुरुवात झाली. हे त्या काळी अगदी योग्यच होतं. पण असंख्य प्रकारची गजराची घड्याळं आणि इतर कितीतरी प्रकारची टेक्नॉलॉजी आल्यावर आज लाउडस्पीकर वापरून आपल्या नसलेल्या धर्माच्या लोकांनाही जागं करण्यात कुठला समंजसपणा आहे, याचा सगळ्यांनीच विचार करायची वेळ आली आहे.''

एवढं बोलून नरेंद्र बोलायचा थांबला. हे पचनी पडण्यासाठी काही क्षण शांततेत गेले. पुन्हा अँकरच म्हणाला, ''विषय मोठ्या गंभीर मुद्द्यावर येऊन ठेपला आहे. आपल्याला ही चर्चा अशीच पुढे न्यायची आहे. त्याआधी घेऊ एक छोटीशी विश्रांती...''

टीव्हीवर इतर बातम्यांची झलक दाखवण्यात येत होती. ''बंगळूरुमधली ट्रॅफिक समस्या... '' चेहऱ्यावर मंद हसू ठेवून नरेंद्र ऐकत होता. सुंदरकृष्ण मात्र नरेंद्रकडे तिरपा कटाक्ष टाकत होता. भाषाशैली आहे! शिवाय बोलताना कधीही संयम ढळू देत नाही. मी विषयांतर केलं किंवा काहीतरी वितंडवाद घालायला लागलो तर हा ठामपणे पुन्हा विषयावर आणतो! थोबाडीत मारल्यासारखं असतं ते! म्हणून हा असताना चर्चेला यायला नकार दिला तर ती नामुष्कीची गोष्ट! मी याला घाबरतो, असं समजलं जाईल. पुस्तकातला किडाच आहे हा! जिथं जाईल तिथल्या लायब्ररीत शिरून कसरीसारखी पुस्तकं खातो!

हा उजेडात आला तेही किती विचित्र प्रकारानं! किती वर्षं झाली? आठवत नाही. पण प्रसंग आठवतो. निवडणुका तोंडावर होत्या. कुठल्याशा राष्ट्रीय पक्षाचे एक पुढारी आले होते. त्यांचं भाषण ठेवलं होतं. बेंगळुरूच्या विज्ञान कॉलेजमध्ये. हजारो विद्यार्थी जमले होते. बराच उशीर झाला तरी प्रमुख पाहुण्यांचा पत्ता नव्हता. अनावर होत असलेल्या विद्यार्थ्यांच्या करमणुकीसाठी कुणीतरी मंचावर यावं म्हणून आयोजकांनी आवाहन केलं. तेव्हा हा आला आणि त्यानं ''विज्ञान शिकवणाऱ्या कॉलेजमध्ये एखाद्या वैज्ञानिक किंवा अभ्यासकाला बोलावण्याऐवजी अशी कुठलीही पार्श्वभूमी नसलेल्या राजकारण्याला बोलवण्यामागचं प्रयोजन काय,'' असा प्रश्न विद्यार्थ्यांना विचारला. ''आयोजकांना कुणीच हा प्रश्न उपस्थित केला नाही का?'' नंतर विद्यार्थ्यांना त्यानं विचारलं, ''तुमच्यापैकी कितीजणांना राजकारणी होण्याची महत्त्वाकांक्षा आहे?'' कुणीच हात वर केला नाही. ''तर मग आजच्या या राजकारणातल्या धुरंधरांचे विचार तुम्हाला भविष्यकाळात कसे उपयोगाला येतील?'' हा प्रश्न

विचारल्यावर तर विद्यार्थ्यांमध्ये खळबळ माजली. कार्यक्रमाचे आयोजक चिडले, सावध झाले. त्यांनी याला व्यासपीठावरून खाली खेचायला सुरुवात केली तेव्हा विद्यार्थी व्यासपीठावर चढले आणि त्यांनी त्यालाच पाठिंबा दिला! एवढंच नव्हे, त्याला आणखी बोलायला सांगितलं. नंतर तासभर याचंच भाषण झालं. येणार असलेल्याच नव्हे, इतरही राजकारण्यांच्या विचारसरणीचा आणि वागणुकीचा परिणाम म्हणून देशाचं किती नुकसान होत आहे यावर हा बोलत राहिला आणि विद्यार्थी मनापासून ऐकत राहिले. नंतरही एक-दोनदा आयोजकांनी यात मोडता घालायचा प्रयत्न केला तेव्हा विद्यार्थ्यांनीच त्यांना गप्प बसवलं! फार गाजली होती ती सभा! अशी संधी टीव्ही चॅनेलवाले कशी सोडतील? थोडक्यात, त्या संपूर्ण दिवसभरात हा प्रचंड लोकप्रिय झाला होता! आपल्यालाही त्या कार्यक्रमाला चांगलं कव्हरेज देणं भाग पडलं होतं ना!

पुढं याला आपापल्या पक्षात घेण्यासाठी अनेक पक्षनेत्यांनी प्रयत्न केले. पण ते विफल ठरले. याचे बोलायचे विषय वेगवेगळे असतात. त्यात समाजाभिमुखता तर असतेच, त्याचबरोबर तत्त्वज्ञानही असतं. या चॅनेलवर मात्र हा नियमितपणे येत असतो. चर्चा करतानाही त्याचं असाधारण व्यक्तित्व मला अस्वस्थ करत असल्यामुळेच अनेकदा माझे मुद्दे भरकटतात! मुख्य म्हणजे अजूनतरी मला कुठं हा पूर्णपणे समजलाय? काही का असेना, आता हा जे अजानच्या संदर्भात बोलतोय, ते कुठलं पुस्तक आहे याचं नाव समजून घेतलं पाहिजे.

त्यांनी हलक्या आवाजात, थोड्या संकोचानंच त्याला विचारलं, ''कुठल्या ग्रंथात येतो हा संदर्भ?''

''महंमद ॲन्ड द राईट्स ऑफ इस्लाम, लेखक डी. एस. मार्गोलीएट.'' त्यानं नाव सांगताच त्यांनी लिहून घेतलं. मीरादेवीही उत्सुकतेनं नाव विचारून लिहून घेण्यासाठी धडपडल्या. नरेंद्रला विचारायला अहंकार आड आल्यामुळे त्यांनी सुंदरकृष्णनाच विचारून घेतलं. चळवळीत बराच वेळ जात असल्यामुळे या पुस्तकाचा आकार काय असेल या विचारात त्या काही क्षण गढून गेल्या.

पुन्हा चर्चा पुढं सरकली. अँकर बोलू लागला, ''विश्रांतीनंतर पुन्हा एकदा स्वागत आहे. काश्मीरमध्ये आज आपल्या सेनेतल्या एका अधिकारी तरुणाला वीरगती प्राप्त झाली आहे. काही सैनिकही अतिरेक्यांच्या हल्ल्यात गंभीर जखमी झाले आहेत. अशा पार्श्वभूमीवर आता सरकारनं स्वगृही परतण्याचा कार्यक्रम राबवण्याची घोषणा केली आहे.'' नंतर त्यानं सुंदरकृष्णना विचारलं, ''यावर तुम्हाला काय वाटतं?''

''हे पाहा, इतक्या नाजूक योजना व्यवहारात आणताना केंद्र सरकारनं विशेष काळजी घेतली पाहिजे. काही झालं तरी हा अल्पसंख्याक मुसलमानांचा प्रश्न आहे!

त्यांना काय हवं याचा अंदाज घेतल्याशिवाय त्यांच्या विरोधात सेना घाडली तर त्यांच्याकडून दगडफेक होणं स्वाभाविकच आहे!'' त्यांच्या आवाजात आक्षेपाचा निर्धार स्पष्ट होता.

अँकर आता नरेंद्रकडे वळला. नरेंद्र म्हणाला, ''सुरुवातीलाच सांगायचं तर, सुंदरकृष्णांचं विधान चुकीचं आहे. काश्मीरच्या संदर्भात ते चुकीचं विधान करताहेत. तिथे हिंदू अल्पसंख्याक आहेत. दुसरा मुद्दा म्हणजे...''

त्याचं बोलणं पूर्ण होऊ न देता सुंदरकृष्ण मध्येच काहीतरी बोलू लागले. हा आपल्याला पेचात पकडणार याची कल्पना येऊन मीरादेवीही उसळून मध्येच बोलू लागल्या, ''मिस्टर नरेंद्र! तुम्ही का ही गोष्ट लक्षात घेत नाही? अहो, काश्मीर इज ए स्पेशल केस! तीनशे सत्तर कलम लागू आहे तिथं! तिकडे तुम्ही का दुर्लक्ष करता?''

''काश्मीरविषयी फक्त एवढंच आहे; टेंपररी प्रॉव्हिजन्स विथ रिस्पेक्ट टू स्टेट ऑफ जम्मू ॲन्ड काश्मीर- केवळ तात्कालिक निर्बंध आहेत. तुम्ही भारतीय संविधान काढून पाहिलंत तर अगदी स्पष्ट शब्दात लिहिलंय. एकविसाव्या भागात सापडेल ते तुम्हाला. याचं गेल्या सात दशकांत व्यवस्थित पालन केलं जातंय. आणि त्याचबरोबर समर्थपणे दुरुपयोग केला जातोय!'' नरेंद्र शांतपणे म्हणाला.

यावर मात्र मीरादेवी ताडकन उठून उभ्या राहिल्या. संतापानं त्यांचा चेहरा लालबुंद झाला होता. अपमानामुळे त्यांच्या सर्वांगाला कंप सुटला होता. त्याच संतापानं त्या उद्गारल्या, ''तुम्ही इथं बसून एवढ्या सगळ्या गप्पा मारताय! तिथल्या परिस्थितीची तुम्हाला कल्पना आहे काय? तुम्ही स्वत: तिथं जाऊन तिथली परिस्थिती पाहिलीय? आपले सैनिक तिथल्या नागरिकांविरुद्ध कसे वागतात याची तुम्हाला कल्पना आहे काय? तुम्ही पाहिलंय काय तिथल्या निरपराधी नागरिकांवर किती अत्याचार होतात ते?''

हे आपलं अखेरचं अस्त्र असल्याचं जाणवून त्या आवेशानं गर्जू लागल्या. एका क्षणी आपला स्वत:वरचा ताबा सुटतोय हे लक्षात येताच त्या अँकरकडे वळून स्वत:ला कसंबसं आवरत म्हणाल्या, ''मला क्षमा करा. अर्जंट काम आहे. मला गेलं पाहिजे!'' त्या निघाल्या. त्यांच्या उंच टाचांच्या चपलांचा टक-टक आवाज आज्ञाधारकपणे त्यांच्या पाठोपाठ नाहीसा झाला.

***

नरेंद्र घरी परतत असतानाच विक्रमचा फोन आला, ''ऐकलं आज! सेक्युलॅरिझम म्हणून एवढा आक्रोश करतात हे! याविषयीही यांना काही ठाऊक नसतं. सतराव्या शतकात युरोपियन देशांना चर्चच्या मगरमिठीतून सोडवण्यासाठी झालेली चळवळ ही! धर्म आणि राजकारणाला वेगवेगळं करण्यासाठी सुरू झालेली. राज्यकारभार

पाहणाऱ्या मंडळींना स्वातंत्र्य मिळावं आणि ज्यांचा ख्रिस्ती धर्मावर विश्वास नाही त्यांनाही जगायचा समान हक्क असल्याचं शाबीत करण्यासाठी सुरू झालेलं आंदोलन म्हणजे सेक्युल्यारिझम, हे ठाऊक नाहीये का त्यांना?''

''ठाऊक असतं तर! पण लोकांना ठाऊक नसतं रे!''

''खरंय तुझं. पण युरोपमध्ये हा विचार जन्मण्याच्याही बरंच आधी आपल्याकडे ''वसुधैव कुटुंबकम्'' म्हणून आचरणात असलेल्या सेक्युलॅरिझमला ग्रहण लागलं ते मुसलमान आक्रमणानंतर! आता हे सगळे शंख करताहेत हा शुद्ध मूर्खपणा आहे, हे सगळ्यांना समजलं पाहिजे!'' विक्रम ठामपणे म्हणाला.

''खरंय. एक दीर्घ लेख लिहितोय. त्यात हा सगळा तपशील दिलाय. याच आठवड्यात प्रकाशित होईल तो.'' नरेंद्रनं खुलासा केला.

''हे बरं झालं. यानंतर गंमत पाहा! तो कागदी वाघ सुंदरकृष्ण पुढचा आठवडाभर फक्त याच विषयावर कुजकट लेख प्रकाशित करत राहील! असलंच काहीतरी करून भिक्षा कमवायचा धंदा यांचा! कधीच गतप्राण झालेल्या कम्युनिस्ट सिद्धान्ताला व्हेन्टिलेटर लावून कसंबसं जगवायचं! दुसरं जमतंय काय याला? गेला आठवडाभर हिंदू धर्मातल्या अंधश्रद्धा यासारख्या सोप्या विषयावर शिळ्या कढीला ऊत आणून झाला, हा असा. आणि ती मीरादेवी, तिची वेगळीच तऱ्हा! एवढ्यात फेसबुकवर लिहितेय, अजानच्या संदर्भात माझा सर्व मुसलमान बांधवांना पाठिंबा आहे म्हणून! आपला पाठिंबा शाबीत करण्यासाठी ही गोमांस खायला तयार होऊन बसली आहे!''

''त्यांना त्यांचं काम करू दे, आपण आपलं काम करू!'' क्षणभर थांबून नरेंद्र पुढं म्हणाला, ''विक्रम! माझ्या डोक्यात एक किडा वळवळतोय!''

''ठीकाय, तू असं कर; विकास गौडाला चार्ज दे. तुझा प्लॅन पक्का झाला की नंतर सांग मला.''

आपण स्पष्टपणे काही सांगण्याआधी मनातलं ओळखणाऱ्या आपल्या परममित्राविषयी नरेंद्रच्या मनात अभिमान निर्माण झाला. पुढच्या कार्यक्रमाविषयी विचार करत त्यानं गाडीचा वेग वाढवला.

***

''अप्पा, त्या आंटी आज फारच लवकर उठून गेल्या, होय ना?'' त्यानं घरात पाऊल टाकताच मैत्रेयीनं विचारलं. नरेंद्रनं हसत नुसतीच मान डोलावली.

खरंतर तो स्वत: मीरादेवींच्या प्रश्नानं अस्वस्थ झाला होता. ''तुम्ही तिथं जाऊन पाहिलंत काय?'' या मीरादेवींचा प्रश्नानं त्याच्या मनात खळबळ उडवून दिली होती. अगदीच तसं काही म्हणता येणार नाही म्हणा! त्यांचा प्रश्न हे एक निमित्त झालं होतं. अर्जुनच्या मृत्यूनंतर मनात उमटलेला अस्पष्ट विचार या प्रश्नाच्या निमित्तानं अधिक स्पष्ट झाला, एवढंच.

अर्जुन काश्मीरला गेल्यानंतर नरेंद्रनं आपलं बाकीचं सगळं वाचन बाजूला सारलं होतं आणि काश्मीर या एकाच विषयावरची मिळतील ती पुस्तकं वाचायचा सपाटा लावला होता. फार लवकर त्याला तिथल्या समस्येची क्लिष्टता लक्षात आली होती. त्यामुळे एकेका विषयाच्या मुळाशी जाण्यासाठी त्याची धडपड चालली होती. देशातल्या वेगवेगळ्या भागातल्या ग्रंथालयांमधून पुस्तकं मागवून घेऊन त्यानं सूत्रबद्ध पद्धतीनं वाचायला सुरुवात केली तेव्हा त्याला काश्मीरच्या सामाजिक, आर्थिक, धार्मिक आणि राजकीय बाजूंचं भान येऊ लागलं. त्यातही तिथं असलेल्या मुसलमान धर्माच्या खोल प्रभावाविषयी जाणून घेत असताना त्याचा अर्जुनशी बराच संवाद होई. त्याची उत्सुकता लक्षात आल्यानंतर अर्जुनही हाती लागत असलेली स्थानिक माहिती वेळोवेळी कळवत होता.

एक गोष्ट नरेंद्रच्याही लक्षात येत होती; अर्जुनकडून तिथल्या स्थानिक माणसांकडून समजणाऱ्या माहितीचा मागमूसही लिखित ग्रंथांमधून दिसत नव्हता. नरेंद्रकडे असलेल्या ग्रांथिक माहितीचा तर दोघांनाही सारखाच उपयोग होत असे. अनेकदा वर्तमानकाळात घडणाऱ्या छोट्याशा घटनेच्या संदर्भात सुरू झालेली त्या दोघांमधली चर्चा तासन्तासभर चालायची आणि त्याची अखेर काश्मीरशी प्रत्यक्ष संबंध नसलेल्या कुठल्यातरी इतिहासाच्या पानावर जाऊन पोचायची. गेल्या खेपेला तर अर्जुन काही पुस्तकं घेऊनच आला होता. काश्मीरवर चक् साम्राज्य होतं तेव्हा तिथं झालेल्या धर्मांतरांच्या संदर्भातलं विवरण त्यामध्ये होतं. एकेक विषय स्पष्ट होत गेला तसं त्या सुंदर देवभूमीच्या दुर्दशेच्या मागील परिणामामागे कार्यरत असलेली परिस्थिती नरेंद्रनं समजावून घेतली नाही. तेव्हा अर्जुन भावुक होऊन गप्प राहिला होता. तरीही काश्मीरमधल्या विविध भागांमध्ये कामानिमित्त फिरून आल्यानंतर न चुकता तिथला सगळा तपशील नरेंद्रला कळवत होता. अर्जुन हयात असताना तिथं जावसं वाटत होतं. आपण सांगत असलेल्या माहितीचे पुरावे नरेंद्रला द्यायची त्याची इच्छा होती. पण काही ना काही कारणानं तेव्हा जमलं नव्हतं. आता तो नाही. तिथं न जाण्यासाठी आता तर काहीही कारण नाही, अशा विचारापर्यंत तो पोचला होता.

नरेंद्र विचाराच्या तंद्रीत जेवायला बसला होता. ताटात काय वाढलंय याकडे त्याचं लक्ष नव्हतं.

"पूर्णपणे निरर्थक बोलत होती ती बया! पण काय तो तिचा ताठा!" भाजी वाढता-वाढता आशा बोलत होती.

नरेंद्र भानावर आला. "पण एक गोष्ट मात्र योग्य होती! मी कुठं तिथं जाऊन पाहिलंय काश्मीरचं वातावरण?" खाली मान घालून भातामधून बोटं फिरवत त्यानं विचारलं. त्याच्या बोलण्यात प्रामाणिकपणा होता.

हे ऐकून आशा चकित झाली. तिनं कापऱ्या आवाजात विचारलं, "म्हणजे?"

तो काय सांगणार आहे याची तिला काहीशी कल्पना आली होती.

मान वर न करता तो म्हणाला, ''लवकरात लवकर मला जाऊन आलं पाहिजे!''

तिचा चेहरा कोमेजला. यांचा निर्णय झालाय! यानंतर कुणाचंही ते ऐकणार नाहीत!

त्या बयेला तरी तसं म्हणायची का बुद्धी झाली कोणजाणे! यांचंही विचित्रच आहे! ती कोण एवढी मोठी लागून गेलीय, जिचं यांनी एवढं मनावर घ्यावं? आणखी कुठं जायचं ठरवलं असतं तर एवढी काळजी नव्हती. मला एवढा रागही आला नसता! यात काही नवंही नाही. मी तेव्हा कुठं काही आक्षेप घेतला नाही. पण काश्मीर? तिथं दररोज गोळीबार-कर्फ्यू-दगडफेक-दंगा चालूच असतं! एवढं सगळं समजतंय यांना! मग माझी काळजी का नाही समजत?

''अम्मा! दही पाहिजे मला! तू सारच वाढतीयस!'' मैत्रेयीनं आवाज चढवला तेव्हा कुठं आशा विचारातून बाहेर आली. आता नरेंद्रही विचारातून बाहेर आला आणि त्यानं आशाकडे पाहिलं. तिच्या चेहऱ्यावरची आशंका पाहून त्यानं खुलासा केला, ''घाबरू नकोस! सगळी व्यवस्था केल्याशिवाय मी तिथं जाणार नाही! काळजीचं कारण नाही!''

जेवण संपलं होतं. तो उठला आणि त्यानं काश्मीरच्या प्रवासी-संस्थांच्या साइटवर जाऊन शोध घ्यायला सुरुवात केली. त्यातल्या एका संस्थेशी त्यानं संपर्क साधला. पण नेटवर्क मिळेना. अखेर आपला फोन नंबर-ई-मेल-पत्ता कळवून शक्यतो लवकर संपर्क साधण्याविषयी निरोप ठेवून त्यानं त्यानं लॅपटॉप बंद केला. आता फोनची वाट बघण्याव्यतिरिक्त त्याला काम नव्हतं. त्यानं आपला मोर्चा वाचनाच्या खोलीकडे वळवला.

स्वयंपाकघरातली झाकपाक करून आशा बेडरूममध्ये आली. तिथं मैत्रेयी एकटीच झोपली होती. म्हणजे हे अजून वाचायच्या खोलीतच असतील. ती हलक्या पावलांनी वाचनाच्या खोलीकडे निघाली. खरंतर हलक्या पावलांची काही गरज नव्हती. कारण त्यांची वाचन आणि विचाराची तंद्री एवढी असते की आजूबाजूला काय घडतंय याचं त्यांना कधीच भान नसतं. तिनं खोलीच्या दारात उभं राहून पाहिलं. नरेंद्र एक जाडजूड पुस्तक वाचण्यात गढून गेला होता. एवढ्या मोठ्या खोलीत एक टेबल-खुर्ची आणि पुस्तकांची कपाटं होती. पुस्तकांनी गच्च भरलेली कपाटं. मोठ्या टेबलावरही पुस्तकांची रास होती. घरातल्या बाकीच्या कुठल्याही किमती सामानाची काळजी न करणारा नरेंद्र पुस्तकांच्या कव्हरला झालेली हानीही सहन करायचा नाही. तिला ठाऊक होतं, तिच्या व्यतिरिक्त इतर कुणालाही या खोलीत यायची परवानगीही नव्हती. पुस्तकं आवरताना कितीतरी

वेळा त्या पुस्तकांनाच कवटाळून बसणं हा तिचा विरंगुळा होता. कारण तिच्याशी न बोललेली नवऱ्याची कितीतरी गुपितं या पुस्तकांना ठाऊक असतात. तिलाही ठाऊक होतं.

काश्मीरला जाताहेत! मनात नाही म्हटलं तरी भय आणि गोंधळ निर्माण झालाय. ते म्हणताहेत, काळजी करायचं कारण नाही! पण तिच्या मनातली तळमळ तिलाच ठाऊक! फारसं बोलत नसले तरी ते जवळ असताना तिचं मन शांत असतं.

अजून किती वेळ वाचन चालणार आहे, कोणजाणे! बहुतेक वेळा उशीर होतोच. ती मग झोपी जाते. तरीही ते झोपायला येतात तेव्हा तिला आपोआप जाग येते. काही वेळा ते जागी करतात. आज त्याची मन:स्थिती विचलित झालेली दिसत होती. आज नक्कीच बराच उशीर होणार!

केव्हाही आले तरी त्याच्या कुशीत झोपलं, की तिला गाढ झोप लागते. त्यांच्या आश्वासक स्पर्शामुळे तिला तर अगदी लहान झाल्यासारखं वाटतं. मनातलं भय अदृश्य होऊन जातं.

या केवळ विचारानंच तिला बरं वाटलं आणि ती त्याच पावली माघारी वळली.

***

दुसरे दिवशी नरेंद्र ऑफिसमध्ये असताना प्रवासी संस्थेतून फोन आला, ''काश्मीर-प्रवासासाठी नाव नोंदवलंय ना? किती दिवसांसाठी जायचं आहे तुम्हाला?'' नरेंद्रनं सगळी माहिती ऐकून घेतली आणि अखेरीस सांगितलं, ''मला तुमच्या योजनेतला तीन-सहा किंवा दहा दिवसाचा प्रवास करायचा नाहीये. केवळ श्रीनगर-गुलमर्ग-सोनमर्ग-पहलगाम यासारख्या प्रसिद्ध प्रवासी-स्थानांना जायचं नाही. तुमच्या यादीतली गावं बघण्यात मला रस नाही. श्रीनगरमध्ये हिंदू राहत असलेला सगळा प्रदेश मला बारकाईनं पाहायचा आहे. शक्य असेल तर बारामुल्ला आणि पुलवामा जिल्ह्यातही फिरून पाहायचंय.''

पलीकडच्या तरुणीनं विचारलं, ''सर! तुम्ही काय म्हणताय याची तुम्हाला कल्पना आहे का? तिथं काहीही प्रेक्षणीय नाही!'' तिनं आपल्या आवाजातलं भय लपवायचा अजिबात प्रयत्न केला नाही.

''मॅडम! मला प्रवासी म्हणून फिरायचं नाहीये! एक भारतीय म्हणून फिरून बघायचंय.''

त्याच्या आवाजातला ठामपणा लक्षात येताच ती काही क्षण काहीच बोलली नाही. नंतर म्हणाली, ''तुम्हाला कुठल्या शब्दात सांगावं हे समजत नाही! ती सगळी अतिशय धोकादायक स्थळं आहेत! तुम्हाला तिथं जायचाच हट्ट असेल तर तुमच्यासाठी आम्ही कारची व्यवस्था करू! कारचा ड्रायव्हर सोडला तर आम्ही इतर

कुठलीही व्यवस्था करू शकणार नाही. तिथं काही कठीण प्रसंग गुदरला तर त्याची जबाबदारी पूर्णपणे तुमचीच राहील. तुम्ही नीट विचार करा आणि तुमचं काय उत्तर असेल ते शक्य तितक्या लवकर कळवा. व्यवस्था करायला आम्हालाही काही कालावधी लागतो.''

नरेंद्र काहीसा गोंधळला. भारतातल्या इतर गावांप्रमाणे काश्मीरमध्ये आपल्या मनाप्रमाणे भटकता येणार नाही याची त्यालाही पुरेपूर जाणीव होती. पण म्हणून ड्रायव्हरबरोबर तिथल्या रस्त्यांवरून फिरून येण्यात काहीच अर्थ नाही, हेही समजत होतं. त्या प्रदेशातल्या ड्रायव्हरशी गप्पा मारल्या तर तो आपल्याला हव्या त्या ठिकाणी घेऊन जाईलच याची खात्री नाही. अशा प्रवासातून आपल्याला काश्मीरचं खरंखुरं दर्शन होणं शक्य नाही.

त्याला विक्रमची आठवण झाली. त्याच्या बऱ्याच ठिकाणी ओळखी असतात. इथंही फिरण्यासाठी आपल्याला मदत करणाऱ्या कुणाशीतरी हा आपली गाठ घालून देईल! या विचारानं उत्साह येऊन त्यानं लगेच विक्रमला फोन केला.

''म्हणजे? तू काश्मीरला जातोयस?'' विक्रमनं मोठ्यानंच विचारलं. त्याच्या आवाजातही काळजी लपत नव्हती. नरेंद्रचा स्वभाव ठाऊक असल्यामुळे तो म्हणाला, ''ठीकाय! बंगळुरुमध्ये काही काश्मीरी पंडित राहतात. त्यांच्यापैकी काही माझ्या ओळखीचे आहेत. त्यांच्याशी बोलून बघतो.''

दुसऱ्याच दिवशी विक्रमचा फोन आला, ''बोललो मी. सगळी माहिती सांगितलीय तुझी. हॉटेलमध्ये राहायला नको म्हणून ते तुझी एका घरात राहायची व्यवस्था करताहेत. नाव संजीव कौल. फोन नंबरही दिलाय. पाठवलाय तुला. केव्हा निघणार आहेस ते पक्कं झाल्यावर कळव.''

नरेंद्रचा जीव आता कुठं भांड्यात पडला. ऑफिसला निघत असताना संजीवचा फोन नंबर मिळाला. गाडीत बसण्याआधी त्यानं नंबर लावला. शेजारी उभ्या असलेल्या आशाच्या चेहऱ्यावर चिंता पसरली होती.

''संजीवजी! नमस्ते! मी नरेंद्र. बंगळुरूहून बोलतोय...''

'' ...''

''केव्हा येऊ शकतो?''

'' ...''

''तर मग परवाचं तिकीट बुक करू? तुमची काही अडचण?... ठीकाय! धन्यवाद!..'' म्हणत त्यानं फोन बंद केला. आता त्याचा चेहरा प्रसन्न दिसत होता.

''काय म्हणतात?'' आशानं थोडं चाचरतच विचारलं. परवा निघत असल्याचं सांगताना नरेंद्रच्या चेहऱ्यावर मंद स्मित होतं. एरवी नवऱ्याच्या चेहऱ्यावरचं हसू बघून प्रसन्न होणारी आशा आता मात्र ते बघून काहीशी घाबरी झाली. ''केव्हा

परतणार?'' हे विचारताना तिच्या आवाजातली काळजी लपत नव्हती.

पण नरेंद्र आपल्याच विचारात होता. तो शांतपणे म्हणाला, ''ते तिथं गेल्यावरच सांगता येईल.''

आता मात्र तिचे डोळे भरून आले. तिकडे लक्ष जाताच तो तिचा हात हातात घेऊन हलकेच दाबत म्हणाला, ''किती दिवस जाईन हे इथं राहून कसं सांगता येईल? आशा, तू घाबरू नकोस म्हटलं ना. योग्य ती सगळी काळजी घेऊन जातोय मी.''

यानंतर यांच्यासमोर राहिलं तर आपण अधिकच हळवे होऊ आणि त्याचा काहीही उपयोग होणार नाही हे लक्षात येऊन ती आत वळली. अशा कातर प्रसंगी देवापुढे तुपाचा दिवा लावला की आपलं मन काहीसं ताळ्यावर येतं हा तिचा अनुभव आताही कामी आला. ती पुन्हा बाहेर यायच्या आधी कार निघून गेली होती. नंतरचा तिचा सगळा दिवस चडफडण्यातच गेला. केलेलीच कामं पुन:पुन्हा करताना, स्वयंपाकात दोन-दोनदा मीठ घालायची चूक करताना काही क्षण तिला काहीच समजेनासं झालं. शेवटी ती एका जागी काही क्षण बसून राहिली.

तिला एकाएकी अस्मिताची आठवण झाली. असा प्रसंग आयुष्यात एकदा आला तर आपली ही अवस्था झाली! अर्जुन तर लढण्यासाठीच काश्मीरला गेला होता. लढता-लढता जीव गमावून त्याचा केवळ मृतदेह माघारी आला तरी तिचा संयम ढळला नव्हता. तिला आमच्याकडून सांत्वनाचीही गरज नव्हती. मृतदेह पाहायलाही येऊ नका, असं सांगितलं तिनं! आपण तिच्याहून वयानं मोठ्या आहोत. मग असं हाय खाऊन कसं चालेल? होय. आपण अनावश्यक घाबरून जायची गरज नाही. ते योग्यही नाही. या विचारानं तिचं मन काहीसं स्थिर झालं. ती त्याचे कपडे भरून ठेवायच्या कामाला लागली.

रात्री तो बऱ्याच उशिरा घरी परतला. हेही तिला अपेक्षितच होतं. गाव सोडण्याआधी सोपवलेली शक्य तेवढी कामं संपवून आणि राहिलेल्या कामाच्या संदर्भात सहकाऱ्यांना स्पष्ट सूचना देऊन निघायची त्याची नेहमीची पद्धत. मित्राचं नातं असलं तरी तो कधीच विक्रमला तक्रारीची संधी देत नव्हता.

***

नरेंद्रच्या दुसऱ्या दिवसातलाही बराच वेळ ऑफिसमध्येच गेला. तो घरी उशिरा पोचला तेव्हा मैत्रेयी झोपी गेली होती. आशानं भरलेली बॅग दाखवत विचारलं, ''कपड्याच्या सात-आठ जोड्या घातल्यात. पुरेत ना?''

''भरपूर झाल्या!..'' म्हणत नरेंद्र आपल्या वाचनाच्या खोलीत शिरला. कामाच्या ताणाबरोबरच अर्जुनची आठवणही त्याच्यापासून क्षणभरही दूर झाली नव्हती. दुसरे दिवशीच निघावं लागणार हे दिसतच होतं. मनात कातरता व्यापून राहिली होती.

गेलं वर्षभर या प्रदेशाविषयीचं सगळं चिंतन-मनन आता संपृक्त झालं होतं. मनात उमटलेल्या अनेकानेक कल्पना, भावभावना एकत्रितपणे मनात घोळत होत्या.

(तो हात बांधून खुर्चीवर बसून राहिला. त्याला आठवलं, अर्जुन नेहमीच सांगायचा, 'द ओनली थिंग नेसेसरी फॉर द ट्रिम ऑफ लिव्हिंग, इज फॉर गुड मेन टु डू नथिंग!') कुणाचंतर हे कोटेशन आठवून नरेंद्रच्या मनात एकाएकी निराशा दाटून आली. सज्जन माणसं शक्तीनिशी श्रमले तरी कितीतरी वेळा पराभूतच होतात ना! अभावितपणे त्याला सरदार वल्लभभाई पटेलांची आठवण झाली. काश्मीरचा विषय मनात येताच त्यांची आठवण होणं स्वाभाविकच होतं ना!

१९४७च्या जूनला झालेल्या भारताच्या विभाजनाच्या योजनेचे ठराव मांडून त्याच जुलै पाचला भारतातल्या सगळ्या संस्थानांना एक करणारं सचिवालय अस्तित्वात आलं आणि त्याची प्रत्यक्ष कार्यवाही करायची जबाबदारी वल्लभभाईंवर टाकण्यात आली. त्यावेळी व्हाइसराय माऊंटबेटननं आपला वरिष्ठ अधिकारी क्लायमेंट (अट्ली)ला पत्र लिहिलं होतं, 'नव्या संस्थानांचं विलीनीकरण करणारं खातं नेहरूंकडे दिलं नाही, याचा मला आनंद आहे. जर तसं काही झालं असतं तर सगळंच उद्ध्वस्त होऊन गेलं असतं! वास्तविक पाहता संवेदनशील पटेल ही जबाबदारी घेताहेत!...' एका विदेशी माणसानं इतक्या स्पष्ट शब्दात हे लिहावं, याचा अर्थ सरदारांची क्षमता किती असली पाहिजे!

जबाबदारी स्वीकारल्या क्षणापासून सरदारांनी सगळ्या राजा-महाराजांशी संपर्क साधला आणि त्यांना विलीनीकरण प्रक्रियेविषयी विस्तारानं सांगितलं; त्यांच्या मनातल्या शंकाकुशंका दूर केल्या, त्यांच्या मनात विश्वास निर्माण केला आणि पंधरा ऑगस्टच्या आधी जवळपास पाचशे पासष्ट संस्थानांची संमती मिळवली! ही काय साधीसुधी गोष्ट आहे काय? त्या वेळीही प्रश्न बनून राहिलेलं हैदराबाद, जुनागड आणि जम्मू-काश्मीरपैकी पहिल्या दोन संस्थानं विलीन करून घेणं जमलं तरी जम्मू-काश्मीरचा प्रश्न वल्लभभाईंनी राजा हरीसिंगवर सोपवलं, हे एक झालंच. जम्मू-काश्मीरशी संपर्क ठेवण्यासाठी योग्य असा भूमार्ग नसल्यामुळेही असेल. अतिउत्साह दाखवण्यात अर्थ नाही असा विचार करून वल्लभभाई मुकाट राहिले होते. ब्रिटिश जनरल रॅटक्लिपनं चालवलेल्या विभाजनात गुरुदासपूर नावाच्या जम्मूच्या भागाला आपल्या स्वाधीन केल्यावर कार्यवाही करणं सुलभ होईल म्हणून ते लगोलग कार्यप्रवृत्त झाले. गुरुदासपूर जिल्ह्यातील पठाणकोटहून जम्मूपर्यंत असलेला सहासष्ट मैलांचा रस्ता रुंद करण्यासाठी केवळ आठ दिवसांचा अवधी देऊन तेवढ्यात पुराही केला.

तेवढ्यात, आपण काश्मीरी पंडित असल्याचं भावनात्मक कारण पुढं करून नेहरूंनी जम्मू-काश्मीरची जबाबदारी वल्लभभाईंकडून काढून घेऊन कुठल्याही

खात्याची जबाबदारी नसलेले मंत्री गोपालस्वामी अय्यंगार यांच्याकडे दिली. त्यांनाच का दिली हा प्रश्न नाही. काँग्रेस आणि सरकारमध्ये असलेला त्यांचा प्रभाव इतका होता की नेहरूही त्यांना घाबरत होते. न्यूनगंड हे त्यामागचं कारण होतं हे तर सगळ्यांनाच ठाऊक होतं. तरीही सरदार पटेलांसारखा माणूसही अशा वेळी गप्प बसला याचा सगळ्यांना मनस्ताप झाला असेल काय? तुझा सल्ला आणि पाठिंबा त्याला आवश्यक आहे, कारण तो मुळातच भावुक आहे, अस्थिर होऊन चुका करायची शक्यता नेहमीच असते, असं मोतीलाल नेहरूंनी सरदार पटेलांना सांगितलं होतं. पटेलांनी तसा शब्द दिला होता. म्हणून ते गप्प बसले असतील काय?

अथवा काँग्रेसचं अध्यक्षपद बापाकडून मुलाकडे जाईल असं करून वंशपरंपरेची नांदी गाणाऱ्या गांधीजींचा यात सहभाग असेल? काही केलं तरी पटेल नेहरूंबरोबरच असतील, असं म्हटलं जायचं, त्याचा मान राखण्यासाठी पटेल गप्प राहिले असतील काय? कितीही महान महात्मा असले तरी पूर्वीच्या सर्वसामान्य भारतीयाप्रमाणेच विचार करणाऱ्या गांधीजीनी 'माझ्या काही चुका होत असतील, मी कदाचित तुमच्यासारखा नसेनही, पण राजकारणात मी तुमच्या मुलासारखाच आहे ना!' या नेहरूंच्या भावपूर्ण नाटकी बोलण्याला संपूर्ण देशाचाच बळी दिला गेला ना! याहून मोठी विटंबना कोणती? नेहरूंच्या या कमकुवतपणाची जाणीव त्यांच्या वडिलांना होती, गांधीजींना होती, ब्रिटिशांना होती, सगळ्या देशालाच होती, एवढंच काय, स्वत: नेहरूंनाही होती! तर मग देशाचं रक्षण करण्यासाठी सुयोग्य व्यक्तीची निवड करायचा संपूर्ण देशाचा हक्क नाकारण्याचा गांधीजींना हक्क कुठून मिळाला? एक-दोन नव्हे काँग्रेसच्या तीन-तीन निवडणुकांमधून पटेल यांनी माघार घ्यावी, असं का केलं त्यांनी? त्यातही १९४६च्या निवडणुकीचं महत्त्व तर एवढं होतं की त्यानंतरच नेहरूंना ब्रिटिश सरकारनं सरकार स्थापन करायचा आदेश दिला होता. त्यात पटेल निवडून आले असते तर तेच स्वतंत्र भारताचे पहिले पंतप्रधान झाले असते! होय! याविषयी अजिबात शंकाच नाही!

गांधीटोपी घालणारे नेहरू नाटकी म्हणता येतील. उलट पटेल मनात गांधींविषयी पुरेपूर आदर बाळगून होते. पुढच्या काळात नेहरूंच्या अविवेकी निर्णयांमुळे चुकांमागून चुकांची रांग उभी राहिली तेव्हा बक्षी गुलाम महंमद आणि शेख अब्दुल्लांनी सरदार पटेलांना 'काश्मीरचा प्रश्न तुम्हीच हातात घेऊन हैदराबादप्रमाणे सोडवून का टाकत नाही?' असं विचारलं तेव्हा पटेल यांनी सांगितलं होतं, 'तुम्ही तुमच्या मित्राला काश्मीर या विषयावर फक्त दोन महिने तोंड मिटून राहायला सांगा, मी बघून घेईन!'

देशातल्या सगळ्या जनतेचा पटेलांवर नितांत विश्वास होता. यात काहीच आश्चर्य नाही. पण जम्मू-काश्मीरचे राजे हरीसिंग यांनी सरदारांवर अतीव विश्वास ठेवून पत्र लिहिलं. आपलं अंतरंग उघडं करून दाखवलं! असे सरदार पटेल!

पण ते जेव्हा मरणशय्येवर खिळले होते तेव्हा नेहरूंनी तिकडे लक्ष तर दिलंच नाही! एवढंच नव्हे, १९५० च्या डिसेंबरमध्ये पटेल मुंबईमध्ये निवर्तले तेव्हा अंत्यदर्शनासाठी निघालेल्या इतर काँग्रेसवासीयांनाही नेहरूंनी आडकाठी घातली होती. राष्ट्रपती बाबू राजेंद्रप्रसादांसारख्यांना नेहरूंचं सांगणं धिक्कारून मुंबईला यावं लागलं होतं. संपूर्ण देश बांधणाऱ्या पटेलांचं एखादं स्मारक उभारणं दूरच राहिलं, उलट पटेलांचं नाव सांगणाऱ्या सगळ्यांनाच नेहरूंनी नंतरच्या काळात कोपऱ्यात सारलं होतं. काश्मीरच्या संदर्भात एकेक प्रमाद घडत असताना संपूर्ण देश पटेलांचं स्मरण करत हळहळत होता यात शंका नाही!

आताही तीच परिस्थिती आहे ना! सरदारांसारख्या निष्ठावंताला पायदळी तुडवून, त्यावर मिरवणाऱ्या घटना भारताच्या इतिहासात घडून गेल्या आहेत. त्या बघताना अर्जुनचं बोलणं मनाला लागल्याशिवाय राहत नाही. त्याच्याप्रमाणे देशासाठी कुठल्याही पातळीवरचं बलिदान देणाऱ्या सैनिकांचं धैर्य-साहस 'निरर्थक' वाटल्याशिवाय कसं राहील?

पण त्यानं या विचारांना आवर घातला. असा काही विचार करणं म्हणजे सरदारांच्या विचारांचा अपमान केल्यासारखं होईल, असं वाटून नरेंद्रनं डोळे मिटून घेतले.

पाठोपाठ त्याला आठवलं, आपण काश्मीरला जात असल्याबद्दल आपण अस्मिताला सांगायचं राहूनच गेलंय. त्यानं तिला मेसेज टाकला. लगोलग तिचा घाबऱ्या-घाबऱ्या फोन आला, ''हे काय भय्या? तुम्ही कशाला त्या वाईट जागी जाताय?''

त्यानं विचार केला, ती जागा वाईट नाहीये, असं हिला सांगितलं तरी या परिस्थितीत तिला ते पटणार नाही. म्हणून तो म्हणाला, ''काही नाही, जरा फिरून यायला निघालोय! उगाच चार-सहा दिवस. लवकर परत येईन!''

फोनवर त्याला तिचा हलकेच हुंदके दिल्याचा आवाज ऐकू आला. त्या दिवशी गोठून गेलेला भाव आता वितळू लागला असावा. त्यालाही ठाऊक होतं, एरवी असलेला मनावरचा संयम त्याच्याशी बोलताना ढिला होतो. काश्मीरहून परतल्यावर हिला काही दिवसांसाठी का होईना, घरी बोलावून घेतलं पाहिजे! त्यानं सांगितलं, ''मुलीकडे लक्ष असू दे. काही गरज पडली तर आशा आणि विक्रम गावातच आहेत, हे लक्षात असू दे...''

तिकडून काहीच प्रतिक्रिया आली नाही.

त्यानं जरा जोरातच विचारलं, ''ऐकू आलं ना मी काय सांगितलं ते?''

तीही उत्तरली, ''हं! तुम्हीही जपून जा. काळजी घ्या!'' तिच्या आवाजात काठोकाठ काळजी भरली होती. त्यानं मोठा सुस्कारा सोडत फोन ठेवला.

त्याची कपाटाकडे नजर गेली. तिथले दोन गठ्ठे केवळ काश्मीर याच विषयावरचे होते. एवढं ठाऊक असलं तरी अजूनही संपूर्णपणे हा विषय कह्यात आलेला नाही, हे तीव्रपणे जाणवलं. तो समजून घेण्यासाठी इतक्या लवकर निघायची वेळ येईल याची त्यालाही कल्पना नव्हती. आता तो केवळ प्रेक्षक किंवा प्रवासी म्हणूनच चालला होता. तो काही त्यातलं एखादं पात्र होऊ शकणार नव्हता. पात्र होणं हे काही इतकंसं सोपं नव्हतं म्हणा! काश्मीरमधलं नाट्य सुरू होऊन कितीतरी शतकं झाली आहेत. त्यातला हा अंक कितवा कोणजाणे! पण प्रत्येक अंक पहिल्यापेक्षा कितीतरी क्लिष्ट! पुढं काय होईल याची कल्पनाही करता येऊ नये इतका जटिल! कुठल्याही एका पुस्तकाच्या चौकटीत बंदिस्त होऊ शकणार नाही, कुठल्याही इतिहासकाराच्या प्रज्ञेच्या आवाक्यात न येणारा. कुठल्याही विद्वानाच्या बुद्धीत न सामावणारा अंक! यात किती-काय दडवलं गेलंय कोण जाणे! कदाचित तिथं गेल्यावरच अर्जुनला काय म्हणायचं होतं ते काही प्रमाणात तरी कळू शकेल.

याच विचाराच्या तंद्रीत तो खोलीबाहेर पडला.

पाच

जगाची निर्मिती झाल्यापासून काश्मीर याच नावानं ओळखलं जातं मला! या नावाचा कधीही कुठलाही अपभ्रंश झाला नाही. आजही तेच अभिनाम राखलेलं माझं अस्तित्व! माझा इतिहास कुठल्याही प्राचीन ग्रंथातून, शिलालेखातून, ताम्रपटातून समजणार नाही. तसा प्रयत्न केला तरी त्यातून समजतील त्या केवळ कोरड्या घटना! रखरखीत, ठणठणीत तात्कालिक सत्य. त्यानंतर कल्पनाकौशल्यानं इकडच्या-तिकडच्या घटनांची वीण विणत वास्तव मांडण्याची शक्ती असलेला कुणीही महाकवी माझी कथा सांगू शकणार नाही. कारण त्याच्या दिव्यदृष्टीला पडेल तो केवळ माझ्या वैशिष्ट्यांचा विस्तार. त्याला कुठल्याही परिस्थितीत वास्तवाचा परीघ ओलांडून पूर्णपणे कल्पनेच्या विश्वात रममाण होता येणार नाही! त्यामुळे माझी कथा मीच सांगणं इष्ट ठरेल.

'त्रैलोक्यात रत्नप्रसविनी अशी भूमी सर्वश्रेष्ठ असते. त्यातही उत्तरेचा भूभाग उत्तम. आणि हिमालय पर्वताचा भूप्रदेश अतिउत्कृष्ट! अशा मनोहर हिमालय पर्वतातही काश्मीरची भूमी सर्वश्रेष्ठ!' माझी निर्मिती झाल्यावर ऐकू आलेलं बोलणं! साक्षात कश्यप ऋषींनीच हे सांगितलं होतं, अशी माझी आठवण सांगते. माझ्या जन्मामागची पार्श्वभूमीही फार वैशिष्ट्यपूर्ण आहे. हिमालयात असणाऱ्या सतीसर नावाच्या महासरोवरात जलोद्भव नावाचा एक राक्षस होता. त्याचा उपद्रव असह्य झाला तेव्हा त्याचा संहार करण्यासाठी नागराज नील यानं आपले पिता कश्यपांकडे विनंती केली. तेव्हा त्यांनी ब्रह्म-विष्णू-रुद्र यांना बोलावून घेतलं आणि त्यांना जलोद्भवाचा संहार करायचा आदेश दिला. नंतर त्यांनी ते महासरोवर असलेल्या जागी माझी स्थापना करून 'कश्मिर-मंडल' असं नाव दिलं. नीलनागाला माझा परिपालक म्हणून नेमलं. साक्षात पार्वतीदेवीनं 'वितस्ता' नदीच्या रूपानं मला पवित्र

केलं आहे. याची जाणीव झाली तेव्हा माझ्या आनंदाला पारावार राहिला नाही!

हंसस्वरूपिणी शारदा देहगिरीवर असलेल्या सरोवरात विराजमान झाली आहे. पवित्र देवालयांनी भरलेल्या माझ्या भूभागात 'तीर्थ' नसलेलं एकही स्थळ नाही. कश्यपांनी निर्माण केलेल्या या भूभागावर कठोर-उष्ण किरणांनी कष्ट होऊ नयेत म्हणून भर उन्हाळ्यातही सूर्य प्रखर स्वरूपात येत नाही. त्यामुळे सर्वश्रेष्ठ अशा माझ्या संदर्भात जे काही घडतं ते विधिलिखितच असतं अशा भावनेनं भविष्यकाळाकडे नजर ठेवून होते. पण वर्तमानाचं एकेक पान उलगडलं जाऊ लागलं तेव्हा मात्र कुठंतरी काहीतरी दोष आहे हे जाणवू लागलं.

देवाधिदेव मला व्यथा देण्यासाठी मागं सरत होते. महाभारताचं एवढं मोठं युद्ध झालं, तेव्हाही पांडव-कौरवांनी मला त्यांच्या युद्धात ओढलं नव्हतं. मला त्रास दिला नव्हता. भरतखंडातल्या सगळ्या राजा-महाराजांना युद्धात ओढलं असलं तरी तेव्हाचा माझ्यावर राज्य करणारा राजा गोनंदाला बोलावलं नव्हतं. कारण तेव्हा तो कोवळा बालक होता. गोनंद मातेच्या गर्भात असतानाच त्याचा पिता दामोदर हा श्रीकृष्णाच्या हातून मारला गेला होता. तेव्हा दामोदरची पत्नी यशोवती हिला सिंहासनावर बसवलं होतं. एका स्त्रीला राज्याभिषेक केला म्हणून संतापलेल्या मंत्र्यांना श्रीकृष्णानं 'काश्मीर म्हणजे शिवाची पत्नी पार्वती!' असं सांगून समजावलं होतं तेव्हा मला किती आनंद झाला होता! महाभारतासारख्या घोर महायुद्धातून सुटका झाली तेव्हा तर विभोर होऊन गेले होते मी! खूप मोठ्या विध्वंसापासून सुटका झाल्यामुळे समाधानी आणि आनंदित झाले होते. त्यामुळे काहीतरी गमावल्याशिवाय काहीतरी प्राप्त होत नाही, या वास्तवाचंही भान आलं नव्हतं. काळ पुढं चालत राहिला. गोनंद आणि त्यानंतर आलेले पस्तिस राजे, त्यानंतर गादीवर आलेले शेकडो राजे यामध्ये सगळ्या प्रकारचे राजे पाहिले आहेत. त्यात काही कामुक होते, काही लोभी होते, काही धैर्यवान तर काही आळशी होते. काही स्वच्छ चारित्र्याचे तर काहीजणांनी आपल्या तेजस्वीपणानं माझी कीर्ती तिन्ही लोकी फडकवली. दानी, अतिशय दुबळे, असे कितीतरी होते. लायकी नसणारे राजे राज्यावर आले तर किती प्रकारची संकटं येऊ शकतात हेही मी अनेकदा पाहून कष्टी झाले होते. असा राज्यकर्ता आला तर मनोमन 'याची कारकीर्द लवकर संपू दे' म्हणून चिंतलंही होतं.

पण भरतभूमीच्या कुठल्याही भागातला राज्यकर्ता म्लेच्छांच्या कुरापतींना पुरा पडणार नाही याचा मी स्वत: अनुभव घेतला आहे. अकारण जीव घेणाऱ्या या लोकांनी त्यालाच धर्म मानला. त्यांच्या घातक बाहुबळांनी केलेल्या रक्तपातानं माझा गर्भकोश लालबुंद झाला. माझी लेकरं हळूहळू आपला वीरावेश बाजूला सारून शरणागत होत असताना कश्यपांची आठवण झाल्याशिवाय कशी राहील? पुन्हा एकदा श्रीकृष्णाचं आगमन का होऊ नये, अशी अपेक्षा करत राहते. महाभारताच्या

युद्धात काश्मीरच्या राजांचा सहभाग असला असता तर त्यांच्यामधलं क्षात्रतेज वृद्धिंगत झालं असतं की काय कोणजाणे! शत्रूचा पराभव करण्यासाठी व्यूह रचणं, रणकंदनाची सवय होऊन काश्मीर देश असीम क्षात्रतेजाचा आश्रयदाता झाला असता. परिणामी इथली करुण परिस्थिती जन्मालाच आली नसती, असंही अनेकदा मनात येऊन जातं.

पण मला सतत छळणारा प्रश्न म्हणजे 'या प्रज्ञा-न्यूनतेनं आमच्या परंपरेला जडत्व बनून ग्रासून टाकलं ते केव्हापासून?' मूलत:च या परंपरेत जडत्वाला अवकाश न देणारी मानसिकता नाही. युद्धभूमीवर व्याकूळ होऊन हातातलं शस्त्र टाकून देणाऱ्या अर्जुनाला कृष्ण 'षंढपणा पोसू नकोस. हे तुला योग्य नाही' असं सांगतो ना!

क्षात्रोधर्मो ह्यादिदेवात् प्रवृत्तः पश्चादन्ये शेषभूताश्च धर्माः ।
अस्मिन् धर्मे सर्वधर्माः प्रविष्टाः तस्याद् धर्मं श्रेष्ठमिमं वदंति ।।

(सगळ्या धर्मांपेक्षा आधी आदिदेवानं क्षात्रधर्माची निर्मिती केली. याचा अभाव झाला की इतर धर्मांचाही नाश होतो. कारण ते सगळे यातच समाविष्ट असतात. त्यामुळे हा सर्वश्रेष्ठ आहे अशी ज्ञानींनीही प्रशंसा केली आहे.- शांतिपर्व, अध्याय ६४.) ही उक्ती महाभारतातच नाही काय? वेदकाळात तर क्षात्रतेजाला ब्रह्मतत्त्वाइतकंच उदात्त मानलं होतं ना! पारमार्थिक-लौकिकाचा समन्वय असेल तरच जगाची सुरक्षा राखली जाईल ना! ऋग्वेदात क्षात्रतेजाचा संकेत असलेला इंद्र जगाला कंटकप्राय झालेल्या सगळ्या असुरांचा संहार करतो. यजुर्वेदात तर क्षात्रतत्त्वाचं सार्वभौमत्व अत्यंत व्यापक प्रमाणात सांगितलं आहे. राजसूय, सौत्रामणि, वाजपेय, अश्वमेध नावाच्या कितीतरी क्षात्रयागाचे उल्लेख आहेत ना! एखाद्या राजाचा उदय झाला याचा उद्घोष करणारा राजसूय, मित्रसंचयासाठी करत असलेला सौत्रामणि, नष्टराज्याच्या संपादनानंतर सेनासंपादनासाठी वाजपेय, तसंच राजाचं सार्वभौमत्वाचं प्रतीक असलेला अश्वमेध यांचा साम-अथर्व-पुराण-कलापरंपरेत क्षात्रतेजाचा उल्लेख नाही असं काहीच नाही ना! ऋषिपरंपरेत, रामायण-महाभारताच्या परंपरेत सर्वत्र झळाळत असलेली तेजस्वी क्षात्रप्रज्ञा माझ्याच लेकरांना उत्तेजित का करू शकली नाही?

'तू युद्ध केलं नाहीस तर तुझ्या देहाची आणि मनाची प्रकृतीच तुला युद्धासाठी प्रवृत्त करेल..' असं अर्जुनाला सांगितलं होतं कृष्णानं. ते केवळ अर्जुनालाच लागू होतं का? माझ्या मुलांनीही आधी म्लेच्छांची आक्रमणं कशी समर्थपणे पेलली! त्यांना पळवूनही लावलं होतं. नंतरच्या पिढ्यांनी ते धैर्य पूर्णपणे गमावलं! आपल्या कोषातून बाहेर येणंच सोडून दिलं त्यांनी! संपूर्ण राजसमूहालाच अहिंसेच्या अतिरेकाची

बाधा झाली का? शत्रूकडूनही मान्यता मिळवायचा तो सोपा मार्ग यांनी अवलंबला का? दया-दाक्षिण्य-औदार्य मिरवत स्वत:ला श्रेष्ठ सिद्ध करायचा तो खटाटोप होता का? कुणास ठाऊक! मला तरी ते ठाऊक नाही! भरतभूमीच्या इतर भागात घडल्याप्रमाणे माझ्या लेकरांमधला क्षात्रगुणाचा हळूहळू ऱ्हास होत गेला एवढं मात्र खरं! त्यामुळे म्लेच्छांच्या अवमानकारक पातकांच्या विरोधात उभं राहायचं सोडून ते शरणागत होऊन गेले. इथं सुसज्ज सेनेचा अभाव होता. त्यामुळे आधुनिक युद्धतंत्र आणि सामग्री कमी पडत गेली, आमच्याकडे केवळ गजसेना होती. सशक्त युद्धाश्वांची सेना नव्हती; यासारखी खोटी कारणं सांगत राहिले! नंतरच्या काळात शाप होऊन आलेली जन्मानुसार आलेली चातुर्वर्ण्य समाजव्यवस्था. जन्मानं क्षत्रिय असणाऱ्यावरच प्रदेशरक्षणाची जबाबदारी! इतरांना काहीच नाही! शुद्ध मूर्खपणा! शूद्रामध्ये ब्रह्मतत्त्व दिसून आलं तरी ते नाकारण्याचा करंटेपणा! आपलं रक्षण करण्यासाठी आवश्यक असलेला मनोधर्म वेळोवेळी प्रजेत जागृत न होता सनातन धर्म नि:शक्त आणि आक्रमणापुढे घाबरा होऊन जगणारा, अशी खोटी समजून सगळीकडे पसरत होती. हे स्पष्टपणे दिसत असतानाही मला तरी काय करणं शक्य होतं?

पुढं कधीतरी काहीतरी सकारात्मक घडेल अशी मला आशा होती. मी या प्रतीक्षेत असताना माझी मुलं शत्रूच्या क्रूरपणाला घाबरून आईची मांडी सोडून चालू लागली! किती दु:खी झाले त्या कराल अध्यायानंतर! त्या वेळी मला तीव्रपणे वाटलं, मला विस्मृती का होत नाहीये? पुन्हा तीच आठवण वर येतेय. त्याच्या कोलाहलात मीही हादरून गेले! नंतर मात्र केवळ ग्लानी राहिली. त्यानंतर मात्र मला तीव्रपणे जाणवलं, मी काही सर्वश्रेष्ठ नाही. सृष्टीमागे कुठलीही श्रद्धा राहिली नाही, हा विचार स्थिरावू लागला. त्यानंतर मात्र यातून काही प्रमाणात की होईन अलिप्त होणं सोपं होतं. माझ्या गर्भात जन्म घेतलेले आनंदवर्धन, अभिनवगुप्त, क्षेमेंद्र, कल्हण, बिल्हण, सोमदेव, मम्मट, शांर्ग्रदेव यांपैकी कुणाचाच जन्म मी चुकूनही आठवत नाही. मेधावी शक्तीचं साकार रूप असलेल्या या सगळ्यांच्या विद्वत्तापूर्ण ग्रंथांमध्ये असलेल्या लेखनापैकी एकही अक्षर माझं आहे असं मी म्हणू शकत नाही. देव-दानवांपुढेही मी कधी हरले नाही; पण या क्षुद्र मानवांचा हट्ट, स्वार्थ, कठोरपणापुढे हार मानून नरम झाले आहे. पुराणांत माझ्या संदर्भात उल्लेख 'स्त्रीरूप धारिणी भूत्वा वृद्धतीर्थे निवत्स्यति। ('साक्षात सरस्वतीदेवीच इथे स्त्रीरूप धारण करून वृद्धतीर्थ या ठिकाणी वास्तव करते') या म्हणण्याला आता तर काहीच अर्थ उरलेला नाही. काश्मीर म्हणजे ऋषी वरेण्यांचं वास-स्थान असलेली पुण्यभूमी नाही. काश्मीर म्हणजे ब्रह्मा-विष्णू-रुद्रांच्या वास्तवानं पुनीत झालेली बर्फाच्छादित पर्वतश्रेणी नाही! काश्मीर म्हणजे शारदापुत्राच्या कुशीत असलेलं हिरव्याचा स्पर्शही नसलेलं वातावरण

नाही! काश्मीर म्हणजे नदी, तीर्थ, निर्झरही नाही! काश्मीर म्हणजे ऋषिपरंपरेच्या सर्वच्या सर्व पाळंमुळं खणून काढून सत्त्वहीन झालेली भूमी! काश्मीर म्हणजे माझी धगधगणारी कूस! माझा देह! काश्मीर म्हणजे सृष्टिकर्त्यालाही न सोडवता येणारी गुंतागुंत! काश्मीर म्हणजे कधीही न शमणारी माझ्या मनाची वेदना! हे एवढंच सत्य आहे! आणखी कुठल्याही कथेकडे कान देऊ नका!...

सहा

सुंदरकृष्ण आपल्या खोलीत शतपावली घालत होते.

गेल्या आठवड्यात प्रकाशित झालेल्या अंधश्रद्धेच्या संदर्भातल्या लेखमालिकेला पूरक आणि विरोध दर्शवणाऱ्या प्रतिक्रिया आल्या होत्या. काही प्रतिक्रिया तर अगदी टोकाच्या वाटतील अशाही होत्या; पण त्या काही भावना उत्तेजित होणाऱ्या नव्हत्या. आपल्या वृत्तपत्रात काय प्रसिद्ध करायचं हा निर्णय ते स्वत: घेत असल्यामुळे तिथं त्यांचा पूर्ण कन्ट्रोल होता. पण इतर वृत्तपत्रांमध्ये, प्रसारमाध्यमांमध्ये येणाऱ्या प्रतिक्रियांवर नियंत्रण ठेवणं त्यांनाही शक्य नव्हतं!

परवाच्या चर्चेच्या वेळी त्यांच्या वागण्याचा वरिष्ठांना राग आला होता. आतापर्यंत असणारा अल्पसंख्याकांचा प्रबल आवाज असलेले शबीर सोबत असते तर बरं झालं असतं. पण ते गावात नव्हते. टीव्ही चॅनेलवाल्यांनी आणखी काहीजणांशी संपर्क साधला तेव्हा त्यांनीही यायला नकार दिला म्हणे. टीव्हीवरच्या चर्चेत भाग घेणं ही काही साधी गोष्ट नाही! आता तर प्रत्येक चर्चा म्हणजे एक छोटी चकमकच असते. हजारो डोळे टक लावून पाहत-ऐकत असतात. ऐकलेल्या प्रत्येक शब्दाचा आपापल्या पार्श्वभूमीसह अर्थ लावत असतात. तिथल्या तिथं हार-जीत ठरत असते. अशा परिस्थितीत उगाच आरडाओरडा करून किंवा ती मूर्ख बया वागली, तसं वागून चालत नाही. या सुंदरकृष्णाला तर ते अशक्य आहे. आपण जे काही बोलतोय, त्यावर आधी स्वत:चाच विश्वास बसला पाहिजे. त्यानंतर घडणारी संपूर्ण क्रिया, म्हणजे बोलणं-वागणं, अतिशय परिणामकारक होते असा त्यांचा अनुभव होता. उदाहरणार्थ, 'वंदे मातरम्'ऐवजी 'जयहिंद' म्हटलं पाहिजे, असं म्हणत असताना सभेत आपणच सगळ्यात आधी तो उच्चार करून इतरांचेही हात हातात घेऊन म्हणायला लावतात ना! हे वरचेवर घडत राहिलं तर जनमानसातून

‘वंदे मातरम्’ विस्मरणात जातं. आता तर केवळ जातीयवादी शक्तीच ‘शंखनाद’ नावाखाली करतात, तेवढंच शिल्लक राहिलंय! आणखी कुणीही कितीही जबरदस्ती केली तरी ती घोषणा चुकूनही उमटणार नाही! असं पाहिजे! तरच आपलं यश!

त्यांच्या चेहऱ्यावर अभिमानाचं मंदस्मित तरळून गेलं.

काही सिद्धान्तांचंही तसंच असतं. आपले विचार कार्यरूपात साकार करण्याविषयी विश्वास निर्माण झाल्यानंतरच ना आपण या कामात पूर्णपणे झोकून दिलं! या विचारधारेनं देशातल्या सगळ्या चळवळींमध्ये भाग घेतल्याचं इतिहासच सांगतो ना. १९१९-२०मध्ये सोव्हिएतच्या मॉस्को गावापासून एक रेल्वेगाडी भरून शस्त्रास्त्रं आणि दारूगोळा आणून तो भारताच्या वायव्यसीमेवरच्या पठाणांमध्ये वाटले, त्यांना पंजाबी लोकांवर हल्लाबोल करायला भाग पाडलं. हे देशाला स्वातंत्र्य मिळवून देण्याच्या काँग्रेसच्या प्रयत्नांना निरर्थक करून सोडण्यासाठी केलेले प्रयत्न कुठं कमी होते? १९४२सालापासून १९४५पर्यंत चाललेल्या ‘भारत छोडो’ आंदोलनात भारतीयांविरुद्ध ब्रिटिशांशी केलेली हातमिळवणी, मुसलामानांच्या पाकिस्तानच्या मागणीला पाठिंबा देऊन ती मागणी पुरी होण्यासाठी आवश्यक असलेली वैचारिक कुमक मुस्लीम लीगला पुरवणं, स्वातंत्र्यानंतर १९४८साली हैदराबादच्या निजामाला आणि रजाकच्या दंगेखोरांना चिथावणं, १९५०साली चीनला पाठिंबा देऊन १९६२ साली या सीमेवरून आक्रमण करणाऱ्या चीनचं केलेलं स्वागत, १९६७-६९साली पश्चिम बंगालमध्ये केलेलं हत्याकांड,... एक ना दोन! किती प्रयत्न केलेत आपली पाळंमुळं घट्ट रुजवण्यासाठी!

पण सरदार पटेल जिवंत असेपर्यंत नेहरू अक्षरश: असाहाय्य होते ना! १९४८-५०च्या मध्ये पटेल यांनी आमच्या कितीतरी कॉम्रेडांना जेलमध्ये धाडलं होतं. तेव्हाही नेहरूंना गप्प राहावं लागलं होतं. पटेल यांच्या मृत्यूनंतरच भारतीय कम्युनिस्ट पक्ष बाळसं धरू लागला आणि गळती लागलेली पक्षाच्या सभासदांची संख्याही वाढायला लागली. त्यानंतरच नेहरूंना देशाला कम्युनिस्टांच्या मार्गावरून चालवण्याचं स्वातंत्र्य मिळालं.

समाजवादाचा प्रयोग सोव्हिएत रशियात अयशस्वी झाला असला तरी तो प्रयोग भारतात ‘सेक्युलॅरिझम’ या नावाखाली यशस्वी झालाय यात शंका नाही. त्यामुळेच आजही आमचं अस्तित्व टिकून राहिलं आहे ना! हे टिकवून वाढवण्याच्या उद्देशानंच देशात अत्यंत प्रतिष्ठित मानलं गेलेलं विद्यालय उभारून अर्ध शतक तर झालंय. अप्पाजी शिकत होते त्या काळात ते केवळ दिल्लीत होतं. मोठी लायब्ररी, उत्तम कॅन्टीन, अतिशय कमी फी. सुखसोयींमध्ये कसलीच कमतरता नाही. बुद्धिवंत, क्रांतिकारी आणि प्रागतिक मनांना मुक्तपणे आणि निर्भयपणे विचार करत, चर्चा करत नव्या नीती-नियमांची निर्मिती करता यावी, असं समतेचं उत्तेजक वातावरण!

अनेकदा मॉस्को-वारी करून आलेल्या नेहरूंना त्यांचं आराध्यदैवत असलेल्या लेनिनच्या समाधीपुढे उभं राहून स्फूर्ती मिळाली तेच हे स्थळ! 'नोकर म्हणून दिवसातले दहा-अकरा तास भारतीय कारखान्यांमध्ये श्रम करून प्राण्यांच्या वास्तव्यालाही लायक नसलेल्या जागेत राहाण्यापेक्षा रशियातल्या जेलमध्ये राहणंच कितीतरी चांगलं!' अत्यंत प्रभावित झालेल्या नेहरूंचे हे त्या वेळचे उद्‌गार होते!

वडिलांचं स्वप्न कुणाला कितपत समजत होतं, कोणजाणे! पण त्यांच्या लेकीनंच या विद्यापीठाची स्थापना केली ना! इथंच या विचारांच्या प्राध्यापकांच्या रांगाच्या रांगा उभ्या राहिल्या! आमच्या सिद्धान्ताला मानणारा पक्ष असल्यामुळेच संपत्ती, संसद, वृत्तपत्र-व्यवसाय, सिनेमा, पोलीस-संस्था... सगळ्याच प्रांतांत आपल्या विचाराचं प्राबल्य राहील, असं पाहणं किती सोयीचं गेलं! अधिकाराचा हपापलेपणा कितीही असला तरी आमच्यासारख्या डाव्या बुद्धिवंतांचं बौद्धिक बळ नसतं तर या देशातल्या 'पुरोगामी' नेतृत्वाला इथल्या फॅसिस्ट शक्तीशी कसा लढा देता आला असता? आपलं प्रभावी वलय स्थापन करायला या लेकीनं तर तेव्हा पाण्यासारखा पैसा ओतला! या विद्यापीठात शिक्षण घेणारी चलाख तरुणाई तर हाताशी होतीच! केंद्रीय सेवा-आयोगाच्या परीक्षा देणं पाणी पिण्याइतकं सोपं केलं होतं. आपल्याला हव्या असलेल्या व्यक्तीला हव्या त्या जागी नेमणूक झाल्यावर हे अधिकारी आपल्या विद्यापीठाचं ऋण फेडण्यात कसलीही कुचराई करत नसत. इतिहासाचं नव्यानं पुनर्लेखन केलं, त्यातही मध्ययुगातल्या सगळ्या हिंदू-मुस्लीम संघर्षाचे सगळे साक्षीपुरावे लपवून ठेवून कधीच अस्तित्वात नसलेलं सौहार्दपूर्ण वातावरण निर्माण केलं आणि पुढं येणाऱ्या सगळ्या पिढ्या तेच शिकायला लागल्या. तशी पुस्तकं तयार केली. शैव-वैष्णव, वीरशैव-जैन, सगळे हिंदू-बौद्ध-जैन यांनी एकमेकांची निर्दयपणे हत्या केल्याचं चित्र उभं केलं. त्यासाठी विविध खोट्या कथा तयार केल्या, त्या पुनःपुन्हा ठासून सांगितल्या. या प्रकारात हिंदू-मुस्लिमांमध्ये सारखेपणा दाखवला... किती काय म्हणून सांगायचं? इतकं की त्याच कालखंडाला 'सुवर्णयुग' मानावं! या मंडळींच्या हातात सत्ता असली, सोबत कार्यकर्ते असले तरी बौद्धिक पाया नव्हता. त्या वेळी सामान्य माणसं फारशा सहजपणे प्रवासही करत नव्हती. थोडाफार रस असणाऱ्यांना ते शक्यही व्हायचं नाही, कारण तशा सुविधा नव्हत्या.

आता तर सगळंच बदललंय! कितीतरी शतकांनंतर एकदम जाग येऊन देशातल्या जातीय शक्ती तोंडाला येईल तसं बोलताहेत! इतिहासातला कुठलाही संदर्भ सांगायला गेलं तर त्यातला सत्यासत्याचा शोध घेऊन वाद घालायला येतात. 'केरळचे मुस्लीम हिंदूंना निर्दयपणे कापून काढतात तेव्हा तेव्हा उसळलेल्या दंग्यांना रयत-जमीनदारांचा झगडा असं खोटं रूप का देता?' असे प्रश्न उपस्थित करतात.

'कुठल्या खालच्या जातीच्या हिंदूनं मुस्लिमांना आपला शोषक म्हणून हसत स्वागत केल्याचं उदाहरण सापडणार नाही. कारण खालच्या जातीचे हिंदू जात बदलून मुसलमान झाले तरी उच्चवर्णीय मुसलमान त्यांना जवळ करायचे नाहीत. शिवाय हिंदूंमध्ये जातिभेद असला तरी तो सगळा व्यवसायावर आधारित होता. त्यामुळे त्यांचं गावगाड्यातलं स्थान जसंच्या तसं होतंच. एखाद्या लग्नात ब्राह्मण पुरोहित असावा तेवढंच महत्त्व गावगाड्यात सुतार, परीट, चांभार किंवा कुंभाराला असायचं. काहीही केलं तरी त्यांचं धर्मांतर करणं तितकंसं सोपं नव्हतं. असं काही ख्रिस्ती मिशनऱ्यांनीही नोंदवलं आहे ना!' असा वाद घालत राहतात. तर काहीजण 'आपला उत्तुंग उंचीवरचा देश, त्यावर राज्य करणारे राजे, असा धर्म जगात आणखी कुठेही नाही असा हट्ट मनात असलेल्या हिंदूंचं धर्मपरिवर्तन करणं अतिशय कठीण असल्याचं अलबरूनी याच्यासारख्या मुसलमान इतिहासकारानंच सांगितलंय ना!' असा मुद्दा उपस्थित करतात.

तेव्हा आपल्या वाचेला विशेष धार चढत असल्याचं सुंदरकृष्णांनाही जाणवत असतं. केवळ इतिहासच नव्हे, आजकाल घडत असलेल्या सगळ्या घटनाही मागच्या पिढीनं समजून घेणं आवश्यक आहे. त्यासाठी विद्यापीठांमध्ये किंवा आणखी कुठे कुणी हलकेच खाकरलं तरी त्याचा तपशील मिळवला पाहिजे.

सुंदरकृष्णांना तर हे नवं तंत्रज्ञान म्हणजे शाप वाटत होता. कुठल्या समाजातलं कुठलं सत्य सजीव होऊन केव्हा वर येईल हे सांगता येईनासं झालंय. फेसबुक-ट्विटर तर युद्धभूमी होऊन सतत गर्जत असतात. बौद्धिकता नावाच्या किरकोळ-सामान्य माणसांना प्रवेशही बंद असलेल्या क्षेत्रात अलीकडे कुणीही ऐरागैरा धुमाकूळ घालतो आणि आपण वर्षानुवर्षं पोसलेलं क्षेत्र सहज काबीज करतं! नरेंद्रसारखे काहीजण डोकं वर काढू पाहताहेत.

त्यांच्याकडे दुर्लक्ष करून चालणार नाही! अशा माणसांकडून माहिती घेऊन लिहिले जाणारे लेख वाढले आहेत. तिकडेही लक्ष दिलंच पाहिजे. वादाची तीच बाजू वाढत राहिली तर आपले वाचकही कमी झाल्याशिवाय राहणार नाहीत! आता अशा लेखकांबरोबर वाद घालताना आपला सिद्धान्त ठासून सांगायची पुन:पुन्हा संधी मिळते ना! याचा फायदा घ्यावा म्हटलं तर त्या मुद्द्याची संपूर्ण कुंडली मांडून तिचं खंडन करायला ही काही मंडळी सतत टपलेलीच असतात. सोशल मिडियाच्या जाळ्यामध्ये सतत कार्यरत असणारी मंडळी!

पक्षाच्या परवा चाललेल्या राष्ट्रीय पातळीवरच्या सभेत केंद्र सरकारच्या 'घरवापसी'च्या मुद्द्यावर सर्व पातळीवर विरोध करून ती मागं घ्यायला लागलीच पाहिजे, हे ठरलंय. आता आपल्या विचारांची व्याप्ती केवळ दिल्ली विद्यापीठापुरती मर्यादित न राहता आयआयटीत शिक्षण घेणाऱ्या आपल्या अनेक विद्यार्थ्यांपैकी

अनेक जण अमेरिकेतल्या विद्यापीठात वरच्या हुद्द्यावर असल्यामुळे आंतरराष्ट्रीय पातळीपर्यंतही विस्तार पावली आहे. तिथूनच ते कार्यप्रवण होतात आणि भारत सरकारच्या कोत्या विचारधारेचं खंडन करणारे काही लेख लिहून तिथल्या इंग्लिश नियतकालिकांमध्ये नियमितपणे प्रकाशित केले जातात. केवळ काश्मीरचा विषय घेतला तरी त्यावर लिहून घेतलेले दोन-तीन विशेष लेख अलीकडे प्रकाशित होऊन त्यांनी सगळ्यांचं लक्ष वेधून घेतलं आहे. एवढंच काय, त्यांना अमेरिकेतल्या काही टीव्हीवरच्या कार्यक्रमातही प्रसिद्धी मिळाली आहे. ते आणि त्यांच्यासारखे आपल्या पाठीशी असल्यावर इकडे आपणही आपली शक्ती लावलीच पाहिजे ना! आपल्या वृत्तपत्रातून जास्तीत जास्त प्रभावीपणे लेखन लिहून घेऊन, त्यावरच भरपूर कार्यक्रम करून सगळ्यांचं लक्ष वेधून तर घेतलंच पाहिजे, त्याचबरोबर केंद्र सरकारला माती खायला लावली पाहिजे! यात एकदा यश मिळालं तर पुढं येणाऱ्या काही काळात तरी निवडणुकीत आपल्याला हवं असलेलं सरकार निवडून यायला मदत होईल.

म्हणूनच शक्य तितक्या सगळ्या राज्यात मोठ्या प्रमाणात चळवळी होतील असं वातावरण तयार केलं पाहिजे. सगळीकडे गडबड-गोंधळ माजेल आणि वैचारीक भेद निर्माण होतील अशाप्रकारे योजना आखायला पाहिजे!

सगळ्या हिंदूविरोधी संघटनांचा सहभाग असल्यामुळे तसे जथे काढायला फारशी अडचण येणार नाही. अनुदानाला तर काहीच कमतरता नाही. कुठल्याही प्रकारचं साहाय्य हवं असेल तर देऊ असा वरिष्ठांनी शब्द दिलाय. हे गौरव-संपादक होण्यामागचं तरी कारण काय, आपल्याला हव्या त्या प्रमाणात आपल्याला आपली मतं मांडायची संधी पुन:पुन्हा मिळत नसते! इतर राज्यांपेक्षा इकडे जास्तीचा दंगा उसळला पाहिजे.

दुसरं म्हणजे योग्य असा पुढारी नसेल तर योग्यप्रकारे चळवळ कशी सुरू करता येईल?

या बाबतीत दिल्ली शाखेची माणसंही अजिबात प्रभावी ठरत नाहीयेत. न डगमगता माइकच्या समोर उभं राहून प्रभावीपणे बोलू शकणारा एकही जबरदस्त वक्ता अजून तयार करता आलेला नाही.

विचार करता करता आणखी काही येरझाऱ्या घातल्यानंतर सुंदरकृष्णांना एक शक्यता दिसू लागली. दिल्लीच्या विद्यापीठातल्या समाजशास्त्राचे प्रोफेसर डॉ. दासगुप्तांना त्यांनी फोन लावला.

"हॅलो प्रोफेसर, मी सुंदरकृष्ण, बेंगळुरूहून बोलतोय. कसे आहात?" सफाईदारपणे इंग्लिश बोलताना आत्मविश्वास विशेष वाढत असल्याचा त्यांना पुन्हा एकदा अनुभव आला. त्यांच्या मनात सांगता येणार नाही एवढा उल्हास दाटून आला.

"येस! मी छान आहे. थँक्यू. तुम्ही कसे आहात? फोन का केला होतात?"

हा नेहमीचाच अनुभव होता. केव्हाही फोन केला तरी ते सारख्याच विश्वासानं बोलायला सुरुवात करतात. स्थिरचित्त माणूस!

"मीही छान आहे. एका महत्त्वाच्या विषयावर बोलायचं होतं. दोन मिनिटं वेळ आहे? बोलू का?"

"ऑफकोर्स! बोला बोला!"

"परवा मी तिथं आलो होतो तेव्हा तुमच्या विभागाच्या एका विद्यार्थ्यानं पुढच्या काळात भारतातली सेक्युलर नीती कशी असली पाहिजे यावर अप्रतिम भाषण केलं होतं ना! कोण तो?"

"ओह! तो? मुरारी त्याचं नाव. व्हेरी डायनॅमिक गाय! एवढ्यातच हिरो बनलाय तो! दहा वर्षं झाली इथंच आहे. एम. ए. करतोय. ऐतिहासिक, राजकीय, माध्यम आणि कामगारांचे प्रश्न या विषयात त्याचा हातखंडा आहे! सामाजिक व्यवस्थेच्या संदर्भात तर स्वत:ची अशी थियरी मांडण्याइतकी त्याची तयारी आहे! तुम्हीही पाहिलंय म्हणा तेव्हा!" हे सांगताना प्रोफेसरांच्या आवाजात अभिमान ओसंडत होता.

"होय तर! मी तर तेव्हा भलताच प्रभावित झालो! म्हणूनच फोन केला होता.' काही क्षण थांबून ते पुन्हा बोलू लागले, 'काय आहे... आमच्या राज्यात एक चळवळ सुरू करायची योजना आहे. त्याचं सारथ्य करायला तोच योग्य आहे असं वाटल्यामुळे विचारतोय, त्याला काही दिवसांसाठी आमच्याकडे पाठवून देणं शक्य आहे काय? त्यासाठी मी अधिकृत निमंत्रण पाठवायची गरज आहे का?"

यावर डॉ. दासगुप्ता खदखदून हसले. "अरे वाऽ वाऽ वा!" तुम्हालाही हवाय का तो? टीव्ही चॅनेलवाल्यांनी तर आमच्या कॅम्पसमध्ये मुक्कामच टाकलाय! आय ॲम नॉट किडिंग! आतापर्यंत त्याच्या तीन-चार मुलाखती प्रसारित झाल्या आहेत! अर्थात तुम्हीही त्या पाहिल्या असतीलच म्हणा! तुमच्यासारखेच हैदराबाद-केरळ-पश्चिम बंगालमधून फोन येताहेत! तुम्हाला तो कशासाठी पाहिजे? केंद्र सरकारच्या 'घरवापसी'ला विरोध करण्यासाठीच ना?"

सुंदरकृष्णांनी तत्काळ होकार दिला.

"ठीकाय! करतो व्यवस्था. मी स्वत:च व्हाइस चान्सलरांशी बोलतो. तुम्ही दिवस पक्का करून कळवा. पण एका गोष्टीकडे लक्ष द्या. तुमच्या राज्यातही त्याला नीट मीडिया-कव्हरेज मिळायला पाहिजे! या मुलाचं भविष्य उज्ज्वल आहे यात शंका नाही. आपणच त्याच्यासाठी खटाटोप करायला पाहिजे! आपण लावलेली रोपटी मोठी होऊन त्याचा वृक्ष झालेला पाहण्यात जो आनंद आहे तो आणखी कशातच नाही हे तुम्हीही मान्य कराल!"

यावर काही बोलायची संधी न देता दासगुप्तांनी रिसीव्हर ठेवला.

डोक्यावरचं मोठं ओझं उतरल्याच्या भावनेत सुंदरकृष्ण मोठ्या समाधानानं मुख्य संपादकाच्या खोलीकडे जायला निघाले. मन अपरिहार्यपणे नरेंद्रचा विचार करण्यात गढून गेलं.

या नरेंद्रला काश्मीरच्या संदर्भातही बरीच माहिती असावी. त्या दिवशीची चर्चा आणखी थोडी लांबली असती तर त्याला या संदर्भात किती खोलात माहिती आहे याचा अंदाज आला असता. भारताचा काश्मीरशी असलेल्या संबंधाचं भारतीय कम्युनिस्ट पक्षानं आधीपासूनच खंडन केलंय. स्वत:च्या स्वातंत्र्याविषयीचा निर्णय काश्मीरवरच सोडला पाहिजे असा सल्ला ब्रिटिशांनाही याच पक्षानं दिला होता. सोव्हिएतच्या अधिकृत प्रकटनातही 'भारतीय सेनेनं काश्मीरवर आक्रमण केलं..' अशीच नोंद आहे. या सगळ्या कारणामुळेच नेहरूंनी आपल्या कम्युनिस्ट मन:साक्षीला न पटल्यामुळे १९४९साली युद्धविरामाची घोषणा केली ही गोष्ट कदाचित नरेंद्रला ठाऊक नसावी.

की ठाऊक असेल?

युनोला काश्मीरच्या संदर्भात पाकिस्तानला दिलेल्या सगळ्या सूचना युनायटेड नेशन्स, सेक्युरिटी काउन्सिल, रेग्युलेशन ४७च्या भाग ६च्या व्याप्तीतच येतात. म्हणजे ते सगळे फक्त सल्लेच. त्यात काटेकोर पालन केलं पाहिजे, असे हुकूम नाहीत. त्यामुळेच पाकिस्तानानं आपली सेना मागं घेतली नसती तरी कुणीही त्यावर काहीच कारवाई करू शकलं नाही. तसंच आपण युद्धविरामाची घोषणा करायची काहीही गरज नव्हती. पण सोव्हिएतच्या आदेशाचं बंधन मानणाऱ्या नेहरूंनी युद्धविरामाची घोषणा केली. जनमत त्यांच्या विरोधात होतं. तरी, पुढच्या काळात भारत आणि सोव्हिएत कम्युनिस्ट पक्षानं पाठिंबा द्यायला सुरुवात केल्यानंतरच नेहरूनींही लोकमताच्या विरोधात जाऊन हालचाली करायला प्रारंभ केला.

त्याच वेळी पाकिस्तानानं अमेरिकेकडे मैत्रीचा हात पसरला! त्यानं तर पाकिस्तानला मगरमिठीतच घेतलं! एकूण काय, वेळोवेळी मॉस्कोकडून येणाऱ्या आदेशाचं पालन करताना नेहरूंनी घेतलेल्या भूमिकांच्या संदर्भातले प्रसंग किती म्हणून सांगावेत? हे करताना त्यांनी दाखवलेला शहाणपणा आणि निधडी छाती आणखी कुणाकडेच नव्हती. ते राहू दे. त्याची कल्पना करणंही शक्य नाही इतरांना. पण, काश्मीरचा विषय निघाला की हे सगळे मुद्दे बाहेर येतील.

या विचारानं मनात आशंका निर्माण झाली. पाठोपाठ, असले प्रश्न लीलया हाताळता येतील असा विश्वासही मनात निर्माण झाला. त्या विश्वासानंच त्यांनी आत पाऊल टाकलं.

***

"तुझीच चूक आहे. अप्पांची अजिबात नाही. तुला अम्मा म्हणायची लाज वाटते!"

सोळा वर्षाचा मुलगा निर्विकारपणे सांगत होता. हेच तो संतापानं बोलला असता तर त्याचं माझ्यावर थोडंतरी प्रेम आहे, असं म्हणता आलं असतं. केव्हापासून फोन करतेय. पण फोन उचलत नाहीये. इतकी वर्षं सांभाळून एवढा मोठा केला. त्याबद्दलही कृतज्ञता नाही रास्कलला! मरू दे! जाऊ दे त्याला त्या भिकाऱ्यापाशीच!

मनातल्या मनात जोरात सांगून त्यांनी स्वत:चं समाधान करून घेतलं.

तसं पाहिलं तर 'प्रोफेसर'पण मिरवायचं ते केवळ नावासाठीच. आधीपासूनच बाहेरच्या चळवळींविषयी प्रचंड आस्था होती. प्रतिगामी-जातीयवादी शक्तींना पायदळी तुडवून मातीमोल करायचा कुठलाही कार्यक्रम असला तरी त्यात माझ्यासारखा एक स्त्री-आवाज गरजेचाच असतो! निदर्शनं, रास्ता रोको, जथा अशा सगळ्या ठिकाणी अग्रभागी मीच असायची! माझ्याबरोबरीची आणखी कुणीही कुठल्याच राजकीय पक्षात नाही! मंत्रिमहोदयांनी तर मला अक्षरश: डोक्यावर चढवून ठेवलंय! नाहीतर, खोटं कशाला बोलायचं... केवळ पगारात एवढा मोठा बंगला बांधणं मला शक्य होतं काय! माझ्या मुलानंही मोठा इंजिनिअर किंवा डॉक्टर व्हावं अशी मंत्रीमहाशयांची अपेक्षा आहे. कुठं तरी उत्तम कॉलेजात सीट मिळवून द्यायचा त्यांचा मनसुबा आहे. पण या इडियटच्या नशिबात हवं ना ते! बापासारखं भिक्कारचोट आयुष्य काढणंच याच्या नशिबात असेल तर मी काय करणार? याला माझी किंमत कळायची असेल तर याला चार दिवस बापाकडे ठेवायला पाहिजे! त्यानंतर सरळ येईल! मी याच्यापुढे नमतं घ्यायचा प्रश्नच नाही!

या विचारासरशी मन थोडं शांत झालं.

मनात मंत्रिमहोदयांची आठवण उमटली. आमच्या कॉलेजमध्ये एका कार्यक्रमासाठी आले होते तेव्हा पहिल्यांदा भेट झाली होती. तेव्हा मीच त्यांचा परिचय करून दिला होता. त्याच वेळी त्यांनीही माझं 'व्हेरी आउटस्टॅन्डिग लेडी!' म्हणून किती कौतुक केलं होतं! त्यांनी तर इतकं कौतुक केलं की नंतर माझ्या हातात काही राहिलंच नाही! गेल्या आठ वर्षांच्या नात्यामध्ये त्यांनी मला काहीही कमी पडू दिलं नाही! मीही फुकटचं खाणाऱ्यांपैकी नाही म्हणा! तरीही मंत्रिमहोदयांच्या खास मर्जीतली अशी माझी ओळख झाल्यामुळे माझं बुद्धिवंताच्या दुनियेत वेगळंच स्थान आहे, हे कशाला नाकारायचं? त्यांचं प्रेम कायम राखणं आवश्यक असल्याचं मलाही चांगलंच ठाऊक आहे. त्यामुळेच मी त्यांच्या इतर खासगी बाबींकडे अजिबात लक्ष घालत नाही.

इतर सगळ्या बाबतीत ते मला हवं तेवढं प्रोत्साहन देतात, पण त्यांच्या क्षेत्रापासून म्हणजे प्रत्यक्ष राजकारणापासून मात्र मला दूर ठेवतात! म्हणूनच मला हा साहित्यिक होण्याचा मार्ग पत्करावा लागला ना! त्यांच्या साहित्य-संकृती

खात्यातल्या मंत्र्याशी असलेल्या गाढ स्नेहाचा परिणाम म्हणून मला माझ्या एम.ए.चा उपयोग करता आला. मला सुचलेल्या कथानकावर समर्थपणे लेखन करणाऱ्या तीन चांगल्या लेखकांना हेरणं, त्यांच्याकडून थोडं-थोडं लिहून घेणं, त्यावर अखेरचा हात फिरवणं, पुस्तक बनवणं, मंत्र्यांच्या हस्ते थाटामाटात प्रकाशित करणं सहज जमलं. दोन-चार पुरस्कारही मिळाले. पहिल्या आवृत्तीच्या बहुतेक प्रती सरकारी ग्रंथालयं आणि मित्रपरिवारात वाटून झाल्यावर दुसरी आवृत्तीही काढली. तेव्हा मात्र पुस्तकं विकणं किती कठीण आहे, याची जाणीव झाली! काही प्रतिगामी आणि जातीयवादी साहित्यिकांची पुस्तकं कशी काय प्रकाशन झालेल्याच दिवशी तीन तीन पुनर्मुद्रणं व्हावीत अशी विकली जातात, या प्रश्नाला अजूनही उत्तर मिळत नाही. मी निवडलेला विषयही काही कमी महत्त्वाचा, जुनाट नव्हता. स्त्रीमुक्ती! कदाचित लिखाण आणखी चांगलं व्हायला हवं होतं की काय कोणजाणे! मी तर कथा आकर्षक पद्धतीनंच सांगितली होती.

आता दुसरी कादंबरी लिहायची आहे. तेव्हा मात्र सगळी काळजी घ्यायलाच पाहिजे. प्रकाशनाच्या दिवशीच किमान दोन पुनर्मुद्रणं तरी झालीच पाहिजेत. आधीच छापून घेते. शीर्षकच असं पाहिजे की ऐकताच वाचक तुटून पडले पाहिजेत. मुळात विषयच सेन्सेशनल निवडायला पाहिजे. विचारायला पाहिजे. दुसरी महत्त्वाची गोष्ट म्हणजे परिणामकारक पद्धतीनं लिहिणारी माणसं निवडायला पाहिजेत. तेही करता येईल. तिसरं, विक्री. हे महत्त्वाचं आहे. माझ्या सहीची तीन पुस्तकं विकत घेतली तर पंधरा टक्के सवलत जाहीर केली तर? तसं केलं तर आवृत्ती लवकर संपेल. हेअरपिनपासून होमथिएटरपर्यंत सगळेजण आपापलं सामान याच पद्धतीनं विकतात ना? पण आधी कादंबरीचा विषय पक्का करायला पाहिजे. त्यानंतर पुढच्या गोष्टी...

मंत्रीमहोदयांना फोन केला. नेहमीप्रमाणे त्यांनी उचलला नाही, नंतर दहा मिनिटांनी त्यांचा फोन आला. त्यांनी हलक्या आवाजात विचारलं, ''हं बोल. का फोन केला होतास?''

''आणखी एक पुस्तक लिहायचा विचार आहे. कुठला विषय घ्यावा यावर विचारविनिमय करायला फोन केला होता...'' तिनं सांगितलं.

''यासाठी फोन? तुला काही काळवेळ आहे की नाही?'' मंत्रिमहोदयांच्या आवाजातला संताप लपला नव्हता.

''मला तुमचा इकडं यायचा प्लॅन माहीत नव्हता. मनात आलेलं लगोलग व्यक्त केल्याशिवाय मला चैन पडत नाही, म्हणून फोन केला. तुम्हाला माझा स्वभाव माहीत आहे ना!'' त्यांनी थोडा लडिवाळपणा आवाजात आणत म्हटलं. नाही म्हटलं तरी त्यांचा आवाज नरम झाला होता.

पण मंत्र्यांनी रागातच सांगितलं, ''ठेव फोन!''

त्या संध्याकाळी ते घरी आले तेव्हा आठ वाजून गेले होते. रूममधून बाहेर पडले तेव्हा नऊ वाजले होते. एकूणच दमले होते ते. सोफ्यावर बसून हिच्या कमरेवरून हात फिरवत त्यांनी विचारलं, ''हं! आता बोल. का फोन केला होतास?'' तिनं सांगितलं.

ते म्हणाले, 'मी काय सांगू? तू लेखिका आहेस ना?'

त्यांना काढता पाय घेत असलेलं बघून ती खिन्न झाली. हे बघून तेच पुढं म्हणाले, ''कशाला एवढी काळजी करतेस? कुठल्यातरी आजच्या समस्येवर लिही. समस्या राष्ट्रीय पातळीवरची असेल तर जास्त चांगलं! सहजच इंग्लिशमध्ये अनुवाद करवून घेता येईल. पण घाई करायला पहिजे. पुढच्या वर्षीच्या साहित्य संमेलनाची धामधूम सुरू व्हायच्या आधी पुस्तक छापून तयार व्हायला पाहिजे.'' त्यांच्या आवाजात आता मात्र प्रेम ओसंडत होतं. त्यांनाही ठाऊक होतं, अधूनमधून उसळी मारणाऱ्या हिच्या छोट्या-छोट्या इच्छा पुऱ्या केल्या की ही कुत्र्याच्या पिलासारखी लाडात येते! तिला आणखी कुरवाळत त्यांनी अर्धा तास तिथं काढला आणि ते निघून गेले.

राष्ट्रीय समस्येवर लिही म्हणून किती सहजपणे सांगितलंय! मला तर हे सुचलंच नव्हतं! किती केलं तरी सतत राजकारणात बुडालेली माणसं ही! यांना सतत दूरचा विचार करायची सवयच असते... मनोमन मंत्रिमहोदयांची प्रशंसा करत मीरादेवींनी इंग्लिश चॅनल लावलं. प्रमुख बातम्या सांगितल्या जात होत्या. यात कदाचित एखादा विषय मिळून जाईल या अपेक्षेनं त्या ऐकू लागल्या.

'...वाढत्या नक्षलवादी कारवायांच्या उपद्रवामुळे छत्तीसगडच्या सरकारला डोकेदुखी...' नको! हा अगदीच मिळमिळीत विषय. '...अमेरिकेच्या अध्यक्षांची तिसरी भारत भेट!... संबंध सुधारण्याच्या दृष्टीनं एक महत्त्वाचं पाऊल...' हा विषय तर शक्यच नाही. विदेश-नीती तर मला या जन्मी समजून घेणं केवळ अशक्य. '...नव्या टॅक्स-पद्धतीमुळे जागतिक फुगवटा आणखी वाढण्याचा मोठा धोका...' असल्या आर्थिक बाबी समजून घेण्यात तर मी पहिल्यापासूनच कच्ची आहे. हा विषय मला स्वप्नातही जमणार नाही.

तिचं मन निराशेनं ग्रासून गेलं. टीव्ही बंद करायच्या विचारानं तिनं रिमोट हाती घेतला, त्याच क्षणी पडद्यावर बातमी उमटली, '...काश्मीरमध्ये भारतीय सेनेकडून सामान्य जनतेवर पॅलेटगनचा वापर!... पाच बालकांची स्थिती चिंताजनक... कधी थांबणार हे निरपराधांचं हत्याकांड?...'

यस्स्स! विषय सापडला! काश्मीर तर सतत कुठल्या ना कुठल्या प्रकारे धगधगतच असतं! हे सहज शक्य आहे!...

तिला पाठोपाठ नरेंद्रशी चॅनलवर झालेल्या चर्चेची आठवण झाली. स्टुडिओत बसून तो तोंडाला येईल ते बोलत असतो आणि प्रत्येक वेळी मला उठून यावं लागतं. त्याचाच त्याला गर्व आहे. त्याला धडा शिकवायलाच पाहिजे. हाच विषय घेऊन अशी एक सणसणीत कादंबरी किंवा पुस्तक लिहीन, त्यानं पुन्हा माझं नाव काढता कामा नये. या विचारानं तिला तरतरी आली. पाठोपाठ प्रश्न उभा राहिला, याची सुरुवात कशी करायची? कशाही फॉर्ममध्ये आलं तरी हे काही सामान्य पुस्तक ठरणार नाही. या साठी काटेकोरपणे व्यवस्थित तयारी करणं आवश्यक आहे. तिला सुंदरकृष्णांची आठवण झाली. पाहता-पाहता तिच्या मनात एक योजना साकार होऊ लागली. तिनं फोन उचलला.

"हॅलो मिस्टर सुंदरकृष्णा, मी मीरादेवी." 'मी'चा उच्चार करताना त्यावर विशेष जोर द्यायची तिची खास पद्धत.

"यस! ठाऊक आहे. बोला, कशा आहात? काय म्हणता?" त्यांनी सावकाश विचारलं.

"उत्तम! तुमच्याकडून थोडे उपकार हवे होते!..."

"बोला ना! होण्यासारखं असेल तर नक्की करेन!" ते म्हणाले. तिच्याशी बोलताना त्यांच्या अंतर्मनात सतत 'आपण मंत्रिमहोदयांच्या प्रेमपात्राशी बोलतोय..' याचं भान असणं हा त्यांच्या स्वभावाचाच भाग होता.

"काश्मीरवर एक पुस्तक लिंहायचा विचार आहे. त्याची वाचकांना ओळख व्हावी म्हणून तुमच्या पेपरमध्ये काही लेख नियमितपणे लिहायचा विचार आहे."

"म्हणजे? लेख गोळा करून पुस्तक तयार करणार आहात काय?" सुंदरकृष्ण बुचकळ्यात पडले.

"नाही. तसं नाही. लेख लिहून उत्सुकता निर्माण करायची. नंतर पुस्तकं. फार काही नाही; चार-पाच लेख प्रसिद्ध करायचे."

ही कुठल्याही विषयावर किंवा स्वत:च्या जिभेवरही ताबा नसलेली बाई आहे, हे सुंदरकृष्णांचं तिच्याविषयीचं खासगी मत होतं. त्या मानानं लेखन ठीक म्हणावं लागेल. हिला नकार कसा द्यायचा, याविषयी सुंदरकृष्ण विचार करू लागले.

त्यांनी विचारलं, "पण मला कळत नाही, तुम्ही एक उत्तम डॉक्युमेंट्री का करत नाही? खूप परिणामकारक माध्यम आहे ते! नाहीतरी फिल्म इन्स्टिट्यूटमध्ये सगळी आपलीच माणसं आहेत. हवंतर मी स्वत: सांगून सगळी व्यवस्था करेन."

पण हा त्यांचा प्रयत्न फोल गेला. ती म्हणाली, 'कुठल्या काळात आहात राव तुम्ही? दोन मिनिटांचा फेसबुकवरचा व्हिडिओ न बघणारी माणसं तासभर बसून डॉक्युमेंट्री कुठली बघतात? शिवाय माझं या अक्षर-संस्कृतीवरच अपरिमित प्रेम आहे." मीरादेवींनं स्पष्ट शब्दांत सांगितलं. येत्या साहित्य संमेलनात मिरवण्याची

संधी तिला हाकारत होती.

यावर काय बोलावं ते सुंदरकृष्णांना सुचलं नाही. काही क्षण विचार केल्यावर एक मार्ग दिसला.

"जमू शकेल. एक काम करू या. तुम्ही फोनवर बोला, आमचा पत्रकार लिहून घेईल. कारण तुमची भाषा आमच्या पेपरच्या स्टाइलला जुळत नाही ना! तसं झालं तर आम्हाला प्रॉब्लेम येतो. लक्षात आलं का मी काय म्हणतो ते?"

"अय्यो! मी स्वत: कुठे लिहिते? रामनाथ लिहून देतील..." बोलता बोलता आपली चूक लक्षात येऊन तिनं जीभ चावली.

"तसं असेल तर लिहायच्या आधी त्यांना आमच्याशी संपर्क साधायला सांगा." सुंदरकृष्णाच्या चेहऱ्यावर एक प्रकारचं समाधान पसरलं. मीरादेवीही समाधानानं फोन ठेवू लागल्या. पण त्याआधीच सुंदरकृष्णांनी त्यांना थोपवत म्हटलं, "मॅडम! एक सांगू? रागावणार नाही ना?"

"बोला ना!"

"पब्लिक डिस्कशनच्या वेळी तुम्ही तुमच्या बॉडी लँग्वेजकडे लक्ष दिलं तर चांगलं होईल, असं मला वाटतं. त्या दिवशी बऱ्याच कॉमेंट्स आल्या. म्हणून म्हटलं... गैरसमज नको!"

"खरंय तुमचं! माझ्याही ते लक्षात आलं. पण यानंतर लक्ष ठेवेन!.." म्हणताना तिच्या मनात त्यांच्या आगाऊपणाचा राग दाटून आला. त्याच रागानं फोन ठेवून तिनं स्वत:वर ताबा मिळवला आणि दुसरा नंबर फिरवला.

"रामनाथ, आज संध्याकाळी याल काय? थोडं महत्त्वाचं बोलायचं आहे."

पलीकडचं उत्तर कानावर येताच हिच्या चेहऱ्यावर विजयाचं हास्य उमटलं. होकार दिलाय. आता समाधान वाटतंय, गेल्या खेपेला पुस्तक लिहून देणाऱ्या तिघांपैकी हाही एक. वयानं लहान असला तरी अतिशय बुद्धिवंत आहे. भरपूर अभ्यास आहे. अगदी शेवटच्या टप्प्यावर सहभागी झाला तरी आपलं काम त्यानं ठरलेल्या वेळात, चोख करून दिलं. या खेपेला लेख लिहिणं ते पुस्तक बनवणं, सगळीच जबाबदारी याच्याकडे सोपवायला पाहिजे. पैसे दिले की सगळं काम नीट करेल.

पाठोपाठ नरेंद्रची आठवण आली. याला नीट धडा शिकवायलाच पाहिजे, तिनं मनातल्या मनात पुनरुच्चार केला. संतापानं तिच्या हिरड्या आवळल्या गेल्या.

सात

फोन आला तेव्हा संजीव ऑफिसला जायला निघाले होते. ते घराच्या दारापाशी उभे राहून फोनवर बोलत असल्याचं आतल्या आरतीलाही ऐकू येत होतं.

"...नमस्ते नरेंद्रजी! अमीतजींनी मला सगळं सांगितलंय... तुम्ही केव्हाही या. मला काहीच अडचण नाही... बिलकूल! अवश्य. मला तिकीट फॉर्वर्ड करा. एअरपोर्टवर येईन मी."

"..."

"ठीकाय. धन्यवाद."

बोलणं संपवून तो निघाला तेव्हा आरतीनं विचारलं, "कुणीतरी बेंगळुरूचं येणाराय म्हणत होतात, तेच होते का?

"हं. नरेंद्र. परवा येताहेत ते." मागं वळून न पाहता त्यानी उत्तर दिलं.

तो संपूर्ण दिवसभर त्यांच्या मनात एक प्रकारचा उल्हास भरून राहिला होता. घरी नातेवाईक येणं-राहणं यात तसं काही खास नव्हतं. पण अजिबात ओळखदेख नसणारं कुणीतरी देशाच्या दूरच्या भागातून अतिथी म्हणून राहायला येतंय, याचं मात्र त्यांना निश्चितच अप्रूप वाटत होतं. येणारा पाहुणा दक्षिण भारतातल्या कर्नाटक प्रांतातला असला तरी उत्तम हिंदी बोलत असल्याचं फोनवरच्या बोलण्यावरून संजीवच्या लक्षात आलं होतं. एवढी भाषेची अडचण सोडली तर आणखी काही अडायची शक्यताच नव्हती. संशोधक आहेत म्हणे. म्हणजे त्यांना काश्मीरची अधिक माहिती हवी असणार. त्यांना शक्य आहे तेवढं सहकार्य केलं पाहिजे.

याच विचाराच्या तंद्रीत दुसरा दिवसही निघून गेला.

***

'...चेक-इन केलं...' असा आशाला मेसेज पाठवून गेटपाशी असलेल्या एका खुर्चीवर बसत नरेंद्रनं एकवार भोवताली नजर फिरवली. चार-पाच खुर्च्या रिकाम्या होत्या. जेमतेम फ्लाइट भरू शकेल एवढी माणसं होती. बहुतेक सगळे पुरुषच. झब्बा-पायजमा डोक्यावर टोपी आणि हनुवटीवर दाढी पाहून ते मुसलमान असल्याचं लक्षात येत होतं. पॅन्ट-शर्ट आणि बिनाटोपीचे काही तरुण आणि काही मध्यम वयाचे पुरुषही दिसत होते. मोजक्याच स्त्रियांपैकी बहुतेकींनी बुरखे घातले होते. दोन तरुणी आधुनिक वेषात, तंग पॅन्ट आणि टी-शर्ट घातलेल्या होत्या, त्या बहुतेक कॉलेज-तरुणी असाव्यात. त्या आपसात गप्पा मारण्यात रंगून गेल्या होत्या. त्यातच एक हिंदू नवदांपत्य होतं त्याच्याशी नजर भिडताच त्या तरुणाच्या चेहऱ्यावर हास्य पसरलं. त्यानंही त्याला हसून प्रतिसाद दिला. नंतर मात्र त्यानं हातातलं पुस्तक उघडून त्यात डोकं खुपसलं.

जेमतेम पाच मिनिटं गेली असतील-नसतील, फोनची रिंग वाजली. मनोहर. वृत्तपत्रात नियमित लेखन करणारा तरुण मुलगा. अगदी अलीकडे पत्रकारितेत प्रवेश केलेला तरुण. अतिशय तीक्ष्ण भाषेत लिहीत असतो. भाषेवर जबरदस्त पकड आहे. अलीकडे गंभीर विषय घ्यायला लागलाय. आपल्याला फार मानतोय.

"अण्णा! नमस्ते. आजच्या जनवाणीमध्ये बुरख्याच्या वापराचं समर्थन करणारा एक लेख आलाय. आमच्या वृत्तपत्रात त्यावरची प्रतिक्रिया द्यायची आहे. मला जरा या प्रथेमागची पार्श्वभूमी आणि उपयुक्ततेविषयी सांगाल का?"

"मला सांग, त्या लेखात काय काय आहे?"

"काय सांगायचं! त्या लेखाच्या शीर्षकातलं "बुरखा" सोडलं तर बाकी सगळा लेख गांधीजींनी सांगितलेल्या सर्वधर्मसमभावावरच लिहिलाय. मध्येच अनावश्यक बुद्ध-बसवेश्वर-आंबेडकरांना बळेच खेचून आणलंय. सगळा लेख वाचणं अशक्य आहे! म्हणूनच मी ठरवलंय वास्तवाचं भान ठेवून लेख लिहायचा."

"तुझ्या फोनमध्ये कॉल-रेकॉर्डर आहे ना?"

"आहे. तुम्हाला फोन करताना मी तो ऑन करूनच ठेवतो!" तो हसतच म्हणाला.

"ठीकाय. कुराणात बुरख्याचा उल्लेख प्रामुख्यानं दोन ठिकाणी आहे. सूरह २४- आयह ३१ आणि सूरह ३३- आयह ५९. हे लेखनात घे. त्यातही दुसरा संदर्भ अतिशय महत्त्वाचा आहे. त्या काळी अरब देशातल्या स्त्रियांना बुरखा घालणं अत्यावश्यक केलं, त्यामागची दोन्ही कारणं स्पष्टपणे येतात. यातला प्रमुख उद्देश म्हणजे बुरखा घालणारी स्त्री कुणाचीतरी बायको की गुलाम आहे हे समजलं पाहिजे. कारण तो घालायचा हक्क फक्त लग्नाच्या बायकांनाच होता. गुलाम स्त्रियानी चुकून जरी बुरखा वापरला तरी त्यांना शिक्षा व्हायची. कारण तेव्हा गुलाम स्त्रियांचा कुणीही

उपभोग घेऊ शकत असे. या मानसिकतेमुळे आजही बलात्काराच्या केसेसमध्ये नव्वद टक्के मुसलमान पुरुष "चूक बाईचीच" अशी भूमिका घेतात. बायकांनी बुरखा, हिजाब घालून घरातच आपल्या मर्यादेत राहिलं पाहिजे-शरीरप्रदर्शन करत फिरल्या तर आणखी काय होणार?... असं म्हणत उलेमा बलात्काराचं समर्थन करताना दिसतात हे तर तूही पाहतोस. दुसरा उद्देश; पुरुषांपासून बायकांना रक्षण मिळेल. समजलं की नाही?"

"हं!"

"यासाठी प्रवादींच्या आयुष्यातला एक प्रसंगही दिसतो. त्यांनी अरब देशातल्या खैबर नावाच्या प्रदेशात असलेल्या यहुदी नावाच्या समूहावर हल्ला केला, त्यांच्या प्रमुखाची हत्या केली आणि त्याची पत्नी सतियाशी त्यांनी लग्न केलं. प्रवादींच्या अनुयायांच्या मनात हे तिला पत्नी म्हणून स्वीकारतील की गुलाम म्हणून, याविषयी उत्सुकता होती. जेव्हा त्यांनी तिला बुरखा घालून इतरांच्या दृष्टीआड केलं तेव्हा तिला पत्नीचं स्थान मिळालं, याची ती घोषणाच होती. (याचं सविस्तर वर्णन सर विलियम मुई यांच्या "द लाइफ ऑफ मोहमेट" या ग्रंथात आहे.) आता माझ्या हातात असलेल्या डॉ. तौफिक हमीद यांच्या "इन्साइड जिहाद" या पुस्तकातही आहे. थांब, पृष्ठसंख्याही सांगतो, १०८-१०९." एवढं सांगून नरेंद्र थांबला.

"थँक्स दादा! मीही ही पुस्तकं विकत घेतो!" मनोहरच्या स्वरात उत्साह ओसंडत होता.

"त्यात आणखीही विषय मांड. सर्वधर्मसमभावच्या नावाखाली इस्लाम आणि ख्रिश्चन धर्माला मान्यता दिली आहे, शिवाय ते दोन्ही धर्म हिंदू धर्माएवढेच महत्त्वाचे असल्याचं सर्टिफिकेट गांधीजींनी दिलं. ते त्या दोन्ही धर्मांनी तत्परतेनं स्वीकारलं. पण गांधीजींनी सांगितलेला अहिंसा-धर्म अथवा धर्मांतर न करण्याचा उपदेश त्यांनी मान्य केला नाही. त्याचे परिणाम आपल्यासमोर आहेत."

"बरोबर!..." मनोहर मनापासून म्हणाला. त्याच्या प्रश्नांना उत्तरं देऊन फोन बंद करायच्या वेळी बोर्डिंगची घोषणा झाली. विमानात जागेवर बसल्यावर त्यानं पुन्हा पुस्तक उघडलं. पण पुढं काही वाचायची इच्छा न झाल्यामुळे त्यानं डोळे मिटले.

***

ठीक सहा वाजता संजीव एअरपोर्टवर जाऊन पोचले. फ्लाइट सव्वासहाला येणार होती. रस्त्याच्या कडेला कार उभी करून ते वाट पाहू लागले.

***

विमान श्रीनगरला उतरणार हे समजल्यापासून नरेंद्र खिडकीतून बाहेर बघत राहिला. विमानात बसल्यापासून त्याच्या मनात एक प्रकारची विलक्षण भावना दाटून आली होती. ते भय नव्हतं, कातरता नव्हती. मग ओढ म्हणता येईल काय? अशा

प्रकारचं आकर्षण विदेशातल्या कुठल्याही शहरात पाऊल ठेवताना जाणवलं नव्हतं. आता जाणवणारी ही भावना मात्र अनाकलनीय आणि नवी होती. बाकी सारं यांत्रिकपणेच चाललं होतं. विमान खाली उतरू लागलं तसे वाघ, हरीण आणि गाईच्या आकाराचे ढग सामोरे येऊ लागले. त्याच्या अडसरामुळे भूदेवीचं दर्शन घेण्यात अडथळा निर्माण होत होता. पिंजलेल्या कापसासारखे तरंगणारे आणखी एवढे ढग, एखाद्या रथासारखा वेगानं येणारा एक भला मोठा ढग, त्याला बघून त्याच्या सन्मानार्थ इकडेतिकडे पळापळ करणारे इतर ढग बघण्यात तो काही क्षण गुंगून गेला. क्षणभर त्याच्या ओठांवर मंद हसू उमटलं, पाठोपाठ आणखी कशाचा तरी वेध घेण्यात त्याची दृष्टी गढून गेली. राक्षसाचा चेहरा किंवा एके फॉर्टीसेवन बंदुकीशी साम्य दाखवणारा एकही ढग त्या आसमंतात दिसला नाही.

तो भूमीचं दर्शन घ्यायला आतुर झाला होता. घेरलेले ढग इतरस्तः धावू लागले आणि... हो... त्याला जमिनीचं दर्शन झालं. जमीन घनदाट हिरव्यागार वृक्षराजीनं नटलेली! अंग टाकून पसरलेल्या पर्वतांच्या रांगा, सगळीकडे हिरव्या रंगाचा महोत्सव!

मग, इतकी वर्षं ऐकत-वाचत होतो, तो लाल रंग कुठं आहे?

या उंचीवरून तर तो दिसत नाही. जवळ गेल्यावर दिसेल की काय कोण जाणे.

बघता बघता पर्वतरांगांचे आकार वाढू लागले. दूरवर दिसणारी शुभ्र शिखरांची बारीकशी रांग. हिरव्यागार साडीला पांढरी किनार असावी असं ते दृश्य दिसत होतं.

मनात तरळत असलेली अर्जुनची आठवण आता गडद होऊ लागली.

विमानानं भूमीला स्पर्श केला. त्यानं मोबाइल ऑन केला. आशाचा मेसेज नजरेत भरला. तिनं लिहिलं होतं, ‘‘काहीही करायच्या आधी घरात मी आणि आपली लेक तुमची वाट पाहतोय हे लक्षात असू द्या.’’

त्याच्या मनात आशाविषयी दया निर्माण झाली. मन कितीही भयभीत झालं तरी ती आडकाठी करत नाही. सोबत विक्रमचाही मेसेज होता, ‘‘काही इमर्जन्सी वाटली तर मिश्राजींना फोन कर. ते बहुतेक वेळा देशातच असतात. टेक केअर. आम्ही सगळे तुझ्यासोबत आहोतच. ऑल दि बेस्ट! वाट पाहतोय!’’

नरेंद्रला हसू आलं. क्षणभर वाटलं, युद्धावर निघालेल्या सैनिकापेक्षा आपण काही कमी नाही. लगेच गंभीर झाला. आपल्याच देशातल्या एका शहरात जायचं तर किती हे भय!

लगेज घेऊन तो बाहेर पडला. बाहेर पाऊल ठेवताक्षणी थंडगार, सुखद वाऱ्याची झुळूक त्याच्या सर्वांगाला स्पर्श करून नाहीशी झाली. तिच्याकडे लक्ष देण्याइतका त्याच्याकडे वेळ नव्हता. संजीवजींनी सांगितलं होतं, ‘आकाशी रंगाचा शर्ट लक्षात ठेवा. तोच असेन मी!’’

त्यानं सभोवताली पाहिलं. जवळच दोन सैन्याचे बंकर दिसले... दूरवर एक

आकाशी रंगाचा शर्ट दिसला. हेच संजीव, अंहं, वयानं मोठा भाऊ असावा अशा वयाचे दिसतात. संजीवजी! हो. जवळ आल्यावर व्हॉट्सॲपवर बघितलेल्या फोटोमधलाच चेहरा दिसला. त्यांनीही ओळखलं.

"नमस्ते. मी नरेंद्र." त्यानं नमस्कार करत म्हटलं. "नमश्कार..." म्हणत त्यांनीही याला हलकेच आलिंगन दिलं. आपल्यापेक्षा थोडी कमी उंची, तरीही बळकट शरीरयष्टी. दुधी रंगाच्या संजीवजींच्या नितळ डोळ्यांनी नरेंद्रच्या मनाचा ठाव घेतला. धारदार नाक आणि करडे केस त्यांच्या चेहऱ्याला शोभून दिसत होते. परिणामी त्यांचं नेमकं वय काय असावं याचा अंदाज येत नव्हता. थोरला भाऊ? एखादा धाकटा काका?...

"भारतातच असलेल्या आणखी एका देशात आलाय! स्वागत आहे! चला, कार तिकडं उभी केलीय..." म्हणत ते हसतमुखानं त्या दिशेला चालू लागले. त्यानं विरोध केला तरी त्यांनी बॅग उचलून घेतली. कार स्टार्ट करताना त्यांनी विचारलं, "कसा झाला प्रवास?"

"छान झाला. काही त्रास झाला नाही."

"पहिल्यांदाच येताय वाटतं!"

"होय..." म्हणत तो बाहेर बघू लागला. रस्त्याच्या दोन्ही बाजूला हातात गन घेतलेले सैनिक वावरत होते. वस्ती जास्त असलेल्या ठिकाणी त्यांची संख्या जास्त दिसत होती. वस्ती विरळ झाली तेव्हा तेही कमी होते. पुन्हा वस्ती वाढली तेव्हा त्यांची संख्याही वाढली.

त्याची सैनिकांवर खिळलेली नजर पाहून संजीवजींनी खुलासा केला, "काश्मीरमध्ये सुरक्षारक्षक, केंद्र सरकारचे सैनिक, सीमासुरक्षादल, भारतीय सेनेच्या काही तुकड्या, जम्मू-काश्मीरचे पोलीस, शिवाय विशेष कारवाई करणारं पथक हे सगळे आहेत. त्यामुळे बघाल त्या ठिकाणी तुम्हाला सैनिकच दिसतील. इथं दोनच प्रदेश आहेत. एक संवेदनाशील आणि दुसरा अतिसंवेदनशील!" त्यानंही मंद हसत मान हलवली. त्याच्या लक्षात आलं, रस्ते फारसे रुंद नसले तरी कार वेगात चालली आहे. चिनार वृक्षांची उंची आणि आकार नजरेत भरण्याआधीच मागं पडत होते. मधूनच एखादं दुकान दिसत होतं. जम्मू-काश्मीरच्या दोन राजधान्यांमधली ही एक; असं अभिमानानं सांगावं असं कुठलंच लक्षण तिथं दिसत नव्हतं.

"जगप्रसिद्ध प्रवासी ठिकाण म्हणून तरी हे नेटकं असायला हवं होतं, नाही का?" न राहवून त्यानं विचारलंच.

होकारार्थी मान हलवत ते त्याच्याकडे वळून म्हणाले, "गेली कितीतरी दशकं जिथं केवळ धर्म हाच राजकीय पक्षांचा अजेंडा होऊन राहिलाय ते राज्य आहे हे! विकासाचा कण तुम्ही कितीही शोधला तरी सापडणार नाहीत! त्यातही हिवाळ्याच्या

राजधानीशी, जम्मूशी तुलना केली तर उन्हाळ्याच्या राजधानीला, श्रीनगरला जास्त महत्त्व दिलं जातं.''

त्यानं त्यांच्याकडे वळून पाहिलं. त्याच्या चेहऱ्यावरचा गोंधळ लक्षात येऊन ते पुढं म्हणाले, ''धर्माचं प्राबल्य किती आहे हे समजण्यासाठी एक उदाहरण देतो. लक्षात घ्या. १९९८ साली देशात सर्वत्र धार्मिक केंद्रांचा दुरुपयोग केला जायचा त्याचा निषेध करायची कारवाई करायला आमच्या राज्यानं मंजुरी दिली नाही. कारण इथलं सगळं राजकारण चालतं आणि निर्णय घेतले जातात ते मशिदींमध्ये. इथले मुफ्ती धर्मापेक्षा राजकारणातच अधिक गुंतलेले असतात. हे जितकं सत्य आहे तितकंच, इथले राजकारणी धर्माचं साहाय्य नसेल तर हाताची किरकोळ करंगळीही उचलू शकणार नाहीत, हेही सत्य आहे! इथली निवडणुकीची भाषणं धार्मिक केंद्रांमध्येच चालतात. यावरून तुम्ही काय समजायचं ते समजा. एकूण काय! या दोघांनी मिळून या प्रदेशाचा विकास पूर्णपणे झाकाळून टाकला आहे! हातात सत्ता असताना जातिभेद न पाळण्याचं सोंग पांघरणारे राजकारणी अधिकार नसताना मुस्लीम मूलतत्त्ववादी बनतात. त्यातच काश्मीरमधली मुस्लीम व्होटबँक कशी आहे, हे ठाऊक असेलच. पाकिस्तानधार्जिण्या मतदारांचाच इथं वरचष्मा असतो. अशा मतदारांच्या मनाला हात घातल्याशिवाय यांना मतं मिळणं शक्य नाही. म्हणजे राज्यावर येताना, ती खुर्ची राखताना आणि हातात सत्ता असताना मनसोक्त कमाई करायचं ध्येय असणाऱ्यांना राज्याच्या विकासाचा विचार करायला वेळ कुठून असणार?''

त्यांचं दीर्घ बोलणं थांबलं. संजीवजींच्या या साऱ्या बोलण्याचा विचार करण्यात नरेंद्र गढून गेला. नंतर म्हणाला, ''मशिदींमध्ये बंदुका, दगड-धोंडे, तलवारी आणि इतर हत्यारं सापडल्याच्या बातम्या मीही ऐकल्या आहेत.''

''मशिदींची भूमिका केवळ हत्यारांचे साठे करून ठेवण्याइतकी मर्यादित नाही. तिथं आणखी काय-काय चालायचं, याविषयी मी बोलू नये!'' एवढं बोलून ते काही क्षण थांबले. काही क्षण तसेच शांततेत गेले.

विषय बदलत नरेंद्रनं विचारलं, ''हा गावाबाहेरचा भाग आहे ना?''

''होय. आमची कॉलनी इथून जवळच आहे. बडगाम जिल्ह्यात येतो तो भाग.''

''आता कसं आहे इथलं वातावरण?''

''काल रात्रीही दोन अतिरेकी भारतीय सैन्यानं मारलेत. तसेच विशेष कारवाईसाठी असलेल्या तुकडीतलेही जम्मू-काश्मीरचे दोघं मृत्युमुखी पडलेत. श्रीनगरमधल्या अतिसंवेदनशील प्रदेशात आज कर्फ्यू पुकारण्यात आला आहे. पण हे सगळं आमच्या दृष्टीनं नेहमीचंच आहे!''

त्यांच्या चेहऱ्यावर हसू होतं. बऱ्याच परिश्रमानं कमावलेली ती एक कठीण अवस्था असावी, असं त्याच्या मनात आलं.

नरेंद्रची नजर खिडकीबाहेर गेली.

संजीवजींनी विचारलं, ''तुम्ही अभ्यासक आहात असं ऐकलंय. काश्मीरवर पुस्तक लिहिताय का? तुमचा येण्यामागचा उद्देश समजला तर तुम्हाला तशा जागी फिरवणं सोपं जाईल म्हणून विचारतोय.''

''तसा मी काही लेखक नाही. मला या जागेविषयी आणि इथं राहणाऱ्या माणसांविषयी आस्था वाटतेय. म्हणून आलोय.

काही क्षणांनंतर तो पुढं म्हणाला, ''परवा शूटआउटमध्ये मेजर अर्जुन गेला ना, तो माझा धाकटा भाऊ!''

''ओह!'' यापुढे काय बोलावं ते संजीवजींना सुचलं नाही. नंतर म्हणाले, ''पण पुलवामाला जायला जमेल की नाही ते सांगणं कठीण आहे. सगळ्या अतिरेकी कारवायांचं मूळ तेच आहे ना!''

नरेंद्र पुन्हा मान बाहेर काढून खिडकीबाहेर बघू लागला. भारतीय जवानांनी भरलेली एक जीप शेजारून वेगात निघून गेली. तरुण, दणकट, सळसळत्या जोशानं भरलेले तरुण! रस्त्यावरही हातात रायफली घेऊन चारी दिशांना तोंडं करून उभे असलेले तरुण! संजीवजी म्हणाले, ''सतत यांची गस्त सुरूच असते!''

जीप दिसेनाशी झाली. नरेंद्रनं मान आत घेतली. रस्त्याच्या दोन्ही बाजूंना केंद्राच्या बसेस उभ्या होत्या. दहा-दहा पावलांवर एकेक सैनिक हातात गन घेऊन उभा होता. हा प्रदेश अतिसंवेदनशील असला पाहिजे, याची त्याला कल्पना आली.

''ही आली आमची कॉलनी!''

आता त्यांची कार एका चिंचोळ्या कच्च्या रस्त्यावरून चालली होती. नरेंद्रचं लक्ष भोवताली लावलेल्या तारेच्या जाळ्यांकडे गेलं. कार एका बंद गेटपाशी येऊन थांबली. हॉर्न वाजवल्यावर युनिफॉर्ममधला पोलीस आला आणि आत डोकावून पाहिल्यानंतर गेट उघडण्यात आलं. कार थोडी पुढे आल्यावर नरेंद्रनं विचारलं, ''हाही मुसलमान आहे?''

''होय!'' संजीवजी उत्तरले. त्या बोलण्यातला निर्भाव नरेंद्रच्या हृदयाला स्पर्श करून गेला. त्या क्षणी लक्षात आलं, मघाशी त्यांच्या चेहऱ्यावर दिसलेलं हसू हाही याच भावविरहित अवस्थेचाच एक आविष्कार होता!

आत आल्यावर त्यानं पाहिलं, गेटलगत सुरू झालेल्या भिंतीनं तो सगळा प्रदेश वेढून टाकला होता. आता अपार्टमेंटसारख्या दिसणाऱ्या इमारतींचा समुच्चय होता. प्रत्येक इमारतीत सुमारे बारा-पंधरा कुटुंबं राहत असावीत. भोवतालच्या भिंतींची उंची वाढवण्यासाठी त्या भिंतींवर वनस्पतींचं आच्छादन चढवण्यात आलं होतं.

त्यातल्या एका इमारतीच्या शेजारी संजीवजींनी कार उभी केली. उतरता उतरता भोवताली नजर फिरवत ते म्हणाले, ''नव्वदच्या दशकात काश्मीरमधले हिंदू मोठ्या संख्येनं इथून परागंदा झाले असले तरी बरेच हिंदू इथंच राहिले. निघून गेलेल्यांपैकीही काहीजण सात-आठ वर्षांनंतर माघारी परतले. वातावरण निवळलं म्हणून. मीही त्यापैकी एक! सरकारच्या पॉवर डिपार्टमेंटमध्ये मला नोकरी होती. दंगा उसळला तेव्हा मी जम्मूला गेलो, शांत झाल्यावर माघारी परतलो. तेव्हा सगळा संसार सोबत आणण्यासारखी परिस्थिती नव्हती. तेव्हा ऑफिसच्या शेजारीच एक खोली भाड्यानं घेऊन मित्रांबरोबर राहू लागलो. नोकरीवरच्या मोहापेक्षा पुन्हा इथं यायला मिळतंय याचंच आमच्यासारख्यांना अप्रूप होतं.''

संजीवजी पुन्हा अबोल झाले, कुठेतरी हरवून गेल्यासारखे! आता नरेंद्रला त्यांच्या स्वभावाचा हा पैलू लक्षात येऊ लागला होता.

त्यानं विचारलं, ''तुम्ही परतलात; तुमच्या आधीच्या नोकऱ्या तशाच शाबूत होत्या का?''

''काश्मीरला परता किंवा परतू नका! दर महिन्याला पगार मिळत होता. पण नोकरीत राहिलं तर जसं घरभाडं किंवा नोकरीतल्या बढत्या मिळणं अपेक्षित होतं, तसं मात्र मिळत नव्हतं. क्वचित एखाद्याला बढती मिळाली तरी त्याला कुठल्यातरी कानाकोपऱ्यात फेकलं जायचं. त्यात जिवाची भीती! त्यामुळे बरेचसे बाहेरच राहिले. मी सांगतोय त्या काळात कमीत कमी पंधरा हजारांपेक्षा जास्त लोक सरकारी नोकरीत होते. आता त्यांच्यापैकी बरेचसे निवृत्त झाले आहेत. एकाच हुद्द्यावर राहिल्यामुळे साहजिकच त्यांना मिळणारी पेन्शन अगदीच तुटपुंजी आहे. आता परिस्थिती अशी आहे की सगळ्या रिकाम्या जागांवर सरकारनं मुसलमानांची नेमणूक केली आहे!''

काही क्षण थांबून संजीवजी पुढं बोलू लागले, ''२००८साली पंतप्रधानांनी केंद्राच्या योजनेत काही हिंदू तरुणांना सरकारी नोकऱ्या देण्यात आल्या. त्यांच्या वास्तव्यासाठी या काही वस्त्या निर्माण केल्या. त्याचबरोबर माघारी येऊन काश्मीरमध्येच वास्तव्य करू पाहणाऱ्यांनाही कुठे-कुठे राहायची व्यवस्था करण्यात आली आहे. माझ्या मेहुणीच्या मुलालाही नोकरी मिळाली आहे. त्यामुळे तोही इथेच राहायला आला आहे. तो लहान असताना त्याचं सगळं कुटुंब अतिरेक्यांच्या अत्याचाराला बळी पडलं होतं. नंतर आम्हीच त्याला लहानाचा मोठा केला. आता त्याचं लग्न झालंय, मुलंबाळंही आहेत. आम्ही त्याच्यासोबत राहावं असा त्याचा खूप आग्रह आहे. माझ्या निवृत्तीला आणखी काही वर्षं आहेत. शिवाय इतक्या वर्षांची वहिवाट सोडून तिथून बाहेर जायची इच्छा नाही. त्यामुळे मी तरी जास्तीत जास्त मित्रांमध्येच रमतो. त्यांचा आग्रह वाढला की माझी बायको जाते. दोघंही काही दिवस त्याच्याबरोबर

राहतो आणि परत येतो.''

आपल्या जीवनातला गोंधळ शक्य तितका सोपा करून त्याच्यापुढे ठेवत त्यांनी नरेंद्रकडे पाहिलं. त्यांनी ते कितीही साधं करून सांगितलं तरी त्यांच्या अंतर्मनातली घालमेल नरेंद्रपर्यंत पोहोचत होती. त्याच्या मनात आलं, या घुसमटलेल्या समुदायाच्या जीवनाला आपण कल्पनाही करू शकणार नाही असे आणखी किती अव्यक्त पैलू असतील कोणजाणे!

त्याची नजर त्यांच्या चेहऱ्यावर काही क्षण खिळली. नंतर आजूबाजूला नजर टाकत त्यानं विचारलं, ''संपूर्ण काश्मीरसाठी ही एकच अशा प्रकारची वस्ती आहे का?''

''नाही. वेगवेगळ्या सगळ्या जिल्ह्यांमधून एकूण अशा सहा वस्त्या आहेत. ही श्रीनगरहून सगळ्यात जवळची आहे.''

''इथून निघून गेलेली माणसं कुठं कुठं स्थायिक झाली?''

''साधारण चार लाख माणसं परागंदा झाली असा एक अंदाज आहे. ही सगळी माणसं जम्मू, दिल्ली, महाराष्ट्र, एवढंच काय, तुमच्या कर्नाटकातल्या बेंगळुरूपर्यंत विखुरली गेलीत.'' अतिशय शांत स्वरात त्यांनी सांगितलं. त्यांच्यामधली ही स्थितप्रज्ञता त्याला पदोपदी अनुभवायला येत होती. मुसलमान आणि त्यांच्या मशिदींविषयी बोलतानाही कुठेही भावनांचा कल्लोळ जाणवत नव्हता.

आता त्याच्या मनाचा गोंधळ उडाला. या अलिप्तपणाला स्थितप्रज्ञ अवस्था समजून तिचा गौरव करायचा? की ती असाहाय्यता आहे?

त्याची नजर समोरच्या इमारतीवर खिळली. इमारत बरीच जुनी, अनेक दशकांपूर्वीची दिसत होती. तिचं उतारवय नजरेत ठसत होतं. इमारतीचा बराच भाग शेवाळलेला दिसत होता. तिकडच्या बऱ्याच इमारतींची हीच अवस्था दिसत होती.

''चला. पहिल्या मजल्यावर आहे घर.'' म्हणत ते जिन्याच्या पायऱ्या चढू लागले. वर एका बंद दारापाशी उभं राहून दारावरची बेल दाबताच दरवाजा उघडला. दरवाजा उघडलेल्या महिलेशी ओळख करून देत ते म्हणाले, ''ही माझी पत्नी आरती.''

आरतीनं मंद हास्य करत हात जोडले. ती सडपातळ, गोरी, देखणी अशी मध्यम वयाची महिला असल्याचं त्याला जाणवलं.

घरात शिरताच त्यांनी त्याला ''चला, आत जाऊ या...'' म्हणत सरळ आतल्या खोलीत नेलं. संपूर्ण जमीन कार्पेटनं आच्छादली होती. बहुतेक इथल्या थंडीमुळे. त्यामुळे उबदार वाटत होती. गालिचावरच कॉट, टेबल-खुर्ची ठेवलं होतं. तिथंच टीव्हीही होता. जमिनीवरच मोठं आच्छादन होतं. त्यावर लोड, तक्के ठेवून बसायची व्यवस्था केली होती.

त्याच्या हातात टॉवेल देत त्यांनी सांगितलं, ''हात-पाय धुवून या.''

दोघंही बैठकीवर बसताच आरतीनं त्यांच्यासमोर एक चटईसारखं जाजम अंथरलं. त्यानं विचारलं, "काय हे?"

"बक तलऊ" म्हणतो आम्ही याला. खाणं-जेवण करताना हे अंथरलं जातं." संजीवजी म्हणाले. आधी एका बाउलमध्ये बदाम, अक्रोड आणि काजू आणून ठेवले. पाठोपाठ चहा-खाणं आलं. संजीवजींनी सांगितलं, "संकोच नको. घ्या."

खाणं सुरू असतानाच संजीवजींनी टीव्ही लावला. जम्मू काश्मीरच्या स्थानिक बातम्यांमध्ये बहुतेक सगळ्या हिंसा-मारामाऱ्या-अत्याचाराच्याच बातम्या दाखवल्या जात होत्या. संजीव म्हणाले, "तुम्ही थोडी विश्रांती घ्या. मी एकदोन महत्त्वाची कामं उरकून येतो. लवकर येईन. उशीर करणार नाही. हवं तर दार लावून घ्या..." आणि पडदा सारखा करत ते बाहेर पडले.

नरेंद्रनं बसल्या बसल्या पाय पसरले. नंतर उठला आणि खिडकीपाशी जाऊन त्यानं बाहेर नजर फिरवली. बाहेरच्या हालचालींना फारशी गती नव्हती. तरी भान विसरून मुलं खेळत होती. समोर एक छोटं देऊळ होतं. त्यावरचा भगवा ध्वज वाऱ्यानं फडफडत होता. जवळच एका कट्ट्यावर काही वयस्कर माणसं एकत्र बसून आपसात गप्पा मारत होती. काही स्त्रियांचेही गट दिसले. काहीजण चालत होते. म्हणजे तिथल्या इमारतींमधून असलेल्या वाटांमध्ये फिरून पाय मोकळे करत होते. काहीजणं आपापल्या घरांसमोरच उभे राहून आपसात बोलत होते.

पाचच मिनिटात त्याच्या लक्षात आलं या सगळ्यांचं जे काही आयुष्य आहे ते या कंपाउंडच्या आताच बंदिस्त आहे. त्याच क्षणी त्याच्या नजरेसमोर देशात सर्वत्र ठिकाणी भररस्त्याच्या मध्यभागी उभं राहून "आमच्या स्वातंत्र्यावर हल्ला होतोय..." म्हणत बोंबाबोंब करणारे महाभाग तरळून गेले. त्यानं नकळत सुस्कारा सोडला.

अचानक एका लाउडस्पीकरवरून आवाज ऐकू आला आणि तो दचकला. ती अजानची बांग होती. हे लक्षात यायला काही क्षण जावे लागले. एका पाठोपाठ एक असे अनेक लाउडस्पीकर्समधून तेच आवाज ऐकू येऊ लागले. भोवताली केवळ एकच नव्हे, कितीतरी मशिदी असल्याचं आता कुठं त्याच्या लक्षात आलं. बेंगळुरूमध्ये याच्या एक शतांशाएवढ्याही नाहीत. वातावरणात सगळीकडेच "बघ! मी आणि केवळ मीच आहे!.." असा इस्लाम जयघोष करत असल्यासारखं वाटू लागलं. तिथल्या प्रत्येकाला "माझ्यापुढे तू य:कश्चित आहेस.." असं बजावून सांगत असल्यासारखं वाटलं. त्याची नजर आकाशाकडे वळली. आकाश निश्चल होतं.

त्यानं खेळणाऱ्या मुलांकडे पाहिलं. त्यापैकी कुणीही विचलित झालेलं दिसलं नाही. प्रौढांच्या गप्पाही तशाच चालू होत्या. काय प्रतिक्रिया उमटत असेल यांच्या मनात? "आणखी किती घाबरवणार आहात?", "घाबरून घाबरून काय होणाराय?"

असंच काही उमटत असेल काय? कदाचित वातावरणातला हा अबोध तणाव या सगळ्यांच्या दृष्टीनं नेहमीचाच असेल काय? तो मात्र या तणावामुळे कासावीस होत होता.

सगळे आवाज क्रमाक्रमानं शांत झाले आणि वातावरण पूर्वस्थितीला आलं. त्याच वेळी फोन वाजला. आशा. तो उत्तरला, "हं... छान आहे. इथं आल्या-आल्या कुणाकुणाबरोबर बोलत राहिलो... फोन करायचा राहून गेला. सगळं ठीक आहे इकडे. काळजीचं कारण नाही. उद्या मी नक्की करेन. मैत्रेयीलाही सांग. आहे का ती तिथे? दे तिला..." म्हणत त्यानं तिच्याशीही जुजबी गप्पा मारल्या. नंतर पुन्हा आशाशी बोलताना तिनं आठवण करून दिली. जर तिनं आठवण करून दिली नसती तर या घरासाठी दिलेल्या चिप्स आणि गोड वड्या तशाच राहिल्या असत्या!

फोन ठेवून त्यानं ती दोन्ही पाकिटं घेतली आणि "भाभीजी, माझ्या बायकोनं तुमच्यासाठी पाठवलंय..." म्हणत तो स्वयंपाकघराच्या दारापाशी जाऊन उभा राहिला.

"अरेच्चा! कशाला एवढं सारं घेऊन आलात?..." म्हणत तिनं ती संकोचानं हातात घेतली.

त्याची नजर स्वयंपाकघरभर फिरली. गृहप्रवेश करण्याआधी अर्धवट बांधलेलं घर असावं तसं ते दिसत होतं. रंगरंगोटीचा कधी विचारही न झालेलं. केवळ सिमेंटनं लिंपलेल्या भिंती होत्या. त्याला कसाबसा चिकटलेला एक लांबलचक कट्टा वगळता सामानसुमान ठेवण्यासाठी दुसरी काहीही व्यवस्था दिसत नव्हती. तिथं लाकडाच्या एका मोठ्या पेटाऱ्यात सामान रचून ठेवलं होतं. आडोसा म्हणून एक जेमतेम पडदा लावला होता.

न राहवून त्यानं विचारलं, "इथली सगळी घरं अशीच आहेत?"

"हे कितीतरी उत्तम म्हणावं लागेल! आमच्या सूरजचं, म्हणजे बहिणीच्या मुलाचं घर आहे हे. शाळेला जायच्या वयाचा मुलगा आहे घरात, म्हणून त्याला हे असं संपूर्ण घर मिळालंय. इतर कितीतरी कुटुंबांना एकाच घरात एकत्र राहावं लागतं. प्रत्येक खोलीत एकेक संसार! एक माजघरात, एक आतल्या खोलीत, एक स्वयंपाकघरात..." ती हसत म्हणाली.

तो अवाक् होऊन ऐकत होता.

तीच पुढं म्हणाली, "आधी तर घरांची संख्याही कमी होती. तेव्हा तर एकेका घरात चार-चार जोडपी राहायची. स्वयंपाकघरात दोन कट्टे घातलेले असायचे. बाथरूम-टॉयलेट एकेकच. सकाळच्या वेळची घाई काही विचारू नका! शाळा-ऑफिसला जायची घाई सगळ्यांनाच असणार ना! त्यावरून आपसात बाचाबाची चालायची. हे नेहमीचंच घरोघरचं दृश्य असायचं. घर म्हटलं की चार-पाच माणसं

तरी असणारच ना!''

ती हसतच सांगत होती, पण ते ऐकताना त्याचा जीव मात्र घुसमटत होता. त्यावर हसणं दूर राहिलं; काही बोलायलाही त्याला सुचलं नाही. तिच्या त्या सहज हसण्यामागं किती वेदना असतील कोणजाणे! तिनंच सांगितलं, ''या. बघा हे घर!''

त्याची गरज नव्हती म्हणा! त्याच्या नजरेला जे पडलं, त्याहून काहीही जास्तीचं स्वयंपाकघरात नव्हतंच. त्याच्या लगतच असलेलं मध्यम आकाराचं माजघर होतं. आणखीही एक खोली होती, ती तर या खोलीपेक्षा लहान होती. तिचा उपयोग वाचनासाठी केला जात असल्याचं कुणी सांगायची गरज नव्हती. एका कोपऱ्यात टेबल-खुर्ची होती. पुस्तकांसाठी एक छोटं कपाट होतं. गच्च भरलेलं. तिनं सांगितलं, ''सूरजची मुलं इथंच शिकतात, अभ्यास करतात. वर्गात दोघांचाही नंबर कधी चुकत नाही.'' हे सांगताना तिच्या आवाजातला अभिमान लपत नव्हता.

पण घरात त्या कुणाचीच चाहूल नव्हती. तीच पुढं म्हणाली, ''आता ते सगळे दिल्लीला गेलेत. आठवड्यात परत येतील.''

काहीतरी आठवून त्यानं विचारलं, ''स्वयंपाकघरात आणि न्हाणीघरात एकेका भांड्यात माती का बरं ठेवलीय?''

''ती आपली माती ना!! आधी साबण वापरला तरी शेवटी त्यानंच हात धुवायचे. भांडी साफ करतानाही तसंच करतो. ही आमच्याकडची आधीपासूनची पद्धत आहे.'' तिच्या चेहऱ्यावरचं स्मित तसंच होतं. मुलांचं शाळेला जाणंयेणं, सगळ्या वस्तीला होणारा दूध-भाजीपाल्याचा पुरवठा या सगळ्यांविषयी चौकशी करून झाल्यावर त्यानं विचारलं, ''बाहेर एक फेरी मारून येऊ?''

तिची मुखचर्या बदलली. तिनं विचारलं, ''बाहेर म्हणजे कुठं?''

नंतर तीच म्हणाली, ''कंपाउंडच्या बाहेर जाऊ नका! आतल्या बाजूलाच फिरून यायला हरकत नाही.''

मान डोलावून तो बाहेर पडत असतानाच संजीवजी आत आले. तो म्हणाला, ''सहज चक्कर मारून यायला म्हणून बाहेर पडत होतो.''

''चला तर मग!'' म्हणत ते त्याच्याबरोबर निघाले.

समोर भेटणारे सगळे संजीवजींशी बोलत होते. नव्यानं ओळखीची झालेली काश्मीरी भाषा त्याच्या कानावर पडत होती. काहीजणं नुसतीच खुशाली विचारत होते. काहीजण प्रश्न विचारत होते, हे उच्चारावरून कळत होतं. केंद्र सरकारच्या नव्या योजनेविषयी ते प्रश्न असल्याचं त्यातल्या एखाद्या शब्दावरून लक्षात येत होतं.

एक-दोन फेऱ्या मारेपर्यंत समोरची रहदारी कमी झाली होती. थोडा निवांतपणा

मिळताच नरेंद्रनं विचारलं, “ऑफिसमधलं वातावरण कसं असतं? तिथं तुम्ही मोजकेच असाल ना?

“होय. आमच्या विभागात आम्ही दोघेजणं आहोत फक्त. आम्ही तिथल्या इतर कुठल्याही बाबीत फारसं लक्ष घालत नाही. आम्ही आणि आमचं काम! बस्स!”

“इतर सगळे तेच असतील ना?”

“होय.”

“तुमच्याशी त्यांचं वागणं कसं असतं?”

“काहीजणं स्वत:पुरते असतात. इतर काहीजणं मुद्दाम “चला, नमाजाला जाऊ या...” म्हणून आम्हाला खिजवतात. आमची थट्टा करतात, मुद्दाम टीका करतात. आम्ही कशालाच प्रतिक्रिया देत नाही.”

“थट्टा? म्हणजे?”

“संदभानुसार. उदाहरणार्थ, भारत क्रिकेट मॅच हरला असेल तर त्यावरून आम्हाला उद्देशून काहीतरी मस्करी करतात. आम्ही काहीच प्रतिसाद दिला नाही तर भित्रट पंडित म्हणून हेटाळणी करतात.”

“सुशिक्षित माणसंही अशी वागतात?”

“ते जे काही शिकलेले असतात, त्याला सुशिक्षित म्हणायचं असेल तर... होय!”

त्याला काय बोलावं ते सुचलं नाही. तेच काही क्षण थांबले आणि म्हणाले, “त्यात अपमान समजायला लागलं तर सगळं सोडून निघून जावं लागेल. प्रत्येक वेळी कुठं म्हणून जाणार?...”

त्याला मथितार्थ समजला. सगळं समजून त्यानं मान डोलावली. त्यांना जाणवलं, हा भेटल्यानंतर जेवढ्यास तेवढं बोलायचा मनाचा निर्धार हळूहळू ढासळत चाललाय! आपण सांगू ते नेमकेपणानं समजून घेणारं कुणीतरी भेटल्यासारखं वाटून त्यांच्या मनातली स्नेहाची भावना अधिक गाढ झाली. त्याच भावनेत ते घराच्या दिशेनं चालू लागले.

दाराशीच आरतीनं सांगितलं, “पंडितजी आलेत. मघापासून तुमची वाट पाहताहेत.”

“ओह! फोन घेऊन जायचं राहून गेलं आज!..” म्हणत संजीवजी घरात शिरले.

माजघरातल्या खुर्चीवर पंडितजी बसले होते. नरेंद्रची ओळख करून देत संजीव म्हणाले, “हे हृदयनाथ पंडित. शंकराचार्यांच्या मठात पुरोहित आहेत. माझ्या माहितीप्रमाणे संपूर्ण काश्मीरमध्ये संस्कृतचे एकमेव जाणकार!”

नरेंद्रनं पाहिलं. संजीवजींपेक्षा थोडीशी कमी उंची. कृश देहयष्टी, कपाळाभर

तिलक. संन्याशाची सगळी लक्षणं चेहऱ्यावर दिसत होती. मागं वळवलेले केस. शरीराचा रंग चमकदार असला तरी कळाहीन नजर. थकलेला चेहरा. कावेच्या रंगाचा झब्बा-पायजमा. नरेंद्रनं त्यांना हात जोडले, ''नमस्ते!''

संजीवजींनी सांगितलं, ''महाराज, हे नरेंद्र. अभ्यासक आहेत. बंगळुरूहून आलेत. इथंच काही दिवस राहणार आहेत.'' पंडितजींनीही नरेंद्रला प्रतिनमस्कार केला. ते उठून उभे राहिले आणि म्हणाले, ''दक्षिणदेशाचे म्हणालात! आणि अभ्यासक. म्हणजे तुम्हाला आमच्या काश्मीरची सगळी माहिती असेलच!''

त्या प्रश्नामागची कातरता आणि उत्सुकता अजिबात लपवून न ठेवता त्यांची नजर त्याच्यावर खिळली होती.

ते लक्षात येऊन त्यानं सावधपणे विचारलं, ''सगळी म्हणजे?''

त्यांच्या संकुचित, विरळ भुवयांमधल्या डोळ्यांमध्ये काहीतरी विशिष्ट हेतू आणि भाव त्याच्या लक्षात आले.

''अज्ञानाच्या भोवऱ्यात गरगरणाऱ्यांमध्ये पोहू पाहणाऱ्या आम्हा सगळ्यांची असाहाय्यता! आमची अपरिहार्यता! कुठून तरी मदतीचा हात पुढं येईल म्हणून वाट पाहणारी आमची अनेक शतकपासूनची व्याकुळता!''

क्षणभरही वाया न घालवता ते उत्तरले. एखादं पाठांतर केलेलं पद म्हणून मोकळं व्हावं तसं! त्यांच्या बोलण्यातला मथितार्थ आकलन होण्यासाठी काही क्षण जावे लागले. नंतर तो शांतपणे म्हणाला, ''ते अज्ञानी असतीलही! पण तुमचं ज्ञानाचं बळ कशाप्रकारे वापरलं जातंय? कुठल्यातरी मोठ्या महामार्गाचा शोध लावण्यात विफल झाल्याचा परिणाम म्हणून हे बोलताय का?''

लगेच तो म्हणाला, ''माझा प्रश्न तुम्हाला कदाचित विचित्र आणि उद्धटपणाचा वाटेल. मी हे का विचारतोय तेही सांगतो. समजा, तुमच्या अपेक्षेप्रमाणे बाहेरून तुमच्यासाठी मदत येईलही. पण काश्मीरमध्ये ती मदत घ्यायची की नाही हा निर्णय तुमचाच असणार आहे ना? त्यासाठी आवश्यक ती भूमी सज्ज ठेवायचं काम कोण करणार? तुम्हीच ना?''

त्याची भेदक नजर पंडितांवर खिळली होती. आता पंडितही थोडे गोंधळलेले दिसले. नंतर म्हणाले, ''म्हणजे यावरचा उपाय फक्त आमच्याच हातात आहे, असं तुम्हाला सुचवायचं आहे काय?'' त्यांच्या आवाजात अस्वस्थता दिसत होती.

ती जाणून नरेंद्र क्षणभर विचलित झाला. पण स्वतःला सावरून सावकाश, समजावल्याच्या सुरात, पण स्पष्टपणे म्हणाला, ''मला एवढंच म्हणायचं आहे, तुम्ही यावरच्या उपायाकडे कितपत चिकित्सक दृष्टीनं पाहता, यावर कितीतरी गोष्टी अवलंबून असतात. त्यासाठी सर्वप्रथम तुमचं मनोबल तपासून घ्यायला पाहिजे.

तेव्हा तुमचे तुम्हालाच नकळत यावरच्या उपायाचे मार्ग दिसायला लागतील. अगदी ते जमलं नाही तरी वेळोवेळी त्या त्या प्रसंगाला अनुसरून काहीतरी उपाय सुचत जातील असं मला वाटतं.''

तो बोलायचा थांबला. पण ते काहीच बोलले नाहीत. तोच शांतपणे पुढं म्हणाला, ''कुणालाही अज्ञानी न म्हणता, आपल्याला जे काही म्हणायचंय ते म्हटलं तरी त्याचा प्रतिध्वनी येऊन चार-सहा आवाज कानांवर येतील. काहीतरी उपयोग तर होईल ना!''

पंडितजी निरुत्तर झाले. याआधी कधीही जाणवला नव्हता, एवढा असाहाय्य भाव त्यांच्या मनात दाटला. पण, विचार करताना, म्लेच्छांना ''अज्ञानी'' या सदरात टाकून, पावलोपावली आपली दुर्बलता उच्चारत राहण्यापेक्षा आपण आणखी काहीही सबळ असं काम केलं नाही, याची त्यांना तीव्र जाणीव होऊ लागली. अचानकपणे कुठल्यातरी दिशेनं मदत येईल आणि सगळं आलबेल होईल ही आपली भावना म्हणजे भ्रम आहे. या अपरिचित तरुणाच्या बोलण्यामुळे हा भ्रम दूर होत असल्याचा अनुभव येत असला तरी, मग आपण पुढं काय करायचं, हे अस्पष्टच राहिलं. त्याचबरोबर गेली अनेक वर्षं अडकलेल्या एका बंधनातून मोकळं होऊन हलकेपणा जाणवला, हेही तितकंच खरं! इतका काळ मी स्वत:ला शहाणा समजून इतरांना अज्ञानी समजत होतो, त्यांच्या अज्ञानाची काळजी करत होतो!

ते प्रामाणिकपणे म्हणाले, ''खरं आहे तुमचं! मला समजलं तेच सत्य समजून मी वागत राहिलो! मोठीच चूक झाली ती!...''

''पण आता ती तुमच्या लक्षात आलीय ना? हेही फार मोठं आहे! यानंतर तुमचा पुढचा मार्ग सुकर होईल! पाहाल तुम्ही!'' वातावरण हलकं करत, मंद हसत तो म्हणाला.

पंडितजींना वाटलं, यानंतर श्रीनगरमधला प्रत्येक दिवा प्रखरपणे प्रकाशमान होणार आहे! आता दाटून राहिलेला अंधकार त्या प्रकाशामुळे संपूर्ण नभोमंडल ज्योर्तिर्मय होणार आहे! त्या तेजानं आपला हा काश्मीर प्रदेश झळाळून उठणार आहे! त्याच तंद्रीत ते उठून खिडकीपाशी गेले आणि आकाशाकडे पाहू लागले. तसं पाहत असताना त्यांचा तोल गेल्यासारखा झाला. खिडकीचे गज पकडत काही क्षण ते तशाच अवस्थेत राहिले.

ते पुन्हा माघारी येऊन पूर्ववत बसले. सुरुवातीला काहीशा अस्पष्टपणे, नंतर स्पष्टपणे म्हणाले, ''याचा अर्थ तुम्ही फक्त दक्षिण देशापुरते मर्यादित नाही!''

नरेंद्रच्या चेहऱ्यावर मंद हास्य पसरलं. पंडितजींच्या डोळ्यातले भाव पाहून त्यांच्या मनात जन्मलेली कुठलीशी आश्वासक भावना त्यालाही जाणवली. चेहऱ्यावरची

चिंतेची एक सुरकुती कमी झाली होती. आपल्या अध्ययनातून प्राप्त झालेल्या दृष्टिकोनामुळे आपण यांना काही प्रमाणात तरी आश्वस्त करू शकू, असा त्याला विश्वास वाटला. त्याचं किंचित समाधान त्याच्या चेहऱ्यावर पसरलं. तेवढंच.

पण समोर उभ्या असलेल्या संजीवजींना किंवा दाराशी उभं राहून हे सगळं पाहणाऱ्या आरतीला मात्र यातलं काहीच न समजून ते दोघं एकमेकाकडे पाहत राहिले.

नंतर पंडितजी संजीवजींना म्हणाले, "उद्या यांना टेकडीवर घेऊन या. बरीच चर्चा करायचीय यांच्याशी!" संजीवजींनी पाहिलं, अजूनही पंडितजींची नजर नरेंद्रलाच निरखत होती. त्यांच्या चेहऱ्यावर याआधी न उमटलेले भाव दिसत होती. चिंतेची रेषा काहीशी पुसट झाली होती. मनातला सगळा गोंधळ कमी होऊन ते बरेचसे शांत झालेले दिसत होते. त्यानी मनोमन नरेंद्रचा स्वीकार केल्याचं त्यांनाही जाणवलं.

त्यांनी पंडितजींना विचारलं, "ठीकाय. पण तुम्ही टेकडी उतरून खाली कसे काय आलात?"

"कैलाशला भेटायला आलो होतो. बरंच बोललो त्याच्याशी. पण काहीच प्रतिक्रिया नाही! बघू, काही फरक पडतोय का!... दगडफेक वाढलीय म्हणे! काहीतरी गंभीर घटना घडणार असं सगळ्यांना वाटतंय. तुम्ही शक्य तितकं जपून राहा."

"त्याच संदर्भात थोड्या वेळापूर्वी सगळे जमलो होतो. सरकारनं हे केवळ तोंडदेखलं सांगितलेलं नाही, अशीच सगळ्यांची भावना आहे. बऱ्याच अतिरेक्यांना अटक झालीय. सीमाभागातल्या हालचालीही कमी झाल्या आहेत म्हणे! सगळीकडे सैन्याच्या तुकड्या ठेवल्या आहेत. बारामुल्ला-कुपवाडा-अनंतनाग आणि पुलवामा जिल्ह्यात तर पावलोपावली सैनिक तैनात केले आहेत म्हणे. चीनकडच्या भागातही गेल्या चारपाच दिवसांत सगळीकडे तेच दिसताहेत. नव्वद साली माघारी आलो तेव्हाची परिस्थिती आणि आताची परिस्थिती यात पराकोटीचा फरक आहे!"

तेच पुन्हा म्हणाले, "तरीही परिस्थिती हाताबाहेर चालली तर निघून जाऊ या असं काहीजणांचं म्हणणं आहे."

"तसा प्रसंग आला तर तुम्ही काय कराल?" नरेंद्रनं गंभीरपणे विचारलं.

संजीवजींनी मान वर करत सांगितलं, "त्याचा अजून निर्णय झालेला नाही." त्यांच्या चेहऱ्यावरून कशाचीच कल्पना येत नव्हती. नरेंद्रला वाटलं, यांच्या सगळ्या भावना पार गोठून गेल्या आहेत! ते नरेंद्रला म्हणाले, "केंद्र सरकारनं घरवापसीची घोषणा केल्यापासून खोऱ्यात सगळीकडे गोंधळ-दंगा आणि दगडफेकीला उधाण आलंय. इथली परिस्थिती पाहता, सरकार म्हणतंय तितकं हे सोपं जाणार नाही!"

नरेंद्रची नजर पंडितजींकडे वळली. तो उत्सुकतेनं त्यांची प्रतिक्रिया पाहू लागला. त्यांच्या चेहऱ्यावर असाहाय्यकतेचे भाव दिसत होते.

त्यानं पंडितजींना विचारलं, "इथे तुमचे आणखी काही आश्रम वगैरे आहेत काय?"

"तुमच्या गावागावांत असतात तसे आश्रम इथं कुठून येणार? अगदी नियमितपणे व्याख्यान-शिक्षण करत राहिलं तरी ऐकायला कोण येणार?" त्यांच्या आवाजात पुन्हा हताशा जाणवली. नंतर ते म्हणाले, "ज्येष्ठा देवीचं मंदिर आहे इथून जवळच. तिथं तर राहायचीही व्यवस्था आहे. बाहेरून येणारे भक्त तिथं काही दिवस मुक्कामाला राहतात."

नरेंद्रच्या प्रश्नामागचा उद्देश अजिबात तो नव्हता. तरीही तसं काही न सांगता तो गप्प बसला. "ठीकाय महाराज... उद्या सकाळी येतो... आज इथंच जेवून घेऊ या. बराच उशीर झालाय..." संजीवजी म्हणाले.

"जेवण नको! उद्या भेटू..." म्हणत पंडितजी घाईघाईनं निघून गेले.

ते जेवायला बसत असतानाच पुन्हा जोरात अजानची पुकार ऐकू आली.

नरेंद्रनं विचारलं, "काय हे! किती जोरात आवाज आहे हा!"

"आजूबाजूला बऱ्याच मशिदी आहेत. हा आवाज सर्वसामान्य दिवसातला आहे. भारताचा क्रिकेटमध्ये पराभव झाला किंवा भारताला कुठल्यातरी प्रकारचा त्रास झाला की सगळ्या दिशेनं माइकमधून अतिशय जोरात प्रार्थना सुरू होते. कितीतरी वेळ हे चालू राहतं. एकदा रकात सुरू झाली की बस्स!... रकात म्हणजे ठाऊक आहे ना?"

"हो. कुरानातल्या विशिष्ट आयातांचा समावेश करून प्रार्थना करायची."

"प्रत्येक नमाजासाठी विशिष्ट आयात ठरलेले असतात. काही विशेष प्रसंगी आणखी आयात समाविष्ट करून विशेष रकात करतात."

त्याचं लक्ष जेवणाकडे गेलं. तीन सब्जी आणि एक साग म्हणजे पालेभाजी होती. भात होता. "आमच्याकडे सकाळी तेवढीच रोटी असते. दुपारी-रात्री भातच असतो." संजीवजींनी सांगितलं. नरेंद्रही म्हणाला, "आमच्याकडेही आधी अशीच पद्धत होती. अलीकडे मात्र चपातीचं प्रस्थ वाढत चाललंय." एकीकडे आरतीचा आग्रह सुरूच होता. जेवणही चविष्ट होतं. सात्त्विक होतं. नाही म्हटलं तरी चार घास जास्तच पोटात गेले होते. काश्मीरी पंडित मांसाहारी असतात हे आठवून नरेंद्रनं विचारलं, "तुमच्याकडे मांसाहार केव्हापासून सुरू झाला? हा मुसलमानांचाच प्रभाव का?"

"नवशिलायुगाच्या कालापासूनच काश्मीरी मांसाहारी आहेत. हे श्रीनगरमध्ये चाललेल्या उत्खननामधून सिद्ध झालं आहे. वर्षातले सहा-सात महिने हिमवर्षावाच्या

प्रभावाखाली असलेल्या या प्रदेशात धान्य पिकवणं शक्य नव्हतं. पण आश्चर्याची गोष्ट म्हणजे इथल्या पंडित समाजात एकही खाटीक नाही. आमचे काश्मीरी मांसाहारी खाद्यपदार्थ आजच्या इराण म्हणजे तेव्हाच्या पर्शियामधून आले आहेत. अशीच आमचीही भावना आहे. तो मुसलमानांचा प्रभाव आहे यात तथ्यांश आहे. काही का असेना, आहाराव्यतिरिक्त इतर बाबतीतही काश्मीरवर इराणचा प्रभाव किती आहे, हे ठाऊक आहे ना तुम्हाला?''

''तुम्ही सय्यदांविषयी सांगताय ना?'' नरेंद्रला याविषयी थोडीफार माहिती होती.

''होय. ईशान्य इराणच्या खोरासान् प्रांतात बैहक् नावाचं गाव आहे. तिथले सुन्नी मुस्लीम बैहाकी सैय्यद म्हणवून घेतात. मूलतः हा योद्धा समाज. यांचं दिल्लीच्या फिरोज शहा तुगलकशी जवळचं नातं होतं. त्यानं काही बैहाकी सेनाप्रमुखांना आजच्या फरिदाबादपाशी मोठ्या प्रमाणात जहागिऱ्या दिल्या होत्या. एके काळी हे सय्यद इतके प्रभावी होते की त्यांनी काश्मीरच्या सुलतानाला गादीवरून खाली उतरवून काही काळ काश्मीरवर राज्यही केलं होतं. त्यांच्या कारकिर्दीतही काश्मीरी पंडितांचं मोठ्या प्रमाणात धर्मांतर करण्यात आलं होतं. पश्चिम इराणमधले हमदान्. तिथले सय्यद त्यांना पीर अथवा संत म्हणतात. ते हजारोंच्या संख्येनं काश्मीरमध्ये आले. इथल्या हिंदूंचं इस्लामीकरण करण्यात यांचा फार मोठा सहभाग आहे.''

संजीवजींचं बोलणं लक्ष देऊन ऐकत असलेली आरती भानावर येत म्हणाली, ''आधी जेवा बघू! नंतर बोलत बसा! दही आणते...'' दही आणताना ते तिनं एका फडक्यानं भांडं धरलं होतं. नरेंद्रच्या प्रश्नार्थक चेहऱ्याकडे लक्ष जाऊन तिनं सांगितलं, ''ज्या हातानं आम्ही म्लेच्छ पदार्थाला स्पर्श करतो, त्यानं आम्ही दह्याला स्पर्श करत नाही!''

हे ऐकून नरेंद्र चकित झाला. त्यानं सांगितलं, ''थोड्याफार अशाच प्रकारची पद्धत आमच्याकडेही आहे!''

आरती मंद हसत म्हणाली, ''बघितलंत? आपल्याला माहीत नसतानाही काही धागे कसे एकमेकात गुंतलेले असतात!''

नरेंद्रच्या चेहऱ्यावर हास्य पसरलं. त्याच्या समोर काटेकोरपणे उष्टं-खरकटं आणि सोवळं-ओवळं पाळणाऱ्या त्याच्या अम्माचा चेहरा उभा राहिला.

''तुम्ही दमलाय! एक व्यवस्थित झोप काढलीत तर बरं वाटेल. उद्या सकाळपासून फिरता येईल. सुरुवातीला चार-पाच दिवस मी तुमच्याबरोबर राहीन. नंतर एक ड्रायव्हर तुमच्या सोबत देईन.'' एवढं सांगून नरेंद्रला कुठलीही गैरसोय होत नसल्याची खात्री करून घेऊन संजीवजी खोलीबाहेर पडले. गळ्यापर्यंत पांघरूण ओढून घेऊन नरेंद्र झोपेला शरण गेला.

आठ

"बोला मॅडम!" रामनाथ नम्रपणे विचारत होते. भरपूर तेल लावून चापून विंचरलेले विरळ केस. पांढरा शुभ्र शर्ट. राखी रंगाची पॅन्ट. "आज्ञाधारक शिपाई" असल्याचं पाहताक्षणीच लक्षात येत होतं. त्यांनी दोन्ही भुवयांच्या मध्यभागी कुंकू लावलं होतं, त्यामुळे त्यांचा चेहरा आणखी वैशिष्ट्यपूर्ण वाटत होता.

"तुमचा काश्मीरवर अभ्यास आहे ना?" मीरादेवींनी त्यांना थेटच विचारलं.

"थोडाफार! बहुतेक सगळ्या वेबसाइटवर असलेले त्या विषयावरचे लेख पाहिलेत मी. शिवाय या संदर्भात वृत्तपत्रं आणि टीव्हीवर चालणाऱ्या सगळ्या चर्चांवर मी लक्ष ठेवून असतो." अजून आपल्याला का बोलावण्यात आलंय याचा अंदाज न आल्यामुळे त्यांनी नजर खालीच झुकवलेली ठेवली.

फारसे वेढे न घेता मीरादेवी स्पष्टच म्हणाल्या, "तुमच्यासाठी एक महत्त्वाचं काम आहे. काश्मीरवर चार लेख तयार करायचे आहेत. ते लेख सुंदरकृष्णांच्या वृत्तपत्रात प्रसिद्ध करायची जबाबदारी माझी. नंतर याच विषयावर एक पुस्तक लिहायचंय. लेखनातून सगळी माहिती विस्तारानं द्यायची नाही. एका दृष्टीनं ते लेख म्हणजे पुस्तकाची नांदी असेल. पुस्तकाविषयीचं कुतूहल निर्माण करणं हा या लेखांमागचा उद्देश असणार आहे. लक्षात आलं का मी काय म्हणते ते?"

"हो मॅडम! आलं लक्षात! केव्हा सुरू करायचं लेखन? पुस्तक लिहिण्यासाठी किती वेळ मिळेल?" उत्साहानं थुईथुईणाऱ्या मॅडमना पाहून ते थोडे घाबरेच झाले होते.

"महिनाभर! आणि तयारी उत्तम असू द्या. आवश्यक ते संदर्भग्रंथ बघून घ्या. तेवढं पुरे. प्रत्यक्ष सद्य:स्थितीकडे तुम्ही लक्ष द्यायचं कारण नाही. यू जस्ट हॅव टू रीड बिटविन द लाइन्स! जे हाती लागेल ते आपल्या विचारांकडे वळवून आपलं

असं एक नॅरॅटीव्ह तयार करायचं. कशाकडे दुर्लक्ष करायचं आणि काय उठावदारपणे सांगायचं याविषयी तुम्हाला नव्यानं सांगायची गरज नाही! आपण याआधीही एकत्र काम केलं आहे. होय ना? मला सांगा, हे तुम्हाला शक्य आहे की नाही?''

''हो, जमेल ना मॅडम!'' मीरादेवींच्या विचारसरणीचा आणि भूमिकेचा पुरेपूर परिचय असल्यामुळे रामनाथांना हे सहज शक्य होतं. बोट दिसलं की संपूर्ण हात गिळायची त्यांची तयारी होती!

लेखांच्या संदर्भात एकदा सुंदरकृष्णांशीही बोलून घेणं योग्य ठरेल असा विचार करून त्यांनी सुंदरकृष्णांना फोन करून 'हॅलो'' म्हटलं आणि रामनाथांकडे फोन दिला. काही वेळ रामनाथ नुसतेच ऐकत राहिले. अखेरीस म्हणाले, ''होय सर!... ओके सर... मला त्या सगळ्याची माहिती आहे... होय... कसा लेख तयार करायचा याची मला पूर्ण कल्पना आहे! हो हो मीही तेच सॉफ्टवेअर वापरतो... थँक्यू सर... थँक्यू...'' म्हणत त्यांनी रिसीव्हर पुन्हा मॅडमच्या हातात दिला.

''हे पाहा, सगळं सांगितलंय रामनाथांना! जमेल तसे लेख लिहून पाठवू त्यांना. ते लेख आणखी प्रभावी कसे होतील हे पाहायची जबाबदारी माझी! या विषयावर लेखमाला सुरू करू. आठवड्याला दोन लेख प्रसिद्ध करू. ही लेखमाला संपेपर्यंत काश्मीरवरचा आणखी कुठलाही लेख प्रसिद्ध करणार नाही हे नक्की! लेखमालेतला शेवटचा लेख प्रकाशित झाल्यानंतर एक-दोन आठवड्यात दिल्लीहून मुरारीलाही बोलावून घेईन. मोठा, भव्य कार्यक्रम आयोजित करता येईल! लेखमालेची समाप्ती आणि आंदोलनाचा किंवा चळवळीचा प्रारंभ! दोन्ही परस्परांना पूरक ठरेल! काय म्हणता?''

सुंदरकृष्णांचं बोलणं ऐकून मीरादेवींचा चेहरा खुलला. टीव्ही कार्यक्रमाच्या दिवशी त्यांनी दिलेल्या फुकटच्या सल्ल्यानं दुखावलेलं त्यांचं मन आता अगदी स्वच्छ झालं होतं.

''खूपच छान विचार! लेखांमध्ये कायकाय हवं याविषयी मी तर चर्चा करतेच, तुम्हीही मार्गदर्शन करा. मी लागतेच पुस्तकाच्या तयारीला!... आणि हो...'' काहीतरी आठवून त्या म्हणाल्या, ''मुरारी येतील तेव्हा माझीही स्पेशल भेट घालून द्या! विसरू नका!''

''छे! कसे विसरू? तुम्हाला सोडून कार्यक्रम करणं शक्य तरी आहे काय?''

सुंदरकृष्णांचं बोलणं ऐकून त्यांचा चेहरा आणखी प्रसन्न झाला. त्या खुशीत येऊन म्हणाल्या, ''खर्चाची चिंता करू नका! सगळा खर्च मी बघून घेईन!''

''उत्तम!...'' हसतच सुंदरकृष्णांनी फोन ठेवला. इकडे मीरादेवींच्या चेहऱ्यावरही हास्याच्या लाटांवर लाटा उमटत राहिल्या. उसळणारा आनंद लपवून न ठेवता त्या म्हणाल्या, ''रामनाथ, एक करायचं! सगळे लेख शक्य तेवढ्या लवकर पूर्ण

करून द्यायचे. म्हणजे पुस्तकाच्या तयारीला लागणं सोयीचं जाईल. असं का करत नाही? आजपासूनच तुम्ही फॅक्टरीत रजेचा अर्ज द्या. यानंतरचा सगळा वेळ लेखनासाठी राहू द्या. तुम्हाला पगारी रजा मिळवून द्यायची जबाबदारी माझी. पुस्तकांचा संग्रह आणि वाचन आजपासूनच सुरू करा. मला नियमितपणे तुमच्या कामाची प्रोग्रेस कळवत राहा... हे घ्या. पंचवीस हजार आहेत.''

''ओके मॅडम!...'' एवढं बोलून ते थांबले. त्यांना आणखी काही बोलायचं असल्याचं मीरादेवींच्या लक्षात आलं. ते लक्षात येऊन त्या म्हणाल्या, ''बोला!''

''मॅडम, माझी मेहुणी... यंदा पीयूसीची परीक्षा दिलीय तिनं. तिची डॉक्टर व्हायची फार इच्छा आहे मॅडम!''

''ठीकाय. पुढच्या मार्च-एप्रिलमध्ये ना? सीट द्यायची जबाबदारी मी घेतली! तेव्हा आठवण करा.''

''थँक्स मॅडम. निघतो!...'' म्हणत अत्यंत विनयानं रामनाथ तिथून निघून गेले. आता मीरादेवींची पावलं जमिनीवर ठरेनाशी झाली होती. त्यांच्या मनात कुठल्याशा गाण्याच्या ओळी घोळू लागल्या. त्या तोंडून उमटताच स्वयंपाकीण लक्ष्मी धावत बाहेर येऊन उभी राहिली. हे लक्षात येताच त्यांनी तिला धमकावून पुन्हा स्वयंपाकघरात पिटाळलं.

उत्तेजित अवस्थेत त्यांच्या मनात क्षणाक्षणाला वेगवेगळ्या कल्पना साकार होऊ लागल्या. आपण राष्ट्रीय पातळीवरील व्यक्तिमत्व झाल्यासारखं वाटून त्या काही क्षण सुखावल्या. कष्टी काश्मीरी लोकांची प्रवक्ता होऊन दौरे करत असल्याच्या कल्पनेत काही काळ डुंबत राहिल्या. जातीयतेच्या विरोधात केवळ भारतातूनच नव्हे, संपूर्ण जगातून मान्यता मिळाल्याची स्वप्नंही पाहू लागल्या. जगातल्या सगळ्या महत्त्वाच्या पुरस्कारांची लांबलचक रांग त्यांना कल्पनेत सुखावून गेली. वास्तवात आल्यावर मात्र मनाला काहीशी निराशा जाणवली. हे जे नवं व्यक्तिमत्व लाभणार आहे, त्यासाठी योग्य अशी पर्सनॅलिटी आणि शरीरयष्टीही तयार करून ठेवली पाहिजे! उद्यापासूनच जिम सुरू करायला पाहिजे! एवढे लांब केस असणं हे प्रतिगामित्वाचं लक्षण असल्यामुळे तेही कापायला पाहिजेत! लग्गेच! त्यांनी पायात चप्पल घालत ड्रायव्हरला पाचारण केलं.

पार्लरमध्ये खुर्चीवर बसून आत्मविश्वासानं ''बॉबकट..'' असं सांगितलं तेव्हा पार्लरची मालकीण त्यांच्या चेहऱ्याचं निरीक्षण करत म्हणाली, ''पण मॅडम, मला वाटतं तुमच्या चेहऱ्याला ते सूट होणार नाही! आधी स्टेपकट करू या. नंतर बॉबकट करायचा की नाही त्याचा निर्णय घ्या.'' बऱ्याच वर्षांचा परिचय असला तरी मीरादेवीची सगळी माहिती असल्यामुळे पार्लरच्या मालकिणीनं हलकेच सूचना केली.

मीरादेवींचा उत्साह काहीसा थंड झाला. भानावर येऊन त्यांनी तिला मान्यता दिली. तरीही त्यांनी सूचना केली, ''शक्य तितके छोटे करा!..'' हे ऐकताच तिथल्या दोन मदतनीसांनी हसू दाबून एकमेकीकडे चोरटी नजर टाकली. कर्तनाचं काम सुरू झालं. केसांच्या बटा खांद्यावर, छातीवर पडल्या तेव्हा मीरादेवींना आपण बौद्धिक शिखर पादाक्रांत करत असल्याचा आनंद झाला. त्यांनी समाधानानं डोळे मिटून घेतले.

कटिंग संपलं. पार्लरच्या मालकिणीनं समोर आरसा धरला. त्यातलं प्रतिबिंब पाहताना चेहरा आणि केशरचना यातला विरोधाभास जाणवला तरी बदलत्या जगाची ती निकड आहे, असं स्वत:ला समजावत त्यांनी मंद हास्य केलं. पैसे देऊन कारमध्ये बसल्यावर पुन्हा एकदा चेहरा बघायचा मोह होऊन त्यांनी जवळचा आरसा काढला आणि अपेक्षेप्रमाणे सुंदर दिसलंच पाहिजे, अशा अट्टहासानं स्वत:चं प्रतिबिंब बघून त्या खूश होऊन हसल्या.

घरी येताच पुढची पायरी म्हणून त्यांनी इंटरनेट खोललं आणि काश्मीरशी संबंधित फोटो बघू लागल्या. प्राथमिक तयारी तर झाली होती. आता पुस्तकाच्या लेखनालाही प्रारंभ होईलच, आता त्या जागेचा किमान चेहरामोहरा तरी बघून ठेवायला हवा, या विचारानं गुगलवर सर्च करत असताना मंत्रिमहोदयांचं अचानक आगमन झालं.

मंत्रिमहोदयांनी पाहिलं. कुणीतरी केस कापलेली अपरिचित बाई बसलेली बघून ते चमकलेच. आपण चुकून वेगळ्याच घरी तर आलो नाही ना, या विचारानं गडबडले. ''सॉरी!..'' म्हणत ते माघारी जायला वळले.

''अहो, अहो! असं काय करताय? मीच आहे!'' म्हणत मीरादेवी सामोऱ्या आल्या तेव्हा कुठे मंत्रिमहोदयांना चूक उमजली. ''अरे बापरे! काय हा तुझा नवा अवतार!'' म्हणत त्यांनी प्रसंग सावरून नेला. नंतर कापलेल्या केसांमधून हात फिरवत म्हणाले, ''किती छान मानेवर रुळायचे! आता मान उघडी पडलीय की!''

मीरादेवी यावर काहीतरी बोलणार, तेवढ्यात फोन आल्यामुळे मंत्रिमहोदय बोलण्यात गुंतले.

''...हं... बोला.. मशिदीत जायचं ठरलं काय?... ओहो... मी तर तयार आहे... बाकी दिवस-वेळ ठरली की कळवा... नाही... त्याची गरज नाही... माझ्याकडे गेल्या खेपेची टोपी आहेच... हो... घालूनच येईन...'' मंत्रिमहोदय आनंदानं सांगत होते.

''...टिपू सुलतान जयंती ना? अगदी थाटामाटात करू या... फक्त टिपूच कशाला? हैदर अलीची का नको? ब्रिटिशांशी लढलाय तो! म्हणजे त्यादृष्टीनं तोही स्वातंत्र्यसैनिकच! त्याची जयंतीही करायचीच!... ती काळजी नको. लिंगायत-

वक्कलिगांची मतं वाटली जातील याची खात्री बाळगा!... त्याचीही पूर्ण तयारी झालीय!... अरे, त्या वरणभातवाल्यांना कशाला घाबरायचं? असून असून किती असणार आहेत ते? फारफार तर लाखभर! त्यांना पकडून इलेक्शन जिंकणं शक्य तरी आहे काय? आपल्याला मागासलेल्यांची, अल्पसंख्याकांची मतं कशी एकगठ्ठा मिळतील याची काळजी करायला पाहिजे!... त्यासाठी जे काही करायचं ते करू या!...''

मंत्रिमहोदय कुठल्यातरी स्नेह्याबरोबर निवडणुकीच्या संदर्भातल्या डावपेचांविषयी चर्चा करण्यात गढून गेले. मीरादेवी वैतागून गेल्या होत्या, पण वाट पाहण्याशिवाय गत्यंतर नाही हेही समजत होतं.

बराच वेळ बोलल्यावर मंत्र्यांचं बोलणं संपलं. समारोप करताना ते सांगत होते, ''थोडक्यात काय! त्यांच्यामधलं धर्माच्या नावाखाली चालणारं भांडण कधीच शांत होता कामा नये! ते सगळे एकत्र आले तर आपल्याला काय काम? काय! खरं की नाही?'' म्हणत मंत्रिमहोदय खदखदून हसले. त्या हसण्यासरशी त्यांचे पोटाचे स्नायू बराच वेळ जागच्या जागी गदगदत, हलत राहिले.

त्यांचं बोलणं संपण्याचीच वाट पाहत असलेल्या मीरादेवी मॅडम त्यांना आपल्या योजनेची रूपरेषा सांगू लागल्या. ते ऐकण्यात फार रस नसला तरी होकारार्थी मान डोलावत मंत्रिमहोदयांनी त्यांना सोबत घेऊन बेडरूमकडे मोर्चा वळवला.

नऊ

मुश्ताकनं कूस बदलली. वेदना असह्य होऊन कळ मस्तकात शिरली. डाव्या दंडाला मार बसला होता. त्याला मलमपट्टी होऊनही दोन दिवस झाले होते. तरीही अजून डावा हात आणि छातीच्या बरगड्या ठणकत होत्या. '...बिस्मिल्ला...'' म्हणत, कण्हत त्यानं उजव्या हातानं डावी भुजा सावरली आणि हलकेच उठून बसला. घशाला कोरड पडली होती. पण कोण पाणी आणून देणार? तसं फिरोजनं जेवण आणून ठेवलं होतं आणि घाईनं निघूनही गेला होता. त्याला आजचा दिवस इथंच राहा म्हटलं तर 'पुढच्या अॅटॅकची पूर्वतयारी करायचीय...'' असं सांगून निघून गेला. आज त्याच्या घरापाशी सगळे जमणार असल्याचंही सांगत होता.

"..बिस्मिल्ला..'' म्हणत पुन्हा एकदा शक्ती एकवटून मुश्ताकनं उठून उभं राहायचा प्रयत्न केला. पण ताठ उभं राहणं न जमून तो तसाच वाकलेल्या अवस्थेत उभा राहिला. स्वयंपाकघराकडे जात असताना पावलापावलाला वेदना जाणवत होती. दिव्याच्या स्विचसाठी अंधारात धडपडला. प्रयत्न अयशस्वी ठरला तेव्हा त्याचा राग अनावर होऊन त्यानं भिंतीवर जोरात गुद्दा हाणला. परिणामी दुखरा हात आणखी जोरात ठणकला. त्याच्या तोंडून असाहाय्यपणे उद्गार बाहेर पडला, "...या अल्लाह...!'' त्या दणक्यासरशी वेदनेनं कळवळून हात मागं घेत असताना अचानक हात स्विचवर पडला आणि दिवा लागला. दुखऱ्या हाताला सांभाळत लोट्यात पाणी ओतत असताना मशिदीतून अजान ऐकू आली.

ईशानिमाजची वेळ झालीय. त्याला जाणवलं, आपण निमाज करायचं सोडून कितीतरी काळ लोटलाय. आता तर एकही सुरह सहजपणे तोंडात येत नाही. निमाज केला नाही तर जाऊ दे, निदान अल्लाहूच्या दुवा तरी मागितल्या पाहिजेत, असं अनेकदा त्याच्या मनात येऊन जाई. आताही वाटलं, लवकर बरं कर, म्हणून

मागून घेऊ काय? पण काय उपयोग? मी तर वरचेवर जातच असतो, मार खातच असतो! या खेपेला दुवा करून बरा झालो तरी काय फायदा? ही लढाई शक्य तितक्या लवकर संपवून आम्हाला त्या शैतान इंडियाकडून आझादी मिळू दे, म्हणून दुवा मागायला पाहिजे. तोपर्यंत आमची ही लढाई संपणार नाही.

माघारी येऊन तो हॉलमधल्या पलंगावर बसला. एवढ्या श्रमानंही त्याला थकल्यासारखं झालं होतं. डोळ्यांसमोर अंधारी येत होती. अम्मी असती तर जवळ बसून तिनं काळजी घेतली असती. अमिनादीदीचा निकाह आहे म्हणून माहेरी गेलीय. पण एवढी का वेदना व्हावी? आणि हा मरणाचा अशक्तपणा? याआधीही कितीतरी वेळा पॅलेटगनचा मार खाल्लाय ना! पण एवढ्या जोराचा मार कधी जाणवला नव्हता. आज एकटं राहायलाही नको वाटतंय. निदान फिरोजला तरी फोन करून बोलावून घ्यायला पाहिजे.

त्यानं फोन हातात घेतला. पण फिरोजचा नंबर स्विच ऑफ लागत होता. आणखी काही वेगळा प्लॅन चाललाय, की त्या नटव्या रेहानाच्या मागं गेलाय हा? कोण जाणे! हे अलीकडेच सुरू झालंय याचं! थोडा वेळ मिळाला की तिच्या मागं धावतोय कुत्र्यासारखं! कितीतरी जण सांगतात त्याला तिच्याबरोबर बघितलं म्हणून!

त्याच्या मनात फिरोजविषयी पराकोटीचा संताप उमटला. पाठोपाठ जाणवणारा एकटेपणा आणखी तीव्र झाला. तो तिथेच आडवा झाला. पुन्हा एकदा वेदना सहन करण्यासाठी त्याच्या तोंडून उद्गार निघाला, ''बिस्मिल्ला...''

आता फिरोजवरचा संताप इंडिया आणि काश्मीरला मुंग्यांप्रमाणे घेरणाऱ्या त्यांच्या सैनिकांवर वळला. हरामखोर सैनिक! सगळ्या अंगाची लाहीलाही होते त्यांना बघितलं की! इन्शाल्ला! डासांसारख्या येतात त्यांच्या झुंडी! त्यांचा नायनाट करायला पाहिजे! त्यासाठी ही असली वेदना हजारवेळा सहन करावी लागली तरी सहन करायला पाहिजे! पॅलेटगन फक्त आमच्या पायांवर चालवायला पाहिजे असा त्यांना हुकूम आहे म्हणे! तरीही सगळ्या अंगावर चालवतात हरामखोर! आमच्या हातात येऊ दे गन! मग दाखवा म्हणावं काय पुरुषार्थ दाखवायचा तो! परवा थोडं चुकलंच! आमचे मुजाहिद-बंधू त्या घरात लपून बसलेत याची कुणा बदमाशांनी त्यांना माहिती दिली कोण जाणे! आणखी कोण देणार म्हणा! असतील कुणीतरी आमच्यापैकी! कुठं जातील ते? अल्लाहूच्या हातात सापडल्याशिवाय राहणार नाहीत. सतत यासाठीच टपून बसलेले इंडियन सैनिक शिकारी कुत्र्यांसारखे कुठून आले आणि सगळा प्रदेश व्यापून टाकला. घेरून टाकलं! अशा परिस्थितीत कशी मदत पोचवणार त्यांच्यापर्यंत?

तरी फिरोजनं दगडांची चांगली व्यवस्था केली होती. चांगली आठ-दहा पोती भरली होती. पण नीट एका जागी उभं राहून फेकायची तरी संधी मिळायला पाहिजे

ना! त्यात या दरिद्री सरकारनं सकाळपासूनच इंटरनेट बंद करून टाकलेलं! मग व्हॉट्सअॅप असून तरी काय उपयोग? कुठं किती जणांनी किती वाजता जमायचं, नंतर कुठल्या दिशेला पळून जायचं, हे सगळं ठरवायला जमलं नाही. तशीही तेव्हा नेहमीपेक्षा कमी संख्या होती. तरी अल्लाह सुभानहु तालाची दया सतत आमच्यावर असतेच! त्यामुळे भयानं थरकाप उडाला, असं कधीच होत नाही! कितीही बाका प्रसंग असला तरी जोश कमी पडत नाही! सगळे एकसुरात 'हम क्या चाहते है? आझादी!..'' 'चाहे गोली मारो... आझादी!..'' 'चाहे डंडे मारो... आझादी!...'' 'ले के रहेंगे... आझादी...'' या घोषणा देताना शरीरातलं सगळं रक्त तोंडाकडे धावतं! सर्वांगावरचे केसन्केस ताठ उभा राहतात! मरायला केवळ हे एकच कारण पुरेसं आहे, असं वाटायला लागतं! हे नसतं तर एवढ्या मोठ्या सेनेशी मुकाबला करायची ताकद कुठून आली असती?

त्या दिवशी त्यांनी आम्हाला सगळीकडून घेरलं होतं. डझनभर पॅलेट वेडीवाकडी उडवून पळवून लावलं ना! शेजारच्या जंगलात मारा चुकवून पळून जाईपर्यंत पुरेवाट झाली होती. दहा जणांचे डोळे गेलेत म्हणे! नंतर फिरोजनं सांगितलं. ते बघितलं तर या जखमा कमीच म्हणायला पाहिजेत! चार भाई शहीद झाले! हे वाईट झालं! तरी घाबरायचं कारण नाही! एक गेला तरी त्याच्या मागे शंभर मुजाहिद जन्म घेतात! आमचा मुळातला उद्देशच इतका पवित्र आहे! त्याच्यापुढे जीव काय महामोठा? लहान असताना अम्मीजान सतत सांगायची, इंडियानं आपल्यावर आक्रमण करून आपल्याला गुलाम केलंय, आपण आझाद व्हायला पाहिजे, दगड टाकले की ते पळून जातील आणि आपण आझाद होऊ, म्हणून!

तीन वर्षांचा असताना पहिला दगड टाकला होता! तेव्हा रस्त्यावरून जाणाऱ्या सैनिकांच्या ट्रकवर ''लेके रहेंगे आझादी...'' म्हणून आरोळी ठोकत, दगड टाकला होता तेव्हा अम्मीला किती आनंद झाला होता! कितीतरी वेळ टाळ्या वाजवत होती. त्या दिवशी मला सगळ्यांपेक्षा जास्त मांसाचे तुकडेही वाढले तिनं! ''सगळ्यात लहान असलास तरी थोरल्या तिघांपेक्षा तूच बहादूर आहेस म्हणून किती कौतुक केलं होतं त्या दिवशी! त्यानंतर सगळ्या जुलूसांमध्ये जाण्यासाठी ती मला तयार करायची. मग काय! शाळेत जाऊन शिकण्यापेक्षा दगड मारून सैनिकांना पळवून लावणं हेच आवडीचं काम झालं. अम्मीनंही कधीच अभ्यास कर म्हणून आग्रह केला नाही. गावाकडे असताना थोरले तिघं तरी कुठं शिकले होते? अब्बूंच्या जमिनीची देखभाल करणारे चाचा उत्पन्नातला आमचा वाटा घरपोच पाठवून देत होते. पीक नसलं तरी तेच पैसेही पाठवून द्यायचे. शिवाय थोरले तिघंही लवकर कमवायला लागले. त्यामुळे उपाशी राहायची पाळी कधीच आली नाही. मोठा झालो तेव्हा काश्मीरला स्वातंत्र्य मिळवून देणं हेच आयुष्याचं ध्येय राहिलं.

तेव्हाच या फिरोजशी जवळचा संबंध आला ना! तोवर मी तर शेजारपाजारच्या सगळ्याच मुलांचा हिरो होतो. ती सगळीच मुलं या एका ध्येयानं माझ्यामागं उभी राहिली. अजूनही उभी असतात. मी काही सांगितलं तर कुठलाही प्रतिप्रश्न न विचारता ऐकतात, एवढा विश्वास आहे माझ्यावर!

या विचारानं मुश्ताकला बरं वाटलं. हलकेच कूस पालटताना या वेळी दुखणं सहन करता येईल असं वाटलं.

हा देहच नव्हे, सर्वस्वच या लढाईसाठी ओवाळून टाकलंय! आता थोडा अशक्तपणा जाणवतोय, तेवढंच. चार दिवस गेले की पुन्हा शक्ती भरून येईल. मग पुन्हा अल्लाहूच्या कामासाठी... इन्शाल्ला... पुन्हा जाईन! परवा तो शैतान... कुणीतरी मेजर अर्जुन म्हणे... मेला! हे आठवलं तरी मनाला समाधान वाटतंय! पण या शैतानांना कुणी का समजावून सांगत नाही, काश्मीर ही काही त्यांच्या दादा-परदादांची प्रॉपर्टी नाही. ही आमची भूमी आहे. यावर आमचा हक्क आहे. इथं जे काही करायचं ते आमच्या मर्जीनं केलं पाहिजे! त्यांना काय हक्क आहे इथं? आम्ही कधी त्यांच्या देशात शिरून आमचा हक्क मागतो काय? त्यांनी कशाला आमच्या भूमीवर आक्रमण करावं? तरीही आम्हाला राग येऊ नये काय? अजिबात गप्प राहता कामा नये. बुल्डोझर घेऊन जाऊन त्यांच्या सगळ्या बरॅक्स भुईसपाट करून टाकायला पाहिजेत! खरंच! असं झालं तर आमची माणसं शेजारी उभं राहून मनसोक्त टाळ्या वाजवतील! शिट्या वाजवून आनंदोत्सव साजरा करतील! त्या शैतानांपैकी चुकून एखादा हाती लागला तर?... मग काय! संपलंच! फुटबॉलसारखं लाथा मारत रस्त्यावर लोळवून टाकू! काही केलं तरी गप्प राहतात हरामी! काहीही झालं तरी आज ना उद्या त्यांना इथून हाकलल्याशिवाय गप्प बसणार नाही!

या विचारासरशी वेदनेचा उरलासुरला प्रभावही जाणवेनासा झाला. मनात आलं, त्या फिरोजला मरू दे मरायचं तिथं! सलीमला तरी फोन केला तर? अंहं! सलीम इंडियाच्या प्रवाशांना घेऊन गुलमर्गला गेलाय. हे आठवून त्याला पुढं काय करावं ते सुचेना. आता त्याचं मन अमिनादीदीच्या निकाहाच्या कल्पनेत बुडून गेलं. नेहमी आपल्या डोक्यावर हात फिरवत मायेनं बोलणाऱ्या दीदीचा सौम्य चेहरा डोळ्यांसमोर येताच मुश्ताकचे डोळे हळूहळू मिटले गेले.

दहा

नरेंद्रला जाग आली तेव्हा साडेसहा वाजले होते. आरतीकडून संजीवजी फिरायला गेल्याचं समजलं. क्षणभर मनात आलं आपणही त्या दिशेला फिरायला जावं. पण नंतर मनात आलं, ते तर नंतर करायचंच आहे, घाई कशाला? त्यानं निवांतपणे अंघोळ उरकली. तोपर्यंत संजीवजी परतले. नरेंद्रच्या झोपेची चौकशी केल्यानंतर तेही तयार झाले. दोघंही घराबाहेर पडले तेव्हा साडेनऊ वाजले होते. रस्ताभर त्यांना फोनकॉल्स येतच होते. फोनवरचं सगळं बोलणं काश्मीरीतच चाललं होतं. त्यातही काहीजणांशी केवळ ''हं''-''अंहं'' एवढंच संभाषण होत होतं. काहीजणांशी बोलताना ते विशेष सावध असल्याचंही जाणवत होतं. काहीजणांना ते प्रश्नही विचारत असल्याचं बोलण्याच्या चढ-उतारावरून समजत होतं.

नंतर ते म्हणाले, ''आधी शंकराचार्य टेकडीवर जाऊ या. त्या भागात कुठंही कर्फ्यू नाहीये असं समजलं. त्यानंतर पुढं काय करायचं ते ठरवू या.'' त्यावर त्यानं मान डोलावली. पुन्हा त्यांची कार श्रीनगरच्या रस्त्यावर वळली. माणसांची, वाहनांची गर्दी वाढली. गावात पोचायला सुमारे अर्धा तास लागला. त्यांनी सांगितलं, ''हेच इकबाल-पार्क... हे बक्षी स्टेडिअम... तिकडं उजवीकडे दिसतोय तोच लाल चौक. तिथं घड्याळाची इमारत आहे. श्रीनगरमध्ये घडणाऱ्या सगळ्या महत्त्वाच्या घटनांची साक्षीदार!...'' असं म्हणत त्यांनी क्षणभर कार तिथंच उभी केली. पुन्हा म्हणाले, ''जवळून बघायला आणखी कधीतरी येऊ या...''

त्यांचं बोलणं एकीकडे ऐकत नरेंद्र नजरेनं तो सगळा परिसर टिपून घेत होता.

''...हे जगप्रसिद्ध डलसरोवर... हा शिकारा स्टॅन्ड...'' असं म्हणत त्यांनी रस्त्याच्या बाजूला कार उभी केली. त्यानं पाहिलं, काही शिकारे पाण्यात चालले होते. काही उभे होते. समोरचा किनारा तर काठावर उभ्या असलेल्या रंगीबेरंगी

शिकाऱ्यांनी भरून गेला होता. सगळीकडे गर्दी करणारे प्रवासी दिसत होते. त्यात बहुतेक नवीन लग्न झालेली जोडपी होती.

त्याचं पाण्याकडे लक्ष गेलं. एवढ्या सगळ्या गडबड-गोंधळातही त्यानं शांती बाळगलेली दिसत होती. पलीकडचा तट नजरेत येणार नाही एवढा विशाल जलाशय. आईच्या अक्षय्य वक्षाप्रमाणे गच्च भरून ओथंबू पाहणारं पाणी! रस्त्याच्या बाजूला कट्टे बांधून ते पाणी थोपवलं होतं. याचा ठाव शोधला पाहिजे, अशी अदम्य आशा मनात निर्माण झाली तरी पाठोपाठ असंही वाटलं, पुरेपूर वात्सल्य दिलं तरी स्वत:च्या अंतरंगाला हे पाणी स्पर्श करू देणार नाही. वरून शांत असली तरी आतल्या आत हालचाल होत आहे! काहीतरी सांगू पाहतंय! थोडं थोडं, तेही त्याला हवं असेल तेव्हा ते काहीतरी सांगू पाहतंय! सावधपणे ते ऐकलं पाहिजे! त्याच्या पृष्ठभागावरून थंडगार वारं येतंय. आत अगाध शांतता असल्याशिवाय एवढा थंडावा देणं कसं शक्य आहे?

ती माझी माताच आहे याविषयी शंका नाही! त्यानं मान वर करून पाहिलं. जलाशयाच्या मागं आकाशाला भिडलेला हिमाच्छादित पर्वत. दुसरीकडे हिरवीगार शिखरं. हीच तिची कूस! मला तिची हाक ऐकू येतेय! याच भावनेनं तो कारमधून खाली उतरला. त्यानं डोळे बंद करून घेतले. घोंघावणारं वारं त्याच्या मस्तकाला कुरवाळून निघून गेलं. आपल्या नवजात शिशूच्या मस्तकाचं पित्यानं अवग्रहण करावं तसं!...

"निघायचं? संध्याकाळी किंवा उद्या इथं निवांतपणे येऊ या." त्याची भावविभोर अवस्था बघून संजीवजींनी त्याला भानावर आणलं. तो माघारी वळला आणि गाडीत बसला.

***

"इथून शंकराचार्य टेकडीची सुरुवात होते." घाटाच्या रस्त्यावरून गाडी चालवत संजीवजी म्हणाले.

"किती उंच आहे ही?"

"हजार फूट." म्हणत त्यांनी तिथल्या एका फलकाकडे त्याचं लक्ष वेधलं. "पाहिलंत? या टेकडीला अलीकडे तख्त-इ-सुलैमान असं नाव ठेवलं आहे. केवळ इथंच नव्हे, जुन्या सगळ्या वास्तू आणि जागांची नावं बदलण्यात आली आहेत. हेच बदललंय असं नव्हे. इथल्या सगळ्या हिंदू स्थानांची नावं बदलून मुसलमान पीरांची नावं ठेवली तर त्या स्थानांवर आपला हक्क स्थापित करू शकू, अशी त्यांची योजना! एवढंच कशाला, दोन हजार सोळा साली आम्ही आचार्य अभिनव गुप्तांच्या जन्मोत्सवाचं आयोजन केलं होतं. अभिनव गुप्तांचं नाव ऐकलंय ना?"

त्यानं होकारार्थी मान हलवली. अभिनव गुप्ता काश्मीरी शैव तत्वज्ञानाचे

प्रतिपादक. अभिनव गुप्तांचं संस्कृत भाषेचं विस्मयकारी म्हणावं एवढं प्रचंड ज्ञान आजही मान्यता पावलेलं आहे. त्यांची सर्वोत्तम कृती ''तंत्रालोक''विषयी त्याला माहिती होती.

''ते आपल्या बाराशे शिष्यांबरोबर बीर्वा नावाच्या जागी असलेल्या भैरवीच्या देवळात गेले. तिथंच ते निर्वाण पावले ही तर सगळ्यांनाच ठाऊक असलेली कथा. त्यांच्या एका शतकमहोत्सवाच्या निमित्तानं आम्ही सगळ्या हिंदूनी तिथं जायचं आणि पूजा करून यायचं असं ठरवलं होतं. आमच्या या कार्यक्रमाची कुणकुण लागताच तिथल्या धार्मिक पुढाऱ्यांनी एक फतवा काढून आम्हाला धमकावायला सुरुवात केली.''

''मग? तुम्ही कार्यक्रम रहित केला?''

''नाही. आमची मिरवणूक अडवायला स्वत: पोलीसच उभे होते. मुसलमानांचा दावा होता, एवढ्या छोट्या गुहेत बाराशे माणसं जाणं शक्यच नाही! त्याच गुहेत त्यांच्या संत-गुरूनी इबादत म्हणजे प्रार्थना केली होती म्हणे. त्यामुळे ती जागा त्यांचीच आहे! आपल्या धर्म, संस्कृतीच्या सगळ्या खुणा ते व्यवस्थितपणे नष्ट करताहेत हे आम्ही पदोपदी उघड्या डोळ्यांनी पाहत असतो.''

एवढ्यात पोलीस-चेकपोस्ट आलं. तिथं ओळख सांगून आवश्यक तो तपशील दिल्यानंतर पुढे जायची परवानगी मिळाली.

''पुढे आणखी एक पोस्ट आहे. मोबाइल वगैरे गाडीतच ठेवून जावं लागेल.'' त्यांनी सांगितलं.

पायऱ्या चढत असताना कुणीच बोललं नाही. नरेंद्र सहजपणे चढत होता. तरुण वय! तरीही हा कुठल्याशा ओढीमुळे खेचल्यासारखा चढत आहे, असं त्यांना वाटलं. अगदी त्याचं वय लक्षात घेतलं तरी एवढ्या पायऱ्या चढताना किमान एकदातरी थांबून दम खाणं अपेक्षित होतं. पण तसं काहीही झालं नाही. शेवटची पायरी चढायच्या आधी मात्र तो थबकला आणि वळून त्यांची वाट पाहू लागला. ते वर पोचले तेव्हा त्यांच्या कपाळावर सूक्ष्म घर्मबिंदू साचले होते.

वर पोचताच आधी लागला तो गोलाकार सपाट प्रदेश. चार पावलं जाईपर्यंत उजवीकडे शंकराचार्यांची प्रतिमा दिसली. तो त्या प्रतिमेपुढे उभा राहिला. कितीतरी वेळ तो तसाच डोळे मिटून उभा होता. संजीवजीनींही शेजारी बसून थोडी विश्रांती घेतली. पायऱ्यांवरून चढून आलेले प्रवासी बाजूनं पुढे जात होते. त्यानं तिकडे पाहिलं. एक कोनाकाराचं देवालय होतं. गोपुरासारखं प्रवेशद्वार. त्यांनी विचारलं, ''हात-पाय धुवून चढायचं काय?''

पाय धुण्यासाठी टेकडीच्या टोकाला गेले तेव्हा तिथून श्रीनगर वेगळंच दिसत होतं. एका बाजूला असलेलं दल सरोवर, नीटसपणे ओवून ठेवल्यासारखी जमीन,

पाणी, पर्वतप्रदेश. तिथल्या कुठल्याच अस्वस्थतेची इथून कल्पना येत नव्हती. त्याला त्याच्या नजरेवर विश्वास ठेवावासं वाटेना.

"वर वर जाऊ तसं होऊन गेलेल्या सगळ्या घटनांचं समग्र दर्शन होतं ना?" शेजारी येऊन उभ्या राहिलेल्या संजीवजींनी विचारलं.

"खरंय! पण या बाबतीत समग्रतेपेक्षा बारकाई महत्त्वाची आहे असं वाटतं! खालची अस्वस्थता इतक्या उंचीवरून दिसणार नाही." तो उत्तरला.

त्यांनी त्याच्याकडे वळून पाहिलं. आता हा पाहुणा संपूर्ण वेगळाच माणूस वाटतोय! कालपासून आपण याला पाहतोय! नीट विंचरलेल्या केसांतून वेगळी निघून कपाळावर रुळणारी बट... चेहऱ्यावर कसलीतरी प्रसन्नता आहे. डोळे मोठाले, निरभ्र आहेत. नुकताच एखाद्या पवित्र तीर्थात सचैल डुंबून आल्यासारखं याचं रूप वाटतंय. गोल चेहरा उठावदार दिसण्यामागं त्याच्या कांतीचा वाटा किती आणि त्या चेहऱ्यावर विलसत असलेल्या गांभीर्याचा वाटा किती ते लक्षात येत नव्हतं. तो हात बांधून खालचं दृश्य निरखत होता. निश्चल होऊन.

त्यांनी त्याच्याकडे निघायच्या दृष्टीनं पाहिलं, पण तो तसाच उभा होता. त्यांना जाणवलं, या क्षणी तो इथं नाहीये. काय करावं? क्षणभर वाटलं, वर जाऊन पंडितजींनाच इथं बोलवून आणावं. ते वळले. त्यांनी पाहिलं, या दोघांना बघून पंडितजीच पायऱ्या उतरून खाली येत होते. ते काहीतरी मोठ्यानं बोलणार, तेवढ्यात संजीवजींनी तोंडावर बोट ठेवून त्यांना गप्प राहायला सांगितलं आणि ते स्वत:च त्यांच्या दिशेनं निघाले.

"हा माणूस काहीतरी वेगळा आहे, हे मला आता-आता जाणवायला लागलंय." संजीवजी पंडितजींना म्हणाले.

पंडितजीही म्हणाले, "मला घेरणारा मायेचा पडदा कालच फाटला ना!..." तेही नरेंद्रकडे पाहत होते. संजीवजींना जाणवलं, त्यांच्या नजरेत याआधी जाणवणारी वेदना आणि अस्वस्थता अदृश्य झाली आहे. मनातल्या कुठल्याशा अव्यक्त प्रश्नाचं उत्तर मिळाल्यासारखं होऊन मन निरभ्र झाल्यासारखं वाटत होतं. परिणामी चेहऱ्यावर तृप्त भाव आहेत, हेही जाणवत होतं.

दोघंही समोरचा परिसर पाहत होते. तो अचानक भानावर आला आणि वेगानं पायऱ्या चढू लागला. गोपुरावर टांगलेली घंटा एखाद्या लहान मुलानं उत्साहानं वाजवावी तशी बराच वेळ सतत वाजवत राहिली.

नंतर तो गर्भगृहात शिरला. ते गोलाकार प्रांगणाच्या मधोमध होतं. दोन माणसं उंचीच्या काळपट लाल शिलेत बांधलेलं. जेमतेम दोघंजणं प्रदक्षिणा घालू शकतील, एवढीच अरुंद जागा. तिथेच एका बाजूला तो पद्मासन घालून बसला. पंडितजीही त्याच्या जवळ ईश्वराच्या समोर बसले. उरलेल्या जागेतच माणसं अडचणीतून

प्रदक्षिणा घालत होती. त्यामुळे संजीवजींना जागाच नव्हती. त्यांनी कशीबशी एक प्रदक्षिणा घातली आणि ते बाहेर आले. भोवताली असलेल्या छातीपर्यंत उंचीच्या भिंतीला टेकून ते उभे राहिले.

या उंचीवरून श्रीनगर आणखी सुंदर दिसतं होतं. नरेंद्र म्हणतो ते खरंच आहे. या उंचीवरून तिथले ताणतणाव आणि वेदना अजिबात दिसत नाहीत. या मुलाविषयी आपल्या मनात अव्यक्त भाव जन्मलाय, हे त्यांनाही जाणवत होतं. पण त्याला कुठल्याही प्रकारचं शब्दरूप द्यावंसं त्यांना वाटलं नाही.

थोड्या वेळानंतर पंडितजी आपल्याकडेच पाहत असल्याचं त्याच्या लक्षात आलं. तीर्थप्रसाद घेतल्यानंतर त्यानं विचारलं, ''निघायचं?''

वरून दिसणाऱ्या दृश्याकडे पाहत त्यानं हसतच, थोड्या नाटकी स्वरात विचारलं, ''महाबलिष्ठ धनाढ्य महाराजा सम्राट अशोकानं उभारलेली, समृद्ध, शततारकांनी झळाळणाऱ्या दिव्य भवनांनी शोभायमान झालेली सुप्रसिद्ध श्रीनगर-नगरी हीच काय?''

''होय! राजतरंगिणी वाचलेली दिसते!'' तेही हसत म्हणाले. एवढा वेळ शांत राहून आता याला बोलायची इच्छा असल्याचं त्यांना समजत होतं. ते म्हणाले, ''मग राजतरंगिणीच्या संदर्भातली एक गोष्ट ठाऊक आहे का तुम्हाला? हंगेरी देशातले भारतीय पुरातत्त्व विभागात काम करणारे संशोधक प्रो. एम. ए. स्टाइन यांना राजतरंगिणीविषयी समजलं तेव्हा ते शारदा लिपीत असलेल्या मूळ ग्रंथाचा शोध घेण्याच्या कामाला लागले. त्या वेळी त्यांना जाणवलेली गोष्ट अशी, दोन भावंडांच्या संपत्तीच्या वाटणीच्या भानगडीत मूळ राजतरंगिणीचे दोन भाग झाले. त्या दोन्ही भावंडांशी बोलून त्यांनी त्यांच्याकडून कशीबशी मिळवली आणि त्यांनी आधी तिचं देवनागरीत लिप्यांतर केलं. नंतर संस्कृतमधल्या विद्वानांना हाताशी धरून त्यांनी त्याचा इंग्लिशमध्ये अनुवाद केला. राजतरंगिणीची देवनागरी आणि इंग्लिश रूपं आपल्याला आज उपलब्ध आहेत ती अशाप्रकारे! पाश्चात्त्यांना आपल्या साहित्याविषयी आणि इतिहासाविषयी जेवढी गंभीर आस्था होती, तेवढी आपल्याला की नाही? परसातलं झाड औषधी नसतं, अशी म्हण आहे, कबूल! पण संजीवनीला सामान्य तृण मानून जगण्याचा हा कसला अंधपणा?''

या प्रश्नावर नरेंद्रनं संमतीसूचक मान हलवली. त्याशिवाय आणखी काय करणार होता तो? काही बोलण्यासारखं राहिलंच नव्हतं या संदर्भात.

''शहाजहानचा मुलगा दाराशुकोह हाही या ग्रंथानं प्रभावित होता. त्यानं त्याचा पर्शियन भाषेत अनुवाद करवून घेतला होता. तिथून त्याचा लॅटिन भाषेत अनुवाद झाला. तो वाचून जर्मनीतला प्रख्यात तत्त्वज्ञ कोपेनहावर हा त्यातल्या सूक्ष्मता आणि उन्नततेनं प्रभावित झाला आणि या सर्व शक्ती माझ्या जीवनात आणि मृत्यूतही

आनंद देतात असं त्यानं विधान केलं होतं.''

संजीवजी हे सांगत असताना नरेंद्र त्यांच्याकडे वळून म्हणाला, ''तुम्ही बराच अभ्यास केला आहे! मी याआधीही काश्मीरी पंडितांच्या बुद्धिमत्तेविषयी ऐकलं होतं. आता ते प्रत्यक्ष बघायची संधीही मिळाली आहे!''

हे गौरवोद्‍गार ऐकताच त्यांना शरमल्यासारखं होऊन त्यांचा गोरापान चेहरा लाल झाला. पंडितजीही हसत म्हणाले, ''शंकराचार्यांनी तपश्चर्या केलेली गुहा पाहून या. आम्ही इथेच थांबतो. इथं बसायला व्यवस्थित जागा आहे!''

नरेंद्र माघारी आला तेव्हा ते दोघं तिथल्या एका विशाल वृक्षाच्या सावलीत बसले होते. भोवताली चिनार-देवदार वृक्षांची बरीच दाटी होती. त्या सावलीनं तिथलं गोलाकार प्रांगण व्यापून टाकलं होतं. त्याच्या पलीकडे डोंगराळ दरी. त्याच्याशी आणखी गप्पा मारायची त्या दोघांची इच्छा असली तरी कुठल्याशा अनाम बंधनामुळे ते न बोलता शांत होते.

नरेंद्रच बोलू लागला, ''पंडितजी, किती वर्षांपासून तुम्ही येथे आहात?''

''पंचेचाळीस वर्षं होत आली...'' सांगताना त्यांच्या आवाजात कुठेतरी भय जाणवत असल्याचा त्याला भास झाला.

''कधी बंगळुरूला आला होतात काय?''

''हो. काही वर्षांपूर्वी शृंगेरीला निघालो होतो, तेव्हा आलो होतो. पाच-सहा वर्षं झाली असतील.''

''तिकडचं कुणी येत असतं का इकडे?''

''नाही!'' काही क्षण थांबून तेच म्हणाले, ''दक्षिण देशाची शारदा इथे आणून कृतार्थ झालोय मी! उत्तरेच्या मातेच्या दर्शनाचं भाग्य अजून लाभलेलं नाही! तुम्हाला ठाऊक आहे काय? काशीत विद्यार्जन झाल्यानंतर विद्यार्थी आमच्या शारदा पीठाच्या दिशेनं हात जोडत होते म्हणे! त्यानंतरचं शिक्षण इथे, असं सांकेतिक पद्धतीनं सुचवत होते!''

हे त्यालाही ठाऊक होतं. त्यानं होकारार्थी मान हलवली.

''तिथले विद्यार्थी तर्कशास्त्र, तत्त्वज्ञान, व्याकरण, शारदा लिपी इत्यादींचं पुढील शिक्षण घेण्यासाठी इथं यायचे म्हणतात. उत्तीर्ण म्हटले जाईपर्यंत इथेच राहत. नंतर त्यांना ''विशारदा'' ही पदवी दिली जायची म्हणे. कल्हणानं या विद्यापीठाविषयी लिहून ठेवलंय हे खरं; पण महंमद गज़नीबरोबर आलेल्या अल्-बरूनीनंही आपल्या ''तहतीक-ए-हिंद''मध्येही हा उल्लेख केला आहे. याचा अर्थ ते त्या काळी किती ख्यातनाम असलं पाहिजे, याची कल्पना करू शकतो.'' संजीवजी म्हणाले.

''आता शारदा लिपी कितपत वापरात आहे?''

“अजिबात नाही! त्या लिपीतली सुमारे साडेचार हजार हस्तलिखितं संग्रहीत आहेत.”

“तर मग आता इथं लिहावाचायला कुठली लिपी वापरली जाते?”

“आमची कशूर भाषा बोलली जाते. पण जिभेवर जेवढी ही भाषा आहे, तेवढी लिहायला-वाचायला संधीच मिळत नाही ना!” म्हणत पंडितजी हसले.

“अं? का?” काहीशा अविश्वासानं त्यानं विचारलं.

“देशातल्या इतर अनेक भाषांप्रमाणे काश्मीरमध्ये देवनागरी ही अधिकृत लिपी होती. तरीही एवढ्या शुद्ध देवनागरी लिपीत आमची भाषा उच्चाराप्रमाणे लिहिता येत नव्हती. त्यामुळे तिच्यात काही फेरबदल करून शारदा लिपी तयार केली होती. पंधराव्या शतकात म्लेच्छ राजे फारसी लिपी वापरात आणू लागले, तेव्हा शारदा लिपी लुप्त होऊ लागली. एकोणिसाव्या शतकात पर्शियन लिपीची उर्दू आमची अधिकृत भाषा झाली. नंतर या शतकातल्या सत्तरच्या दशकात जम्मू-काश्मीर सरकारनं उर्दू लिपीतच कशूर भाषा लिहिणं अंगीकारलं. अरबी शिक्षणाचा काहीच उपयोग झाला नाही. प्राकृतमध्ये तर आमची पुस्तकं छापली जाणं दुरापास्तच म्हणावं लागेल. कुठल्याही वृत्तपत्रात अशी एखादी ओळही पाहायला मिळत नाही.” पंडितजींनी विस्तारानं सांगितलं.

“आजच्या पिढीची दुरवस्था तर विचारू नका! चुकून कधी घरच्या माणसांना किंवा गावाकडच्या नातेवाइकांना एखादं पत्र लिहायचं झालं तर कुठल्या भाषेत लिहायचं? उर्दू येत नाही. हिंदी किंवा इंग्लिशमध्ये लिहिलं तर मातृभाषेत लिहिल्यासारखं कसं होईल? अभिव्यक्तीसाठी साधनच नसलेली ही आमची आजची पिढी! यावर विश्वास ठेवाल काय?”

संजीवजींचं बोलणं तो लक्ष देऊन ऐकत होता.

“शारदा लिपी तर राहू दे! आमची कशूर भाषाही या मुलांना मिळत नाहीये! मग होतंय काय, ही आमची मुलं जिथं जातात, तिथलीच होऊन जातात.” हे सांगताना पंडितजींच्या चेहऱ्यावर वेदना उमटली होती.

नरेंद्रच्या मनात विचार आणि भावनांचं काहूर माजलं होतं. तो काहीच बोलला नाही. तो बराच वेळ देवस्थानाकडे पाहत बसला होता. नंतर त्यानं विचारलं, “शारदा देवस्थानाचे बरेच फोटो मी इंटरनेटवर पाहिले आहेत. केवळ भग्नावशेषच दिसतात! देशाचं विभाजन झालं तेव्हापासून हीच अवस्था आहे काय?”

“नाही. अतिशय अमूल्य अशा ग्रंथांचा तिथं संग्रह होता. चर्चाविनिमयासाठी म्हणून एक स्वतंत्र कक्षही होता. त्याचा विध्वंस झालाय तो त्यानंतरच्या काळात!” एवढं सांगून पंडितजी देवस्थान असलेल्या दिशेला वळले. तोही तिकडे वळला.

त्या दिशेला नजर पोचेपर्यंत हिरवंगार अरण्य दिसत होतं. त्या पलीकडे जाऊन

ते शारदा देवस्थान प्रत्यक्ष पाहून आलेलं कुणीच नाही!

"तिथलं स्थळ-पुराण किती सुरेख आहे! समुद्रमंथन होऊन गेल्यानंतर देवतांनी अमृतपान केलं. त्यातलं शिल्लक राहिलेलं अमृत देवी शारदा षड्भुजा होऊन कलशासह शारदा नावाच्या स्थळी आली. जमिनीत तो कलश पुरून ठेवून एका सपाट शिलेचं रूप घेऊन ती त्या कलशाचं झाकण बनली. त्यामुळे सगळे त्या शिळेचीच शारदा म्हणून पूजा करतात. कालानुक्रमे त्यावर मंदिर उभारण्यात आलं." पंडितजी म्हणाले.

"तुम्हाला आणखी एक गोष्ट ऐकून आश्चर्य वाटेल. मुळातले कश्यप आणि सारस्वत घरांचे वंशज असलेले काश्मीरचे सारस्वत ब्राह्मण सरस्वतीच्या काठावर वास्तव्य करून होते. आमच्या शारदा पीठाला शांडिल्य मुनी येऊन गेल्याचे सांगणारीही एक पौराणिक कथा आहे. त्या कथेचा तुमच्या कर्नाटकातल्या मंगळुरी सारस्वतांशी संबंध सांगतात. सरस्वती नदीच्या काठावर तपोनिष्ठ विसावले, असं काही संशोधकांचं मत आहे." संजीवजी म्हणाले.

"म्हणजे दक्षिण भारतात कर्नाटक-महाराष्ट्र-गोवा या प्रदेशात पसरलेले सारस्वत ब्राह्मण आणि तुम्ही; सगळ्यांचं मूळ एकच म्हणायचं काय?" नरेंद्रनं मोठ्या आसक्तीनं विचारलं.

"संशोधक ती शक्यता नाकारत नाहीत. तसंच, देशात सगळीकडे पसरले असले तरी बराच काळ आमचा त्यांच्याशी परस्परसंबंध होता याविषयी अनेक पुरावेही देतात." संजीवजी पुढे म्हणाले.

त्यांचं बोलणं समजल्याप्रमाणे मान हलवत तो पंडितजींकडे वळला, तेव्हा त्यानं पाहिलं, ते गंभीरपणे त्याच्या चेहऱ्याकडे पाहत होते. तो हसतच म्हणाला, "असे नका बघू पंडितजी! मी काही सारस्वत ब्राह्मण नाही हे नक्की!"

हे ऐकताच पंडितजींनाही हसू आलं. संजीवजीही खदखदून हसले.

"महाराज, कुणीतरी तुम्हाला शोधतंय." तीर्थप्रसाद द्यायला बसवलेला मुलगा हाक मारत आला. ते ऐकताच पंडितजी यांचा निरोप घेऊन जायला निघाले.

त्यांच्याकडे पाहत नरेंद्रनं संजीवजींना विचारलं, "पंडितजींचा संसार नाही दिसत!"

"होय. इकडेच कुणी कुणी त्यांना भेटायला येतं, तोच त्यांचा संसार!" संजीवजींनी सांगितलं.

***

पंडितजी माघारी आले तेव्हा पंधरा मिनिटं होऊन गेली होती. हे दोघं कुठल्यातरी गहन चर्चेत गढल्याचं त्यांना लांबूनच समजलं. जवळ गेल्यावर विषय लक्षात आला.

संजीवजी सांगत होते, ''तसं पाहिलं तर काश्मीरी हिंदू सुमारे पाच वेळा परागंदा झाले आहेत. चौदाव्या शतकात पहिल्यांदा त्यांना जावं लागलं. सुलतान सिकंदरच्या राजवटीत. तो बुतशिकन म्हणजे मूर्तिभंजक म्हणूनच कुख्यात होता. नंतर औरंगजेबाच्या काळात. तेव्हा त्या अत्याचारांना तोंड देण्यासाठी शीख गुरू तेजबहादूर यांनी आपले प्राण अर्पण केले. अफगाणच्या राजवटीत पलायन करावं लागलं, तेव्हा तर क्रौर्याचा परमावधी झाला! चौथ्या वेळी भारताचं विभाजन झालं तेव्हा. तो तपशील तुम्हालाही नीट ठाऊक असेलच. आणि पाचव्या वेळी एकोणीसशे नव्वद साली.''

त्यांचं सांगून संपत असतानाच पंडितजी तिथं येऊन पोचले. त्यांनी पुढं सांगितलं, ''एवढंच नव्हे; एकोणीसशे सहासष्ट साली आणि शह्याऐंशी साली दोनदा कमी प्रमाणात परांगदा झाले आहेत. नव्वद साली तर केवढा अनर्थ झाला! लक्षावधी हिंदूंना घरदार सोडून रातोरात निघून जावं लागलं. मृत्युमुखी पडलेल्यांची संख्या वीस हजारांपेक्षा जास्त होती. काही नाही म्हटलं तरी तीनशे देवालये आणि चार हजार घरं अक्षरश: भुईसपाट करण्यात आली. शेतीवाडी-घरदार-दुकानं-व्यापार... एवढंच नव्हे, सगळं जीवनच हिसकावून घेतलं गेलं आमचं!''

बोलता-बोलता पंडितजी भावुक झाले होते.

''तेव्हा तुम्ही कुठे होता?'' नरेंद्रनं विचारलं.

तो काय विचारेल याचा अंदाज आल्यामुळे ते उत्तरले, ''इथंच होतो.''

''तेव्हा तुम्ही काय केलं?''

हा प्रश्न त्यांना इतक्या वर्षांत कुणीच विचारला नव्हता. ती घटना घडून कितीतरी वर्षं झाली होती. त्यानंतर अनेक घटना घडल्या होत्या. त्या सगळ्या काळानुसार पुसट होत गेल्या होत्या. वाढत्या वयानुसार त्यातल्या कितीतरी विसरूनही गेल्या होत्या. पण ती घटना मात्र जशीच्या तशी होती. उलट आठवणींच्या संग्रहातून वेळोवेळी वर येऊन आणखी अधिकाधिक सुस्पष्ट होऊन मध्यरात्रीच्या काळ्याकभिन्न अंधारातून अवचितपणे जवळजवळ दररोज सामोरी येत होती. आता तर तिनं अपरात्री धाडकन जाग आणणाऱ्या स्वप्नाचं रूप घेतलं होतं.

''तेव्हा भक्तांची संख्या कमी झाल्यामुळे तीर्थप्रसाद घ्यायला कुणीच यायचं नाही!'' त्याच्या अपेक्षेप्रमाणे हे उत्तर समर्पक नाही याची जाणीव असतानाही त्यांनी सांगितलं. मनात आलेलं बोलून न दाखवणं हे त्यांच्या स्वभावातच नव्हतं. त्यात नरेंद्रपुढे तर ते अजिबात शक्य नव्हतं.

''तुम्ही केवळ तीर्थ-प्रसादासाठीच होता काय? त्या वेळी तुम्हाला आपद्धर्म आठवला नाही काय?''

त्याच्या प्रश्नासरशी त्यांची नजर जमिनीत रुतली. मन कुचंबल्यासारखं झालं.

तरीही कुणीतरी आपल्याला या संदर्भात काहीतरी विचारतंय, आपल्याला मोकळेपणानं बोलायची संधी मिळतेय या भावनेनं त्यांना दुसरीकडे हलकंही वाटलं. काही झालं तरी मनातलं सगळं काही याच्यासमोर मांडलंच पाहिजे, असं त्यांनी मनोमन ठरवलं.

या विचारावर स्थिर होत त्यांनी मान वर केली आणि सांगितलं, ''तुम्ही बृहदसेनापती पुश्यमित्रशृंगाचा अपमान करताहात! त्याच्या हातात सेना होती. ग्रीक मेनांडरला त्यानं समर्थपणे विरोध केला होता. त्याला रोखलं होतं. पण गेली हजारो वर्षं चालत आलेलं या म्लेच्छांचं आक्रमण, त्यांची कुटिलता, जातीयवाद या सगळ्यांमुळे आमची शक्ती वठून गेली आहे.''

''मला नाही तसं वाटत! आपल्या धर्माचं सार काय?''

''शक्ती!'' त्यांनी लगेच उत्तर दिलं.

''म्लेच्छांचा उपद्रव केवळ काश्मीरपुरताच मर्यादित होता, असं म्हणता येणार नाही. भारतात गेली शतकानुशतके हा उपद्रव अव्याहतपणे सुरूच आहे. म्हणून देशातला हिंदू धर्म नष्ट झालाय का?''

''नाही.''

''तर मग इथली तीच शक्ती कशी नष्ट होईल?''

पंडितजींना उत्तर सुचलं नाही.

''देशाच्या इतर भागापेक्षा काश्मीरमध्ये हल्ला होण्याचं प्रमाण जास्त होतं; इतकंच नव्हे तर वेळोवेळी म्लेच्छांशी त्यांनी युद्धही केलंय. याचाच अर्थ तेही एकाच चढाईत प्रबल झालेले नाहीत. होय की नाही? तरीही, राजकर्त्यांच्या दूरदृष्टीचा अभाव, मुत्सद्देगिरीचा अभाव या साऱ्याचे दुष्परिणाम आम्हीही आता भोगतो आहोतच!''

आता हा काय बोलेल याकडे ते दोघंही लक्ष देऊन ऐकत होते. तोच पुढं म्हणाला, ''एक उदाहरण देऊन मला काय म्हणायचं ते स्पष्ट करतो. एकदा एक ख्रिस्ती माणूस हिंदू धर्मानं प्रभावित होऊन एका हिंदू धर्मप्रमुखाकडे आला आणि आपल्याला हिंदू व्हायचंय म्हणून विनवू लागला. यावर त्या महात्म्यानं काय सांगावं? म्हणाले, सगळे देव सारखेच आहेत... तू उत्तम ख्रिस्ती होऊन राहा... म्हणजे साहजिकच उत्तम हिंदू होशील! एवढं सांगून त्याला पाठवून दिलं. सगळे देव एकच, असं म्हणायला गेलं तर मग आमच्यात आणि त्यांच्यात फरक कशासाठी? हा फरक नीट समजून न घेता आपण फक्त शांती-मंत्र जपत राहिलो तर आपल्याला काही भविष्यकाळ राहील काय?

यावर त्या दोघांनाही काही उत्तर सुचलं नाही.

''आपल्याला शांती पाहिजे, शक्तीही पाहिजे! अशा सांस्कृतिक आक्रमणांमुळे कितीतरी राष्ट्रांनी आपला धर्म, संस्कृती, भाषा... सगळं काही गमावलंय हे आपणही

पाहतोच ना? हजारो वर्षं आपण विविध आक्रमणांना तोंड देतच आहोत! आपलं स्वत्व टिकवून. हे कशामुळे शक्य झालं असेल असं तुम्हाला वाटतं?''

''आपल्या क्षत्रिय राजांच्या शौर्यामुळे. उदाहरणार्थ, ललितादित्याचाच इतिहास पाहा. अरब देशाचे मुसलमान काश्मीरवर आक्रमण करणार नाहीत, असा अटकाव त्यानं केला होता. तुरुष्कांना शरणागतीचा संकेत म्हणून डोकं भादरण्याची आज्ञा द्यायचा म्हणे. एकदा तर तो आपल्या सैन्याबरोबर दक्षिण भारतापर्यंतही जाऊन आला होता...''

''ते सगळं खरं. पण ते युद्धात जिंकलेल्या आणि हरलेल्या हजारो माणसांचा विध्वंस करत. तरीही हा धर्म कसा काय टिकला असेल?'

आता ते खरोखरच विचारात पडले.

''देवस्थानं नष्ट झाली होती. तरीही घरातल्या मुलाबाळांना आपल्या राम-कृष्ण-हनुमंताची नावं देत, त्यांच्यातच या दैवताना पाहत होते ते. घरात चालणारे संस्कार, गावात चालणारी भजन-कीर्तनं-सार्वजनिक पूजापाठ यामधून त्या देवतांची रूपं जिवंत ठेवण्यात आली होती! प्रश्न असा आहे, अनाचाराच्या संकटातून स्वत:ला वाचवत चालत असताना, अंधाराकडून उजेडाकडे जायच्या वाटेवर चालताना, आपले धर्मग्रंथ नष्ट होत असताना, देवाच्या मूर्ती भग्न पावत असल्याचं आपल्याला दु:ख होतंय काय? इतर लोकांची अभद्रता, ते करत असल्याप्रमाणे इतरांना ठार करण्याची मनोवृत्ती आपल्यात आहे का? नाही. का नाही?''

ते पुन्हा निरुत्तर झाले.

''आपली अंत:शक्ती हाच आपला आधार असल्यामुळे! कुठल्याही अवघड प्रसंगी ती आपल्याला बधिर होऊ देत नाही. होय की नाही? वेगवेगळ्या कठीण प्रसंगी यामुळेच आपला धर्म टिकून राहिलेला आहे ना!''

''होय.''

''आता मला सांगा, काय नष्ट झालंय आपलं?''

''नष्ट झालीय ती आंतरिक इच्छाशक्ती!..'' हे म्हणताना पंडितजींना एखाद्या गहन कोड्याचं उत्तर मिळाल्यासारखं वाटून चेहऱ्यावरचे भाव निरभ्र झाले होते. त्या क्षणी गवसलेल्या बहुमूल्य सत्याच्या दर्शनानं ते पुलकित झाले होते.

''पण मला एक समजत नाही, नरेंद्र!' संजीवजींनी विचारलं, ''आमचे पूर्वज, धुरीण इतक्या वरचेवर पुन्हा पुन्हा हे भोगत आले आहेत. याचा अर्थ हे पुन:पुन्हा घडत राहिलं असलं पाहिजे ना! आमचे पूर्वज त्यांना इतक्या सहजासहजी सोडून देत होते काय?'

''आमचे पूर्वज जिंकत होते आणि त्यांना पुन:पुन्हा सोडून देत होते हे खरंच. स्वत:च्या पराक्रमावर असीम विश्वास असणाऱ्या आपल्या राजांची एकच चूक

पुन:पुन्हा घडलेली दिसते. त्यांचा हा आत्मविश्वास बऱ्याच वेळा अतिरेकाला पोचत होता. शिवाय त्यांनी स्वत:होऊन युद्धाच्या संदर्भात काही नियम लादून घेतले होते! शरण आलेला शत्रू नपुंसक, निराधार, जगायला लायक नसलेला-म्हणून तुच्छ मानायची त्यांची पद्धत होती ना! शिवाय संस्कृतीत असलेला ''युद्धात पळून जाणाऱ्या शत्रूचं पुण्यही राजालाच प्राप्त होतं...' अशा अर्थाचा श्लोक आहे.

पदानि क्रतुतुल्यानि भगेश्वविनिवर्तिनाम् ।
राजा सुकृतमादत्ते हतानाम् विपलायिनाम ।।
(या.स्मृ. १.३२५)

आमचे राजे अत्यंत धर्मनिष्ठ आणि क्षमाशील होते. एकदा जीवदान मिळालेला मुसलमान राजा पुन्हा चाल करून यायचा, पूर्वीपेक्षा मोठं सैन्य घेऊन! नवीन शक्तीनिशी! एकवीस वेळा ज्या मोहंमद घोरीला पृथ्वीराज चौहाननं हरवलं, अखेर हरला! कसा? युद्धविरामाची घोषणा झाल्यानंतर त्यानं आपल्या सेनेला स्नानादी कर्मं करायला पाठवलं, त्यानंतर!'

यावर बराच वेळ कुणी काही बोललं नाही. इकडे यांचं बोलणं सुरू असताना तिकडं वेगानं वाहणाऱ्या वाऱ्याला प्रत्युत्तर म्हणून चिनार वृक्षांचे शेंडे आणि फांद्या जोरजोरात हलत होत्या. परिणामी वाऱ्याला आणखी जोर मिळत होता. त्या दोघांची काहीतरी फार मोठी चर्चा चालली असून मधूनच त्याला भांडणाचं स्वरूप आल्याचा भास तयार होत होता. त्या दोघांपैकी कुणीच माघार घ्यायला तयार नसल्यागत वाटत होतं.

अशा वातावरणात तिघंही किती वेळ बसून होते कोणजाणे! कुणालाच वेळेचं भान नव्हतं. भानावर येऊन ते तिथून उठले तेव्हा चार वाजले होते.

खाली येऊन फोन पाहिला तेव्हा वीस मिसकॉल दिसले! त्यातले पंधरा आशाचे होते!

''सॉरी, सॉरी! फोन खाली गाडीतच ठेवून गेलो होतो ना!... फोन करायचा राहून गेला! सॉरी!'

''एक कॉल करायला काय झालं? आधीच ती तसली जागा! माणूस घाबरणार नाही तर काय!' संतापानं प्रश्न विचारता विचारता तिला रडू फुटलं होतं.

''एवढं काही घाबरायचं कारण नव्हतं! जाऊ दे! चूक झाली! विक्रमलाही फोन केला होतास वाटतं! त्याचेही मिसकॉल दिसताहेत!' त्यानं हलकेच तिला समजावलं.

''मग? काय करणार मी? आणखी कुणाला विचारणार? ते जाऊ दे. तिथं जेवणखाण, राहणं सगळं ठीक चाललंय ना? तुम्ही उतरलात त्यांचं घर ठीक आहे

ना?' आवेग ओसरल्यावर तिनं चौकशी केली.

''होय. अगदी छान चाललंय इकडं माझं! उद्यापासून घरातून निघायच्या आधी तुला किमान मेसेज तरी टाकेन. काळजी करू नको.''

तिच्याशी आणि मैत्रेयीशी आणखी थोड्या गप्पा मारल्यानंतर ''काळजी करू नकोस. अधूनमधून फोन करेन..'' असं सांगून नंतर विक्रमलाही खुशाली कळवल्यावर त्यालाही थोडं हलकं वाटलं. त्याचं इतर मेसेजेसकडे लक्ष गेलं.

''सर, आठव्या शतकापासून मोगलांच्या राजवटीपर्यंत इस्लाममध्ये धर्मांतर होऊन गेलेल्या हिंदूंची आकडेवारी कुठल्या पुस्तकात मिळेल?' हौशी लेखक चेतननं मेसेज केला होता. त्याला कळवलं, ''इंडियन मुस्लीम्स-हू आर दे? बाय के. एस. लाल.''

''सर नमस्कार. मी मनोहरचा मित्र. एका चर्चेच्या वेळी तुम्ही, मागं कुणीतरी कुरआनावर बंदी आणण्यासाठी अर्ज केला होता, असं सांगितलं होतं. त्याविषयीही तुम्ही बोलला होता. ती माहिती कुठं मिळेल?'' एका खासगी नंबरवरून मेसेज होता. त्यानं कळवलं, ''द कलकत्ता कुरान पिटिशन-कंपाईल ॲन्ड एडिटेड बाय सीताराम गोयल.'

अशाप्रकारे ज्यांनी काही ना काही माहिती विचारली होती, त्या सगळ्यांना उत्तर देऊन सगळ्या जाहिराती डिलिट करेपर्यंत संजीवजीही खाली उतरले होते. पुन्हा दल सरोवराच्या मार्गानं माघारी येत असताना ते त्याला म्हणाले, ''आता नको. उशीर होईल. उद्या येऊ या.''

अंधार होत आला होता, त्यामुळे त्यालाही हे पटलं. त्यानं विचारलं, ''आज बाकी वातावरण कसं आहे काश्मीरमधलं? कुठं दंगा झाल्याच्या बातम्या नाहीत ना?'

''किरकोळ दगडफेकीचे प्रकार झालेत. अजूनतरी आमच्या अपेक्षेप्रमाणे जास्त काही घडलेलं नाही. निवडक मंडळींना नजरकैदेत ठेवलंय ना! त्यामुळे परिस्थिती हाताबाहेर गेलेली नाही.''

''कोण ही निवडक मंडळी? धार्मिक पुढारीच ना? त्यांच्या खालीही पाणी आलंय असं म्हणतात.''

''होय. श्रीनगरची जामामशीद त्यांच्या नियंत्रणाखाली असते. इथल्या सगळ्या मुसलमानांना त्यांचा शब्द म्हणजे कुरआन-वाक्य!''

काहीतरी आठवून नरेंद्रनं विचारलं, ''सगळे काश्मीरी देश सोडून निघून गेल्यावर मुलांच्या शिक्षणाला अडचण नाही का आली?''

''झाली ना. पण काय करणार? अशा परिस्थितीत आमच्या मुलाबाळांचा विचार करून त्यांना अगदी कमी फीमध्ये तंत्रज्ञान शिकवायची व्यवस्था करणारा

पहिला प्रांत म्हणजे महाराष्ट्र! बाळासाहेब ठाकरे! त्या वेळी या महामानवानं जे उपकार केले ते आम्ही कधीच विसरू शकणार नाही!''

संजीवजींचं बोलणं ऐकत असताना त्या संपूर्ण समुदायानं दिलेल्या लढ्याची नरेंद्रला काहीशी कल्पना येऊ लागली. सरकारी नोकरीत असणाऱ्यांना थोडी का होईना आर्थिक सुबत्ता असावी. पण शेतकरी-व्यापारी आणि इतर व्यवसाय करणाऱ्यांना जेव्हा सगळं गमावून अक्षरश: रस्त्यावर यावं लागलं असेल तेव्हा ते कसे जगले असतील? आता काश्मीरी पंडित मोठ्या प्रमाणात परदेशात स्थिरावले आहेत. त्यावरून त्यांची लढावू वृत्ती दिसून येते. नाहीतर त्यांनाही मदत मागण्यासाठी 'अल्पसंख्यांक, पीडित' यासारखी कारणं काही कमी नव्हती.

या विचारानं त्यानं संजीवजींकडे पाहिलं. त्यांचं संपूर्ण लक्ष रस्त्यावर एकवटलं होतं.

रात्री झोपण्याआधी दिवसभराची टिपणं लिहीत असताना दिवसभराची सगळी दृश्ये त्याच्या डोळ्यांसमोरून तरळून जात होती.

अकरा

लक्ष्मण संधूनं आणखी एकदा खिडकीबाहेर डोकावून पाहिलं.

वीस पावलांवर ते उभे आहेत. आता दहा जणं जमले आहेत. आणखी अर्ध्या तासात आणखी किती माणसं जमतील कोणजाणे! मोठा समूह जमला की त्यानंतर जवळ येऊन दगडफेक करायला सुरू करतात. हे गणेश मंदिर राखायला केवळ दोघंच आहोत. सोबत एक कमांडर हब्बू. देवस्थानाच्या कंपाउंडचा दरवाजा उघडून आत आल्यावर उजवीकडे यांचा बंकर आहे. तिथून काही पावलांवर देवालय. त्या भागाला टेरेस नाही. त्यामुळे कंपाउंडची भिंत बरीच उंच करून त्यावर तारेचं कुंपण घातलं आहे. त्यावरही मोठमोठी जाळी बांधून त्यावर मोठी मोठी प्लॅस्टिक शिट्स टाकली आहेत.

एवढा सगळा बंदोबस्त केलेला असला तरी अधूनमधून दगड आत पडतात. यांच्या किरकोळ दगडफेकीला का घाबरून बसायचं आम्ही? या प्रश्नावर लक्ष्मणकडे उत्तर नव्हतं. त्याला समजत होतं, या दरिद्री राजकारण्यांमुळे आपल्याला हातावर हात ठेवून गप्प बसावं लागतं! नाहीतर या बाजारबुणग्यांना धडा शिकवणं किती किरकोळ आहे, हे याआधीही या काश्मीरला दाखवून दिलंय! जम्मू-काश्मीरचं रक्षण करताना आमच्या सेनेनं दाखवलेलं साहस कुठे कमी होतं?

कमांडरसाहेब सांगत असतात ना, १९४७साली मुजफ्फराबादच्या मार्गानं श्रीनगरमध्ये घुसलेल्या चढाईखोरांना थोपवण्यासाठी रातोरात निघाली होती म्हणे आमची सेना! आमच्या दहा वायुसेनेच्या पायलटांनी सेवन-झिरो-फोर वापरून ठरलेल्या वेळी इथं कुमक पोचवली म्हणे! त्यानंतर आमच्या सेनेनं एकेक करून पूंछ, द्रास आणि कारगिलवर ताबा मिळवला होता! तेव्हा पाकिस्तानची भीतीनं गाळण उडाली होती! शेपूट घालून शांती-करार करायला आले लोटांगण घालत!

आणि आमच्या सरकारनं त्याला मान्यता दिली! छे तेच चुकलं! नको होती मान्यता द्यायला! किती उत्साहानं पुढे सरसावले होते आमचे लोक! आता कुठल्याही क्षणी शत्रूची गचांडी हातात येईल असं वाटत असताना यांनी युद्धबंदी केली. काय वाटेल त्या क्षणी सैनिकांना? अंगाची लाही लाही झाली नसेल काय? आता आमच्यावर दगड फेकायला येतात ना ही नतद्रष्ट माणसं! यांच्या दगडफेकीपुढे पोलिसांना माघार घ्यावी लागली म्हणे.

या लोकांची पाकिस्तानशी हातमिळवणी आहे म्हटल्यावर पोलीस तरी काय करतील? इथंच नव्हे, दिल्लीतही तेच! मग राज्य सरकारचा पायाच ढासळल्याशिवाय राहील काय? दीडशेपेक्षा जास्त मुस्लीम अधिकारी तर पाकिस्तानला सामील व्हायच्या इच्छेनं, बहुतांशी मुसलामान असलेल्या दिल्लीच्या पोलिसांपैकी कितीतरी जण आपापल्या शस्त्रास्त्रांबरोबर पाकिस्तानात जायला तयारच होते म्हणे! म्हणजे तेव्हा आपला शस्त्रास्त्रांचा साठा पाकिस्तानाच्या ताब्यातच होता. इतिहासात अशा प्रकारचे असंख्य दाखले सापडतात.

या मुसलमानांची मानसिकताच समजत नाही! परकीयांशी स्वातंत्र्यासाठी लढले ते! मग आपल्या मातृभूमीचे तुकडे करण्यासाठी इतका का रक्तपात केला? यांच्या द्रोहाशी आमच्या देशभक्तीची कशी तुलना होऊ शकेल? आम्ही पाकिस्तानला कितीतरी वेळा धूळ चारली आहे! दुसऱ्या खेपेला तर पाकिस्तानचे ऐंशी हजार सैनिक शरण येतील असं केलं होतं! कसला विजय होता तो!!

यश काही मजेमजेनं मिळत नसतं! प्रत्येक यश किती बलिदान मागतं! मलाही माझ्या लेकराला भेटून वर्ष होऊन गेलंय! पण देशसेवेपुढे प्राणही द्यायची तयारी असते आमची! आणि इथं हे भेकड चेहऱ्यावर फडकी बांधून दगड फेकायला येतात! यांच्या फुटकळ दगडांचा मार खायचा! थू:! त्यापेक्षा युद्धात देह पडला तर किती बरं! ही असली हात बांधून दगड खायची दुरवस्था कुठल्याही योध्यावर कधीही येता कामा नये!

तो या विचारात असताना समोरचा छोटा घोळका मोठा झाला होता.

तो प्राहतोय तसं गेल्या चार-पाच वर्षांत त्यातली दोन मुलं बघून बघून ओळखीची झाली होती. गर्दी जमली की ही पोरं किंचाळत धावून येतात. देवस्थानापासून दहा पावलांवर उभी राहतात, आणि हातातले दगड चेवानं भिरकावून देत माघारी धावत निघून जातात! ते दगड बाहेरच्या बाहेरच पडतात, तरी त्यांना काहीतरी साध्य केल्याचा आनंद मिळतो! आणि गावाकडं याच वयाचा माझा मुलगा हातात पाटी-पेन्सिल घेऊन शाळेत जातोय!

"बघा ना सरजी! किती मुलं आहेत!" जागचा न हलता त्यानं आपल्या कमांडरला हाक मारली. या दृश्यात नवं काहीच नव्हतं. तरी प्रत्येक वेळी हे

पाहताना मनाला तेवढेच क्लेश होत.

"जाऊ दे ना, लक्ष्मण! ज्यांना काहीच फरक पडत नाही, त्यांना बघून तू कशाला कष्टी होतोयस? आधी तू नीट शिटच्या खाली उभा राहा. परवाच्या जखमेचे टाके अजून ओले आहेत!" कमांडरनी काळजीनं सांगितलं.

त्यानं टोपी काढून केसांवरून हात फिरवला. स्स्सऽऽ हाय! खरंच अजूनही जखमेला हात लागला की कळ येत होती. त्या दिवशी तर मुलं पिसाळलीच होती. जीव वाचला हेच खूप झालं! अतिशय संवेदनशील प्रदेश. काहीतरी गडबड होणार याची कुणकुण लागली होती. चौघांना इथं पाठवलं होतं. तो एका दुकानापुढे उभा होता. आधीच भारतीय सैनिकांना बघितल्यावर इथली माणसं नाक मुरडतात! तो दुकानदारही 'गिऱ्हाइकाला अडचण होते... जा तुम्ही...' म्हणून घाई करत होता. खरंतर तिथं एकही गिऱ्हाईक नव्हतं! इतर तिघंही जवळच रस्त्याच्या बाजूला उभे होते. अचानक कुठूनतरी एक घोळका धावत आला. त्या तिघांपैकी एकजण ओरडला, 'लक्ष्मण! तिकडं पाहा!...'

हातात दगड घेऊन शंभरेक माणसं चाल करून येत होती. तरुण आणि मुलंच! बिच्चारी! वाट चुकलेले! बिच्चारे म्हणे बिच्चारे! त्यांच्याविषयी अनुकंपा बाळगायची! त्यांच्यावर शस्त्र चालवायचं नाही!

आम्ही उडवलेल्या प्रत्येक बुलेटचा आम्हाला हिशेब विचारला जातो! आम्ही मेलो तरी हरकत नाही! त्यांना मात्र हात लावायचा नाही! चुकून हात लागला तरी वरून चौकशीचे आदेश येतात! त्यामुळे ऑफिसर्स आधीच आम्हाला सावधगिरीचा इशारा देऊन ठेवतात!

शंभरेक उन्मत्त माणसांचा तो घोळका चाल करून येत होता! जीव वाचवायला काहीना काही करायलाच पाहिजे ना! अशा वेळी सेलकडे धाव घेण्याशिवाय दुसरा कुठला मार्ग असणार? ते पाठीमागे धावत होते. एवढ्यात रोशननं युनिटकडून मदत मागितली होती. लगोलग सैन्याची मदत मिळाली. पण ती येईपर्यंत या हैवानांशी कसा सामना करायचा? संदीपनं एका दुकानाकडे बोट दाखवलं. सगळे घुसून शटर ओढून बसलो. तरीही पाठलाग थांबला नव्हता. शटरच्या अलीकडे चार माणसं आणि पलीकडे ते चाळीस बदमाश! 'अल्लाहू अकबर' च्या आरोळ्या देत ते शटर उघडायचा प्रयत्न करत होते. जाणारा प्रत्येक पळ युगासारखा भासत होता. हळूहळू चौघांची शक्ती अपुरी पडू लागल्याचं जाणवू लागलं. हात घामानं नव्हे, रक्तानं ओले होऊ लागले होते.

त्याच धडपडीत रोशन किंचाळला, 'शेवटचं सांगतो! सगळे आपापल्या घरी निघून जा!...' असाहाय्य वाटून गळा भरून आला होता. या दरीत असाहाय्य कुत्र्याचं मरण समोर दिसू लागलं तेव्हा स्वत:चाच पराकोटीचा तिरस्कार वाटू

लागला. अगदी अलीकडेच असलंच कुत्र्याचं मरण मरून रस्त्यावर पडलेल्या शांतमूर्तीसारखे अनेक सैनिक मरून पडल्याचे व्हिडिओ व्हॉट्सॲपवर फिरत असलेले आठवून जिवाचा संताप झाला!

'रोशन! या हरामखोरांचा जीव घेतल्याशिवाय मी मरणार नाही!' न राहवून लक्ष्मण किंचाळला. बाहेरचा गोंधळ वाढला होता. बाहेर विजयाच्या घोषणाही सुरू झाल्या होत्या! मधूनच आरोळ्या येत होत्या, 'शैतानांना बाहेर खेचा! चेचून काढू या!...'

कुठल्याही क्षणी शटर उघडून घोळका आत घुसेल अशी परिस्थिती निर्माण झाली तेव्हा लक्ष्मणनं पायाशी असलेली रायफल हातात घेतली. नेमक्या त्याच क्षणी बाहेर कुमक आल्याची घोषणा ऐकू आली! 'बऱ्या बोलानं मुकाट्यानं निघून गेलात तर ठीकाय! नाही तर गोळ्या घालू...' पाठोपाठ दोन बुलेटच्या फैरी झडल्याचंही समजलं. नंतर कमांडोचा आवाज ऐकू आला, 'शटर खोला!...' शटरवरचा दाब कमी केला. बाहेर येऊन पाहिलं तर तो घोळका थोड्या अंतरावर उभा होता. पुन्हा जाणवलं, या नराधमांच्या हातात सापडलो असतो तर जीव लांब राहिला, अस्थिविसर्जनालाही एखादं हाड सापडलं नसतं! तिथून कसं जायचं? जीपमधून गेलं तर हे जीप अडवून दगडफेक करणार!

त्याच वेळी चपळाई करून दगड टाकणाऱ्या घोळक्यातल्या पुढं असणाऱ्या एका तरुणाला एका कमांडोनं पकडलं आणि त्याचाच आडोसा केला. त्याला दुसऱ्यानं मागच्या बाजूला असलेला दोरखंड दिला. काय चाललंय हे लक्षात येण्याच्या आधी त्यांनी त्या तरुणाला जीपच्या पुढच्या बाजूला बांधलं आणि आम्हा सगळ्यांना घाईनं जीपमध्ये चढायची आज्ञा दिली. सगळे चढले.

मीही चढत असताना कुठल्यातरी बेचक्यातून एक टोकदार दगड वेगानं आला आणि डोक्याला लागला. चढायच्या आधी शिरस्त्राण काढलं तीच चूक महागात पडली होती. रक्ताची धार लागली. वेदनेनं डोळ्यांपुढे अंधारी आली. कुणीतरी आत खेचून घेतल्याचं जाणवत असतानाच शुद्ध हरपली.

नंतर समजलं, त्या भडव्याला जीपला बांधलं म्हणून देशातल्या मानव-हक्क-रक्षकांच्या हृदयात वेदना उसळली होती म्हणे! या नालायकांना सैनिकांच्या प्राणाची मात्र किंमत कधीच नसते! हे त्यांना तिकडं कुणीच विचारत नाही की काय? आमच्यावर सोडलं तर आम्ही याची नीट भाषेत चौकशी करू! त्या क्षणी मात्र त्या कमांडोनं केलेल्या त्या कृत्यामुळे आमचे सगळ्यांचे जीव वाचले हे मात्र खरं!

ही एकच घटना नव्हे, अलीकडे वरचेवर अशा घटना ऐकू येतात! राष्ट्रगीतासाठी बावन्न सेकंद शांतपणे एका जागी उभं राहायला जमत नाही म्हणे माणसांना! राष्ट्रप्रेमाला जिवापेक्षा जास्त किंमत देणारे आम्ही सैनिक! म्हणजे आम्ही मूर्खच

म्हणायचे!! सीमेवर उभे असताना, हातात बंदूक आणि समोर शत्रू असताना आम्ही यांच्यासारखे 'योग्य-अयोग्य'ची चर्चा करत राहिलो तर या शहाण्यांचं काय होईल, हे तरी या अतिशहाण्यांना समजतं की नाही?

"लक्ष्मण, पाहा! फटाके!'' कमांडर म्हणाला तेव्हा तो भानावर आला. शिटवर धबाधब पडणाऱ्या दगडांचा आवाज ऐकू येत होता. त्यानं पुन्हा बाहेर डोकावून पाहिलं. एकजण जवळच उभा होता. जवळच दगडांचा ढीग होता. त्यातला एकेक दगड फेकताना हिडीस भाव त्याच्या चेहऱ्यावर उमटत होते. त्याच्या मनात आलं, कुठला देव या हिडीस कृत्याचं समर्थन करेल? त्या गोंधळातच त्यानं ओरडून विचारलं, ''सरजी! मॅच संपली काय?''

''होय. इंडिया हरली. म्हणून हा उन्माद! फटाके!'' त्यांनीही ओरडून सांगितलं.

पंधराएक मिनिटं दगडांचा मारा होत राहिला. नंतर शांत झालं. सुदैवानं आजची मॅच पाकिस्तानबरोबर नव्हती! नाहीतर हा दंगा इतक्या लवकर संपला नसता!

इथं येऊन तीन वर्षं झाली असली तरी अजूनही यांच्या मनःस्थितीची कल्पनाच येत नाही! नोकरीचं वाटप करायचा प्रसंग असला की हजारो माणसं जमतात. दगडफेक करायलाही तेवढीच माणसं जमतात? म्हणजे यांना नेमकं हवंय तरी काय? नोकरी? की आझादी? सैन्यातले इतर सोबती सांगतात, इथली मुलं यांच्या बरोबर खातात-पितात, खेळतात; आणि दुसरे दिवशी चेहऱ्यावर फडकं बांधून यांच्यावर दगडफेक करायलाही तयार! पकडलं तर 'सॉरी सर! पुन्हा करणार नाही...' असं सांगून पळून जातात! हेही खोटंच! पुन्हा दगडफेक करायला पुढं येतात! का ही अशी वागत असतील? कुठल्या अपरिहार्यतेमुळे? हेच समजत नाही.

तेही जाऊ दे! यांना अडिअडचणीला मदत कोण करतं? सहा महिन्यापूर्वी झेलमला पूर आला होता तेव्हा त्या संकटातून बाहेर काढायला आम्हीच हवे होतो ना! अचानक पाणी वाढायला लागलं तेव्हा घाबरून आमच्या कमांडरला फोन केला होता. मग काय! आम्ही बंदुका बाजूला ठेवून यांचे जीव वाचवायला धाव घ्यायची! आधाराला आमचा हात धरायला सगळेच गयावया करत असतात! घराची छतं, शेतं, रस्ते... हे जिथं जिथं अडकलेले असतात, तिथं जायचं, आपला जीव धोक्यात घालायचा आणि या भडव्यांचा जीव वाचवायचा! त्या वेळी मानवता सोडून दुसरा कुठलाही विचार मनात नसतो. त्या वेळी तर आपण कुणाचा जीव वाचवला त्यांचे चेहरेही आपण पाहत नसतो! त्या वेळी कुणी आपल्याला दगड मारला, कुणी वार केला यासारखे विचारही मनात येत नाहीत. समोरच्याचा जीव वाचवायचा, बस्स! सुरक्षितपणे काठावर आल्यावर पुन्हा आमच्यावरच हात उगारणाऱ्या यांना म्हणायचं तरी काय? आजवर न सुटलेला प्रश्न!

लक्ष्मणनं पुन्हा समोरच्या अंधारात नजर रोखली.

बारा

"फिरोज! परवाचे पैसे अजून मला मिळालेले नाहीत! मागच्या खेपेचेही नाही. असं होत राहिलं तर मुलांना काय सांगून घेऊन यायचं?..." मुश्ताक विचारत होता. त्याचं बोलणं अर्धवट असतानाच फोन कट झाला. निरुपायानं 'बिस्मिल्लाह...' म्हणत तो तसाच बसून राहिला.

मुलांची सबब सांगितली. मलाही पैसे पाहिजेतच ना! मला घरदार नाही काय? चाचा गावाकडून धान्य पाठवतात. सरकारकडून निम्म्या किमतीत रेशन मिळतं. ते ठीकाय! पण चारचौघात मानानं राहायला पाहिजे ना! मार खाऊन अंथरूण धरावं लागलं की मात्र प्रत्येक घासाला मोताद झाल्यासारखं होतं! दंड घट्ट असतील तेव्हा शिकारा चालवतो. कसंही चालून जातं. शिक्षण नाही, कबूल! पण कष्टाला कुठे कमी आहे? अल्लाहूची दया! कामाला काही कमतरता नाही. प्रवासीही भरपूर येतात. बारा महिने त्यांचा ओघ असतोच. वातावरण खराब असतं, गोळीबार-लाठीमार असला तरी प्रवासी येतच असतात. अल्लाहूची कृपा! दुसरी कशाला साक्ष पाहिजे? इंडियाहून तर फार मोठ्या प्रमाणात प्रवासी येतात! आम्ही कुणीही त्यांच्याशी हसतमुखानं वागत-बोलत नाही. जेवढ्यास तेवढंच बोलणं! चार दिवसांसाठी येतात आणि जातात. त्यांच्याकडून जेवढ्यास तेवढं मिळतं. त्यांचंही आमच्याशी तेवढंच तुटक वागणं असतं ना! काही का असेना, आपल्या उद्योगाला अडचणीत आणेल असं काहीही वागायचं नाही! त्यामुळे तेवढ्याच अलिप्तपणे त्यांच्याशी वागायची सवयच होऊन गेली आहे.

तरीही, खोटं कशाला बोलायचं? त्यांना पाहिलं की मनात ईर्षा निर्माण होतेच. चांगले चांगले कपडे घालून येतात! हजारो रुपये उधळून आनंदात राहतात! छोटी-छोटी मुलं किती छान इंग्लिश बोलतात! सुशिक्षित तेवढे भरपूर कमावतात! यांना

असा खर्च करून वेगवेगळे देश-प्रदेश बघायला मिळतात, कसं काय परवडतं हे?

असे विचार मनात यायला लागले की मन मलूल होतं. पण आमचा लढाच वेगळा आहे, त्यांचं आयुष्यच वेगळं आहे, असं मनाला समजावत राहतो. मन लावून शिकलो असतो तर माझंही काहीतरी शिक्षण झालं असतं, हा विचार प्रत्येक वेळी मनात डोकावला की त्याला मागं लोटणंच हिताचं असल्याचा सततचा अनुभव होता.

"माशाल्ला! परवा निकाह किती छान झाला म्हणून सांगू, मुश्ताक! अल्लाह करे, जोडी आबाद रहे! दुल्ह्याच्या चार-पाच गाड्या आहेत म्हणे! भाड्यानं देतो. शिवाय जमीन बरीच आहे. चांगलं कमावतोय. गेल्याच महिन्यात नवीन बंगला खरेदी केलाय, म्हणून सांगत होते. काही म्हण! आपल्या अमिनाचं नशीब फार चांगलं!" अम्मी उत्साहानं सांगत होती.

पण तिचं बोलणं ऐकून मुश्ताकला खुशी वाटत नव्हती. मनाला विचित्र वेदना होत होती. तोंड वेडवाकडं करत मुश्ताक उठला आणि आरशासमोर उभा राहिला. मुळातला गोरा, पण अलीकडे थंडी-वाऱ्यात फिरल्यामुळे थोडा कमी झालेला रंग! मस्तकावरचे वेडेवाकडे वाढलेले केस. त्यानं हाताची बोटं फिरवून त्यांना नेटकं करायचा प्रयत्न केला. पण तो फोल ठरला. थोडी जास्तच वाढलेली दाढी. त्यानं तिच्यावरूनही हात फिरवत स्वत:चं प्रतिबिंब पाहिलं. चेहऱ्यावरचा उत्साह थोडा कमी वाटतो काय? वेदनेमुळे? असेल. त्यानं स्वत:ला पटवलं. त्यानं निरखून पाहिलं. काहीही असलं तरी नाक-डोळे-चेहऱ्याची ठेवण सगळंच प्रमाणबद्ध आणि आकर्षक आहे! हे अंगावरचे कपडे... शर्टचा रंग विटलाय. तोच-तोच सतत घातला तर आणखी काय होणार म्हणा! काही का असेना, रुबाबदार आणि स्मार्ट आहे मी! थोडा जास्तच बारीक... त्यामुळे नाक फारच मोठं वाटतंय का? पण ते काही एवढं खटकणारं नाही. काही नाही! चार दिवस घरात राहून आयतं वेळच्या वेळी खायला मिळालं की शरीर भरून यायला कितीसा वेळ लागणार? एकवीस वर्षं पुरी झालीत. म्हणजे माझाही निकाह करायचं वयच म्हणायचं!

त्याच्या चेहऱ्यावर मंद हास्य उमटलं.

अमिनादीदी फारच चाणाक्ष आहे! बोलते कमी. दिसायला चुणचुणीत. अशी बीबी पाहिजे. तो काही क्षण याच कल्पनेत रमून गेला. एक सुंदर चुणचुणीत मुलगी... तिच्याशी चाललेला आपला निकाह... या विचारात रमत असतानाच त्याला मागं उभ्या असलेल्या अम्मीची आठवण झाली. त्यानं कसंबसं स्वत:ला भानावर आणलं.

फिरोजचा फोन. ती रिंग ऐकताच अम्मी शेजारी येऊन त्याच्याकडे पाहत उभी राहते. हे नेहमीचंच!

'हं, बोल!... चार-पाच दगड फेकतील तेवढ्यांनाच पैसे द्यायचे?... हे काय नवीनच काढलंय?... हे बघ, काही का असेना, मला पैसे दिलेच पाहिजेत. मी आणलेल्या मुलांनीच दगडफेकीला सुरुवात केली.''

''...''

''उद्या तर द्यायलाच पाहिजे ना!... तेव्हा बघ काय करतो ते!...''

''...''

'ठीकाय! उद्या ना? कुठं? किती मुलं पाहिजेत?''

''...''

''पण उद्या पैसे मात्र नक्की मिळायला पाहिजेत!... कसे पाठवणार?... संध्याकाळी? उद्याचेही पाहिजेत... ठीकाय!'

फोन ठेवता ठेवता त्याचा विचार चालला होता. उद्या पैसे द्यायचा वायदा करतोय हा. पण देईल याची खात्री... असू दे! पुढचं पुढं! 'मुलं गोळा करायला जायला पाहिजे... कोण कोण मिळतंय याचा अंदाज घ्यायला पाहिजे. काम थोडं हुशारीनं करायला पाहिजे! हरामखोर सैनिक मोठ्या प्रमाणात येऊन ठाण मांडून राहिले आहेत! त्यात हे सरकार त्या पंडितांना इथंच घरं बांधून देणार आहे म्हणे!

पंडितांनी इथं येऊन राहण्यात मला कुठलाही वैयक्तिक पातळीवर विरोध असायचं कारण नाही म्हणा! पण आमचे आझादीचे सगळे नेते सांगताहेत, त्यांना इथं येऊ द्यायचं नाही! ते आता जिथं आहेत, तिथंच त्यांना राहू द्या म्हणून सांगताहेत! ते असं का म्हणताहेत, हे मला काही समजत नाही. त्यांना जिथं राहायचंय तिथं राहू दे ना! आधीपासून ते इथंच राहत होते. आताही तिकडच्या त्यांच्या कॉलनींमध्ये राहत नाहीत काय? इथून पायी दहा मिनिटांचंही अंतर नाही. आम्हाला घाबरून राहत असले तर राहू देत ना कुठंतरी! पण ते दरिद्री इंडिया सरकार त्यांना कुमक देतंय, ते काही बरोबर नाही! नवे नवे कायदे बनवताहेत! इंडियाच्या लोकांचा इथं भरणा केला तर आमच्या आझादीची काय गत? त्यासाठी आमचं हे युद्ध चाललंय ना! काही का असेना, आता सैल सोडता कामा नये! तरीही या खेपेला आमच्या हल्ल्यात पूर्वीचा जोर नव्हताच! मागं सरकारनं हीच घोषणा केली होती तेव्हा कितीतरी वेळा रस्त्यावर उतरलो होतो. ते आठवलं तर हे काहीच नाही!

तो उठून उभा राहिला. बाहेर निघणार, तेवढ्यात अम्मीनं सांगितलं, ''मुश्ताक! मला खर्चासाठी थोडे पैसे पाहिजेत!''

''माझ्याकडे पैसे नाहीत अम्मी! चार दिवसांपासून मी बाहेर तरी जातोय काय? हात दुखावलाय, हे तर तुम्हालाही ठाऊक आहे ना!'' असं म्हणत तो बाहेर जायला निघाला.

“तुझे अब्बू असते तर मी कशाला तुझ्यासमोर हात पसरला असता? तूच घरातला तरणाताठा कर्ता मुलगा! तूच असा घरात बसून राहिलास तर कसं चालायचं?”

अम्मीच्या लगट बोलण्याचा संताप येऊन त्यानं त्यांच्याकडे पाहिलं. त्या डोळे वटारून हातवारे करत जाब विचारल्यासारख्या विचारताहेत! अलीकडे तर त्या वरचेवर आपल्याला नोकरी नाही, आपण नियमितपणे काही कमवत नाही, याविषयी अशाच मनाला लागेल असं बोलत असतात! कुठल्या श्रीमंती थाटाच्या निकाहला जाऊन आल्या, कुणाला उत्तम नोकरी मिळाल्याची बातमी समजली की यांचं हे असलं बोलणं सुरू होतं! तो गोंधळून जात होता. मी लहान असताना टाळ्या वाजवून मला उत्साहीत करणारे त्यांचे हात आता असे का माझ्याविरुध्द हातवारे करून दाखवतात? पण अम्मीजानही असं वागायला लागल्या की त्याला काय प्रतिक्रिया द्यावी ते कळत नव्हतं. आताही अम्मीजानच्या बोलण्याकडे पाठ फिरवून तो बाहेर चालायला लागला.

चार घरं ओलांडून गेला असेल-नसेल, समोरून मुफ्ती लतीफ सावकाश दमदार पावलं टाकत येत होते. सत्तरीचं वय. केवळ वयामुळे त्यांची ही गती होती, असं नाही. मुस्लीम समाजातले सगळे बारीकसारीक कंगोरे स्वच्छ करायचा हक्क आपलाच आहे, अशी त्यांची भावना असल्यामुळे सगळीकडे परीक्षकाच्या दृष्टीनं न्याहाळत कासवाच्या गतीनं चालायची त्यांची नेहमीची सवय. शेजारच्या गल्लीतच त्यांचं घर आणि त्या घराला लागूनच असलेली मोठी मशीद. घरापेक्षा त्यांचा बहुतेक मुक्काम असायचा तो या मशिदीतच. जवळच त्यांनी चालवलेली दर्सगह. भरपूर अभ्यास असणारे! संतापी स्वभावाबरोबरच भय निर्माण करणारी चेहरेपट्टी. त्यामुळे त्यांना पाहताच भीती... अं... एक प्रकारचा दबदबा जाणवतो, असा त्याचा अनुभव होता. त्यानं पाहिलं, त्यांच्या पाठोपाठ चार-पाच माणसं येत होती. होय, त्यांचे रक्षक. याला पाहतच ते तिथंच उभे राहिले. तोही पुढं झाला आणि त्यांच्यासमोर नम्रपणे वाकून उभा राहिला.

‘अत्सलाम् अलैकुम्, मुश्ताक! कसा आहेस?’ त्यांनी घनगंभीर आवाजात चौकशी केली. ही त्यांची नेहमीची सवय. त्यानंही ‘व-अलैकुम्-सलाम... छान आहे!..’ म्हटलं.

“कुरआन्-मजीद्चं पठण नियमित सुरू आहे ना? अल्लाह् सुभानहु-व-तालाच्या मार्गानं चालतोयस की नाही?” त्यांनी बारीक डोळे करत विचारलं.

“हाँ जनाब!” त्यानं उत्तर दिलं आणि तसाच उभा राहिला. पुन्हा एकदा त्याच्यावर कृपादृष्टी टाकून त्यांनी त्याला जायला सुचवलं. याच संधीची वाट बघत असल्यासारखा तो पटकन तिथून पुढं निघाला. त्यानं सुटकेचा नि:श्वास टाकला.

लतीफनीं इस्लामच्या संदर्भातला कुठलाही अवघड प्रश्न न विचारल्याचा त्याला आनंदच झाला होता. कारण अनेकदा रस्त्यातच उभं राहून त्यांच्या दर्सगहमधल्या जुन्या विद्यार्थ्यांना गाठून काहीतरी अवघड प्रश्न विचारायची त्यांची सवय त्यालाही माहीत होती. काही चुकायची सोय नाही. चुकलं तर पुन्हा मशिदीत किंवा दर्सगहला यायला सांगतात. म्हणूनच ते समोरून आले की सगळ्यांची घाबरगुंडी उडते. भोवताली आणखीही मशिदी आणि इमाम असले तरी या प्रदेशाचे हेच प्रमुख! सौदी प्रदेशात जाऊन काही वर्षं तिथं राहून आल्यामुळे इतर इमामही सगळ्या अडिअडचणींसाठी यांचंच मार्गदर्शन घेण्यासाठी यांच्याकडे धाव घेत असतात! केवळ धार्मिक पुढारीच नव्हे, राजकारण्यांचीही यांच्याकडे बरीच ऊठबस असते, हे तर त्यानंही पाहिलं होतं. जामिया मशिदीतही यांचा फार दबदबा आहे म्हणतात! मिर्वायिजही यांच्या बरेच जवळचे. एवढंच नव्हे, महत्त्वाचे निर्णय घेताना आधी यांचा सल्ला घेतात असंही कुणीतरी म्हणत होतं. तसं हे सगळ्यांशी सहजासहजी बोलायलाही जात नाहीत. माझ्याबरोबर मात्र बोलतात! लहानपणापासून पाहिलंय म्हणून? की बाप नाही, पोरका आहे म्हणून? कोणजाणे! पण विशेष मर्जी आहे एवढं मात्र खरं! यांच्या दर्सगहमध्येच मी शिकलं पाहिजे, अशी अम्मीची अपेक्षा होती. पण त्या वेळी हे वरचेवर सौदीला जायचे. त्यामुळे अम्मीनं मला घराशेजारी असलेल्या आणखी एका दर्सगहमध्ये पाठवायला सुरुवात केली. दररोज शाळा सुटल्यावर न चुकता तिथं जायचो.

त्या दर्सगहमध्ये मी नेमकी किती वर्षं शिकलो ते आठवत नाही. एक मात्र खरं, आजही कुरआन समजत नाही! काही म्हणताही येत नाही. तिथले इमाम सांगायचे ते अधूनमधून आठवतं. ते ठासून सांगत असलेल्या जिहाद-फी-सबीलिल्ला, मुजाहिदिन, काफीर, मोमिन, मुश्रिकीन, फाजी हे सगळं वापरात असल्यामुळे व्यवस्थित आठवतं. ते कुरआन-इ-मजीदच्या कुठल्या-कुठल्या भागात येतं हे ते आवर्जून सांगायचे. त्यातलं काही माझ्या काहीच व्यवस्थित लक्षात राहायचं नाही. सुरुवातीला मी निदान तसा प्रयत्न तरी करायचो. माझं काही किरकोळ चुकलं तरी ते माझ्या हाता-पायावर वळ उमटतील एवढ्या जोरात मारायचे. हळूहळू मी निगरगट्ट होत गेलो. काहीही न बोलता दातओठ घट्ट दाबून धरत त्यांच्या पुढ्यात हात पुढे करून मार खात उभं राहायचो. हे वागणं केवळ माझ्याशी नव्हतं. सगळ्याच मुलांशी तसंच वागायचे. मुलांना फोडून काढण्यासाठी म्हणूनच त्यांनी एक जाडजूड रूळ बाळगला होता. त्यांनी कितीही फोडून काढलं तरी त्यांचं ऐकायचं नाही, काहीही शिकायचं नाही, हा निर्धार पुन:पुन्हा घट्ट होत होता. त्याचा परिणाम असा झाला की कुरआनविषयीचा राग दिवसेंदिवस वाढत गेला. त्याविषयीचा तिरस्कार मनात भरून राहिला.

त्या इमामांविषयीचा मनातला कडवटपणा इतका काठोकाठ भरलेला होता की आजही त्या रस्त्यावर पाय टाकायला नको वाटतं. ते अजूनही तिथंच शिकवत असतात म्हणे. काही कारणानं अम्मी तिकडे गेली तर माझी चौकशी करतात म्हणे!

दर्सगहची ही कथा, मशिदीत तर मी कधीच गेलो नाही. त्यामुळे कुरआन, हदीस यांच्यापासून लांबच राहिलो. त्यामुळेच अरेबिकचा अभ्यास असणारे मुफ्ती लतीफ समोर आले की मनात गडबड उडते. यात न्यूनगंडाचा भाग नाही. चुकून त्यांनी काही विचारलं, मला त्याचं उत्तर देता आलं नाही तर त्यांचा माझ्याविषयीचा विश्वास कमी होऊ नये म्हणून! आझादीची माझी लढाई हीच माझ्या वाट्याचे हदीस आहेत, असं त्यांना सांगता येईल. पण हे त्यांना पटणार नाही. काही धार्मिक नियम काटेकोरपणे पाळले तरच तू खरा मुसलमान, असं त्यांनी इतरांना सांगताना मीही ऐकलं आहे. मलाही त्यांनी तेच सांगितलं तर माझ्याकडे यावर उत्तर नाही.

मुश्ताकनं आपला चालण्याचा वेग शक्य तितका वाढवला.

तेरा

"**आज** लाल चौक आणि काही देवस्थानं पाहून येऊ या. उद्या आणखीही काही जागी जाऊन येता येईल." कार मुख्य रस्त्यावर पोचताच संजीवजी म्हणाले.

"ठीकाय!" नरेंद्रनं मान हलवली.

"आमचं कहावा तुम्हाला आवडतं की नाही?"

"आवडतं? मी तर भाभीजींना सांगून टाकलंय, मी असेपर्यंत रोज बनवा म्हणून!" पीत असताना अधूनमधून केशर आणि बदाम-पिस्त्यांचे तुकडे येणारा विशिष्ट काश्मीरी चहा त्याला खूपच आवडला होता.

***

"आपण गाडी इथेच उभी करू या. पायी चालत जाता येईल." एका निबिड रानाच्या परिसरात येऊन पोचल्यावर संजीवजींनी सांगितलं. त्याप्रमाणे दोघेही उतरून पायी चालू लागले. नरेंद्रची नजर भोवताली फिरली. भोवतालचा वाहनांचा जोर वाढला होता. इतर महानगरातल्या बाजारपेठेसारखीच इथंही गर्दी दिसत होती. दुकानांपुढे आणखी छोट्या टपऱ्या होत्या. फुटपाथवरही काही जणांनी विक्रीचं सामान मांडलेलं दिसत होतं. समोरची माणसं प्रवासी असल्याचं लक्षात येताच कमिशन मिळवणारे दलाल पुढंपुढं करत होते.

चार रस्ते एकत्र येत चौकात एक उंच इमारत सामोरी आली. नरेंद्रनं मान वर करून पाहिलं. लाल रंगाच्या विटांनी उभारलेली इमारत. हाच लाल चौक. इमारतीच्या अगदी वरच्या भागावर तटस्थपणे उभं असलेलं एक भलं मोठं घड्याळ. त्याची नजर काही क्षण त्यावर रोखली गेली. काय दाखवत असेल ते? अत्यंत दुःखद गतकाल? की कसाबसा ढळत असलेला वर्तमान? या एका घड्याळाला का होईना, भविष्य दाखवायचा अधिकार असायला हवा होता!

संजीवजी एकीकडे उभे राहिले.

"सगळ्या मीटिंग-फ्रायटिंग, बॉम्ब-बिंब यांना हाच चौक साक्षीदार आहे! ठाऊक असेल तुम्हाला!"

"होय. नेहरू आणि शेख अब्दुल्ला यांनी भाई-भाई म्हणत परस्परांना इथेच मिठी मारली होती, असंही ऐकलंय." नजर न हटवता तो उत्तरला.

"प्रत्येक लहान-मोठी मिरवणूक किंवा विद्रोहासाठी मुसलमान माणसं या चौकालाच साक्षीदार बनवतात. किती घटना इथं घडल्या असतील, हे तुम्हालाही वाचल्याचं आठवत असेल."

नरेंद्रनं सभोवताली नजर फिरवली. काही फोटोही काढले. गस्त घालणाऱ्या सैन्याच्या दोन-तीन तुकड्या तिथंच होत्या. हातात बंदुका घेतलेले सैनिक अत्यंत सावधगिरीनं रस्त्यावर गस्त घालत होते. केवळ तो एकटाच त्यांच्याकडे लक्ष देऊन पाहत होता. इतरांच्या दृष्टीनं ते अतिशय साधं दृश्य असल्याचं त्यांच्या सहज वागण्यावरून समजत होतं. तो त्यांच्यापाशी गेला आणि एक-दोघांशी चौकशीच्या गप्पा मारून आला.

"आता किती शांत आहे पहा! सगळे आपापल्या कामात रमून गेले आहेत. दंग्याच्या वेळी तुम्ही इथलं वातावरण बघायला पाहिजे! सगळी माणसं एखाद्या साथीच्या रोगाला बळी पडल्याप्रमाणे वागायला लागतात. त्या वेळी विश्वास बसणार नाही, ती हीच माणसं आहेत यावर!"

"हं!..." नंतरही सुमारे अर्धा तास तो तिथंच फिरला. तिथून निघाल्यावर थोड्या वेळानं त्यानं विचारलं, "आता कुठं चाललोय आपण?"

"क्षीरभवानी देवळाला. अपार महिमा असलेलं स्थळ म्हणून ते प्रसिद्ध आहे. नव्वदची घटना घडली तेव्हा इथलं तीर्थ काळं पडलं होतं म्हणे."

"म्हणजे?"

"तिथल्या तलावाचं पवित्र जल कुठलातरी धोका अपेक्षित असेल तर पूर्वसूचना देण्यासाठी रंग बदलतं, असं सगळे सांगतात. एक पौराणिक कथाही प्रचलित आहे. रावण लंकेत राज्यकारभार पाहत असताना भवानीदेवी-तिला राज्ञादेवीही म्हणतात-तिथंच वास्तव्य करून होती. जेव्हा त्याच्या दुष्ट कृत्यांना प्रारंभ झाला तेव्हा ही देवता संतापली आणि तिनं स्वत:ला इथल्या अरण्यानं झाकलेल्या सतीसर, म्हणजे काश्मीरला घेऊन चल, असं हनुमंताला सांगितलं म्हणे. तेव्हापासून तिचं हेच वास्तव्याचं स्थान आहे, असा विश्वास आहे!"

संजीवजींचं बोलणं ऐकत नरेंद्र खिडकीबाहेर बघत होता. गावापासून दूर जाऊ लागले तशी भोवतालच्या झाडांची दाटी वाढत चालली होती. ते देवळालगत पोचले. मोठ्या कम्पाउंडच्या बाहेर कार उभी करून ते आत जायला निघाले. दाराशी

उभ्या असलेल्या सैनिकांनी तपासणी केल्यानंतर त्यांना आत सोडण्यात आलं.

प्रमुख दारापासून बरंच अंतर चालून गेल्यानंतर निळ्याशार पाण्याचा तलाव दिसला. मध्यभागी एक लहानसं मंदिर होतं. देऊळ आणि तलाव यांच्यामध्ये एक छोटासा साकव होता. देवळाच्या पुजाऱ्याव्यतिरिक्त इतर कुणाला देवळात जायची परवानगी नसल्याचं समजलं. भक्तांनी दुरूनच दर्शन घ्यायचं. आत ईश्वरलिंग आणि भवानीदेवीच्या मूर्ती शेजारी-शेजारीच होत्या. तलावालगत एकदोन चहाच्या टपऱ्या होत्या. पक्ष्यांच्या किलबिलाटाशिवाय इतर कुठलाही आवाज ऐकू येणार नाही एवढी शांतता.

तो तिथंच एका बाजूला बसला. चार-पाच पक्षी त्याच्याजवळ येऊन किलकिलाट करू लागले. काही धोका नाही असं जाणवताच तसेच उड्या मारत मारत त्याच्या अगदी जवळ येऊन त्याच्या चेहऱ्याकडे पाहू लागले. पुन्हा तसेच भुरकन उडून गेले. त्यानं डोळे मिटून घेतले. डोळे उघडले तेव्हा अर्धा तास होऊन गेला होता. संजीवजीही शेजारच्या कट्ट्यावर बसले होते.

"मला चहा प्यायचाय. तुम्हालाही सांगू का?"

"नको!"

चहा पिऊन निघायच्या वेळी तिथले पंडितजी आले. वय सुचवणाऱ्या शुभ्र दाढी-मिशा, कपाळभर रेखलेला गंधतिलक. गळ्यात मोठाल्या रुद्राक्षाची माळ, मनगटालाही रुद्राक्षमाळा गुंडाळलेली होती. फिक्या पिवळ्या रंगाचं धोतर नेसले होते. अंगावर रामनाम छापलेलं उपरणं गुंडाळलेलं होतं.

"कुठून आलेत पाहुणे?" त्याच्याकडे आपादमस्तक नजर टाकत त्यांनी चौकशी केली.

संजीवजींनी उत्तर दिलं, "बेंगळुरूहून."

"होय, होय! असंच येत राहिलं पाहिजे! वेगवेगळ्या काळी असंच येत राहिलं पाहिजे! ते महान संन्यासी इथं येऊन नंतर कन्याकुमारीला गेले ना! आणि महानुभाव शंकर! ते पायीच इथं आले होते ना! संचय झालेल्या शक्तीचा सद्विनियोग व्हायलाच पाहिजे! आलोच!..." म्हणत ते पुन्हा देवळात गेले आणि देवीचा प्रसाद घेऊन आले. नरेंद्रच्या कपाळाला तिलक लावताना त्यांच्या चेहऱ्यावर मंद हसू होतं. ते बाकी काहीच बोलले नाहीत.

तिथून बाहेर पडत असताना त्याचा फोन सतत वाजू लागला. मनोहरचा फोन होता.

"हं! बोल मनोहर."

"बराच वेळ प्रयत्न करतोय, तुमचा फोन नॉट-रीचेबल येत होता. मेसेज पाठवलाय. बघितलात?" मनोहरचा आवाज थोडा उत्तेजित वाटत होता.

''नाही पाहिला. का? काय झालं?''

''जनवाणीत आजपासून काश्मीरच्या संबंधातली एक लेखमाला सुरू होतेय. मीरादेवी लिहिताहेत. नाव त्यांचं असलं तर कुणीतरी दुसरंच लिहितंय असं आमच्या संपादकांचं म्हणणं! आठवड्याला दोन, असे एकूण चार लेख येणार आहेत. नंतर या विषयावर बोलायला दिल्लीच्या कुणातरी पुढाऱ्याला बोलावणार आहेत. लगोलग मीरादेवींचं पुस्तक प्रकाशित होणार आहे. त्याची प्रत आधीच बुक करायला सांगण्यात आलं आहे! ही सगळी माहिती देऊन बराच प्रचार चाललाय! संपादक म्हणताहेत, त्यांच्या प्रत्येक लेखाला दुसऱ्याच दिवशी आपणही उत्तर देणं आवश्यक आहे. शक्य आहे का ते? संपादकांच्या सांगण्यावरूनच फोन करत होतो.''

''पण मी गावात नाही. असं कर, तो लेख लगेच मला मेल कर. दहा मिनिटांनी मी तुला फोन करतो.'' एवढं झाल्यावर फोन बंद करून त्यानं भोवताली नजर टाकली. संजीवजींना विचारलं, ''मला साधारण अर्धा तास फोनवर बोलायचंय. पलीकडच्या कातळावर बसलं तर कुणी आक्षेप घेणार नाही ना?''

''नाही. तुमचं काम चालू दे. मी इथंच आहे.''

''तुम्हीही यायला हरकत नाही. काश्मीरविषयीच बोलायचंय. त्यानिमित्तानं आमची कन्नड भाषाही तुमच्या कानावर पडेल!'' नरेंद्र हसत म्हणाला आणि तिकडे चालू लागला. तेही मागोमाग गेले. एका भरपूर लांब-रुंद कातळावर मांडी घालून बसल्यावर त्यानं लेखावरून नजर फिरवली. ''काश्मीर समस्या'' अशा शीर्षकाखाली तो लेख दिला होता. त्याखाली छोट्या अक्षरात ''लपलेलं सत्य!'' असंही उपशीर्षक होतं. बाकी मजकूर असा होता,

''भारत सरकारनं अलीकडे आपली अत्यंत महात्त्वाकांक्षी योजना घरवापसी कार्यवाहीत आणायचा उपक्रम राबवायचा निश्चय केला आहे. नवा इतिहास निर्माण करायचा उत्साह असलेले हे सरकार काश्मीरी पंडितांना आपल्या मूळ स्थानी धाडण्याविषयी जितकी कळकळ बाळगतं, तेवढी काळजी तिथल्या अल्पसंख्याक मुसलमानांची घेत असल्याचं दिसत आहे काय, याचा विचार करणंही तितकंच महत्त्वाचं आहे. काश्मीरपासून भौगोलिक दृष्टीनं दूर असलेल्या आणि तिथल्या राजकीय आणि सामाजिक बाबीविषयी अनभिज्ञ असलेल्या कर्नाटकातल्या जनतेला वास्तवाचं स्वरूप दाखवण्याच्या सदुद्देशानं आम्ही या लेखमालेत या समस्येचा पदरन्‌पदर सुटा करून दाखवणार आहोत.

या विषयाचा खोल आणि विस्तृत अभ्यास करू इच्छिणाऱ्या कुणाच्याही मनात उमटणारा मूलभूत प्रश्न म्हणजे भारतानं काश्मीर हा भाग जबरदस्तीनं आपल्या मुठीत ठेवला आहे की काय? ही शंका मनात राहण्याचं कारण म्हणजे १९४७ साली अमलात आलेला केवळ 'मर्जर ॲक्सेशन'' नाही, असं काश्मीरचे जुने नेते

सांगत होते. राजा हरीसिंग यांनी खरोखरच विलीनीकरणाच्या करारावर सही केली होती का? या मूलभूत प्रश्नावर अजूनही समाधानकारक उत्तर मिळालेलं नाही. दुसरा प्रश्न. १९४७ साली राजा हरीसिंग यांच्या कुमक पाठवण्यासाठी पाकिस्तानात असलेल्या मुस्लिमांवर जम्मू-काश्मीरची सेना आक्रमण करून गेली होती हे खरंय का? त्यांनी हिंसा केल्यामुळे पाकिस्तानाच्या मार्गानं आलेल्या नॉर्थ-वेस्ट फ्रॉंटीयर प्रोव्हिन्सच्या पठाणांनी आपल्यावर आक्रमण करून मुजफ्फराबाद, पूंछ, मीरपूर हिसकावून घेतलं असण्याची शक्यता नाकारता येत नाही. असं असताना आपण अल्पसंख्याक...''

नरेंद्रनं सगळा लेख वाचून काढला. नजर फिरवताच एक गोष्ट त्याच्या लक्षात आली होती. १९४७ वगळता आणखी कशाचीही तारीखवार नोंद केलेली नाही. याचा अर्थ या लेखाच्या संदर्भासाठी कुठलाही ग्रंथ वापरलेला नाही. जम्मू-काश्मीरच्या संसदेत चाललेल्या चर्चेचाही संदर्भ पाहिलेला नाही हेही लक्षात येत होतं. नेटवरच्या कुठल्यातरी लेखाचा हा केवळ हात-पायासारखा एखादा अवयव असावा! मीरादेवींची तर एवढंही करायची कुवत नाही! पहिला लेखच जर इतका अर्धा-कच्चा असेल तर पुढचे लेख किती ढिसाळ असतील याचा इथंच अंदाज येतोय!

काही क्षण त्यानं डोळे मिटून विचार केला. संजीवजी काही अंतरावर बसून त्याच्याकडेच पाहत होते. पहिल्या रिंगलाच मनोहरनं फोन उचलला. तो आतुरतेनं वाटच पाहत असावा! ''हं बोला दादा!'' तो उत्सुकतेनं म्हणाला.

''घर-वापसीसारखा कुठलाही बृहत्कार्यक्रम कुठलंही सरकार केवळ इतिहास बदलण्यासाठी किंवा कुठल्यातरी छोट्याशा विशिष्ट समुदायासाठी कार्यवाहीत आणेल हा तर्क मुळातच चुकीचा आहे. कारण परागंदा झालेले चार लक्ष काश्मीरी पंडित...'' बोलता बोलता तो थांबला. नंतर म्हणाला, ''काश्मिरी लिही किंवा कश्मिरी. कसंही लिहिलं तरी बरोबरच आहे... कारण परागंदा झालेल्या चार लक्ष काश्मीरी पंडितांपैकी हयात असलेल्यांना माघारी आणायची प्रक्रिया अतिशय नाजुक आहे. शिवाय फार मोठ्या जबाबदारीचं काम आहे. कारण यासाठी लक्षावधी काश्मीरी मुसलमानांच्या नि:स्पृह मनानं केलेल्या सहकाराची आवश्यकता आहे. अशा परिस्थितीत केवळ काश्मीरच नव्हे, संपूर्ण भारतातल्या मुसलमानांना या कार्यासाठी प्रेरित करायचं सोडून काहीजण आपल्या वैयक्तिक फायद्यासाठी अभिव्यक्ती-स्वातंत्र्याच्या नावाखाली समाजकंटकांना प्रोत्साहन देण्याचं दुष्कृत्य करत आहेत. हा निर्लज्जपणाचा अतिरेकच म्हणावा लागेल! असो! आता आपण भारताची फाळणी आणि भारताला स्वातंत्र्य मिळालेलं वर्ष म्हणजे १९४७ साली काश्मीरच्या संदर्भात काय घडलं त्याचा आढावा घेऊ या...''

त्यानं मध्येच थांबून विचारलं, ''शब्दांची काही मर्यादा आहे काय?''

''नाही. संपादकांनी हवं तितकं लिहा म्हणून सांगितलंय.''

''ठीकाय. भारताच्या स्वातंत्र्याचा निर्णय झाला तेव्हा सगळ्या संस्थानांना भारत किंवा पाकिस्तानात विलीन व्हायची सूचना देण्यात आली होती. तोच तेव्हाचा निर्णायक मुद्दा होता. संस्थानाच्या राजानं आपल्या प्रजेचा कल पाहावा, आपल्या सीमांचा विचार करावा आणि कशात विलीन व्हायचं याचा निर्णय घ्यावा असं ब्रिटिश सरकारं सांगितलं होतं. जम्मू-काश्मीरच्या सीमा भारत आणि पाकिस्तानाच्या सीमांना भिडलेल्या असल्यामुळे विलीन होण्यासाठी त्यानी दोहोपैकी कुठलाही देश निवडणं शक्य होतं. काश्मीरमध्ये मुसलमानांचं संख्याबळ होतं तर जम्मूमध्ये हिंदूंचं. तसंच लडाकमध्ये बौद्धांचं. गिलगिटची तर वेगळीच कथा होती. तो विषय यासंदर्भात अप्रस्तुत असल्यामुळे तो बाजूला ठेवू...''

''हं..''

''जम्मू-काश्मीरचा राजा हरीसिंग पाकिस्तानशी हातमिळवणी करेल, अशी ब्रिटिशांची आशा होती. कारण पाच-सहा दशकांपासून तसं त्यांनी वातावरण तयार केलं होतं. रशियनांना दक्षिण दिशेला पुढं येण्यापासून रोखायचं असेल तर एकमेव मार्ग म्हणजे जम्मू-काश्मीर पाकिस्तानच्या पारड्यात टाकणे. काही नाही तरी मीरपूर, मुजफ्फराबाद, गिलगिट आणि बाल्टीस्थान भारताच्या ताब्यात असेल तर भारत-रशियाचा जमिनीच्या मार्गानं येणारा संबंध कायमचा बंद राहील असा ब्रिटिशांचा हिशेब होता. पण हरीसिंगनं भारतात विलीन व्हायची इच्छा व्यक्त करताच ब्रिटिशांच्या त्या विचाराला चूड लागल्यासारखं झालं ना! भारताच्या संविधानात सहभागी होत असल्याची अधिकृत घोषणा १९४६च्या जुलै महिन्यात त्यांनी केली होती. याचा बाकी तपशील ''सरदार पटेल्स करस्पॉन्डन्स-१९४५-५०- व्हॉल्यूम १, एडिटेड बाय दुर्गादास'' या पुस्तकात मिळू शकतो. १९४७च्या ऑगस्ट १५च्या आत सगळ्या संस्थानांच्या विलीनीकरणाची प्रक्रिया पुरी व्हायला हवी होती. त्यासाठी सरदार वल्लभभाई पटेल प्रयत्न करत होते.''

तो थांबला. पलीकडून काहीही प्रतिक्रिया ऐकू आली नाही. यानं विचारलं, ''ऐकू येतंय की नाही?''

''हो!''

''तू मधून मधून हं म्हण. नाहीतर मला काहीच समजत नाही. नेटवर्कचा काही प्रॉब्लेम झाला तर मला कसं कळणार?''

''सॉरी! ऐकण्यात इतका मग्न झालो होतो की... बरं. पुढं काय सांगा.''

''५५५ संस्थानं विलीन करायचं महाप्रचंड काम करण्यात गढून गेलेल्या सरदारांना जम्मू-काश्मीरकडे लक्ष देण्याइतकं भान नव्हतं. पण ब्रिटिश गव्हर्नर जनरल लॉर्ड माऊंटबेटन मात्र सतत हरीसिंगचं मतपरिवर्तन करण्याच्या खटपटीत

गढले होते. हरीसिंग मात्र काहीच सांगायला तयार नव्हते. तारीख जवळ येत चालली तेव्हा त्यांनी दोन्ही देशांत प्रवेश करायचं नाकारून स्वतंत्र राहण्याचा निर्णय सांगितला. त्यांना आवश्यक ते धान्य-पेट्रोल वगैरे दोन्ही देशांनी याआधी पुरवत असल्याप्रमाणे पुरवत राहावे अशी त्यांची अपेक्षा होती. याला पाकिस्ताननं संमतीसूचक सही केली असली तरी सरदारांनी मात्र लगेच प्रतिक्रिया दिली नाही. आपले आणि पाकिस्तानचे विचार वेगवेगळे असतील, हे सांगण्याचा त्यांचा उद्देश असावा. त्याचबरोबर त्या राज्याशी संपर्क ठेवायला योग्य असा भूमार्ग नव्हता, हेही एक कारण होतं.''

''हं!''

''याच वेळी आणखी एक घटना घडली. पाकिस्तानचे गव्हर्नर जनरल महंमद अली जिना यांनी १९४७च्या ऑगस्ट महिन्यात २४ तारखेला आपला सेक्रेटरी कर्नल विलियम बर्नी यांना, पुढील महिन्यात एक-दोन आठवडे काश्मीरमध्ये जाऊन विश्रांती घेईन, तशी व्यवस्था कर, म्हणून सांगितलं होतं. नाहीतरी काश्मीर आपलंच आहे असा त्यांना विश्वास होता. बर्नीनं सांगितलं, हरीसिंगनं, तुम्हाला तिथं प्रवासी म्हणूनही पाय ठेवू देणार नाही, असं सांगितलंय! हा निरोप ऐकताच जीनांना मोठाच धक्का बसला. तेव्हा कदाचित काश्मीर भारतात जाईल असंही त्यांच्या लक्षात आलं.''

''ओह!..''

''या उत्तरानं भडकलेल्या जिनांनी काश्मीरला करत असलेली धान्य-पेट्रोलची मदत थांबवली. मग हरीसिंगनी भारताकडे पन्नास हजार गॅलन पेट्रोलची मागणी केली. तेव्हा सरदारांनी तात्पुरती मदत म्हणून फक्त पाचशे गॅलन पाठवलं. पाकिस्तानानं आतल्या आत आणखी एक डाव खेळायला सुरुवात केली. सप्टेंबर महिन्यात पाकिस्तानचे प्रधानमंत्री झिया अलीखान यांनी एक गुप्त सभा घेतली आणि त्यात हल्ला करून श्रीनगर ताब्यात घ्यायचा कट रचला.''

''हं!...''

''त्यानुसार ऑक्टोबर २१ तारखेला आफ्रिदी, मसूद, अजीद यांसारख्या पाच हजार पठाण सुमारे अडीचशे-तीनशे लॉऱ्यांमधून येऊन मुजफ्फराबादकडे निघाले. आपल्याकडे डायनामिक असतं तर मुजफ्फराबादशी संपर्क साधून रसद पुरवणारा किशनगंगा सेतू उडवून गावाचं रक्षण करता येणं शक्य होतं. पण ते जमलं नाही. त्या वेळी तिथल्या सैन्याचं नेतृत्व केलं लेफनंट कर्नल नारायणसिंग यांनी. मुसलमान आणि आपल्या गोध्रा तुकडीवर त्यांचा अदम्य विश्वास होता. पण रातोरात मुसलमान सैनिकांनी नारायणसिंग यांचा वध करून इतर सैन्याला पळवून लावलं. परिणामी मुजफ्फराबाद त्यांच्या ताब्यात गेलं. टोळीचा नायक सैराब खायतखानला

आनंद झाला! आता मुजफ्फराबादहून श्रीनगर फक्त एकशे तीस मैल! त्यानं आपल्या सेनेला लगोलग श्रीनगरवर हल्ला करायचा आदेश दिला. एकही पठाण त्यात नव्हता. त्यांचे सगळे सैनिक तिथल्या हिंदू बाजाराची लुटालूट करून संपत्ती हडप करण्यात गढले होते! खायतखाननं कितीही सांगितलं तरी त्यांच्यापैकी कुणीच तयार झालं नाही. मुजफ्फराबादच्या लुटालुटीनंतर उरी आणि बारामुल्ला येथेही लुटालूट केली, पुरुषमंडळींना मारून, घरादारांना आग लावत आणि स्त्रियांवर बलात्कार करत सैन्य श्रीनगरपर्यंत पोचली ती टोळी!''

''थू:!... हरामखोर!..''

''हरीसिंगला ही सगळी बातमी समजली आणि तो भारत सरकारला शरण आला. ती तारीख होती ऑक्टोबर २४ची. पण ते स्वतंत्र राज्य असताना तिथं सैन्य पाठवणं कायद्यानं योग्य ठरणार नव्हतं. जम्मू-काश्मीरच्या विलीनीकरणासाठी भारत सरकारही तयार हवं ना! तो संपूर्ण दिवस विचारविनिमयात गेला. ऑक्टोबर २५च्या रात्री झोपताना हरीसिंगनी आपल्या सेक्रेटरीला काय सांगितलं होतं म्हणे, ठाऊक आहे? उद्या सूर्योदयाच्या वेळेपर्यंत भारताचा प्रतिनिधी भेटायला आला तर मला उठव; नाहीतर मला गोळी घालून ठार कर! जर भारताकडून मदत आली नाही तर सगळं संपलंच म्हणायचं! दुसरे दिवशी पहाटे भारत सरकारचा प्रतिनिधी म्हणून डी. पी. मेनन येत असल्याची बातमी मिळाली आणि हरीसिंगनी भारतात विलीन होण्यासाठी सही केली. त्यालाच 'इन्टुमेंट ऑफ ॲक्सेस वन' म्हणतात. इतर सगळ्या संस्थानांना विलीनीकरणासाठी जे करारपत्र होतं, तेच हेही होतं. अक्षरश: तेच हेही होतं. मर्जर ही कल्पना अगदी अलीकडे जन्माला घातली गेलीय. तशा प्रकारचं कुठलंही कलम तेव्हा अस्तित्वातच नव्हतं! जेव्हा आपला हेतू साध्य होत नाही हे पाकिस्तानच्या लक्षात आलं तेव्हा त्यानी आपली भूमिका बदलली. ऑक्टोबर ३० पासून त्यांनी आपल्या अधिकृत निवेदनात हरीसिंगच्या सेनेनं पाकिस्तानातल्या मुसलमानांवर हल्ला केल्यामुळेच संतापून ती प्रतिक्रिया दिली, असं सांगायला सुरुवात केली.''

नरेंद्र बोलायचा थांबला. नंतर म्हणाला, ''एवढं लिहिलं तर पुरेसं आहे. दोन्ही पुस्तकांची नावं मात्र दे. 'फ्रिडम ॲट मिडनाइट बाय डोमिनिक लेपियर ॲन्ड लॅरी कॉलीन्स', आणि 'द स्टोरी ऑफ द इंटीग्रेशन ऑफ द इंडियन स्टेज' बाय व्ही. पी. मेनन.''

''थँक्स अण्णा! लेखासाठी इतकं पुरेसं आहे. पण माझ्या मनात एक शंका आहे. जम्मू-काश्मीर भारतात अधिकृतपणे विलीन झालंय म्हटल्यावर मतदानाचा एवढा घोळ कशासाठी?''

''ते आणखी कधीतरी सांगेन. इथे दोघं माझ्यासाठी ताटकळत बसलेत! ठेवू?''

"ठीकाय... ठीकाय!" म्हणत त्यानं फोन कट केला. नरेंद्र या दोघांकडे वळून म्हणाला, "सॉरी! तुम्हाला माझ्यामुळे थांबावं लागलं."

"काही नाही! तुम्ही जम्मू-काश्मीरच्या विलीनीकरणाविषयी बोलत होता ते लक्षात आलं."

"होय. एका लेखाची तयारी चाललीय. तुम्हाला आश्चर्य वाटेल! आमच्या दक्षिण भारतात अनेकांना जम्मू-काश्मीर राज्याच्या भौगोलिक अवस्थेविषयी आणि विलीनीकरणाविषयी अनेक गंभीर प्रश्न आहेत."

"केवळ दक्षिण भारतातच नव्हे, देशाच्या बऱ्याच भागांमध्ये हा गोंधळ आहे. वरचेवर खोटी माहिती देऊन त्यांची अधिकाधिक दिशाभूल केली जातेय ना! अलीकडे परिस्थिती थोडीतरी बदलते आहे. थोडी का होईना जागरूकता निर्माण होते आहे." म्हणत ते उठले. तोही उठून उभा राहिला.

***

"कसा वाटला हारीपर्बत किल्ला आणि शारिकादेवीचं मंदिर?" कार दल सरोवरापाशी एका शिकाऱ्याजवळ उभी करत संजीवजींनी विचारलं.

"खूप छान!" त्याच्या आवाजात प्रामाणिकपणा ओसंडत होता. "प्रत्येक जागेला स्वतःचं असं एक वैशिष्ट्य आहे. पण सगळीकडे एक प्रकारची निगूढता जाणवते. अनैसर्गिक वाटणारं मौन जाणवतं! एखाद्या अग्निपर्वताच्या किंवा ज्वालामुखीच्या स्फोटापूर्वीची शांतता जाणवावी तसं वाटतं. कुठल्याही क्षणी स्फोट होईल, त्यासाठी सतत सज्ज असणाऱ्या सैन्याच्या तुकड्या!"

शिकाऱ्यात चढत असताना संजीवजींचा फोन वाजू लागला. ते म्हणाले, "ह! बोला महाराज!..."

"..."

"अहो! दररोज त्यांना आपल्याकडेच घेऊन आलो तर त्यांनी बाकीचं काश्मीर कधी बघायचं?..." संजीवजी हसत म्हणाले, "बरं! उद्या त्यांना पुन्हा घेऊन येतो. मग तर झालं?"

निवांत संध्याकाळ पसरली होती. तितक्याच शांतपणे वाहणारं वारं. निसर्गाच्या या समाधीअवस्थेचा भंग न करता तितक्याच शांतपणे चाललेला शिकारा. हात बांधून, पाय पसरून आपल्या आसनाला रेलून बसलेला नरेंद्र. समोरच्या पर्वतरांगांवर खिळलेली त्याची नजर. शिकारा हलकेच काठापासून दूर जात पर्वतरांगांच्या दिशेनं चाललेला. भोवताली वेगवेगळ्या नावांमधून अनेकानेक गोष्टींची होणारी विक्री. संजीवजींच त्यांच्याशी बोलून त्यांना माघारी धाडत होते. याचं भानही त्याला नव्हतं. शिकारा किनाऱ्यापासून पर्वताच्या दिशेला चाललाय... नाही... ते पर्वत निःशब्दपणे त्याला आपल्या अदृश्य गुरुत्वाकर्षणानं आपल्यापाशी खेचताहेत... जवळ... आणखी

जवळ... आईच्या कुशीत शिरत असल्याची भावना... ती म्हणतेय, मी कोणत्याही कोलाहलाला संधी देत नाही; घाबरू नकोस!!

तरीही का इतका क्षोभ आहे सगळीकडे? का ही सगळीकडे प्रक्षुब्धता? त्याच्या मनात उमटलेले प्रश्न. माते! तुझ्यातली ही शांती... फार नको... फक्त पसाभर शांती पुरेल शांतवनासाठी! सगळ्यांच्या उकळत्या भावना नाहीशा होतील. त्याची विनवणी सुरू होती, तिचं समजूत घालणं सुरू होतं. त्याला अभय द्यायची तिची ही विलक्षण पद्धत? त्याला समजेना. वेळ चालला होता. क्षणांची मिनिटं होऊन आणि मिनिटांचे तास होऊ पाहत होते. त्याच्या मनातली अस्वस्थता नाहीशी होऊन त्याजागी एक प्रकारची शांतता पसरत होती. केवळ तिच्याच कुशीत मिळू शकणारी अपूर्व अशी शांतता!

हळूहळू पर्वतांची रांग दूर होऊन पुन्हा काठ दृष्टिपथात येऊ लागला. शिकाऱ्यातून उतरत असताना आईचा पदर सारून बाहेरच्या जगात पाऊल ठेवत असल्याचा अनुभव येत होता. एक प्रकारची पोरकेपणाची भावना मनाला व्यापून टाकत होती.

''शिकाऱ्यात असताना तुम्ही कुठल्याशा तंद्रीत मग्न झाला होतात! मी तसेच तुमचे चार-दोन फोटो काढले.'' संजीवजींनी दाखवत म्हटलं. पर्वतांच्या पार्श्वभूमीवर तो डोळे मिटून बसल्याचे ते फोटो होते. संपूर्ण वातावरणावर मावळत्या सूर्याचा प्रकाश पसरला होता.

रात्री तो आपला लॅपटॉप उघडून बघत असताना संजीवजी तिथं आले. ''आज आपण देवस्थानातून माघारी परतत असताना वाटेत एक बंकर पाहिला होता; आठवतं?''

''हो.''

''त्यावर दगडफेक चालू केलीय!''

''केव्हा?''

''संध्याकाळी.''

''ओह!'' काही क्षणांनंतर त्यानं विचारलं, ''संजीवजी, एक प्रश्न मला सतत छळतो. काश्मीरियत म्हणजे काय?''

ते खदखदून हसू लागले. नंतर म्हणाले, ''पाकिस्तानकडून बंदूक आणि भारताकडून पैसा कमावणं म्हणजे कश्मिरियत! आणखी चांगली व्याख्या करायची तर अशी करता येईल; उजव्या हातात पाकिस्तानचा झेंडा आणि डाव्या हातात आयसिसचा झेंडा घ्यायचा आणि तोंडानं स्वातंत्र्याची घोषणा करणं म्हणजे कश्मिरियत!''

त्याच्या चेहऱ्यावर गोंधळ उमटला. तो बघून ते गंभीरपणे म्हणाले, ''कुणाकडून काय-काय मिळेल ते कमावणं म्हणजे आजची कश्मिरियत! सतराव्या शतकात काश्मीरला विदेशी यायचे. त्यातही युरोपियन्स. त्यांना हिंदू-मुसलमानांचं इथलं

सामरस्य पाहून तो शब्द वापरावासं वाटलं असलं तरी कालांतरानं या राज्याची ती अस्मिता बनली. या परदेशी प्रवाशांना दिसलेलं सहजीवन इथे कधीच नव्हतं, ही वस्तुस्थिती आहे! पण त्यांनी एकदा "तसंच आहे..." असं ठासून सांगितल्यावर नाही कोण म्हणणार? युगानुयुगे इथे तसंच सुरू आहे, असं हट्टानं म्हणता म्हणता कितीतरी दशकं निघून गेली! काश्मीरविषयी लिहिणारा प्रत्येक संत, कवी, कथाकार आणि इतिहासकारांच्या माया-पेटाऱ्यांमधून कश्मिरियत हा काल्पनिक शब्द बाहेर काढल्यावरच सगळ्यांना हायसं वाटतंय!"

एवढं सांगून संजीवजी त्याच्या चेहऱ्याकडे पाहू लागले. सगळं समजल्यासारखी मान हलवून नरेंद्रनं पुन्हा लॅपटॉपमध्ये डोकं खुपसलं. तेही खोलीबाहेर पडले.

आता तो नेटवर जाऊन वेगवेगळे लेख शोधण्यात मग्न झाला होता. काश्मीरवर लिहिणारे सगळेच "कश्मिरियत"च्या मुद्द्यावर येऊन काहीना काही लिहिताहेत! राष्ट्रीय टीव्ही चॅनलवरची पत्रकार तर जोरात "त्यांची कश्मिरियत त्यांना देऊन टाका..." असं सांगत होती! तो गेल्या वर्षी प्रसिद्ध झालेला लेख होता. त्याच लेखाच्या अखेरचा काही भाग मीरादेवींच्या घोस्टरायटरनं वापरल्याचं स्पष्ट दिसत होतं.

स्वयंघोषित "सेक्युलर" मंडळी बसल्याउठल्या ज्या कश्मिरियतविषयी बोलतात, ती संजीवजींनी सांगितलेल्या व्याख्येपेक्षा वेगळी नाहीत! केवळ शब्दांचा खेळ करणाऱ्यांच्या या मंडळींनी प्रत्यक्ष काश्मीरशी केलेली प्रतारणा सुस्पष्टपणे सामोरी येऊ लागली तेव्हा त्याला अधिकाधिक वेदना होऊ लागली. त्यापेक्षाही अतिशय मोठा विपर्यास म्हणजे इथल्या बालिश मनांना सत्याची जाणीव अथवा त्याचं खरं महत्त्व लक्षात येत नाही! याची खरी वेदना त्याला विद्ध करून जात होती.

याच विचारात गढून जात त्यानं लॅपटॉप बंद केला.

चौदा

मुश्ताकला सावकाश शुद्ध येत होती. जाग येण्यासाठीच टपून बसल्यासारख्या आणि आता वेगानं येत असलेल्या आठवणींच्या रांगा. लहान असताना तो चालवत असलेली लाल सायकल, शाळेत घेऊन जात असलेली लाल काच, लाल फेरन पांघरणारी अमिनादीदी, लाल रंगाचा शिकारा, फुललेल्या कमळांमुळे लाल दिसणारं दल सरोवर, अशीच काही चित्रं त्याच्या डोळ्यांसमोरून तरळून जात होती. पण काही क्षणच. त्याहून कुठलंच चित्र जास्त काळ स्थिर राहत नव्हतं. एखादं चित्र स्थिर होण्याआधीच दुसरं चित्र त्याला हाकलून देऊन स्वत: पुढं येत होतं. थू:! इथंही मनासारखं काहीच होत नाही... म्हणत त्यानं हात-पाय हलवायचा प्रयत्न केला. पण सगळा देह गोठल्यासारखा झाल्यामुळे ते जमलं नाही. हे जाणवल्यावर त्यानं तो प्रयत्न सोडून दिला.

त्याची नजर समोर बसलेल्या अम्मींकडे वळली. पलीकडे सलीम. अम्मीचे डोळे लाल दिसताहेत. पुन्हा एकदा हातपाय हलवून बघत समोरचं स्वप्न नसून वास्तव असल्याची खात्री करून घेत त्यानं पुन्हा अम्मीकडे पाहिलं. त्या बऱ्याच रडल्या असाव्यात. गालावर हात रोवून त्यांची नजर जमिनीवर खिळली होती. कसलातरी बराच विचार करत असाव्यात त्या. सलीमचं सगळं लक्ष त्याच्या मोबाइलवर खिळलं होतं. आपण कुठं आहोत याचं भान अजूनही मुश्ताकला येत नव्हतं.

तो डाव्या कुशीवर वळला. शेजारीच आणखी कितीतरी माणसांची रांग होती. सगळे झोपले होते. हं... म्हणजे हे हॉस्पिटल आहे तर!... त्यानं मान वर करून पाहिलं. कॉटच्या शेजारच्या स्टॅन्डला सलाइनची बाटली लटकवली होती. त्यातला सलाईनचा थेंब-थेंब त्याच्या शरीरात शिरत होता. त्या बाटलीला चार-पाच इंजेक्शनच्या

सुया खुपसलेल्या होत्या.

त्याची नजर पुन्हा अम्मीकडे गेली. तेव्हा त्याही त्याच्याकडेच पाहत होत्या.

"काय झालं मुश्ताक? कसली मारामारी? तू रस्त्यावर पडला होतास म्हणे! का बरं? काय झालं?" अनेक प्रश्न विचारताना त्यांच्या डोळ्यांना खळ नव्हता.

"खालाजान, घाबरू नका. त्याला आधी पूर्णपणे शुद्धीवर येऊ द्या." सलीम त्यांना आवरत होता. पण त्यांचं तिकडे लक्ष नव्हतं. "या अल्लाह! काय केलं हे माझ्या लेकराला!!…" म्हणताना त्यांना रडू आवरत नव्हतं. एकटीनं चार मुलांना वाढवताना काय कष्ट घेतले ते केवळ त्यांनाच ठाऊक होते. मोठे दोघे वयात येत असताना, "आता आपले कष्टाचे दिवस संपले.." असं वाटत असतानाच कुणीतरी त्यांना सीमेपार कुठल्याशा शिक्षणासाठी म्हणून घेऊन गेले. तेव्हा ते जे पाकिस्तानात निघून गेले; आता तर ते जिवंत आहेत की नाहीत, हेही ठाऊक नाही! तिसरा अम्मीवर रागावून पाच वर्षांपूर्वी घरातून निघून गेला होता. चौघांपैकी केवळ हा एकटाच राहिला होता! पहिल्यापासून अम्मी-अम्मी करत त्यांच्या मागे-पुढेच वावरत राहिला. काहीही कारणानं हाही निघून गेला तर आपली काय गत? मनातलं हे भय सलीमला समजणं शक्य नाही. तो त्यांची समजूत काढायचा प्रयत्न करत होता. त्यातच जवळच्या मशिदीतून येणारी अजान वातावरणात भरून राहिली. तिकडे लक्ष जाताच तो म्हणाला, "खालाजान! मी निमाज करून येतो… तुम्हीही त्याच्याशी बोलू नका. अल्ला-सुभान-व- ताला आपल्या पाठीशी आहे!… सगळं ठीक होईल!" आणि तो बाहेर पडला.

तो निघून गेल्यावर अम्मी पुन्हा मुलाला बोलतं करायच्या प्रयत्नाला लागल्या, "काय झालं मुश्ताक? काय झालं सांग! तुझ्या अम्मीपाशी सांगायला काय होतंय तुला?" चार-पाच वेळा तेच विचारलं तरी काहीही न बोलता तो मुकाट्यानं पडून राहिलेला बघून त्या हरल्यासारख्या होऊन गप्प बसल्या.

***

अम्मीचा प्रश्न आणि त्यामागची तळमळ समजत असली तरी तिला काहीही सांगणं अशक्य झाल्यामुळे मुश्ताक हताश होऊन पडला होता. जे काही घडलं ते त्याच्या नजरेसमोरून हलत नव्हतं.

"मोठा दंगा उसळलाय, जरा लवकर ये. बोलायचंय!…" असा निरोप पाठवणाऱ्या फिरोजला भेटायला बट मालूच्या किरकोळ अड्ड्यावर गेलो तर तिथं त्याचा आणि रशीदचा जोरात वादविवाद चालला होता. फिरोजच्या छोट्या गॅरेजमध्ये रशीदची पंचवीस माणसं दाटीवाटीनं जमली होती. फिरोजची माझ्यासकट धरली तरी जेमतेम आठ-दहा माणसंही नव्हती.

"हे पाहा! आमची आझादीची लढाई! इथं आम्ही लढतोय ते कुठल्याही

खलिफतच्या स्थापनेसाठी जिवाची बाजी लावून लढत नाही! आमच्या निर्वाईजनं सांगितलं ते ऐकलं नाही काय?'' फिरोज रशीदला जोरानंच सांगत होता.

''हरामजादे! इस्लामपेक्षा काय मोठं आहे या जगात? आधी अल्लाहू, नंतर पैगंबर, त्यानंतर कुर्रान, त्यानंतर तू... हे शिकवलं नाहीये काय तुला? खलिफत नसलेली आझादी घेऊन काय करणार आहेस? शरीया नसेल तर कुठला कानून पाळणार आहेस? मग? आमच्या मुजाहिदींनना तुम्ही रक्षण देणार आहात की नाही?'' रशीदही चढ्या आवाजात विचारत होता.

''ते सगळं तू आमच्या मिर्झाईझना सांग जा! मला जेवढं सांगितलंय, तेवढंच मी करणार! आम्ही कुठला कानून पाळायचाय हे ते ठरवतील. आता तू इथून दफा झाला नाहीस तर माझ्या सोबत्यांना घेऊन मीच बाहेर जातो!...'' म्हणत फिरोज़ निघाला होता.

''बदमाश! तर मग मशिदीत कशाला येता रे? इथं नमाजाचा अट्टहास कशासाठी? निजाम-ई-मुस्तफा नको असेल तर आझादी का मतलब क्या? ला इलाहा इल्लल्ला अशी घोषणा तरी कशाला करता? कुफ्राच्या राज्यात राहताय आणि तुम्ही मुस्लिम?'' रशीदनं त्याला अडवत सवाल टाकला.

''मला ते सगळं तुझ्या पुढ्यात सिद्ध करायची गरज नाही! आधी तुझ्या मुजाहिदींना तोंड मिटून गप्प राहायला सांग! आमचा आणि आझादीच्या लढाईचा काही संबंध नाही, आम्ही वेगळे, ते वेगळे म्हणून ते सांगत फिरताहेत! त्यामुळे फार गोंधळ उडतोय! सत्तर वर्षं कश्मीरमध्ये चाललंय ते वेगळंच युद्ध! कालपरवा जन्मलेल्या आयसिसचा त्याच्याशी काय संबंध?'' फिरोजनं त्याला बजावलं.

''इस्लामच्या नावानं राजकारण करताय? कुणीतरी फेकलेले उष्टे तुकडे खाऊन चैन करता यावी म्हणून पवित्र इस्लामला वापरताय? बाकी काफरांकडे नंतर बघून घेऊ! आधी तुमचा खातमा करायला पाहिजे!'' रशीदनं डरकाळी फोडली.

त्यानंतर काय घडतंय याचा कुणालाही अंदाज येण्याआधी त्यानं शर्टमध्ये दडवलेला मोठा सुरा बाहेर काढला आणि सर्व शक्तीनिशी फिरोजच्या छातीत खुपसला. भयाण किंकाळी फोडून फिरोज जमिनीवर कोसळला. त्याच्या छाती-पोटावर आणखी वार करत रशीदनं आणखी डरकाळी फोडत म्हटलं, ''बाकीच्यांनाही अल्लाहूपाशी पाठवा! नरकाच्या अग्नीत होरपळू दे हरामखोरांना!...'' उसळत्या रक्तामुळे त्याचा चेहरा लाल होऊ लागला. त्याच्या चेहऱ्यावरचं क्रौर्य पाहून मुश्ताक गडबडून गेला. हे त्याला अपरिचित होतं. दगड फेकताना मुश्ताकही संतापलेला असतोच. इतरांचेही भडकलेले चेहरे त्याला अपरिचित नाहीत. तरीही एवढ्या परमावधीचं क्रौर्य पाहून तो हादरला होता. आपण ज्याला भोसकून मारलं, तो या लढाईतला आपला एक जवळचा साथी होता, याचंही भान न राहता रशीद

जे काही वागत होता, ते मुश्ताकला पचनी पडत नव्हतं.

या धक्क्यातून सावरून समोरच्या वास्तवावर विश्वास ठेवायला काही क्षण जावे लागले. त्यानं भोवताली पाहिलं. त्याचे सगळे सोबती सैरावैरा पळत सुटले होते. रशीदच्या मित्रांपैकी एकजण हातातला चाकू परजत आपल्याकडेच धावत येत असल्याचं त्याच्या लक्षात आलं. त्यानंही धावायला सुरुवात केली. धावताना त्यानं एकदा मागं वळून पाहिलं. रशीद फिरोजचा देह आडवा झोपवून त्याच्या छातीवर बसला होता आणि त्याचे केस पकडून त्याचं मुंडकं कराकरा कापत होता. तोंडानं बडबडत होता, "हरामीचं डोकं झेंड्याच्या टोकाला बांधून टाकतो!... तेव्हा समजेल, आझादीच्या कोरड्या लढाया चालवणाऱ्या डरपोक साल्यांना!..."

फिरोजच्या रक्ताचा पाट वाहत होता... त्या दृश्याच्या बीभत्सतेचा परिणाम होऊन मुश्ताकच्या पायांना कंप सुटला होता. तरीही सगळं बळ एकवटून त्यानं धावायचा प्रयत्न केला. पाठलाग करणारा जवळ आल्याचं जाणवलं. पायात बळ एकवटलं होतं. या धडपडीत दुखऱ्या हातातून जोरदार कळ येत होती. आता तिकडे लक्ष द्यायला वेळ नव्हता. हात गळून पडला तरी चालेल, आधी जीव वाचवला पाहिजे, एवढंच जाणवत होतं. काहीतरी करून या गल्लीतून बाहेर पडायला पाहिजे! एकदा हमरस्त्याला लागल्यावर तिथले सैनिक आपल्याला वाचवतील!

या विचारासरशी आयुष्यात पहिल्यांदाच त्याला सैनिकांच्या दर्शनाची आस लागली.

थोडंच अंतर राहिलं होतं. पण त्याआधीच मागून येणाऱ्यानं त्याचा हात धरून जोरात खेचला. तो वेदनेनं कळवळून जिवाच्या आकांतानं "या अल्ला!.." म्हणून ओरडला. एक चाकू त्याच्या छातीच्या दिशेनं वेगानं येत असतानाच त्याचं लक्ष जवळच पडलेल्या दगडाकडे गेलं. विद्युत वेगानं तो उचलून चाकूच्या हातावर फेकत असतानाच तो चाकू छातीचा नेम चुकून डाव्या दंडात घुसल्याचं जाणवलं. प्रचंड वेदनेचा लोळ देहभर पसरू लागला. त्याच्या तोंडून जोराची किंकाळी बाहेर पडली. शुद्ध हरपत असताना त्याला धावत येणारे सैनिक दिसले, तेवढंच...

"फिरोजच्या खुनाचं प्रकरण दाखल झालंय. तुला कशासाठीही पोलीस ठाण्यावर जायची गरज नाही. माझ्या ओळखीचे आहेत, त्यांच्याकरवी मी सगळी व्यवस्था केली आहे. घरात थोडे दिवस छानपैकी विश्रांती घे. डॉक्टरांच्या मते केवळ दंडाला जखम झाली आहे. अल्ला-सुभान-वु- तालाच्या कृपेनं लवकर गुण येईल." अम्मी बाहेर गेल्याची संधी साधून सलीमनं वाकून कानात सांगितलं, "वेळेवर सैनिक आल्यामुळे तू वाचलास! समजलं मी काय म्हणतो ते?"

सलीम मुश्ताकच्या प्रतिक्रियेची वाट पाहत होता.

मुश्ताक काहीच बोलला नाही. त्यानं डोळे मिटले. बंद डोळ्यांसमोरून रक्तानं माखलेल्या रशीदचा चेहरा हलत नव्हता. त्यानं कराकरा कापलेलं फिरोजचं मुंडकं पुन:पुन्हा आठवत होतं. त्याआधी कधीही न जाणवलेलं छातीचं दुखणं दु:ख बनून उन्मळून आलं. त्यानं पाण्याचं रूप घेतलं आणि डोळ्यावाटे वाहू लागलं.

अम्मींचं तिकडं लक्ष गेलं. त्या कळवळून म्हणाल्या, ''फार दुखतंय काय रे? थांब नर्सला बोलावते..''

''नको खालाजान! जखमेचं गांभीर्य कळायचं असेल तर वेदना सहन करायलाच पाहिजे.'' सलीमनं मुश्ताकच्या चेहऱ्याकडे बघत सांगितलं. अम्मी संतापल्या आणि स्वत:च नर्सला बोलावण्यासाठी निघाल्या.

पंधरा

संजीवजींच्या फोनची वाट पाहणाऱ्या नरेंद्रनं लगेच फोन उचलून "बोला..." म्हटलं. तयार होऊन दोघंही बाहेर पडले, तेव्हा पहाटेचे साडेपाचच वाजले होते. बेंगळुरूमध्येही पहाटे उठून फिरायला जायची त्याची सवय होती. पण इथं मशिदींच्या बांगा सुरू व्हायच्या धास्तीनं त्याला आणखी लवकर जाग येत होती.

संजीवजींनी सांगितलं, "काल संध्याकाळी दोन इस्लाम मूलतत्त्ववाद्यांमध्ये घनघोर मारामारी झालीय. आतापर्यंत केवळ बाचाबाची चालत असल्याच्या बातम्या असायच्या. पण आता प्रत्यक्ष मारामारी होऊन एकाचा जीवही गेलाय. त्या दोघांमधलं भांडण पुढं कुठल्या टोकापर्यंत जाईल हे सांगता येत नाही."

"पण इस्लाममधल्या मूलतत्त्ववाद्यांचं क्रौर्य काही नवं नाही ना? फुटीरवाद्यांचं काही नाही म्हटलं तरी स्वातंत्र्याचं भांडण आहे." त्यानं विचारलं.

"होय. कालही खून करून त्यांनी त्याचं मुंडकं कापलंय. आयसिसचा सलाफी सिद्धान्त त्याच्या अतिउग्र स्वरूपात काश्मीरमध्ये पाऊल ठेवतोय, एवढाच त्याचा अर्थ!" संजीवजी गंभीर होऊन उत्तरले.

"मुस्लीम एवढीच ओळख ठेवायची म्हटलं तर संपलंच! एकदा तसं केल्यावर त्याचं रूप कधी आणि कसं बदलत जातं, एकमेकाची गर्दन कापण्यापर्यंत मजल जाते हे स्वत: त्या व्यक्तीलाही समजत नाही." तोही गंभीर झाला होता.

"होय..." पुढं काहीतरी बोलता बोलता संजीवजी एकाएकी बोलायचे थांबले. नरेंद्रही थबकून ते पाहत असलेल्या दिशेला पाहू लागला. समोरून एक व्यक्ती त्यांच्याच दिशेनं मान खाली घालून येत होती. "कैलाशजी!..." ती व्यक्ती चार पावलांच्या अंतरावर असताना संजीवजींनी हाक मारली. पण त्या व्यक्तीनं मानही वर केली नाही. तसेच तरातरा चालत जवळ आले आणि या दोघांना ओलांडून पुढे

निघून गेले.

"हं! पंडितजींनी सांगून काहीही उपयोग झालेला नाही! हे अजूनही तिथं जातच असतात!" संजीवजी स्वगत बोलल्याप्रमाणे उद्गारले तरी त्यांचा आवाज नरेंद्रला ऐकू आलाच. त्यानं विचारलं, "कोण ते? कुठं जातात?"

"समजेल सगळं. तुम्हाला त्यांच्या घरीही घेऊन जाणारच आहे!" संजीवजींनी सांगितलं. आणखी काही इमारती बघून झाल्यावर ते दोघं घराकडे वळले.

घरात पाऊल ठेवताच आरतीनं सांगितलं, "भय्या! तुमचा फोन तीन-चारदा वाजला!" हे ऐकताच नरेंद्र घाईनं आपल्या खोलीकडे गेला. विक्रमचा फोन. त्यानं लगेच त्याला फोन लावला. विक्रमनं संगितलं, "जोरदार आलाय तुझा लेख! चांगला पानभर आहे. सगळीकडे शेअर होतोय! नवीन आणखी तासाभरात त्याचा अनुवाद करणार आहे!"

"कुठला लेख?" नरेंद्र बुचकळ्यात पडला.

"अरे! तो मीरादेवींच्या लेखावर उत्तर देऊन लिहिलेला! आता तुझ्यात आणि मीरादेवीमध्ये अधिकृत युद्ध सुरू झालंय! यानंतर तुझ्या अक्षरबळाच्या अक्षौहणी सैन्यानं तिला बेजार करून विजय संपादन करणं हे तुझं कर्तव्य आहे!" विक्रम खदाखदा हसत म्हणाला. आता कुठं नरेंद्रला खुलासा झाला.

विक्रमनं विचारलं, "अर्जुननं त्या राक्षसांना एनकाउन्टर केलेल्या जागी गेला होतास का?" हे विचारताना विक्रमचा आवाज हळुवार झाला होता.

"नाही. त्या ठिकाणी कर्फ्यू आहे. इतक्यात जमेल असं वाटत नाही!" नरेंद्रच्या या उत्तरावर पलीकडे मौन पसरलं. काही क्षण गेल्यावर विक्रम पुन्हा पूर्ववत झाला. त्यानं चौकशी केली, "बाकी सगळं ठीक चाललंय ना? काही अडचण नाही ना? आणखी किती दिवस थांबायचा प्लॅन आहे? जपून! स्वत:ची काळजी घे..."

त्याच्या सगळ्या प्रश्नांना नीट समाधानकारक उत्तरं दिल्यानंतर त्यानं व्हॉट्सॲप उघडलं. तिथं संपादकांचाही मेसेज होता, "...लेखाचं संपूर्ण श्रेय तुमचंच आहे. त्यामुळे लेख तुमच्याच नावानं छापला आहे. मी विदेशात आहे. परतल्यावर भेटूच!" सोबत लेखाची इलेक्ट्रॉनिक प्रतही पाठवली होती. लेआउटही खूप छान होता. लालचौकाच्या फोटोसोबत इन्स्टुमेंट ऑफ ॲक्सेशनचंही चित्र टाकलं होतं! मनोहरनं खूप छान रचना केली होती. वाक्यरचना चुरचुरीत होती. काही ठिकाणी प्रश्नार्थक वाक्यं टाकून, तर काही ठिकाणी विडंबनात्मक वाक्यरचना करून त्यानं धमाल केली होती. उपसंहार तर आश्चर्यकारक होता. असंख्य शक्यता सूचित करणारा झाला होता. त्यानं मनोहरला लगेच मेसेज टाकून कळवून टाकलं, "लेखन अतिशय सुरेख झालंय..." दुसऱ्याच क्षणी "थँक्स अण्णा..." सोबत एक मंद

हास्यही माघारी आलं.

"सलीम नावाच्या एका ड्रायव्हरची व्यवस्था केली होती, पण आज त्याला यायला जमलं नव्हतं. काहीतरी अनिवार्य कारणामुळे. उद्या येतोय म्हणे. पुन्हा शंकराचार्यांच्या डोंगरावर जाऊ या. पंडितजींना तुमच्याशी बोलायचंय म्हणे!" घराबाहेर पडताना संजीवजींनी सांगितलं. पुढं त्यांनी पुस्ती जोडली, "इथं सगळं आपण ठरवू तसं होत नाही. बदलत्या परिस्थितीनुसार आयत्या वेळचे बदलच जास्त असतात."

त्यानं मान डोलावली. एव्हाना हे त्याच्याही लक्षात आलं होतं.

***

दल सरोवर मागं टाकून पुन्हा शंकराचार्यांच्या डोंगराकडे जाताना त्याचं मन काहीसं अस्वस्थ होतं. ते पोचले तेव्हा पंडितजी त्यांचीच वाट पाहत होते. त्यांची आतुरता अजिबात लपली नव्हती. त्यांनी नरेंद्रला विचारलं, "कसं आहे आमचं काश्मीर?"

"इथल्या माणसांपेक्षा झाडं-झुडपं आणि प्राणीच अधिक तरतरीत दिसताहेत! तेच जास्त प्रामाणिकपणे बोलतात" त्यानं मनातलं सागितलं.

"अगदी खरंय!" पंडितजीही मनापासून उद्गारले आणि आधीच्या भेटीत बसलेल्या जागी, म्हणजे देवदार वृक्षाच्या दिशेनं निघाले. हे दोघंही त्यांच्या पाठोपाठ निघाले. झाडाखाली बसल्यावर नरेंद्रनं त्या झाडाच्या वरच्या टोकापर्यंत नजर फिरवली. त्याचं आजही वाऱ्याशी संभाषण चाललं होतं. वारं त्याला काहीतरी सांगत होतं; की झाड वाऱ्याला? त्या दोघांमधलं संभाषण जाणून घ्यायची काही विशिष्ट पद्धत असेल काय?

नरेंद्रला भानावर आणत पंडितजींनी विचारलं, "नरेंद्रजी, परिस्थिती सुधारण्यासाठी मी काय करू शकेन?"

कुठल्याही प्रस्तावनेशिवाय पंडितजींचा हा प्रश्न ऐकून तो त्यांच्याकडे वळला.

"मुसलमानांना त्यांच्या चुकीची जाणीव करून देऊन त्यांना सरळ मार्गावर कसं आणायचं?" त्यांनी पुढं विचारलं.

इतकी वर्षे निष्क्रियतेत काढल्यावर आता काहीतरी करण्यासाठी ते संकल्पशक्तीनिशी सज्ज झालेले दिसत होते. काहीतरी करायच्या विचारानं ते आतुर झाले होते. पण नेमकं काय करावं ते समजत नसावं.

"चूक-बरोबर यानंतरच्या गोष्टी! ज्यांच्या मनात विशिष्ट विचार ठासून भरवले गेले आहेत, त्यांना कसं समजावणार आहात?"

"का? सगळीकडे एकच तत्त्व आहे, हा आपल्या सनातन धर्माचा दृष्टान्त देऊन समजावता येणार नाही का? अज्ञानाच्या अंधकारातून साक्षात्काराच्या उजेडाकडे

प्रवासाचा प्रयत्न करता येईल. नाही का? देव काही एकाच जागी मर्यादित नाही. त्याला स्थल-कालाच्या मर्यादा नाहीत, तो सर्वत्र व्यापून राहिला आहे; पृथ्वी-आप-तेज-जल-आकाश सगळ्या ठिकाणी तोच आहे, हे का नाही पटवून देता येणार?''

त्यांनी उत्साहानं एका मागोमाग प्रश्नांची सरबत्तीच सोडली.

पण तो शांतपणे बोलू लागला, ''स्वत:ला कुणीतरी विशेष समजत राहिलो तर सगळे कसे एक होणार? ज्या मनांना तर्काची भाषाच माहीत नाही, त्या मनांना तुमची ही आत्मज्ञानाची भाषा कशी समजेल? सातव्या शतकात अरब देशातले नियमच मानणाऱ्या लोकांना आजच्या जगातले नियम, धडे आणि ज्ञान सांगायला गेलं तर काय होणार आहे? ते शक्य आहे काय?''

आता ते निरुत्तर झाले. काही क्षण शांततेत गेल्यावर त्यानं विचारलं, ''आपल्या जीवनाचं अंतिम ध्येय काय?''

''आत्मज्ञान प्राप्त करून घेणं. म्हणजेच मोक्षप्राप्ती. चारही पुरुषार्थांत सर्वश्रेष्ठ!''

''या मोक्षप्राप्तीसाठी आपण काय करायचं?''

''निष्काम कर्म. चित्तशुद्धीसाठी ते आवश्यक आहे. चित्तशुद्धी असेल तरच आत्मज्ञानाचं मांगल्य प्राप्त होणं शक्य आहे. आत्मज्ञानाच्या प्राप्तीसाठी आवश्यक असल्यामुळे आपण करत असलेलं नित्यकर्मही मोक्षसाधनेचाच एक भाग असतो.''

''जर मी तुमच्यासमोर एक विचार मांडला, या जगण्यात नव्हे, मृत्यूनंतर परलोकातच मुक्ती मिळते, तर तुम्ही माझा हा विचार मान्य कराल काय?''

''नाही! अहो, ज्ञान हा मुक्तीचा एकमेव मार्ग आहे! त्यासाठी परलोकापर्यंत कशाला वाट पाहायची?'' नरेंद्रच्या या उलटतपासणीनं पंडितजी अस्वस्थ होत चालले होते.

''तेच सांगतोय मी! इस्लाममध्ये असं नाही! ते सगळे पुनरुत्थानाच्या दिवसाची वाट पाहत असतात. प्रलयाच्या त्या दिवशी सगळ्यांना अल्लाहूला सामोरं जावं लागणार आहे! केवळ त्या दिवशी हयात असणारेच नव्हे, त्याआधी मृत पावलेलेही सगळे! त्यांना त्यांच्या कबरीबाहेर काढलं जाणार आहे. नंतर त्यांना त्यांच्या कर्मानुसार स्वर्ग किंवा नरकात पाठवण्यात येणार आहे! असा त्यांचा दृढ विश्वास आहे! त्यामुळे ते जे काही कर्म करतात ते सगळं तो दिवस लक्षात ठेवूनच करतात.''

पंडितजी हलकेच मान हलवत राहिले. त्याच्या बोलण्याचा मथितार्थ त्यांच्या लक्षात येत होता. कुर्आनात अनेक ठिकाणी तसा उल्लेख असल्याचं त्यांनाही ठाऊक होतं.

तो पुढं म्हणाला, ''म्हणजे त्यांच्या श्रद्धेप्रमाणे अल्लाहूच्या कृपेला पात्र होण्यासाठी त्यांना तशी कर्मं करणं भाग आहे ना? त्यामुळे त्यांना हिंसेला घाबरून

कसं चालेल?''

''कबूल! पण ती कर्मं निष्काम नको का असायला? उदाहरणार्थ, आपल्या तत्त्वज्ञानात स्थूल-सूक्ष्म आणि पर या तिन्ही गोष्टींचं चुकीचं आचरण झालं तर आपण करत असलेल्या कर्मांमुळे आपल्याला कसा स्वर्ग मिळणार?''

नरेंद्रच्या चेहऱ्यावर मंद हसू होतं.

''निष्काम कर्मामुळे संचित-कर्मांचा नाश होतो, तसंच संचीयमान म्हणजे आजवर जमलेलं आणि संचय होऊ शकेल अशा कर्मांचं निवारण होतं असं आपलं तत्त्व आहे. त्यांच्या तत्वाप्रमाणे, त्या निर्वाणदिनापर्यंत कर्मांचा संचय होत राहतो. त्या दिवशी अल्लाहू त्यांचं पुढचं भविष्य ठरवतो.''

''तर मग प्रवादी महंमदाचं काय स्थान?'' त्यांनी विचारलं.

''मध्यस्थाचं स्थान. अल्लाहूला सगळी सहस्ये त्यांच्याकडूनच समजणार आहेत. पुनरुत्थानाच्या दिवशी अल्लाहूबरोबर तेही असणार आहेत.''

''ओह! असं आहे तर! याचा अर्थ आपल्याला हवं त्याला स्वर्ग किंवा नरक द्यायला लावण्यासाठी त्यांचा प्रभाव काम करतो!''

''होय. पण त्यांनी आपल्या हयातीत केवळ दहा जणांनाच स्वर्ग मिळवून देण्याचं आश्वासन दिलं होतं.'' तो बोलायचा थांबला, नंतर म्हणाला, ''या सगळ्यावर करुणा दाखवण्यासाठी अल्लाहूनी त्यांची निवड केली असल्यामुळे इतर मुस्लिमांनी त्यांच्याकडे एक अत्युत्तम उदाहरण म्हणून बघावं असं कुरआनमध्ये सांगितलं आहे. (कुरआन ३३.२१). शिवाय अल्लाह आणि त्याचे देवचर प्रवादींना स्वस्ती-वचन सांगतात असंही कुरआनमध्ये सांगितलं आहे. (३३.५६).''

''होय? याचा अर्थ तिथं देवांपेक्षा प्रवादींनाच जास्त महत्त्व असलेलं दिसतं!'' पंडितजी आश्चर्यचकित होऊन विचारत होते.

''होय. बा खुदा बा दिवाना बशद् बा मोहमद् होशियार'', अशी एक पर्शियन म्हणही आहे. म्हणजे देवाच्या संदर्भात काहीही म्हटलं तरी चालेल; प्रवादी महंमदांविषयी बोलताना मात्र सावधान! आणि तुम्हाला ते शहादा ठाऊक आहे की नाही? या इलाह इल्लल्ला, मोहमदुर्र रसूलल्लाह, म्हणजे अल्लाह सोडला तर दुसरा देव नाही, आणि मोहमद हेच त्याचे संदेशवाहक आहेत! श्रद्धावंत मुस्लिमांनी केवळ अल्लाहूलाच नव्हे, प्रवादींनाही तितकेच मानले पाहिजे!''

नरेंद्र सांगत असलेला तपशील ऐकल्यावर पंडितजी कितीतरी वेळ गप्प होते. त्याचं बोलणं ऐकून ते त्यावर विचार करत असल्याचं त्यांच्या भुवयांच्या हालचालींवरून कळत होतं.

''पण, स्वतःला स्वयंचेतन ब्रह्म म्हणवण्याची एवढी मोठी संधी आपल्याला असताना देव मोजक्याच जणांचा स्वीकार करेल, हे कसं मान्य करायचं?'' त्यांच्या

अंतरंगात उमटलेला प्रश्न त्यांच्या ओठांवर आला, "दुसरं म्हणजे, आणखी कुणीतरी अनुभवलेलं सत्य माझं सत्य कसं होईल? एखाद्याचं सत्य मलाही तितक्याच निखळपणे माझं सत्य म्हणून दाखवायची कुठलीही खात्री नाही! मला गवसणाऱ्या सत्याला आणखी कुणाच्या साक्षीचीही गरज नाही! माझं सत्य हे केवळ माझं असतं. हे केवळ माझ्यासाठी नाही; समस्त सनातन धर्मातल्या कुणालाही लागू पडणारी गोष्ट आहे! आत्मसिद्धी म्हणत या जगातल्या सगळ्या पाशांपासून मुक्त होऊन आपल्या इप्सितापर्यंत पोहोचवणारा कुठलाही मार्ग निवडायचं स्वातंत्र्य आहे. कदाचित त्या मार्गावर चालणारी पहिली पावलं माझीच असू शकतील! यात कदाचित सुरुवातीलाच मार्ग मिळणारही नाही. इकडंतिकडं थोडंफार भटकल्यावर पुन्हा पहिल्याच मार्गावरही येता येईल. काहीही न शोधता तसंचही राहता येईल. रस्ता चुकला म्हणून नरकात जायचं भय नाही. आत्मसाक्षात्काराचा हट्टच असेल तर कुठलाही गुरू निवडता येईल. एवढं करून फक्त सत्यदर्शन झालं तरी पुरेसं नाही. नंतर पुढच्यांना मार्गदर्शन करायची क्षमताही असली पाहिजे. आपले वेद-वेदान्त, धर्मगुरू रस्ता दाखवणाऱ्या केवळ दिवट्याच. आपला मार्ग आपणच चालायला पाहिजे. एका गुरूकडून मार्ग मिळाला नाहीतर वेगळा गुरू शोधायचं स्वातंत्र्य असतंच. जगातल्या कोटी-कोटी जीवांना स्थान आहे. त्यात मानव तर अनेक वैशिष्ट्यांचं आगर आहे. त्याची विचारशक्ती आणि क्रियाकर्मं बंदिस्त करून ठेवायचं! एवढंच नव्हे, कुणातरी एका व्यक्तीचं किंवा एका ग्रंथाचं ऐकणं कसं शक्य आहे? संपूर्ण मानवकुलाला एकाच प्रकारचं मार्गदर्शन कसं लागू पडेल? ते संमत होईल अशी अपेक्षा ठेवणं मूर्खपणाचं नाही का? सृष्टिकर्त्याचा याहून मोठा अपमान तो कुठला?"

नरेंद्रच्या प्रश्नानं त्यांच्या मनात विचारांचा कल्लोळ उठवला होता. त्यामुळे ते न थांबता बोलत राहिले. नरेंद्रनंही त्यांना थांबवलं नाही. ते बोलायचे थांबल्यावर तो म्हणाला,

"ते आपलं तत्त्व आहे. त्यामुळेच आपला "धर्म" म्हटला जातो. यहुद्य, ख्रिस्त, आणि इस्लाममध्ये असणाऱ्या प्रवादीच्या कल्पनेमुळे त्यांना सेनेटिक रिलिजन अथवा सेनेटिक पंथ म्हटलं जातं. इब्राहीमपासून महंमदापर्यंत सगळेजण, देव आपल्या या दूतांमार्फत आपल्या भक्तांशी संपर्क साधतो, तसंच आपण देव आणि सामान्यांमधला संदेशवाहक आहोत, असंच सांगतात."

"प्रत्येक पंथाला एकेक प्रवादी होते का?" पंडितजींनी विचारलं.

"एकेक नव्हे. अनेक प्रवादी होते! उदाहरणार्थ, देव आपल्याकडे देवदूत पाठवत आहे असं मी सांगितलं तर तुम्ही बुद्धिवंत असाल तर माझं म्हणणं ऐकून कसे गप्प बसाल? तुम्हीही म्हणालच ना, माझ्याकडेही पाठवणार आहे, म्हणून!"

"ओहो! असं!" आता कुठं त्यांच्या मनातला गोंधळ थोडा कमी होऊ लागला होता.

"अशाप्रकारे स्वत:ला प्रवादी म्हणवणाऱ्यांची संख्या इतकी वाढली की यहुद्य, ख्रिस्त आणि मुस्लीम या तिघांच्याही धर्मग्रंथांमध्ये प्रवादी नावाच्या चोर-वेषधारीपासून दूर राहा, असं पुन:पुन्हा सांगायची पाळी आली आहे. हवं तर त्याचा तपशील सांगतो. तुम्हीही तपासून बघू शकाल."

नरेंद्र बोलायचा थांबला. थोडावेळ शांतता पसरली.

"खरं पाहिलं तर हे गंभीर प्रकरण आहे. हा खरंतर मनोविज्ञानाशी संबंधित विषय नाही काय?" संजीवजींनी विचारलं. आता तेही संभाषणात उतरले.

"होय. प्रवादींचं वागणं आणि मानसिकता यासंदंर्भात तशी संशोधनात्मक पुस्तकं आणि निबंध प्रकाशित झाले आहेत. काही मानसशास्त्रज्ञांनी यात आणखी खोलवर शिरून यातला धागान्‌धागा उलगडून दाखवला आहे." नरेंद्र त्यांच्याकडे वळून म्हणाला.

काही क्षण विचार करून पंडितजींनी विचारलं, "प्रवादी बदलले की त्यांच्या धर्मग्रंथामध्ये बदल झालेले दिसतात का?"

"होय. त्या बदलाचा अखेरचा टप्पा म्हणजे इस्लाम." नरेंद्रनं सांगितलं.

"पण हा इब्राहीम कोण? ते आधी सांगा. नंतर इस्लामविषयी बघू या." पंडितजींनी सगळं समजून घ्यायचा हट्ट असल्याच्या आवाजात विचारलं. संजीवजीही मोठ्या उत्सुकतेनं सगळं ऐकत होते.

"अशी थोडक्यात सांगण्यासारखी नाही ही कथा! तरीही सांगायचा प्रयत्न करतो..." म्हणत त्यानं सांगायला सुरुवात केली.

"इब्राहीम यहुदी. त्याला बायकोकडून इसाक आणि गुलाम स्त्रीकडून इस्माइल अशी दोन मुलं. इसाककडून जी संतती वाढली ते यहुदी. त्यांच्यामध्ये काही प्रवादी जन्मले तरी मूसा नावाच्या प्रवादीकडे सगळे यहुदी ओळखले जातात. आपल्यासारखा आणखी एक प्रवादी जन्माला येणार असं त्यानं सांगितलं होतं. ते खरं होण्यासाठी म्हणून येशूचा जन्म झाला असं म्हणतात. तिथून ख्रिस्त पंथाची सुरुवात. ही यहुदी आणि ख्रिस्ताच्या आठवणीची कथा. एवढं आलं का लक्षात?"

त्या दोघांनीही होकारार्थी मान हलवली.

"हा विश्वास प्रचलित असतानाच अरब देशातल्या मक्का नगरात कुरेश नावाच्या टोळीत महंमदांचा जन्म झाला. एव्हाना तिथे अनेक यहुदी टोळ्या राहत होत्या. एवढंच नव्हे, शेजारच्या देशांमध्येही ख्रिस्ती धर्म पसरला होता. त्यांचीच राजवट होती. वयाच्या चाळिसाव्या वर्षी महंमद प्रवादी झाले. आणि त्यांनी इस्लाम पंथाची स्थापना केली. इस्माइलपासून वाढलेली संतती अरबांची, हं! बरं. मक्कामधील

काबाची निर्मिती त्यानं आणि त्याचे वडील इब्राहीमनी. त्यामुळे इब्राहीम हाच आमचाही पूर्वज, असं त्यांनी म्हटलं. त्यामुळे मुस्लिमांचाही मूलपुरुष इब्राहीम, असंच झालं ना?''

''होय. म्हणजे तिघंही एकाच नावेतले प्रवासी.'' पंडितजींना कुठल्यातरी वेगळ्याच लोकांत वावरत असल्याचा भास होत होता. संजीवजी गालावर पंजा रोवून मग्न होऊन ऐकत होते.

''हं! आलं का लक्षात? तिथंच सगळा तिढा आहे! या तिघांमध्येही अतिशय तीव्र मतभेद आहेत. यहुदींच्या मते देवानं इब्राहीमला प्रवादी म्हणून निवडल्यामुळे संपूर्ण जगात आपणच उत्कृष्ट आहोत असा अभिमान आहे! ते गुलामाची संतती असणाऱ्या मुसलमानांना किंवा येशूखिस्ताच्या अनुयायांना समान मानत नाहीत.''

''हं!!''

''आता पुढं! ख्रिस्ती धर्मीयांना यहुद्यांचं पुराणपण मान्य करण्याशिवाय तरणोपाय नाही. येशूचा जन्म आणि पुढच्या बऱ्याच तपशीलासाठी ते यहुदी ग्रंथातलाच तपशील मानतात. सुळावर चढवल्याच्या तिसऱ्या दिवशीच येशूनं सदेह स्वर्गारोहण केलं असं मानणाऱ्या ख्रिस्तींच्या मते, तो देवाला सदेह भेटला एवढंच नव्हे, त्याचा जन्मच देवापासून झाला, यावर विश्वास ठेवताना त्यांच्या मनात कुठलाही संदेह नाही. असं असताना त्याच्यानंतर आणखी कुणी प्रवादी जन्माला येईल हे मान्य होणं शक्य नाही.''

एवढं बोलून नरेंद्र बोलायचा थांबला. ते दोघं तसंच ऐकत होते. त्यांची ती उत्सुकता पाहून तो पुढं म्हणाला, ''या दोघांनंतर आलेल्या महंमदांनाही मघाशी सांगितलं तसा यहुदी धर्मग्रंथच मूळ आधार. पण ते सांगतात, अल्लाहच मूसा आणि येशूचा निर्माता आहे. याचा अर्थ तेच या दोघांपेक्षा श्रेष्ठ ना! येशूला ते देवाचा मुलगा मानण्याला विरोध करतात. त्याला केवळ संदेशवाहक म्हणतात.''

त्याचं सगळं बोलणं समजल्यासारखं वाटलं तरी ते मनाच्या गाभाऱ्यात जाऊन स्पष्ट व्हायला थोडातरी वेळ आवश्यक होता. काही वेळानं पंडितजींनी विचारलं, ''कुर्रानमध्येही इब्राहीमचा उल्लेख आहे?''

''होय. आहे. त्या संदर्भातले सगळे आयत मक्क्याच्या वास्तव्यात जन्मले आहेत.''

''इस्लाममध्ये महंमदांनंतर दुसरा कुणी प्रवादी जन्मला नाही का?''

''ते शक्यच नव्हतं. कारण या जगातला शेवटचा प्रवादी महंमदच असल्याचं स्वत: अल्लाहनंच सांगितलं, अशी कुरआनात नोंद आहे! (३३.४०).''

''यहुदींनी आपला स्वीकार केला नाही हे त्यांना मान्य झालं काय?''

''नाही. म्हणूनच सुरुवातीला कुरआनात यहुदींचं श्रेष्ठत्व मान्य केलेलं असलं

तरी अखेरीस त्यांचं तीव्रपणे खंडन केलं आहे. जेरुसलेमच्या विरुद्ध दिशेला तोंड करून निघालेले प्रवादी मक्केच्या काबाकडे वळले. आपल्या नेतृत्वाखाली काही यहुदी समूहांवर हल्ले करून त्यांच्यापैकी अनेकांचे प्राण घेतले आणि इस्लाम व यहुदींशी असलेली कडी त्यांनी तोडून टाकली. तरीही यहुद्यांच्या अनुकरणातून सुरुवात केल्यामुळे दिवसातून काहीवेळा प्रार्थना करणं, आठवड्यातून एका दिवसाला शुभ मानणं, त्या दिवशी उपवास करणं आणि इतर काही परंपरांना त्यांनी नाकारलं नाही.''

''पण त्यानंतर त्यांचे कुरआनमधले उल्लेख काढून टाकले का?'' संजीवजींनी विचारलं.

''नाही. देवाचे शब्द बदलायचा अधिकार कुणाला आहे?''

''असं कसं? या विरोधाभासामुळे वाचणाऱ्याच्या मनाचा गोंधळ नाही का उडणार?''

'' केवळ कुरआन वाचलं तर काही समजत नाही. आधी महंमदांचं जीवनचरित्र वाचलं पाहिजे. म्हणजे कुर्रानमधली कुठली सुरा त्यांच्या जीवनातल्या कुठल्या टप्प्यावर आली आहे, ती का आली आहे, हे लक्षात आलं तरच फक्त संदर्भ लागू शकतो. आधी त्यांनी यहुदींशी तुलना केली आणि नंतर त्यांनी त्यांच्या संपूर्ण टोळीचा का नायनाट केला याचा अर्थ लागतो. यात यहुदी एक उदाहरण म्हणून पाहता येईल. इस्लामची सुरुवात कशी झाली? मूर्तिपूजक अरबांच्या धर्मांतराची काय कथा आहे? प्रवादी आपलं जन्मगाव मक्का सोडून मदीनाला का निघून गेले? इस्लाममध्ये दत्तक-पद्धत का नाही? दारू पिणं का निषेधार्ह मानलं गेलंय. या सगळ्या गोष्टींचा खुलासा व्हायचा असेल तर त्यांचं जीवन समजून घेणं गरजेचं आहे.''

''का? त्यासाठी जीवनचरित्र कसं वाचायचं, नरेंद्रजी?'' संजीवजींच्या हातात त्यांची छोटी टाचण-वही होती. त्यात नरेंद्रनं लिहून दिलं, 'द लाइफ ऑफ मोहमेद बाय सर विलियम मुइ.'

''यात प्रवादींच्या जीवनचरित्राचा सगळा तपशील असेल तर याला मुसलमान समाज आक्षेप घेत नाही?'' संजीवजींनी विचारलं.

''नाही. कारण पहिल्यांदा हे जीवनचरित्र लिहिलं ते ख्यातनाम अरब विद्वानांनी. त्यातही इब्न इसक, इब्न हिशाम, अल-वाकिदि, इब्न साद् आणि अल्-ताबरी हे मुख्य आहेत. याशिवाय पाश्चात्त्य देशातील चरित्रकारांनी अरेबिक भाषेत नैपुण्य मिळवून मूळ ग्रंथांचा आधार घेऊन लिहिलेलं असल्यामुळे त्यावरही कुणी आक्षेप घेणं शक्य नाही. त्या तिन्ही पुस्तकांपैकी अखेरच्या पुस्तकाला तर पाकिस्तानच्या सरकारकडून पुरस्कार मिळाला आहे, एवढंच नाही तर त्याच्या लेखकांचा इजिप्तच्या

अध्यक्षांनी विशेष सत्कार केला आहे.''

''ते ठीक आहे; पण सगळी इंग्लिशच पुस्तकं आहेत?'' पंडितजींनी पडेल स्वरात विचारलं.

''कदाचित हिंदीतही असू शकतील. चौकशी करून सांगतो, महाराज!'' संजीवजी म्हणाले. ''आणि नसलंच तर मी वाचून तुम्हाला सगळं तपशीलवार सांगेन.'' हे ऐकताच पंडितजींचा चेहरा खुलला. त्यांनी नरेंद्रकडे वळून विचारलं, ''माझ्या मनात आणखी एका बाबतीत गोंधळ आहे. माणसं इतक्या सरळपणे कसा विश्वास ठेवायची?''

''कुणी सांगितलं? याच कारणासाठी एवढ्या मोठ्या प्रमाणात रक्तपात होत राहिला ना! यहुदींचं वैशिष्ट्य म्हणजे ते स्वत:ला श्रेष्ठ समजत असले तरी इतरांचं धर्मांतर केलंच पाहिजे असा त्यांचा हट्ट नव्हता. पुढच्या काळात तर आपल्या धर्मग्रंथावर समीक्षा करण्याइतका मोकळेपणा त्यांच्यात आला होता. त्यांना सहजीवनाचं महत्त्वही लवकरच समजलं होतं. पण आता ते आपलं अस्तित्व राखण्यासाठी धडपडताहेत. यातल्या खिस्ती लोकांनी मतपरिवर्तनाचे काही शांतीपूर्ण मार्ग शोधून काढले आहेत. पण मुसलमानांनी मात्र सातव्या शतकात जे शस्त्र हातात घेतलंय, ते अजूनही खाली ठेवलेलं नाही! अजूनही त्याच स्वर्गप्राप्तीची खात्री बाळगून आपल्या प्रवादीचं सांगितलेलं अक्षर न् अक्षर पाळताहेत ते केवळ मुसलमानच!'' (साहिह अल बुखारी २८१८)

नरेंद्रचं ऐकता ऐकता पंडितजी गंभीर झाले.

''बुद्धी कसाला लावण्यासारखा एकही प्रसंग त्यांना सामोरा आला नाही का?''

''कसा येईल? एकानं बुद्धीचा कस लावला तर दुसरा तलवारीनं त्याचं मस्तकच उडवतोय ना!''

हे उत्तर ऐकत असताना पंडितजींच्या चेहऱ्यावर कळवळा उमटला होता. त्यांनी कळवळून विचारलं, ''पण आता मुसलमानांमध्येही कितीतरी जण हुशार आणि भरपूर शिकलेले आहेत! त्यांच्यापैकीही कुणाला याची जाणीव नाही का?''

''आहे ना! अरब देशात जन्मून तिथंच वाढलेले कट्टर मुसलमान अभ्यासक अलीकडे आपल्या धर्मग्रंथाविषयी नि:पक्षपातीपणानं आपले विचार मांडताहेत. मी यासंबंधी विशेष जाणून घेताना त्यातले काही ग्रंथ अभ्यासले आहेत.''

''याचा प्रभाव त्यांच्यावर पडतोय का पण?'' पंडितजींनी उत्सुकतेनं विचारलं.

''होय!''

त्याचं हे उत्तर ऐकून त्यांनी नि:श्वास सोडला. त्यांच्या चेहऱ्यावर समाधानाची अस्पष्ट का होईना, रेषा उमटली.

''महाराज! नव्वदच्या दशकात कुठूनसे आपल्या काश्मीरमध्ये घुसलेले मुल्ला!

त्यांनी काय केलं? हाणा-मारा-मुडदे पाडा-जाळा हेच ना! त्यासाठी त्यांनी कुरआनमधल्या काही आयतांचा आधार घेतला आणि क्रौर्य मनात पेरलं. इस्लामवर श्रद्धा असणाऱ्यांना एकत्र केलं आणि त्यांना कुर्रानचा दाखला दिला. अशा मनांमध्ये पुन्हा आधुनिक विचारांची जाणीव रुजवणं सोपं आहे का?'' संजीवजींनी विचारलं.

यावर पंडितजींनी काहीच प्रतिक्रिया दर्शवली नाही. ते विचारात गढून गेल्याचं त्यांच्या नजरेवरून लक्षात येत होतं.

''सर्वसामान्य अज्ञान काही एवढंसं त्रासदायक नसतं. पण अहंकारयुक्त अज्ञान मात्र रजोगुणानं परिपूर्ण होऊन तमोगुणात शिरतं. मग ते सत्त्व पायदळी तुडवायला येतं तेव्हा मात्र फार मोठी हानी होते! कारण रज-तम प्रभावी होतात तेव्हा त्यांच्यामुळे घडणारी कर्मं राग-द्वेषानं भरलेलीच असतात. त्या कर्मात गुंतणारा माणूस सर्वप्रथम तिलांजली देतो तो आपल्या विवेकबुद्धीला! इतर कुणाचा तरी जीव घ्यायला तयार होणं हे त्याचंच फलित!'' ते स्वत:लाच सांगितल्याप्रमाणे म्हणाले.

पंडितजींचा निरोप घेऊन नरेंद्र जायला निघाला तेव्हाही ते आपल्याच विचाराच्या तंद्रीत असल्याचं या दोघांच्या लक्षात आलं. घराच्या दिशेनं कार चालवत असताना संजीवजीही त्याच विचारात असल्याचं नरेंद्रच्या लक्षात आलं.

''मूळ विषय समजून न घेता हिंदूंमधल्या जाती-उपजातीमधल्या गोंधळाचा इथे काहीही संबंध नाहीये! होय ना?'' त्यांनी हसत विचारलं.

''अगदी खरंय! पण छोट्या भांडणाला मोठ्या कलहाचं रूप देणारे आपण कुणाच्या तालावर नाचतोय, काय गमावतोय, याचंही त्यांना भान राहत नाही. अज्ञानापेक्षा भयानक आहे. यापेक्षा सद्य:परिस्थितीत दुसरं काहीही भयानक नाही.'' नरेंद्र म्हणाला. यावर ते काही बोलले नाहीत. घरी पोचल्यावरही त्यांची मन:स्थिती तशीच होती.

काही वेळ गेला. त्यांना एक फोन आला. त्याच अशांततेनं ते काहीतरी फोनवर बोलले. नंतर नरेंद्रकडे येऊन म्हणाले, ''उद्या सकाळी दहा वाजता येतोय सलीम! जाऊन या.''

''का? तुम्ही नाही येणार?''

''मला थोडं काम आहे. ते संपवतो. मुख्य म्हणजे तो तुम्हाला नीट घेऊन जाईल. माझी गरज नाही.''

नंतरही ते नरेंद्रच्या खोलीतच बसले तरी काहीही बोलले नाहीत. त्यांच्या मनात काहीतरी खळबळ चालल्याचं त्याच्याही लक्षात आलं होतं. पण तोही काही विचारायला गेला नाही. वेळ येताच ते स्वत:च सांगतील याची त्याला खात्री होती. अखेर न राहवून त्यांनी विचारलंच, ''प्रवादी वारल्यावर केवळ शंभरच वर्षांत त्यांच्या खलिफांनी अरब देशच नव्हे, इजिप्त, आफ्रिका, सीरिया, पर्शिया वगैरे

सगळा भाग इस्लामच्या प्रभावाखाली आणला. हे त्यांच्या साम्राज्यशाहीच्या धोरणासारखं नाही काय?''

''शंकाच नाही! प्रवादींनंतर आलेले पहिले दोन्ही खलिफा प्रवादींचे नात्यानं सासरेच होते. तिसरे आणि चौथे खलिफा प्रवादींचे जावई होते. प्रवादी ''राष्ट्रीयवादी'' होते असं म्हणायला बराच आधार आहे. मी अरब देशाचा, पवित्र कुरआन अरबी भाषेत आहे, तसंच स्वर्गवासींची भाषाही अरबीच! त्यामुळे अरबांचा वरचश्मा असणं स्वाभाविकच ना! ते त्यांनी स्पष्टपणे म्हणूनही ठेवलंय. एवढंच नव्हे, आपल्या कुरेशी टोळीविषयीही त्यांना विशेष अभिमानही होता. खलिफा होण्यासाठी केवळ कुरेशीच लायक असतात, असंही त्यांनी सांगून ठेवलंय. केवळ अरेबिया आणि मक्काच आपल्याला प्रिय आहे असंही त्यांनी म्हटलंय. जेरुसलेमऐवजी मक्केला किब्ला केलं ते त्याचसाठी. कुरआनच्या संदर्भातही तसंच. तुम्हाला समजावं म्हणून आम्ही अरबी भाषेत कुरआन तयार केलंय, असं स्पष्टपणे सांगितलंय. मुस्लिमांच्या धार्मिक विधीमध्ये अरबांना जी मान्यता आहे, ती आणखी कुणालाच नसते. केवळ स्वत:ला परमपवित्र असं म्हणणारे ते इतरांना कधीही आपल्या बरोबरीचे मानत नाहीत. एक उदाहरण सांगतो, बघा पटलं तर! कुठल्याही देशाचा कॅथॉलिक असला तरी रोमच्या व्हॅटिकन चर्चमध्ये पोप होऊ शकतो. पण मक्केची व्यवस्था बघणारे अरबांखेरीज आणखी कुणीही असू शकत नाहीत. त्यांचा राष्ट्राभिमान ठळकपणे उठून दिसत असला तरी इतर देशातले, त्यातही भारत-पाकिस्तान-बांगलादेशातले मुसलमान इतक्या शतकांपूर्वी मुस्लीम झालेले असले तरी मानसिकदृष्ट्या इतके शरण गेले आहेत की स्वत:च्या राष्ट्रावरच्या प्रेमापेक्षा आपल्या राष्ट्राला विरोध करणं हाच अभिमानाचा विषय मानतात! तुम्हीच बघा! नमाज करणाऱ्या प्रत्येक मुसलमानानं, मग तो पृथ्वीवरच्या कुठल्याही देशात आणि कुठल्याही भागात असला तरी त्यानं अरेबियाच्या किब्लाच्या दिशेला वाकून नमाज केला पाहिजे! प्रत्येक देश वेगवेगळ्या समयाच्या वलयात असताना, तसंच दिवसातून पाच वेळा नमाज करायचा नियम असल्यामुळे प्रत्येक क्षणी कुणी ना कुणी अरेबियाच्या पाया पडतच असतं! ही साधारण गोष्ट आहे काय? तसंच कुठल्याही मुसलमानाला यात्रेला जायचं असेल तर त्यानं मक्केलाच जायचं! तुम्ही-आम्ही घरचं दैवत लांब आहे म्हणून जवळच्या देवस्थानाला जाऊन हात जोडून येतो! इथं तसं काही चालत नाही! एकूण काय, त्यांचा आतापर्यंतचा इतिहास पाहिला तर असं दिसतं, संस्कृती कुठलीही असू दे, एकदा तिथं इस्लाम शिरला की संपलंच! नव्यानं धर्मांतर केलेले मुसलमानच आपल्या मूळ संस्कृतीची पाळंमुळं खणून नायनाट करायला पुढे सरसावतात! मुस्लीम समाज एवढ्या मोठ्या प्रमाणात विस्तार पावायला इतर कुठला आधार घेतला असता तर हे शक्य झालं असतं का?''

"हं..." म्हणत संजीवजी त्याचं बोलणं ऐकून घेत होते.

"हे मी फक्त आपल्या देशातलं सांगत नाही. इतर कितीतरी देशांत मुस्लीम अरेबिक देशाचे गुलाम झालेत, अशी नवी जाणीव त्यांच्या मनात अलीकडे निर्माण होत आहे."

हे सगळं मुसलमानांना कसं सांगायचं याचं दडपण जाणवून सकाळी पंडितजी ज्या मन:स्थितीत होते, त्याच मन:स्थितीत आपणही आहोत याची जाणीव होऊन जेवणानंतरही त्यांची मन:स्थिती शांत झाली नाही.

"अरेबियातही मूर्तिपूजा होती ना?" ते नरेंद्रपाठोपाठ त्याच्या खोलीत येऊन विचारू लागले.

"होय. काबामध्ये काळ्या पाषाणाला (हजर-ए-अस्वद), आजही ते झाकून ठेवतात. काबाला सात वेळा फेरी घालून येतात. ही त्यांची हज यात्रा. आजही मुसलमान असण्यासाठी याला आद्यता दिली आहे. प्रवादींनी काबातल्या मूर्ती झाकून ठेवल्या, पण ती पद्धत बदलायला गेले नाहीत. तसे बदल केले असते तर अरबांनी इस्लामची धार्मिकता स्वीकारली नसती. असं करा; इस्लामच्या साम्राज्यवादाच्या अधिक माहितीसाठी हे पुस्तक वाचा. 'इस्लाम इम्पिरियालिझम बाय अन्वर शेख.' त्यानं पुस्तकाचं नाव सांगितलं ते संजीवजींनी ते लिहून घेतलं. त्यांची नजर अभिमानानं त्याच्यावरून फिरली.

"प्रवादींनी कुरआन लिहिल्याचा कालावधी कोणता?"

"इ.स.५७० ते ६३२. त्यात प्रवादींनी लिहिलेली अखेरची तेवीस वर्षं फक्त. पहिली तेरा वर्षं मक्केत, नंतरची दहा मदीनामध्ये."

त्यानं सांगितलेल्या सगळ्या गोष्टींवर विचार करत संजीवजी आपल्या खोलीकडे निघाले. तेरा शतकांपूर्वी अरब देशाच्या वाळवंटात जन्मलेले प्रवादी कसे असतील, याच विचारात गढून गेलेल्या संजीवजींना नंतरही बराच वेळ झोप लागली नाही. त्या वाळवंटातल्या वावटळीतून उडून आलेली एक ठिणगी किती निर्दयपणे आपला देश, आपली माणसं आणि अखेर संपूर्ण वंशच जाळून टाकतेय ना! या विचारात तळमळत असताना त्यांच्या मनात काहीतरी विचार येऊन त्यांनी बायकोच्या चेहऱ्यावरून हात फिरवला.

तिचे दोन्ही डोळे आणि गाल ओले झाले होते.

तिला जवळ घेत ते ममतेनं तिला समजावत म्हणाले, "रडू नको आरती!... नको!"

सोळा

सुंदरकृष्णांची नजर लॅपटॉपवर खिळली होती. त्यांच्या वृत्तपत्रात कालचा लेख प्रसिद्ध झाला तेव्हा अशी एखादी प्रतिक्रिया येईल याची त्यांना अजिबात कल्पना नव्हती. कर्नाटकातल्या कुणाला तरी काश्मीरविषयी, त्यातही इतक्या तपशीलवार ठाऊक असण्याची त्यांना शक्यताच वाटली नव्हती. नरेंद्रविषयी काहीसा अंदाज असला तरी अशा प्रकारचं परिपूर्ण लेखन तो प्रत्युत्तर म्हणून लिहील असं त्यांना वाटलं नव्हतं. त्याच्या या लेखामुळे प्रतिक्रियांचा धो धो पाऊसच कोसळायला लागलाय, हे त्यांना स्पष्ट दिसत होतं. फेसबुक-ट्विटरवर तर तो संपूर्ण लेख, तर काही ठिकाणी त्यातले महत्त्वाचे मुद्दे पुन:पुन्हा टाकले जात आहेत. काश्मीरच्या विलीनीकरणाचा इतिहास तर आता सगळ्यांच्याच तोंडी आहे! त्यातला सगळा तपशील या लेखामुळे जनसामान्यांना समजल्याचं जाणवून ते अस्वस्थ झाले होते. यानंतर येणाऱ्या लेखांमध्ये कुठलेही मुद्दे टाकले तरी त्या मुद्द्यांना हाच प्रत्युत्तर देत राहणार याविषयी शंका नाही! असं झालं तर चार लेख प्रकाशित व्हायच्या वेळेपर्यंत या विषयातले सगळे बारीकसारीक कंगोरे लोकांना समजतील! आजवर ते समजणार नाहीत याची आपण काळजी घेतली असली तरी!

म्हणजे आपले सगळे प्रयत्न पाण्यात गेले, असंही झालेलं नाही. अल्पसंख्याकांना जवळ करायचा उद्देश तर कारणी लागला आहे. आज संध्याकाळी ते सगळे टाउनहॉलमध्ये जमणार आहेत. आज गोमांस खाऊन आपला विरोध दर्शवण्याचा कार्यक्रम आहे. काश्मीरमधल्या बांधवांच्या मदतीला धावून गेलंच पाहिजे, अशी सार्वजनिक प्रतिज्ञा करून आपल्यातली एकता दाखवायची, त्यानंतर इतरांना धमकवायचं आहे. कुठलीही चळवळ उभी करायची असेल तर वृत्तपत्र हे एक लहानसं साधन असतं. नाममात्र. लोकांची मन:स्थिती परिणामकारक पद्धतीनं दर्शवण्याचं

ते एक साधन. पण यामागची पार्श्वभूमी नीट तयार केलेली असली पाहिजे. तरच आपला अभिप्राय हा संपूर्ण समाजाचा आहे, असं भासवण्यात यशस्वी होणं शक्य आहे. मुख्य म्हणजे एक असत्य, ते कितीही मोठं असू दे, वरचेवर सांगत राहिलं तर लोकांना तेच सत्य वाटू लागतं. या सगळ्याचा सुंदरकृष्णना भरपूर अनुभव होता म्हणा! नाहीतरी पुढच्या आठवड्यात दिल्लीहून मुरारी येतोय ना! तरतरीत तरुण! त्या वेळी सगळ्या अल्पसंख्याकांना आणि दलित संघटनांना एकत्र करून सभा घ्यायच्याच आहेत. शेवटी, आम्ही नेहमी भरवत असलेल्या मोठाल्या जथ्थांसमोर त्या फडतूस नरेंद्रच्या लेखांचा काय पाड? ते येत राहू देत आपल्यापुरते! बाकीचं सगळं नाहीतरी आपणच नियंत्रित करणार आहोत ना!

या विचारासरशी त्यांचं थोडं समाधान झालं.

कर्नाटकाप्रमाणे इतर काही राज्यांमध्ये इतका का आवाज ऐकू येतोय? काश्मीर आपल्याला का हवंय, याविषयी सगळ्यांच्या मनात आशंका निर्माण झाली तरी पुढं काय करायचं याचा विचार केला पाहिजे.

ते या विचारात असतानाच एक कॉम्रेड आले.

***

वृत्तपत्रात लेख प्रकाशित झाल्यापासून मीरादेवींवर अभिनंदनाचा वर्षाव होत होता. सकाळपासूनच फोन यायला सुरुवात झाली होती. प्रत्येक फोन प्रचंड कौतुक करणारा होता. त्यामुळे फोन उचलल्या उचलल्या थँक्यू म्हणणं ही प्रतिक्षिप्त क्रियाच होऊन गेली होती! त्यामुळे काल जेव्हा दलित संघटनेचा फोन आला तेव्हाही त्यांनी आधी अभावितपणे थँक्यू म्हटलं. पण अभिनंदनाऐवजी त्यांनी वेगळंच सांगितलं.

"मॅडम! उद्या चळवळीचा एक भाग म्हणून टाउनहॉलमध्ये गोमांस भक्षणाचा कार्यक्रम ठेवलाय. तो निरोप द्यायचा होता. उद्या संध्याकाळी ठीक पाच वाजता तिथं हजर राहा. आणखी दोन पुढारीही येताहेत. तुम्ही मात्र पाच वाजता हजर राहायचं!"

हा आदेशवजा निरोप ऐकताच मनात उमटलेला 'मी कशाला येऊ?' हा प्रश्न तितक्याच तत्परतेनं त्यांनी गिळून टाकला. आपणच हा प्रस्ताव फेसबुकच्या माध्यमातून दिल्याचं आठवल्यामुळे त्यांना ही माघार घ्यावी लागली होती. त्यामुळे त्या कार्यक्रमाला जाणं अपरिहार्य असल्याचं त्यांनी मनोमन मान्य केलं होतं.

तशा त्या वेळेवर तयारही होऊन बसल्या होत्या. आणखी अर्ध्या तासात कार येईल म्हणून त्या एकीकडे वाट पाहत असल्या तर दुसरीकडे मन अस्वस्थ होतं.

सकाळपासूनच त्यांची ही अवस्था झाली होती. जेवण न गेल्यामुळे त्यांनी एक शहाळं मागवून घेतलं होतं. आता प्रकृतीचं कारण सांगून मागं हटणं म्हणजे अवमानकारक. कार्यक्रमाची भरपूर प्रसिद्धी केल्यामुळे सगळ्या वृत्तपत्रांमध्ये या

सभेची बातमी मुखपृष्ठावर झळकली होती. त्यामुळे भरपूर गर्दी होणं अपेक्षित होतं. पुढच्या आठवड्यात मुरारी यायच्या वेळेपर्यंत या चळवळीचं पुढारीपण आपल्याकडे चालून आलंय. ही संधी दवडता कामा नये. त्यासाठी सुंदरकृष्णही हवी ती सगळी मदत करताहेत. या संधीचा सदुपयोग करून घेणं एवढंच मीरादेवींचं काम होतं.

पण कसं असेल हे गोमांस?

"मांस ते मांस! आता कबूल केलंय म्हटल्यावर त्याचे एक-दोन तुकडे तोंडात टाकणं भाग आहे. तेवढं करायचं! त्यात काय मोठं!" सकाळी मंत्र्यांचाही फोन आला होता. ते एकीकडे उभारी येईल असंच बोलले होते म्हणा!

मीरादेवींनी विचारलं होतं, "तुम्ही खाल्लंय का?"

"छे: छे! हव्या तेवढ्या वेळेला नमाज करेन! पण हे नाही जमणार आपल्याला! आमची बायको दररोज वेगवेगळ्या प्रकारच्या पूजा ठेवत असते! नाही जमणार!" त्यांनी प्रामाणिकपणे सांगितलं.

छे! कशाला फेसबुकवर स्टेटसवर लिहायची दुर्बुद्धी झाली! नसता आवेश! लक्षात येऊन ती काढून टाकली तरी कुणीतरी हितशत्रू त्याचा फोटो काढूनच ठेवतात! मी स्टेटस काढून टाकलं तरी तो फोटो आपल्या वॉलवर घालून वर कॉमेंट लिहितात, बघा, बघा! मीरादेवींनी त्या दिवशी असं लिहिलं होतं, आता स्टेटस डीलिट करून टाकलंय! मग विरोधक याचा फायदा घेतल्याशिवाय कसे राहतील? कुणी हैवानानं या फेसबुकचा शोध लावलाय कोणजाणे!

खरंतर मीरादेवींना स्वत:चाच पराकोटीचा संताप आला होता. तो अशाप्रकारे मनातल्या मनात व्यक्त होत होता. त्याच रागानं त्यांनी गळ्यात नेहमी असणारं सरस्वती-लक्ष्मीचं लॉकेट काढून ठेवून गळ्यात आणखी काही घालावं की असंच बरं दिसेल याचा विचार करत घड्याळ पाहत असतानाच कार आल्याचा आवाज आला.

"चला, मॅडम! चला. नव्या सेक्युलर भारताच्या निर्मात्या! चला!" म्हणत त्यांनी मीरादेवींना कारमध्ये बसायला सांगितलं. नंतर ते म्हणाले, "कालचं लेखन काय जोरदार होतं म्हणून सांगू!" बोलवायला आलेल्या आयोजकांपैकी एकजण म्हणाले.

ओठांवर स्मितहास्य बाळगत रस्ता आणि शेजारी बसलेल्या संयोजकांचा अंदाज घेत असलेल्या मीरादेवी विचार करत होत्या, ट्रॅफिकमुळे घरापासून टाउन-हॉलपर्यंत जायला किमान अर्धा-पाऊण तास लागायचा, त्याऐवजी आज कुठेही टॅफिक किंवा सिग्नल न लागल्यामुळे केवळ दहाच मिनिटांत कसे येऊन पोचलो?

गेटपाशी कार उभी राहिली. मीरादेवी उतरल्या. एक मोठा समूह त्यांचं स्वागत करायला ताटकळत उभा होता, तो घाईनं सामोरा आला. हॉल माणसांनी गच्च

भरला होता. त्यांच्यामधून वाट काढत त्या व्यासपीठापाशी पोचल्या तेव्हा आधीच व्यासपीठावर उपस्थित असलेले दोन्ही पुढारी अदबीनं उभे राहिले. त्यांच्याकडे एक स्मितहास्य फेकून त्या व्यासपीठावर चढल्या. खुर्चीवर स्थानापन्न होताना त्यांची नजर टेबलावर ठेवलेल्या एका मोठ्या डब्यावर पडली. त्यातच 'ते'' ठेवलेलं असणार!...

दोघांचीही दहा-पंधरा मिनिटं भाषणं झाली. नंतर मीरादेवींकडे वळून ''मॅडम! आता आपण सभेला मार्गदर्शन करावं!..'' असं सांगण्यात आलं. त्यांनी गळ्यापाशी हात नेत ''बोलता येत नाही...'' असं सुचवलं. ''आता मुख्य कार्यक्रम...'' म्हणत तो डबा उघडण्यात आला आणि आधीच ठेवलेल्या तीन ताटल्यांमध्ये त्यातले काही तुकडे घालून या तिघांना देण्यात आले. अवाक्षर न उच्चारता त्या तिघांनीही त्या घेतल्या. उत्साहित करण्याच्या दृष्टीनं आयोजकांनी चढ्या आवाजात सांगितलं, ''सगळ्यांनी एकाच वेळी खायचं! एकाच वेळी!''

मीरादेवींनीही प्लेट उचलली. त्यांच्या नजरेसमोर काही क्षण अम्मा तरळून गेली. घरातल्या गंगा गाईची पूजा केल्याशिवाय पाणीही न घेणारी अम्मा! समाजात असलेली असमानता नष्ट करायच्या कामी आपण किती प्रगतिशील आहोत हे दाखवण्याच्या कर्तव्यापोटी आपण हे खात आहोत असं मनाला पटवलं तरी दररोज गंगेच्या कपाळावर एवढालं कुंकू लावून तिला प्रदक्षिणा घालून तिची शेपटी मोठ्या प्रेमानं डोळ्यांना लावून घेणाऱ्या अम्माचा कसा विसर पडणार?

''हं मॅडम! करा सुरू!'' या वाक्यासरशी मीरादेवींनी मान वर करून पाहिलं. सभेतल्या सगळ्यांची नजर त्यांच्यावरच रोखली होती. या क्षणी माघार घेतली तर हा सगळा समाज आपली हेटाळणी करेल आणि खाल्लं तर तिरस्कार! अशा विचित्र भयानं त्यांचा हात काही क्षण जागीच थांबला. मोठ्या प्रयासानं त्यांनी एक तुकडा तोंडात घातला.

लगेच समोरच्या मीडियावाल्यांचे कॅमेरे लखलखले. काही जणांनी त्यांना आपल्या बाजूला वळून पुन:पुन्हा घास तोंडात घालायला लावला. चार-पाच वेळा गोमांस खात असल्याचे फोटो काढायची संधी दिल्यानंतर त्यांनी हातानंच थांबायला सांगितलं. लगेच त्या व्यासपीठावरून खाली उतरल्या आणि घाईघाईनं गाडीकडे जायला निघाल्या. चेहऱ्यावर महाप्रयासानं हसू आणून गाडीत बसताना त्यांनी पाहिलं. नेहमी हसतमुखानं पाहणाऱ्या शेंगदाणे विकणाऱ्या म्हाताऱ्यानं आज मान फिरवली. ते सहज घडललं नाही हे मीरादेवींच्या लक्षात आलं.

घरात शिरल्या-शिरल्या त्यांनी बाथरूम गाठली. गळ्याशी अडकलेलं बळेच उलटीद्वारे बाहेर काढल्यावरही पोटात काही नसलं तरी पुन:पुन्हा उलटी आल्यासारखं वाटत होतं. छाती-गळा जळजळत असूनही पुन:पुन्हा तोंड-दात-घसा घासून घासून

सगळं शरीर घासून घासून स्वच्छ केलं तरी काहीतरी शिल्लक आहे असं जाणवून त्या अस्वस्थ होत होत्या.

कुठलाही चॅनेल लावला तरी त्यावर त्यांच्या कार्यक्रमाच्याच बातम्या दाखवल्या जात होत्या. ''हा खरा सामाजिक बदल! सगळा समाज अशाप्रकारे गोमांस भक्षण करायला लागला तर खरा भारताचा उद्धार होईल! सगळ्यांनी गोमांस खाल्ल्यावरच सगळ्यांच्या मनात समानतेची भावना नव्यानं जन्म घेईल!... मीरादेवींनी सामाजिक समतेच्या दृष्टीनं उचललेलं महान पाऊल!'' वगैरे मुक्ताफळांचा मुबलक वापर केला जात होता.

सगळ्या प्रकारानं आलेला थकवा जाणवत होता म्हणून मीरादेवी सोफ्यावर अंग टाकून थोडा वेळ शांत बसल्या, त्याच वेळी फोन वाजला. मंत्रिमहोदय फोनवर होते. म्हणाले, ''खरंतर आज वेळ होता. यायचा विचार होता. पण तू ''ते'' खाऊन आलीयस ना! काय करणार? जाऊ दे! पुन्हा कधी सवड असेल तेव्हा येईन.'' म्हणत त्यांनी फोन ठेवला. काहीतरी हातातलं निसटून जात असल्यासारखं वाटून मीरादेवींना हुंदका आला.

सतरा

मुफ्ती लतीफ असर निमाज संपवून संथपणे निघाले. लांबलचक पिवळी दाढी, मिशी काढलेली, डोळ्यांमध्ये सुरमा, आखूड पायजमा आणि लांबलचक झगा. येत्या मोहर्रमला त्यांना अडुसष्ट पुरी होतील. आतापर्यंत ते ज्या प्रकारे जगले त्याविषयी त्यांच्या मनात सार्थकतेची भावना होती आणि ती त्यांच्या बोलण्या-वागण्यातून व्यक्तही व्हायची. श्रद्धावंत मुसलमानानं पाळायचे पाचही नियम; म्हणजे शहादा, सलात, जकात, साव्म आणि हज; हे नियम अत्यंत काटेकोरपणे पाळल्याचा अभिमान त्यांना नेहमीच जाणवत होता. हज तर चार वेळा करून आले होते ते! आणखी एकच राहिलं होतं. संपूर्ण भारताचं इस्लामीकरण करून धर्मनिष्ठ मुसलमान असल्याचं सिद्ध करायचं होतं. तेच त्यांच्या उरलेल्या आयुष्याचं ध्येय असल्यामुळे त्यासाठी ते पुरेपूर कष्ट घेत होते.

"यानंतर मला स्वर्गप्राप्ती होणार याविषयी शंकाच नाही!" याच विचारात भिंतीला टेकून बसत ते पुनरुत्थानाच्या दिवसाविषयी विचार करू लागले. होय! त्या दिवशी अल्लाहू सगळ्यांना एकीकडे जमा करतील. त्या दिवशी मोहमदांशिवाय दुसरा कुणी प्रवादी मध्ये येणार नाही. (साहिह मुस्लीम १९३ ई) नरकावरून जाणाऱ्या पुलावरून जायचं. त्या सेतूवरून पहिल्यांदा मोहमद गेले होते. (साहिह मुस्लीम १८२ अ). प्रवादीबरोबर जायचं सौभाग्य यानंतर मलाच मिळणार याविषयी शंका कशाला? ते योग्यही आहे! मी काही केवळ मशिदीत नमाज करण्यात आयुष्य घालवलं नाही! प्रवादींनी सांगितल्याप्रमाणे अल्लाहूच्या नावावर युद्ध पुकारून कितीतरी जणांचं रक्त सांडलं आहे!

या काश्मीरमध्ये येऊनच तीस वर्षं झाली. इथं आलो तेव्हा काय होतं इथलं चित्र! इथले सगळे मूर्ख मुसलमान सगळ्या काफिरांना भाई-भाई म्हणत गळ्यात

पडत होते! किती मोठं पाप करत होते, हेही या मूर्खांना समजत नव्हतं! या जागेचा इतिहासच तसा आहे! शिया आणि सुन्नी या दोन अत्यंत प्रमुख पंथांशिवाय कितीतरी वेगवेगळे पंथ होते! सैयद, शेख, मोघल, पठाण, गुजर, बकरवाल, दोम, वतालि किती म्हणून नावं सांगायची! असे हे मूर्ख काश्मीरी मुसलमान!

एवढं पुरेसं नाही म्हणून आधीपासून चालत आलेले वहाबी, हनिफ आणि इमाम या दोन पंथांमधले संघर्ष! इमाम अबु हनिफ यांनी प्रतिपादन केलेल्या हनिफ पंथाशी तुलना केली तर, इमाम अहमद इब्न अन्बल यांना आदर्श ठेवून जगले, त्याप्रमाणे त्यांच्या दर्ग्याला इबादत् जिहादी सिद्धान्तच योग्य आहे अशी माझी खात्री आहे. कुरआन आणि हदीस यामध्ये आल्याप्रमाणे इतर सगळ्या पूजापद्धती बिद्दत किंवा आविष्कार-पद्धती मानणाऱ्या वहाबी पद्धतीला मी कधीच पाठिंबा देणार नाही. अशक्य आहे ते! इस्लाममध्ये दर्ग्याला मानणं किंवा न मानणं यावरून मतभेद आहेतच. पण काश्मीरचं इस्लामीकरण केलं तेच मुळी सूफी संतांनी! हे नाकारताही येत नाही.

काही का असेना! आमच्यामधले हे बारीकसारीक आंतरिक मतभेद या काफिरांच्यासमोर घेऊन जाऊन त्यांनी हव्या त्या पंथात जावं असं म्हणून सोडून देणं हा निर्लज्जपणाचा परमावधी नाही का? जामिया मशिदीचे वहाबी निर्वाईज आणि शाह-इ-हमदान दर्ग्याचे हनिफ निर्वाईजच असं म्हणायला लागले तर सामान्य मुसलमानांनी काय करायचं? काफीर राजांनी दिलेल्या हुकमाला अनुसरून या सगळ्यांनी मशिदी आपसात वाटून घेतल्या. सरकारनं ताब्यात असणाऱ्या सगळ्या मशिदी यांनाच दिल्या आहेत! त्यानंतरही आपसात बाचाबाची करताहेत! त्या वेळी यांना काश्मीर या एकाच भौगोलीक प्रदेशाचे, एकाच धर्माचे आहोत किंवा मुसलमानांपुढे असलेला हा एकुलता एकच मार्ग आहे हे का नाही आठवलं? नंतर अल-ई-हदित् जन्मल्यावर पुढचा रस्ता थोडा तरी स्पष्ट झाला. वहादी आणि अल-हदित् यांच्यामध्ये असलेलं एकच साम्य म्हणजे दोघेही केवळ कुरआन आणि हदीसलाच परमोच्च अधिकार बहाल करतात. इतर जसे मानतात तसे, अल-ई-हदित् इतर कुठल्याही इमामांची मातब्बरी मानत नाहीत. या सगळयांमध्ये, पंजाबच्या कादियानमध्ये सुरू झालेली, मुस्लीम म्हणवून घ्यायची लायकी नसलेली; अहमदींची चळवळ काश्मीरमध्ये पसरली. इथले सुशिक्षित मध्यमवर्गातले मुसलमान त्यांच्याकडे आकर्षित झाले. अहमदींना मत घालायला केवळ पंजाबींच्या अहरार पंथाची मदत घेऊन... एकूण काय; काश्मीरमध्ये व्यवस्थित इस्लाम स्थापित करेपर्यंत काय-काय केलं ते मलाच ठाऊक! काबा की कसम! बहुतेक वेळा काफिरांबरोबर लढण्यापेक्षा या आमच्याच माणसांशी लढताना दमछाक होऊन जाते!

मी आल्यानंतर या सगळ्या ठिकाणी विभागून गेलेल्या आमच्या सगळ्यांना

एकत्र करून "काफरांना जिवंत राहायचा अधिकार नाही म्हटल्यावर ते कसे तुमची भावंडं होतील?" ही गोष्ट किती प्रकारांनी ठसवण्यात बराच वेळ घालवावा लागला! लहान-मोठ्या मशिदींचे इमाम आणि मौलवींना पकडून सतत इस्लामचा खरा संदेश सांगत राहिलो. त्यानंतर कुठं या आमच्या माणसांना अक्कल आली आणि त्यांनी जवळपासच्या काफरांना ठार करून उरलेल्यांना पळवून लावलं!

अक्षरश: जिहाद चालवलाय मी! केवळ तलवारींच्या बळावर केला जातो तोच फक्त जिहाद नसतो! काफरांना पळवून लावणं, त्यांच्या विरोधात भय निर्माण करणं, अथवा त्यांना देशोधडीला लावणं हाही एक प्रकारचा जिहादच आहे! या मार्गानं मी निष्ठेनं वाटचाल करतोय! मग मला मिळेल तो काही साधासुधा स्वर्ग नसेल! अतिउच्च प्रतीचा स्वर्ग! स्वर्गाच्याही तीन पायऱ्या आहेत म्हणे! तीन मजले म्हणा हवं तर! त्या प्रत्येक मजल्याचं अंतर भूमी आणि आकाशात आहे तेवढं. हदीसमध्येच आहे ना तो सगळा तपशील! म्हणजेच मी या सर्वसामान्यांपेक्षा उच्च स्थानावर असणार आहे!

या विचारासरशी मुफ्तींच्या उग्र चेहऱ्यावर मंदस्मिताची लकेर तरळून गेली. स्वर्गातल्या रत्नखचित आसनावर लोडाला टेकून, सुराभरित पेला आणि सुरई ठेवलेली तबकं आणून ठेवणाऱ्या नवतरुण मुली, सतत कुमारी राहणाऱ्या सुंदर स्वर्गीय तरुणी, त्यांच्या सान्निध्यात वावरत असल्याची कल्पना त्यांच्या मनात भरून राहिली...

"चहा देऊ काय?" नवीन बेगम रुक्साना विचारत होती. चौथी गेल्यावर हिच्याशी निकाह केलाय. लहान वयाची असली तरी माझ्या मनातलं ओळखून तसंच वागते! एवढं पुरे या भूमीवरचे चार दिवस काढण्यासाठी!

मुफ्तींनी तिला होकार दिला.

होय. लहानपणापासूनच मला कुरआन आत्मसात करण्यात अतिशय रस होता. आमच्या मदरशात मीच पहिला. त्यामुळे मला वेगवेगळ्या राज्यातल्या मोठमोठ्या मौलानांकडे पाठवायचे. तिथंच मला अरबांच्या सलाफी चळवळीचा परिचय झाला. सौदी देशात जाऊन काही वर्षं राहिलो. खरंच, किती श्रेष्ठ कल्पना आणि श्रद्धा! म्हणूनच त्या देशात इतक्या प्रमाणात समृद्धी आहे ना! मला तर या नगराच्या प्रभूची आराधना करायची आज्ञा झाली आहे, असं स्वत: प्रवादींनीच सांगितलंय ना! खरोखरच अल्लाहूनं अरबातल्या कुरेशीत, बनुहाशीम जमातीत, त्यातही मला उन्नत स्थान बहाल केलं, असं सांगितलंय, ते उगाचच सांगितलंय काय?

इथल्या लोकांना किती सांगितलं तरी समजत नाही! एवढंच काय, ऐकून घ्यायचा संयमही नाही! ठरलेल्या वेळी निमाज केला की यांचं धर्मकर्तव्य झालं!

काहीजण तर तेही करत नाहीत! तशी माणसं दिसली की कजा-निमाज करायला लावतो. यांना धर्मापेक्षा पैशाची हाव जास्त! पैशासाठी हपापलेले मूर्ख! इस्लाम सगळ्यात उच्च स्थानावर आहे, असं कानीकपाळी ओरडून सांगितलं तरी, शरिया कानून जारी करण्यासाठी का होईना, आपलं राज्य यायला नको का, असा त्यांचा प्रश्न! हे कसले मुस्लीम? हे तर काफीरच! सुरुवातीला तर यांना काफीर म्हणून घोषित करावं इतका संताप मनात दाटून यायचा. अलीकडे मात्र त्या संतापाला आवर घालायला जमायला लागलंय!

तसा मीही आझादी मिळायची वाट बघतोय म्हणा! ती एकदा मिळाली की हा प्रदेश पवित्र करायचं काम आणखी व्यवस्थित हातात घेता येईल. तसं आजही काहीना काही करत असतोच म्हणा! जिहादाची पूर्तता करण्यासाठी चंग बांधून सर्वस्व देणाऱ्या मुजाहिदांना तयार करतोय. इतरांना कुरआन-हदीस शिकवून शान-ए-नजूलविषयीही सांगत असतो. त्यातलं कितपत समजतंय, कोणजाणे! एक मात्र आहे! माझ्याविषयी सगळ्यांच्या मनात अपार भय आणि गौरव आहे.

काश्मीरही सौदी देशासारखा झाला पाहिजे! हेच माझं स्वप्न! केवळ माझंच नव्हे, तेही यासाठी वेगवेगळ्या मार्गानं पैसे पाठवत असतात. त्यामुळे जिहाद यशस्वी होईल यात शंका नाही! इस्लामची राजवट म्हणजे शरिया कानून. त्याचं आचरण अत्यंत कठीण असतं यात शंका नाही. पण त्यानंतर मिळणारं स्वर्गसुख! त्यासाठी काय-काय करायचं हे प्रवादींनी सांगितलंय, इतकंच नाही, स्वत: तसं वागूनही दाखवलंय! सगळं इतकं स्पष्ट असताना आपण कशाला कुणा दुसऱ्याची राजवट मान्य करायची?

काही का असेना, शिकणं सोपं असतं. मुख्य म्हणजे आपल्या हातात सत्ता असणं आवश्यक आहे. पण शिकवणं कठीण असतं. इतर सगळ्या देशांमध्ये लहान असतानाच मुलांना धर्मयुद्धाविषयी सांगितलं जातं. जिहादच्या मार्गानं जाण्यातच कसं सगळ्यांचं हित आहे, हे किती व्यवस्थित पटवून मनात ठसवलं जातं! मी स्वत: ते सगळं पाहिलंय ना! आधी प्रतिस्पर्ध्याविषयी द्वेष पेरला पाहिजे. मनात द्वेषच नसेल तर ठार मारायला आणि रक्त सांडायला मन कसं तयार होईल? त्यासाठी सूरह वाचून त्यातला अर्थ नीट समजावून सांगायला पाहिजे! जे मुसलमान नाहीत त्यांचा द्वेष करायला पाहिजे. त्यातही विशेषकरून यहुदींचा! प्रवादींना विषप्राशन करायला लावणारी ती डुकरीण जैनाब ना? थू:! तिची संपूर्ण संतती या भूमीवरून नष्ट करेपर्यंत आम्ही गप्प बसणार नाही! इन्शाअल्ला! असू दे! तो वेगळाच प्रयत्न आहे.

विशिष्ट वेष घातल्यावर प्रत्येकाला योग्य-अयोग्य काय समजून द्यायचा सराव करावा लागतो. कितीही शूर असले तरी सुरुवातीच्या एक-दोन हत्यांनंतर अपराधाच्या

भावनेनं मलूल होऊन जातात. त्यामुळे त्यांच्या डोक्यात असलेली योग्य-अयोग्याची व्याख्या बदलायला बरेच कष्ट घ्यावे लागतात. प्रवादींनी आपल्या त्रेपन्नाव्या वर्षी दहा वर्षांच्या आयेशाशी निकाह केला. त्या प्रसंगाचं तोंडभरून कौतुक करत, काफिरांच्या वधाचं समर्थन करत, युद्धबंदी स्त्रियांना गुलाम करून त्यांच्यावर बलात्कार करायला उत्तेजन देत त्यांच्या डोक्यात असलेल्या योग्य-अयोग्याच्या कल्पना टप्प्याटप्प्यानं नष्ट करता येतात असा माझा अनुभव आहे. यानंतरही किरकोळ शंका किंवा माघार घ्यायची प्रवृत्ती असेल तर ती नष्ट करण्यासाठी प्रत्यक्ष प्रवादींच्या जीवनातल्या काही घटना उदाहरण म्हणून सांगता येतात. अगदी वेचून दोन सांगितल्या तरी पुरेसं आहे. मग ज्याला क्रौर्य म्हणतात ते आत्मसात करून काफिरांची मुंडकी छाटायला ते अजिबात मागंपुढं बघत नाहीत.

त्यातलं पहिलं उदाहरण प्रवादींनी खैबरच्या श्रीमंत यहुदी टोळीवर हल्ला केला तेव्हाचं. त्या टोळीचा प्रमुख किनाना याला त्यांनी पकडलं. त्याला त्याच्या माणसांनी लपवून ठेवलेल्या संपत्तीचा ठावठिकाणा विचारला, तेव्हा त्यानं आपल्याला ठाऊक नाही म्हणून सांगितलं. तेव्हा स्वत: प्रवादींनी आपल्या एका अनुयायाला तो खरी जागा सांगेपर्यंत त्याचे हाल करायची आज्ञा दिली. तेव्हा तो अनुयायी किनानाच्या छातीवर निखारे ठेवून त्याला फुंकर घालू लागला, डिवचू लागला. किनाना अगदी मरायला टेकला तेव्हा प्रवादांनी दुसऱ्या एका अनुयायाला त्याला ठार करायची आज्ञा दिली. तेव्हा त्या अनुयायानं किनानाचं मस्तक कापून प्रवादींना संतुष्ट केलं!

दुसरं उदाहरण फातिमा नावाच्या स्त्रीचं. तिला अरब उन कर्फाही म्हणायचे. तिची सगळी मुलं अरब टोळ्यांचे महान नायकच. कधी त्या दोन टोळ्यांमध्ये भांडण-लढाई झाली तरी तिनं आपल्या मस्तकाचं वस्त्र एका काठीला बांधून पाठवलं की बस्स! युद्ध थांबलंच! एवढा तिचा मान! ती स्वत: कवयित्रीही होती. प्रवादींच्या विरुद्ध कवन-वाचन करायची. मक्का सोडून मदीनाला गेल्याच्या सहाव्या वर्षी प्रवादींनी जैद नावाच्या आपल्या अनुयायाला तिच्यावर हल्ला करण्यासाठी पाठवून दिलं. जैदनं तिच्या दोन्ही पायांना दोर बांधले, दोन उंटांच्या पायांना बांधले आणि त्या उंटांना दोन विरुद्ध दिशांना हाकललं. तिच्या देहाचे मधोमध उभे दोन तुकडे होईपर्यंत! त्यानंतर तिचं मस्तक कापून ते मदीनाच्या एका खांबावर लटकवून ठेवलं. अशाप्रकारे त्यानं प्रवादींना प्रसन्न केलं!

***

''चहा!'' बेगमांच्या आवाजानं मुफ्ती वर्तमानात आले. त्यानी तीनच घोटात चहा संपवला. त्यांची खायचीही हीच पद्धत होती. जे असेल ते तीन बोटांत मावेल एवढंच घ्यायचं. खाऊन झाल्यावर हात पुसायच्या आधी बोटं चाटली पाहिजेत. हीच प्रवादींची पद्धत. अल्लाहूच्या संदेशवाहकापेक्षा आपल्याला दुसरा कुठला उत्तम

आदर्श असणार? शिवाय प्रत्येक प्रदेशासाठी एकेक प्रवादी नेमण्यात आलेला असतो. पण ''माझी सगळ्या जगाचा प्रवादी म्हणून नेमणूक झाली आहे,'' असं त्यांनी स्वतःच सांगितलेलं नाही काय? कुठं? साहिह अल बुखारी ३३५. सगळं पाठ आहे मला! असलंच पाहिजे ना! थोडक्यात काय, मी ठेवत असलेल्या प्रत्येक पावलामुळे मला एकेक पाऊल उच्चस्थानी घेऊन गेलं पाहिजे!

त्यांचं मन पुन्हा काही अप्रिय घटनांकडे वळलं. हे एवढं सगळं स्पष्ट असतानाही सगळे का आज्ञाधारकपणे असं वागत नाहीत? या जीवनात काहीही घडलं तरी त्याचं उत्तर कुरआनात आहेच! असं वागणाऱ्यांसाठीही कुरआनातच उत्तर दिलेलं आहे. अल्लाह आपल्या कार्यासाठी ज्यांना निवडतो, त्यांना तो कसलाही जाब विचारणार नाही, इतरांना मात्र जाब विचारला जाईल. हे सांगितलं तर सगळ्यांची बोलतीच बंद होईल! झालीच पाहिजे! कुरआनातच लिहिलंय. २१.२३ बघितलं की स्पष्टच समजेल! या विचारासरशी त्यांच्या चेहऱ्यावर मंद हास्य उमटलं.

दाराजवळच्या सावलीमुळे ते भानावर आले. त्यांच्या आज्ञेप्रमाणे फरूकला आणण्यात आलं होतं. आवाजातली जरब त्याला जाणवेल याची खबरदारी घेत ''सलाम आलेकुम...'' म्हणत त्यांनी त्याला समोर बसायची आज्ञा केली. त्याच्यासोबत आलेले बाहेर गेल्यानंतर त्याच्याकडे वळून त्यांनी विचारलं, ''काय! अलीकडे फार बदलत चाललायस म्हणून समजलं! कसली फिक्र करतोयस?''

हे विचारताना त्यांच्या दाट भुवया आणखी संकुचित होऊन एकमेकाला भिडल्या होत्या. नजर तीक्ष्ण होती. लहानपणापासून आपण स्वतः लक्ष घालून वाढवलेला वाघाचा बच्चा! इतके दिवस शिकार करायचा याचा उत्साह भरपूर होता. पण अलीकडे रक्त पाहिलं की चेहरा का फिरवतोय हा? त्यांनी काळजीनं विचारलं, ''बोल फरूक! काय झालं?''

फरूकनं मान वर करून पाहिलं.

''याआधी पंचवीस खून केलेस. आता विचार करून काय फायदा? काय झालं? पुन्हा कुफ्र सुरू झालेलं दिसतं!'' गिळून टाकणारा तीव्र कटाक्ष टाकत त्यांनी विचारलं.

''पक्का मुस्लीम आहे मी! इस्लामविषयी माझ्या मनात कुठलाही अविश्वास नाही!'' तोही तितक्याच ताठ्यात म्हणाला.

''तर मग तुझी आसक्ती कमी होतेय, असं का सांगताहेत मला? का? बोल ना!'' त्यांनी आवाज चढवून विचारलं.

तो काहीच बोलला नाही.

''असा वागलास तर तुझ्या नशिबातलं जहन्नुम चुकणार नाही. तिथं जाणाऱ्याची

काय अवस्था होते, ठाऊक आहे ना? त्यांच्यासाठी तिथं आग धगधगत असते! उकळतं पाणी डोक्यावर ओततात. त्यामुळे केवळ कातडीच नव्हे, पोटातले सगळे भागही जळून जातात! चुकवून पळायचा प्रयत्न केला तर लोखंडी सळ्यांनी पुन्हा ढोसून आत ढकलतात. वाचलंय की नाही कुर्आनात? तुला हे हाल हाल हवेत काय?'' मुफ्ती त्याला धमकावत होते.

हे सगळं मेल्यावर ना? त्याहून वाईट अवस्था आताही अनुभवतोय मी!... हे ओरडून सांगायची जबरदस्त इच्छा होत होती. अपरिचित भूप्रदेश, अपरिचित माणसं... कुणासाठी हे सगळं चाललंय, कुणासाठी हे युद्ध करतोय याचं काहीही भान नसताना, कुणाच्यातरी हातातलं बाहुलं होऊन जगणं त्याला नकोसं झालं होतं. त्याऐवजी लग्न करून बायको-मुलांबरोबर शांतपणे जगावं असं वाटत होतं. हेच ओरडून सांगावंसं वाटलं.

तरी तो काही बोलला नाही. कारण त्यांच्यासमोर बोलल्याचा परिणाम काय होतोय हे ठाऊक असल्यामुळे त्याच्या तोंडून अवाक्षर बाहेर पडलं नाही. नजरेनं त्याला जोखत असल्याप्रमाणे मुफ्ती त्याच्यावर नजर रोखून होते.

''इथल्या लौकिक जीवनाच्या मोहात पडलास तर तू कदाचित इथं सुखात राहशील. पण उद्या जहन्नुममधल्या नरकाग्नीशिवाय तुला काहीही मिळणार नाही हे लक्षात ठेव! कुरआन नियमित वाचतोस ना?'' त्याच्या मनात काय चाललं असेल याचा अचूक वेध घेत ते म्हणाले.

तर मग तुम्हाला चार-चार बायका कशाला?... मनात उमटलेला हा प्रश्न ओठापर्यंत आला तरी त्यानं तसाच गिळून टाकला. तो शिक्षणासाठी त्यांच्याकडे आला तेव्हा अगदी सुरुवातीलाच त्यांनी अशा कितीतरी गोष्टी मनात रुतून बसतील अशाप्रकारे सांगितल्या होत्या. स्वर्गातल्या मनोहर उद्यानात परिधान करायला उंची रेशमी वस्त्रं, सोन्याचे कंकण आणि मोत्यानं अलंकारलेला तुझा देह, तुझ्या सेवेसाठी सतत कुमार वयाचे असलेले आज्ञाधारक बालक! केवळ तुझ्यासाठी म्हणून असणाऱ्या, याआधी कुणाचा स्पर्शही न झालेल्या स्वर्गकन्या, केवळ तुझ्यासाठी वाट पाहणाऱ्या तरुणी! पिण्यासाठी अत्यंत सुचकर मदिरा, सतत तिशीत राहणारा आपला देह, त्या स्वर्गसुंदरींचा उपभोग घेण्यासाठी शंभर पुरुषांइतकं पौरुष्य! या स्वर्गसुंदरीशी कितीही वेळ संग केला तरी कंटाळा येत नाही! तू दमणारही नाहीस! प्रत्येक वेळी ती पुन्हा कन्या होऊन तुझ्या सेवेसाठी सज्ज असेल!...

तेव्हा मुफ्तींनीच पदोपदी हे मनात ठसेल असं सांगितलं होतं ना!

पण आता परिस्थिती तशी राहिली नाही. मृत्यूनंतरच्या त्या अतिसुखमय जीवनाचं त्याला आकर्षणच राहिलं नव्हतं.

''आपण अल्लाहूच्या मार्गानं जगत-मरत पुन्हा जन्माला आलं तरी तसंच

जगावं अशी इच्छा स्वत: प्रवादींनीच व्यक्त केलेली असताना तू काही वेगळं म्हणायचा प्रश्नच कुठं येतोय? हे बघ! तू हुशार आहेस. सगळं नीट समजून घे. उद्या विचारल्या जाणाऱ्या सगळ्या प्रश्नांना तूच उत्तर द्यायचं आहे! जन्नतच्या मार्गावर चालतो आहेस. तसाच चालत राहा.''

एवढं सांगून मुफ्ती बोलायचे थांबले. त्यांच्या मते आता आणखी काही बोलायचं राहिलंच नव्हतं. ते जे काही बोलले होते त्याला धर्मग्रंथांमध्ये आधार होता आणि ते तो सप्रमाण सांगू शकत होते.

तो काही न बोलता, ''खुदा हाफीज..'' म्हणत तिथून बाहेर पडला.

प्रवादींही आपल्या सगळ्या बायकांबरोबर एकाच रात्रीत रत व्हायचे. नऊ बायका होत्या त्यांना! अगदी अलीकडे जिहादच्या कचाट्यातून सोडवून घेऊन ज्यानं जय दाखवला तो साहिल-अल-बुखारी. हदीसच्या काही ओळी आठवत, मला यातून सोडवा असं सांगत तो व्हॅनमध्ये चढला होता.

बेगम चहाचं भांडं घेऊन जाण्यासाठी आली. वाकून भांडं घेऊन उठत असताना पायघोळ बुरखा बाजूला होऊन तिची पायाची पांढुरकी बोटं नजरेला पडली. त्याचबरोबर पायाच्या नखांना लागलेला मेंदीचा रंगही दिसला. मुफ्तींच्या चेहऱ्यावर असमाधानाचं अभ्र पसरलं. त्यांनी ओरडून विचारलं, ''काय हे!''

''थोडीशी तळाशी राहिली होती. उगाच कशाला टाकायची म्हणून लावली होती...''

तिचं बोलणं संपायच्या आधी तिच्या गालफडावर जोरदार थप्पड बसली. यात काही नवं नव्हतं. मारायचा हक्क खुद्द अल्लाहूंनीच कुरआनात दिलेला असताना मुफ्ती त्याचा वापर करणार नाहीत तर काय!

अचानक पडलेल्या मारामुळे तिचा तोल गेला. तिचं डोकं शेजारच्या भिंतीवर आदळलं आणि वेदनेनं किंचाळली. तिला रडू फुटलं. आता मुफ्तींच्या मनात आणखीही शंका निर्माण झाली. त्यांनी ओरडूनच तिला तिचा फोन आणायला सांगितला. तिला विलंब लागताच ते स्वत: खोलीतून फोन घेऊन आले. त्यांचा संतापाचा पारा आणखी चढला. त्यात अनेक फोटो होते. तिचे, तिच्या आई-वडिलांचे, वेगवेगळ्या जागांचे. कितीतरी गाणीही होती.

''नको म्हणून सांगितलं तरी असली हरामी कामं करतेस?'' म्हणत त्यांनी चेवानं तो समोरच्या भिंतीवर आपटला. चार-पाच तुकडे होऊन तो फोन गतप्राण झाला. बेगमला दु:खाचा उमाळा आला. आपल्याला बसलेल्या मारासाठी की फोनच्या मृत्यूसाठी हे तिचं तिलाही समजलं नाही.

''घरात पवित्र काबाचं चित्र सोडलं तर आणखी कुठलंही चित्र लावलेलं नाही

मी! टीव्ही नाही, रेडिओ नाही! आणि तू चोरून वेगळी चित्रं लपवून ठेवतेस? गाणी ऐकतेस? रंग लावतेस? नरकातच जायचं असं पक्कं ठरवून ठेवलंस काय?'' त्यांचा आरडाओरडा चालूच होता. तरी संताप आटोक्यात येत नव्हता.

''संपूर्ण मोहल्ला मला पहिलं तर थरथर कापतोय! मी जे नियम ठरवून देईन ते स्वप्नातही कुणी ओलांडत नाही! आणि तू असं वागतेस? तूच असं वागायला लागलीस तर मी कसं...'' पुढचं काही न बोलता ते संतापानं दातओठ खाऊ लागले. संतापाला वाव करून देण्यासाठी त्यांनी बेगमला आणखी चार दणके हाणले. बेगम कळवळून आणखी वाकली. नवऱ्याचा संताप एवढ्यात कमी होणार नाही, तो कमी झाल्याशिवाय हिनं तिथून हलायचं नाही हा तिथला रिवाज होता. तिच्या डोक्याचा ठणका हळू हळू वाढत चालला होता. पतीच्या आज्ञेची ती वाट पाहू लागली.

''ही शेवटची ताकीद आहे! यानंतर पुन्हा हीच चूक झाली तर काय करेन सांगता येत नाही! तूच पाहशील! हं! जा आत!'' मुफ्तींनी गुरकावून सांगितलं.

रागाच्या भरात यांनी तीन वेळा तलाक म्हटलं तर आपली काय गत होईल? घराबाहेर पडावं लागेल ते आपल्यालाच ना! तेव्हा कुणीही मदतीला येणार नाही!

आत निघून जातानाही बेगम घाबऱ्या झाल्या होत्या. चार भिंतीआड जगणं, आज्ञेचं पालन करणं यात त्यांना काही कठीण नव्हतं. आईवडिलांच्या घरी असतानाही असंच जगत होते ना! तिथले नियम तरी कुठं कमी होते? शिकायची किती इच्छा होती! किती मिनत्या केल्या तरी तिथंही कुणी दाद दिली नाही! दमदाटी करून घरातच डांबून ठेवलं! शिक्षण घेऊन स्वतंत्रपणे जगायची मनातली अदम्य इच्छा पार पायदळी तुडवून टाकली. नंतर लगेच हा निकाह ठरवला. काही म्हणायच्या आत घाईघाईनं उरकूनही टाकला! कुणाशी लग्न लावून देणार आहात म्हणून विचारलं तर अम्मींनी डोळे लाल करून कसं रागानं पाहिलं! अब्बूही अम्मीला म्हणाले, 'तुझ्या बेटीला नवऱ्याच्या घरी त्याचं ऐकून खुशीत राहायला सांग! तलाक देऊन घरी परतली तर गाडून टाकेन म्हणावं!'' त्या वेळी तर थरकाप उडाला होता! अब्बूंचा स्वभावही ठाऊकच होता. अम्मी त्यांची मर्जी राखून जगत असताना चुकून काही चूक झाली तर कसे संतापत हे ती लहानपणापासून बघतच आली होती ना!

तिला तर यांची धर्मपालन करायची पद्धतच मनात गोंधळ निर्माण करायची. तिथं अब्बूंच्या घरी अल्लाहू म्हटलं की भय-भक्ती असायचीच. पण तिथं प्रत्येक पावलागणीक सावध असायची गरज नव्हती. त्यात काही चुकीचं होतं काय? कोण जाणे! पण इथं आचरणाला जे प्रचंड महत्त्व होतं ते मात्र तिथं नव्हतं एवढं खरं. मुफ्तींच्या दृष्टीनं हे आचरण म्हणजेच खडतर इस्लाम. कुरआनात जसं सांगितलंय तसंच वागायचं. ते कसं साध्या माणसासारखं राहायचे.

यांचं सगळंच विचित्र! संसारातही विचित्र! ते तर कुणालाही सांगणंही शक्य नाही! अगदी दीदीपाशीही सांगायची शरम वाटते! अरब देशात सगळे असेच असतात काय? कोणजाणे! माझं नसीब खडतर आहे एवढं खरं!

त्यांनी एक दीर्घ सुस्कारा सोडला. एकदा सगळं नशिबावर सोपवल्यावर नाही म्हटलं तरी थोडं हलकं वाटलं. कारण पतीवर दोषारोप केला तर नरकात जाऊन तिथले कष्ट भोगायची भीती! मुफ्तींची बेगम असूनही स्वर्गाचा मार्ग कोणता आणि नरकाची वाट कोणती हे समजत नाही! प्रत्येक बाबतीत पतीचंच अनुकरण करायला पाहिजे.

काही का असेना, आजच्या घटनेनंतर एक गोष्ट मात्र आणखी स्पष्ट झाली. यानंतर आपण अतिशय, आणखी जपून वागायला पाहिजे! यानंतर त्यांना एकदा जरी संताप आला तरी मला माझा नरक इथंच अनुभवावा लागेल यात शंका नाही!

त्यांचा हात अभावितपणे कपाळावरच्या दुखऱ्या भागाकडे गेला. त्या स्पर्शासरशी उठलेली कळ मस्तकात जाऊन डोळ्यांत नव्यानं पाण्याचा लोट धावला.

अठरा

''**कसं** वाटलं सर, आपलं काश्मीर?'' कार निघाल्यावर सलीमनं विचारलं. पंचविशीचा, देखणा, उमदा तरुण. उंचीला साजेसा आकर्षक बांधा. चेहरा हसतमुख. डोळ्यांमध्ये बुद्धिमत्तेचं तेज. तसं पाहिलं तर ड्रायव्हर वाटत नव्हता. संजीवजींनी परिचय करून दिल्यापासून मोठ्या उत्साहानं सळसळत होता. हा त्याच्या स्वभावाचाच भाग असल्याचं एव्हाना नरेंद्रच्या लक्षात आलं होतं. सरळ बोलणारा मुलगा असावा असं नरेंद्रला वाटलं. पण फार सलगी दाखवणं नरेंद्रच्या स्वभावात बसण्यासारखं नव्हतं. तिथलं वातावरणही सलगी दाखवण्यापेक्षा जरा जपूनच राहावं असं होतं. ''कुणाचं काश्मीर?'' नरेंद्रनं विचारलं.

''आपलं! भारतीयांचं!'' मागं वळून पाहत हसत सलीम म्हणाला, ''पाकिस्तानाकडे असं काय आहे म्हणून त्यांचं आम्ही ऐकावं? पण आमच्या या मुलांना कितीही सांगितलं तरी समजत नाही!''

''तू कुठला? श्रीनगरचा?''

''नाही. अनंतनागचा. पण मी लहान असतानाच आमचे वडील कुटुंबासह इथं आले. कायमचेच.'' काही वेळ शांततेत गेल्यावर तो म्हणाला, ''आधी तुम्हाला गणेशमंदिरात घेऊन जातो. त्यानंतर सगळ्या कदलच्या जागा व्यवस्थित दाखवतो.''

''कदल? म्हणजे?''

''पूल. श्रीनगरमधून वाहणाऱ्या झेलम नदीवर आठ पूल आहेत. प्रत्येक पुलाला एकेक नावही आहे. तो तपशील तिथं गेल्यावर सांगेन.'' सलीम उत्साहानं म्हणाला.

मुख्य रस्ता बाजूला टाकून आता त्यांची कार एका लहान रस्त्याला लागली. सगळीकडे भरपूर गर्दी होती. त्या गर्दीतही पहिल्या रांगेत दुकानं होती. लहान-लहान

टपऱ्याही होत्या. त्याच्या मागच्या बाजूला दोन-तीनमजली घरं होती. अधूनमधून लहान मोठ्या मशिदी होत्या. सगळीकडे शेंडीला पिसं लावावीत तसे कर्णे होते. ही निमाजची वेळ नसली तरी त्यातून काही काही जोरात ऐकू येत होतं.

थोड्या अंतरावर जाऊन सलीमनं कार उभी केली आणि सांगितलं, " हाच बघा हब्बा-कदन. तिथं मागच्या बाजूला दिसणाऱ्या सगळ्या घरांच्या रांगा एके काळी पंडितांच्या होत्या. चला. थोडं आत जाऊ या..," नरेंद्र त्याच्या मागोमाग निघाला. मुख्य रस्ता सोडून तो एका बोळकांड्यात शिरला. पाठोपाठ नरेंद्रही.

"पाहिलंत? या रस्त्यानं आत आत गेलं की आजूबाजूला घरं आहेत. या रस्त्यावर अशा अनेक गल्ल्या पाहायला मिळतील."

नरेंद्रही ते पाहतच होता. बोळ इतके चिंचोळे होते की शेवटपर्यंत कार जाणं शक्यच नव्हतं. दोन्ही बाजूला व्यवस्थित मांडून ठेवल्यासारख्या मोठमोठ्या इमारती. विटा-दगड-लाकडाचा कलात्मक वापर करून उभारलेल्या देखण्या हवेल्या म्हणता येतील अशा! कधीकाळी विश्वविख्यात काश्मीरी वास्तुकलेचा नमुना वाटाव्यात अशा! पण त्यातल्या बऱ्याच हवेल्या आता ढिल्या पडल्याचं पाहताक्षणीच लक्षात येत होतं. काही घरांच्या छताचा भाग पडून गेला होता. काही इमारतींवर जळल्याच्या खुणा लक्षात येत होत्या. दारं-खिडक्या नसलेल्या पडझड झालेल्या घरांची तर गणतीच नव्हती! भिंती ढासळल्यामुळे काही इमारती आकारहीन वाटत होत्या. थोडक्यात, प्रत्येक घराची वेगवेगळी दुर्दशा झालेली दिसत होती.

नरेंद्रला बर्लिनमध्ये पाहिलेल्या यातना-शिबिराची आठवण होत होती. तिथलं वातावरण आणि इथल्या वातावरणात गुणात्मक दृष्टीनं काहीच फरक त्याला वाटला नाही.

या हिंसक वृत्तीमागची काय मानसिकता असावी? चांगल्या-सुंदर गोष्टींचा विध्वंस करण्यानं काय मिळतं? त्याला तीव्रपणे वाटलं, केवळ माणसालाच सांत्वनाची गरज असते असं समजायचं कारण नाही. या वास्तूंनाही त्याची गरज आहे!

तो अभावितपणे एका पडक्या घराजवळ गेला, गज नसलेल्या खिडकीतून आत डोकावलं. सगळीकडे नजर फिरवली, पडक्या भिंतींवरून हात फिरवला. जळक्या जखमांवरून हलकेच हात फिरवला.

नरेंद्रनं विचारलं, "सलीम, मी आत जाऊन येऊ?"

"चेष्टा करताय का सर?" त्याच्या हसतमुख चेहऱ्यावर गंभीर भाव होते, "मी इथलाच आहे म्हणून इतकावेळ गाडी उभी करू दिलीय! कुठलेही प्रवासी इथं येत नाहीत आणि असं पाहतही नाहीत!" म्हणत तो माघारी वळला.

कार सुरू करून त्यानं ती पुन्हा मुख्य रस्त्यावर आणली.

"पण सगळी घरं अशी का पाडली आहेत?" नरेंद्रनं अस्वस्थ होऊन विचारलं.

"निघून गेलेल्यांनी पुन्हा येऊ नये म्हणून! घरंच नीट नसतील तर परत आले तरी कुठे राहतील?" सलीम सरळच बोलत होता. त्याच्या बोलण्यात कसलाही आडपडदा नव्हता. नरेंद्रची नजर खिडकीबाहेर खिळली होती. प्रत्येक भग्न वास्तू त्याच्या अंतःकरणात कल्लोळ उठवत होती. काही क्षण त्याच शांततेत गेले. अचानक सलीम म्हणाला, "ते पाहा... त्या कोपऱ्यातलं घर पाहिलंत? ते संजीवजींचं!"

नरेंद्रनं पाहिलं. गल्लीच्या सुरुवातीलाच तीनमजली सुरेख बंगली होती! वरच्या मजल्याचा पूर्णपणे विध्वंस केलेला दिसत होता. केवळ काही खांब तेवढे उभे होते. दुसऱ्या मजल्याची दारं-खिडक्या कुणीतरी उचकटून नेलेल्या दिसत होत्या. तिथलीही एखादीच भिंत जागेवर दिसत होती. त्या मानानं तळमजला मात्र बऱ्या अवस्थेत कसाबसा टिकून होता.

नरेंद्रच्या हृदयात कळ उमटली. आरतीनं दाखवलेलं आताचं घर त्याच्या नजरेसमोरून तरळून गेलं. आरतीभाभींच्या नजरेतली ती अव्यक्त वेदनाही काहीशी उमजली आणि मनाला खोलवर भिडली. आपल्यासोबत सगळीकडे मोठ्या उत्साहानं सोबत येणारे संजीवजी! आजच त्यांनी वेगळ्या कामाचं निमित्त सांगून यायचं का टाळलं असेल, याची त्याला आता कुठं कल्पना आली. ते आले नाहीत तेच योग्य आहे. काही वेळा जीव पिळवटून टाकणाऱ्या सत्यापासून दूर राहणंच ठीक!

"अशा उत्तम बंगल्यात कधीकाळी राहणारे आता कसे-कसे राहताहेत ते पाहिलंत ना सर?" एक सुस्कारा सोडत नरेंद्रनं हुंकार भरला.

"आणखी एक सांगू सर? तुम्ही आलात ना! संजीवजींना फार आनंद झालाय. सगळे प्रवासी येतात आणि फक्त दल सरोवरातल्या शिकाऱ्यात बसून श्रीनगर पाहून येतात. वर काश्मीर पाहून आलो म्हणून सगळीकडे सांगत सुटतात. खरं काश्मीर इथल्या हिंदू-मुस्लिमांच्या हृदयात! ती पाहायची शक्ती सगळ्यांच्या नजरेला नसते."

सलीम मनापासून बोलत होता. नरेंद्र यावर काहीच बोलला नाही.

"तुम्ही अभ्यासक आहात, तुम्हाला काश्मीरची बरीच माहिती आहे म्हणे! फार बरं वाटलं मला! तुमची माझ्या एका मित्राशी भेट घडवून आणेन! चालेल? त्याच्याशीही तुम्ही थोडं बोलाल काय?" सलीमनं विचारलं.

"हो, बोलेन!" म्हणत नरेंद्रनं खिडकीबाहेर बघायला सुरुवात केली. सलीम अगदी कमी वेगानं कार चालवत होता. रस्त्यावर केवळ मुसलमानांचीच वर्दळ दिसत होती. बेशिस्तपणे. इतर कुणाला जागा देणार नाही, अशा अट्टहासानं. अथवा ही जागा केवळ आमचीच आहे, असा दर्प दाखवत! कोणजाणे! सगळीकडे दुकानांमध्ये तेच सामान विकत होते. विकत घेत होते, उगाच उभे होते, उगाच

फिरत होते, उगाच बसून होते! त्यांच्यामध्ये अनाथपणे अंग मोडून वाकून उभी असलेली ती भग्न घरं! त्यांच्या आक्रोशाला भीक न घालता त्या मागं उभ्या असलेल्या मशिदींच्या कर्ण्यातून ऐकू येणारा प्रार्थनेचा हट्टी आग्रह! भोवतालचे घोगरे, कठोर आवाज, आग्रही आवाज... त्या सगळ्या कोलाहलात आधीच दबल्या गेलेल्या घरांना आणखी पायदळी तुडवत असल्यासारखं वाटत होतं. कानांवर आदळणाऱ्या त्या व्यक्त-अव्यक्त आवाजांचा मारा असह्य होऊन नरेंद्र म्हणाला, ''सलीम! लवकर चल इथून! लवकर!!''

डोळे मिटून बसलेल्या नरेंद्रच्या कानांवर सलीमचा आवाज आला, ''आलं बघा गणेशमंदिर!''

''कुठाय? दिसत नाही!'' भोवताली नजर फिरवत एखाद्या उंच-उत्तुंग शिखराची अपेक्षा करत नरेंद्रनं विचारलं.

''तिकडं कुठं वर बघताय? तिथं खाली पाहा. बोर्ड दिसला का? मी इथंच रस्त्याच्या बाजूला कार उभी करतोय... जाऊन या.'' शेजारच्या गल्लीकडे बोट करून दाखवत त्यानं सांगितलं.

नरेंद्र कारमधून बाहेर आला. ''गणेश मंदिर'' असा बोर्ड बघून त्यानं शेजारचा दरवाजा लोटला आणि आत पाऊल टाकलं. एखाद्या टेंटमध्ये किंवा बॅरॅकमध्ये शिरत असल्याचा त्याला अनुभव आला. त्याच्या गावात देवदर्शनासाठी जाणाऱ्या लोकांचा उत्साह आणि आनंद त्याला आठवला. सोबत देवाला अर्पण करायच्या अनेक गोष्टी भरलेलं पूजेचं तबक. इथं आपला जीव म्हणजेच पूजेचं तबक!

लक्ष्मण सिंधूनं याला खिडकीतून येत असलेलं पाहिलं होतं. समोरासमोर येताच दोघांच्याही चेहऱ्यावर मंद हास्य उमटून नाहीसं झालं.

''नमस्ते! कुठले तुम्ही?'' हात हातात घेऊन नरेंद्रनं विचारलं.

''पंजाब! या नरकात येऊन तीन वर्षं झाली. तुम्ही? तुम्ही कुठून आलात?''

''बेंगळुरू.'' आता दोघांच्याही चेहऱ्यावर ओळखीचं हसू होतं.

''जा. देवदर्शन करून या.'' लक्ष्मण सिंधूनं सांगितलं. त्यानं दाखवलेल्या दिशेला पन्नास पावलं अंतरावर मोठं देवस्थान होतं. आत उजव्या सोंडेचा गणपती आसनस्थ होता. ''बाहेर किती का गोंधळ असेना, आत मी आहे ना!'' असं सांगणारा चेहऱ्यावरचा भाव. त्याच्यासमोर नरेंद्र काही क्षण डोळे मिटून बसून राहिला. त्यानं डोळे उघडले तेव्हा आणखी काही भक्त आलेले त्याला दिसले. माघारी आल्यावर त्यानं विचारलं, ''बरेच भक्त येतात वाटतं!''

''येतात. पण त्यांच्यापेक्षा जास्त संख्येनं दगड टाकणारे येतात!'' लक्ष्मणनं हसतच सांगितलं. नरेंद्रच्या मागून एक वयोवृद्ध महिला मनापासून म्हणाल्या,

"भय्या! तुम्ही आहात म्हणूनच हे देवस्थान अजूनही राहिलं आहे! इतकं उत्तम काम करताय तुम्ही! तुम्हाला कदाचित याचा त्रासही होत असेल. पण मोठं पुण्याचं काम करता!" त्यांचे पतीही सोबत होते. त्यांनीही पुढं येऊन लक्ष्मणचा हात हातात घेतला.

लक्ष्मण देव्हाऱ्याच्या दिशेनं पाहत म्हणाला, "आमचं काय आहे मॅडम? राखणारा तर तोच आहे ना! तो शक्ती देतो, तेवढं आम्ही काम करतोय!"

"माझा धाकटा भाऊ अर्जुनही इथेच होता." गर्दी कमी होताच त्याच्या जवळ जात नरेंद्रनं सांगितलं.

"ओह! गेल्या आठवड्यात शूटाउटमध्ये डेथ झाली, त्या मेजरसाबांचे थोरले भाऊ तुम्ही?"

"होय. का? तुमचा त्याच्याशी परिचय होता?"

"प्रत्यक्ष ओळख नव्हती. कधी भेटलोही नव्हतो. पण आम्हाला सगळ्या आतल्या गोष्टी ठाऊक असतात. अतिशय धैर्यशाली होते म्हणून आमचे ऑफिसर सांगत होते. स्थानिक मुसलमान मुलांशी त्यांची छान मैत्री होती, असंही समजलं. त्या मुलांकडून त्यांना बऱ्याच आतल्या टिप्स मिळायच्या. त्या दिवशीही असंच झालं. अगदी आयत्या वेळी त्यांना माहिती मिळाली. आपल्या ग्रुपबरोबर तिथं गेले. प्राण सोडण्याआधी सगळ्या मुजाहिदांचा खातमा केला आणि नंतर आपला प्राण सोडला, असं समजलं."

हे सांगताना लक्ष्मणच्या डोळ्यात अभिमान होता.

नरेंद्रला आठवलं, अर्जुनच्या नजरेतही हाच अभिमान भरून राहिलेला असायचा. युनिफॉर्म घातला की हे सगळे सारखेच दिसतील! फक्त दिसायच्याच बाबतीत नव्हे, सगळ्यांची हृदयंही सारखीच. एकाच मुशीतून काढल्यासारखी! काही क्षण नरेंद्र अर्जुनच्या आठवणीत बुडून गेला. "होय! खरंय ते! असो! मीही आहे तुमच्यासोबत..." असं काहीतरी म्हणत त्यानं लक्ष्मणचा हात हातात घेऊन घट्ट धरला. लक्ष्मणच्या डोळ्यातही आपुलकी ओसंडत होती.

नरेंद्र निघाला तेव्हा लक्ष्मणनं त्याला हाक मारली, "सर!.."

नरेंद्र मागं वळला. तेव्हा तो पुढं म्हणाला, "एक सांगू का? बाहेरच्या शत्रूंपेक्षा आतले घरभेदेच जास्त धोकादायक असतात! बाहेरच्या शत्रूला ओळखता येतं. पण वेगळ्यावेगळ्या वेषात येऊन आपल्याच लोकांचा सत्यनाश करणाऱ्यांना काय करायचं? असू दे! आम्ही सगळ्या प्रसंगासाठी सज्ज आहोत!" म्हणत तो आत्मविश्वासानं हसला. ते पाहताच नरेंद्रच्या चेहऱ्यावरही हसू उमटलं. तो हसतच तिथून निघाला. लक्ष्मणच्या कपाळावरची जखम अजूनही ताजी होती.

***

"सर, ही पाहा फतेह कदल. इथंही पंडितांचीच घरं जास्तकरून होती. इथली सगळी दुकानं-टपऱ्याही त्यांच्याच होत्या." म्हणत सलीमनं कार उभी केली. इथलं चित्रही काही फारसं वेगळं नव्हतं. इथली मुसलमानांची गर्दी आणखी जास्त होती, इतकंच. इथल्या मशिदीचे कर्णे आणखी जोरात पुकारा करत होते. रस्ते अतिशय चिंचोळे. मुख्य रस्ता सोडून तो तिथल्या गल्लीबोळात घेऊन जात होता. विरूप घरं हात पसरून बोलवत होती.

तिकडं पाहत नरेंद्रनं विचारलं, "काही घरांमध्ये कुणीतरी राहतंय असं दिसतंय!"

"हे कसलं राहणं सर? त्यांनी ही घरं बळकावली आहेत. इथल्या काही घरांचा गोदाम म्हणून वापर केला जातोय."

रस्त्यावर चार माणसं आडवी राहिली तर सगळ्या वस्तीची नाकेबंदी होईल हे तर स्पष्ट दिसत होतं. पळून जायला दुसरा रस्ताही नव्हता. इथल्या पंडितांची काय गत झाली असेल याची तिथल्या प्रत्यक्ष परिस्थितीवरून कल्पना करणं सहज शक्य होतं!

"सलीम, कधीतरी का होईना, काश्मिरी पंडित आपली घरं बघायला इकडं येतात का?"

"नाही. चुकून कुणी आलाच तर इथली माणसं त्याला घेरतात आणि "कशाला आलास? काय काम आहे?" म्हणून खडसावतात. थोडक्यात सांगायचं तर इथं प्रवाशांना जेवढं स्वातंत्र्य आहे, तेवढंही पंडितांना नाही!" म्हणत तो काहीशा कडवटपणे हसला.

नरेंद्र अस्वस्थ झाला. क्षणभर थांबून सावकाश म्हणाला, "सलीम, एक विचारू?"

"विचारा की!" तो हसतच उत्तर द्यायला सज्ज झाला.

"सगळे मुसलमान असेच?"

त्या थेट प्रश्नावर सलीम बराच वेळ काही बोलला नाही. काही क्षण चेहऱ्यावरचं हसू नाहीसं झालं. चेहरा गंभीर झाला. नंतर त्याचा चेहरा पूर्ववत हसतमुख झाल्याचं नरेंद्रला आरशात दिसलं. दुसऱ्याच क्षणी तो हसत म्हणाला, "का सर? मी नाही काय? अभिमानानं सांगतो, मीही मुस्लीमच आहे! मला तर वाटतं, अन्यायाला बळी पडून परागंदा व्हावं लागलेल्या सगळ्या काश्मीरी पंडितांना पुन्हा इथे पूर्ववत वसवणं हा माझा धर्म आहे!"

"तू कुरआन वाचलंयस?"

"नाही सर!" सलीमच्या या सरळ-थेट उत्तरामुळे नरेंद्रच्या मनात त्याच्याविषयी विशेष ममत्वाची भावना निर्माण झाली.

"हे जैना कदल. इथंही पंडितांचंच प्राबल्य होतं. याशिवाय अमीरा कदल,

माघारी जाताना दाखवतो...'' तो प्रत्येक ठिकाणी कार उभी करून दाखवत होता. आपल्याला ठाऊक असलेला सगळा तपशील विस्तारानं सांगत होता. त्यातही महत्त्वाचं जे काही असेल ते आणखी उलगडून सांगत होता. ''या प्रदेशाला सगळे हिंदू राजधानी कदल म्हणायचे. आता राजे कदल म्हणून ओळखलं जातं...''

सलीमनं कार उभी केली की रस्त्यावरचे सगळे लोक तिकडं बघायला सुरुवात करत. काहीजणं कारच्या खिडकीपाशी येऊन आत डोकावून पाहत. ते एवढ्या जवळ आल्यामुळे नरेंद्र कासावीस झाला तरी ती माणसं मागं हटत नव्हती. दुकानदारही बसल्या जागेवरून अपरिचित आगंतुकाचा चेहरा बघायचा प्रयत्न करत. सलीम मात्र त्या सगळ्यांशी काश्मीरी भाषेत मोठमोठ्यानं गप्पा मारत होता. पण ती माणसं त्याच्या बोलण्याला प्रत्युत्तर देण्याऐवजी नरेंद्रकडेच टकमक पाहत राहत.

''सर! तुम्ही आणखी एक पाहिलंय काय! इथं कुणीही हसत नाही!''

''का? कुणावर एवढा राग?''

''कोण सांगणार? त्यांच्याच तोंडून ऐकाल म्हणे!''

आणखी काही ठिकाणी फिरवून नरेंद्रला सलीमनं घरी आणून सोडलं तेव्हा संध्याकाळचे चार वाजले होते. घरात शिरताच आरतीनं विचारलं, ''भय्या! जेवलात की नाही?''

''हो तर!'' त्यानं उत्तर दिलं.

''उद्या यांची त्याच्याशी भेट घडवणं शक्य आहे काय?'' संजीवजींनी सलीमला बाजूला घेऊन विचारलं.

''हो. माझ्या गाडीतूनच घेऊन येतो.''

''ठीकाय. मला ऑफिस आहे. तू यांनाच फोन करून ठरवायचं ते ठरव. त्यांचा नंबर तुला पाठवतो.''

सलीम निघून गेल्यावर ते नरेंद्रकडे वळून मंद हसत दिवसभराची चौकशी करू लागले, ''कशा होत्या आज पाहिलेल्या जागा?''

घरात पाऊल टाकल्यापासून नरेंद्र नव्या नजरेनं या घराचा कोपरान कोपरा न्याहाळत होता. आपल्या नसलेल्या या भाड्याच्या जागेत राहताना यांना कसं वाटत असेल याची त्याला कल्पना करणंही कठीण वाटत होतं. त्यांच्या जम्मूमधल्या घराचंही काल्पनिक चित्र तो डोळ्यांसमोर आणायचा प्रयत्न करत होता. आणि मुख्य म्हणजे हब्बा कदलमधील त्या तीनमजली घराचं चित्र तर नजरेसमोरून हलायला तयार नव्हतं. त्यापैकी कशाचीच या घराशी तुलना होणं शक्य नव्हतं. तो कासावीस झाला.

"घ्या तुमचा आवडता केहवा!" हसऱ्या चेहऱ्यानंच आरती म्हणाली.

जिवंत आहोत, एवढं एक कारण सोडलं तर यांनी हसायला काहीही कारण नाही! मिळणारं कुठलंही कारण, मग ते कितीही किरकोळ असलं तरी, जगायला आवश्यकच असतं हे खरं असलं तरी आपल्याला या परिस्थितीत लोटणाऱ्यांविषयी एकही कटु शब्द न बोलण्याचा यांचा मनोधर्म तागडीत घालून तोलला तर दुसऱ्या पारड्यात काय घातल्यानं दोन्ही समांतर होतील, असा काहीसा विचित्र प्रश्न त्याच्या मनात उमटला. सगळं असह्य होऊन 'आलोच...' म्हणत तो उठला आणि बाहेर निघाला.

याचं हे अचानक बाहेर जाणं बघून दोघंही चकित झाले आणि त्या दिशेला पाहत राहिले.

एकोणीस

हॉस्पिटलमधून डिस्चार्ज घेताना सलीमनंच पैसे भरले. शेजारधर्म एवढंच कारण नव्हतं. दोघांचे विचारही एकमेकांच्या परिचयाचे असल्यामुळे आम्ही दोघं जास्त जवळ आलो की काय कोणजाणे! त्याचा स्वभावच पहिल्यापासून विचारी. काहीही करायच्या आधी तोलूनमापून बघणार, त्यानंतर करायचं की नाही याचा निर्णय घेणार! काही का असेना, त्याच्या हुशारीविषयी शंका नाही! आपल्याला नाही तेवढा विचार करायला जमत! जेवढं समोर आहे, तेवढं बघायचं आणि करून मोकळं व्हायचं. धाडकन काहीतरी करण्यातच मर्दानगी आहे, असंच मला पहिल्यापासून वाटतं. त्यात स्वभाव पडला संतापी. हार मानणं आपल्या स्वभावातच नाही. पण त्याचे विचार पूर्णपणे नाकारताही येत नाहीत ना! घरातल्या अडचणी दोघांच्याही घरात होत्याच. प्रकार फार तर वेगळे! काही का असेना, यानं कधीच 'आझादी...'च्या नावाखाली हातात दगड उचलला नाही हे मात्र खरं! त्यातही गंमत म्हणजे, त्यानं मलाही कधी दूर लोटलं नाही! प्रत्येक अडिअडचणीला हाच माझी साथ देतोय!

पुढं कधीतरी सुखाचं आयुष्य मिळेल या अपेक्षेनं मी जो मार्ग धरलाय, तिथं मात्र आता सगळा अंधारच दिसतोय! त्यालाही सुखी जीवनाची आस आहे. पण तिथे दगडफेक नाही आणि पॅलेटगनचा मारही नाही! आज सकाळीही किती स्पष्टपणे सांगत होता, "हे बघ मुश्ताक, येणाऱ्या प्रवाशांना मी तर मोठ्या खुशीनं आपला परिसर दाखवतो. तेही एवढ्या लांबून इतके पैसे खर्च करून का येतात? त्यांना इथल्या शक्य तेवढ्या जागी फिरवून जमेल तेवढी माहिती देतो. आवड असलेल्यांना काश्मीरी भाषेतले मोजके शब्द शिकवतो. यातून त्यांच्याशी माझं एक प्रकारचं बंधुत्व निर्माण होतं. काहीजण गावी परतल्यावरही फोन करून चौकशी करतात. त्यांच्यापैकी कुणी येणार असतील तर त्यांना माझ्याविषयी सांगतात, माझा नंबर

देतात. फोनवरूनच त्यांच्या प्लॅनविषयी सांगतात, सगळं नीट ठरवून घेतात. नवी-नवी माणसं, त्यांच्याबरोबर फिरणं, बोलणं, जगणं... सगळ्यात महत्त्वाचं म्हणजे त्यांचा स्नेह! प्रेम, विश्वास! यासाठी माझ्या पदरची दमडीही खर्च होत नाही. माझ्या कुटुंबाचं यावर सुखानं पोट भरतं!''

तो सांगत होता त्यातलं काहीही खोटं नव्हतं.

उलट माझं जीवन म्हणजे नुसती रखरख, तडफड, दंगा, आरडाओरडा... आझादीची लढाई म्हटलं की मागचापुढचा विचार न करता मी घराबाहेर पडायचो. या खेपेला तर ते सैनिक वेळेवर आले नसते तर जीव काही वाचला नसता हे नक्की! तो कोण होता तेही बघता आलं नाही. अर्थात त्या एकट्याच्या वागण्यामुळे काही तो प्रसंग आला नव्हता. इतर सैनिकांबरोबरच्या झगड्यामध्ये ही खलिफत मध्येच कुठून आली? तीही आमच्याच एका माणसाचं मुंडकं छाटण्याइतपत? इतकी वर्षं प्रत्येक झगड्यात सहभागी होत आलेला मी आणि माझ्यासारखी माणसं मुस्लीमच नाहीत?

पण मी तरी यासंदर्भात कुठं कधी गंभीरपणे विचार केलाय? या प्रसंगामुळे मनात आणखी कितीतरी प्रश्न निर्माण होताहेत... पण आधी याचं उत्तर मिळायला पाहिजे! शक्य तितक्या लवकर कुणालातरी हे विचारलंच पाहिजे. नाहीतर समाधान होणार नाही.

हं... मुफ्ती लतीफ! आजपर्यंत मी कधी त्यांना भेटून बोलायला गेलो नाही. पण आता दुसरा उपाय दिसत नाही. त्यांची भेट घेतलीच पाहिजे.

''बिस्मल्ला...'' म्हणत मुश्ताक कष्टानं उठला आणि सावकाश पावलं टाकू लागला. डावा हात मानेला बांधून, टांगून ठेवला होता. मांड्या आणि गुढग्यांना बरंच खरचटलेलं असलं तरी आणखी कुठं गंभीर जखमा झालेल्या नाहीत, तरीही सगळं अंग ठणकत असल्याचा अनुभव येत होता.

''या अल्लाह! या मुलाला कधी अक्कल देणार?'' म्हणत अम्मी आतून धावतच बाहेर येत होत्या. त्यांनी याला वैतागून विचारलं, ''कुठं निघालास रे अशा परिस्थितीत?''

''मुफ्तींना भेटायला जाऊन येतो. थोडं बोलायचंय!'' मुलाच्या उत्तरावर मात्र अम्मी निरुत्तर झाल्या. त्यांच्या मनात आलं, सतत अंगावर काहीना काही जखमा करून घेण्यापेक्षा आपल्या या मुलालाही सलीमसारखं शांत जीवन जगत चार पैसे कमवायची अक्कल लवकर अल्ला देईल तर किती बरं होईल! अलीकडे हा विचार त्यांच्या मनात दररोज हजार वेळा येऊन जात असला तरी बोलून मात्र दाखवायची हिंमत होत नव्हती.

मुलगा नजरेआड होईपर्यंत त्या त्याच दिशेला पाहत राहिल्या. नंतर त्या घरात शिरल्या.

घरापासून मशीद जेमतेम पाचच मिनिटांच्या अंतरावर असली तरी आज मात्र तेवढंच अंतर चालायला दहा मिनिटांपेक्षा जास्त वेळ लागला. मुफ्ती असतील की नाही, अशी शंका मनात ठेवूनच त्यानं आत पाऊल टाकलं. पण ते लांबूनच दिसल्यामुळे त्याला काहीसं हायसं झालं. त्यांनीही त्याला पाहिलं आणि चढ्या आवाजातच म्हणाले, ''तू होय! ये! ये! आत ये!''

सावकाश पावलं टाकत तो आत जाऊन त्यांनी दाखवलेल्या जागेवर बसला. नुकताच जोहर निमाज संपला होता, त्यामुळे सगळेजण घरी परतले होते. संपूर्ण मशिदीत ते दोघं वगळता आणखी कुणीही नव्हतं.

''फिरोजला मारलं तेव्हा मीही होतो!...'' सावकाश मान वर करून त्यानं सांगितलं.

''ठाऊक आहे मला ते सगळं!'' त्यांचा आवाज निर्विकार होता. नंतर ते म्हणाले, ''याच्यामागं काय कारण आहे ते तुला ठाऊक आहे काय?''

त्यानं नकारार्थी मान हलवली.

''अरे! इंडियाचं सरकार सगळ्या काफिरांना वापस बोलावून घेणार आहे म्हणे! आता काश्मीरभर इंडियाचे सैनिकच भरले आहेत! बघतोयस ना तू? इतकं असलं तरी आझादीच्या लढाईतले काहीही बोलत नाहीयेत! मी सांगतोय, मोठ्या प्रमाणात आपण विरोध करू या! पण कुणीही तिकडं लक्ष देत नाहीत! असंच होत राहिलं तर इस्लाम कुठं राहाणारय?'' त्याच्या चेहऱ्याकडे तीक्ष्ण नजर रोखून त्यांनी सवाल केला.

''का राहणार नाही? आपण सगळे आहोत ना! आणि हिंदू आलेच तर तेही राहतील आपल्यापुरते!'' तो म्हणाला.

त्याचं हे समजूतदार उत्तर ऐकून मुफ्ती संतापले. त्यांचा आवाज चढला, ''कसा राहील? डोकं तुझं! असा कसा राहील इस्लाम?''

त्यानं मान खाली घातली. आपण आपला संताप दाखवून दिला ते चुकलंच, असं वाटून मुफ्तीनी आवाज खाली आणून विचारलं, ''हदीसमध्ये प्रवादी काय म्हणतात ते आठवतंय की नाही तुला?''

या प्रश्नासरशी त्याच्या छातीत धडधडू लागलं. मनातली भीती न दाखवू देता त्यानं त्यांच्याकडे प्रश्नार्थक दृष्टीनं पाहिलं.

''अल्लाहू सोडला तर दुसरा कुणी देव नाही, हे सगळ्यांनी मान्य करेपर्यंत तू झगडत राहा, अशी मला आज्ञा झाली आहे, असं प्रवादींनी स्पष्टपणे सांगितलं नाही का?''

त्याला त्या क्षणी काहीच आठवत नव्हतं. पुढं कधी आठवायची शक्यताही नव्हती. तरीही त्यानं होकारार्थी मान हलवली.

"इथं स्वातंत्र्याची लढाई आधीपासूनच चालू आहे. पण १९९०मध्ये, तेव्हा तू तर जन्मालाही आला नव्हतास! आम्ही इथल्या सगळ्या काफिरांना इथून का हाकललं? का हाकललं? तुला काय वाटतं?"

त्यानं उत्तर दिलं नाही. त्यांनाही हेच अपेक्षित असावं. नंतर ते म्हणाले, "आम्ही प्रवादींच्या शब्दाचं पालन केलं. इथे निजाम ए मुस्तफाची स्थापना करण्यासाठी!"

तो काही बोलला नाही. तेच पुढं म्हणाले, "तीस वर्षं होत आली, मिळाली का आझादी? काय? मिळाली काय?"

त्यानं नकारार्थी मान हलवली.

"नुसते दगडफेक करत आणखी शंभर वर्षं गेली तरी आझादी मिळणार नाही! लक्षात आलं काय? पंडित पळून गेले ते काही तुमच्या दगडधोंड्यांना घाबरून नाही! अनेकाचे जीव घेतले, म्हणून! त्यांच्या बायकांवर अत्याचार केले, म्हणून! हे तरी मान्य करशील की नाही?"

"हं!"

"तेही काही एकाएकी झालं नाही! भरपूर तयारी करावी लागली होती त्या साठी! जमात-इ- इस्लामी, उमत-ई-इस्लाम, इस्लामिक स्टुडंट्स लीग आणि अह्-इ-हदित् या संस्था तेव्हा फार क्रियाशील झाल्या होत्या. नावाला एकच धर्म असला तरी सगळ्यांची ध्येयधोरणं वेगवेगळी होती. या सगळ्यांना एकत्र करेपर्यंत पुरेवाट झाली होती." मुफ्ती मागच्या आठवणी गोळा करून सांगत होते, "१९८८साली ऑगस्ट महिन्यापासूनच आम्ही आमच्या कार्यक्रमांना जोरात सुरुवात केली. श्रीनगरमध्ये तर बेहिशेब बॉम्ब उडाले. ऑगस्ट १४ हा पाकिस्तानचा स्वातंत्र्य दिवस. तो साजरा करायला आम्ही हिरवा झेंडा फडकावला. दुसरे दिवशी भारताचा स्वातंत्र्यदिवस. त्या दिवशी काळे झेंडे फडकावले! शक्य तिथे पोलिसांबरोबर झगडा! ऑगस्ट सतराला झिया-उल-हक च्या मृत्यूची बातमी आली तेव्हा तर..." बोलता बोलता ते एकाएकी थांबले. आणि त्यांनी विचारलं, "ऑपरेशन टोपॉकविषयी ऐकलंयस काय?"

त्यानं नकारार्थी मान हलवली.

"आणखी कधीतरी सांगेन. आता नको. अल्हम्दुलिल्लाह! आमच्या सगळ्या लढ्याला त्यांनी खरी दिशा दाखवली! ते अल्लाला प्यारे झाले तेव्हा इथल्या लोकांना थोपवणं कठीण झालं होतं! इतका दंगा उसळला होता! भरपूर दगडफेक झाली होती. श्रीनगर, बारामुल्ला, पुलवामा इत्यादी ठिकाणी तर इंडियाविरोधी घोषणा देऊन भावना व्यक्त केल्या होत्या. कर्फ्यूची फिकीर न करता माणसं रस्त्यावर उतरली होती! हरामखोर पोलीस बरे सोडतील? गोळीबार करून आमच्या

माणसांना ठार केलं. माशाअल्लाह! आमची तयारीही काही कमी नव्हती! आम्हीही तेवढ्या अवधीत जम्मू-काश्मीर लिबरेशन फ्रंटच्या पन्नास मुलांना पाकिस्तानला पाठवून शिक्षण दिलं होतं. ते सगळे माघारी येताना चिनी रायफल घेऊनच आले होते. केवळ काफरच नव्हे, आम्हाला सहकार्य न देणाऱ्या मुस्लीम पोलिसांनाही आम्ही ठार केलं! आम्ही ठरवल्याप्रमाणे सगळ्यांच्या मनात भय निर्माण करायच्या बाबतीत यशस्वी झालो होतो. एवढं झालं तरी इंडियाची हद्द ओलांडून पाकिस्तानात जाताना आणि माघारी येताना आमचा एकही मुलगा सापडला नाही! ठाऊकाय!..'' त्याच्याकडे पाहत ते अभिमानानं सांगत होते.

भिंतीला टेकून बसलेला मुश्ताक सगळं ऐकत होता.

''सगळीकडे भित्तिपत्रं चिकटवून, पत्रकं वाटून, दहा मोठमोठे स्क्वॅड तयार करून, त्या प्रत्येकाला एकेक नाव देऊन, त्याचा एकेक नायक बनवून... काही नावं मला अजूनही आठवतात... अल-जिहादला जावेद अहमद मीर, हम्जायला अब्दुल गफार, व्हिक्टरी कमांडरला मुजफ्फर शाह, अशी काही! ते पंडित तर आम्हाला बघून चिमण्यांसारखे थराथरा कापत असत!...'' बोलता बोलता थांबून मुफ्ती लतीफ खदखदून हसले.

''आम्हाला झालेला आणखी एक फायदा म्हणजे आमचे उम्मावालेच सरकारी खात्यात होते ना! ते सगळे आपल्याला ठाऊक असलेली माहिती आमच्यापर्यंत पोचवत होते. पोलीस खात्याची तर इतकी फूस होती की आम्ही केलेल्या कितीतरी हत्यांची नोंदच करायचे नाहीत! त्यांच्यासमोर आम्ही गोळ्या झाडल्या तरी ते दुसरीकडे पाहून इकडे दुर्लक्ष करत! नाहीतर गुप्तचर विभागाच्या ऑफिसरांची हत्या करणं कसं शक्य झालं असतं? कर्फ्यू असतानाही आम्ही आरामात फिरू शकत होतो! त्यासाठी कितीतरी पासेस आम्हाला विनासायास मिळत होते. चुकून आमच्यापैकी कुणी पकडला जायची शक्यता निर्माण झाली तर पोलीसच जीपमधून यायचे आणि त्याला ताब्यात घेऊन रक्षण द्यायचे. सैन्याचा रस्ता चुकवणं तर इतक्यावेळा व्हायचं की त्याचा हिशेब सांगणं शक्य नाही! शाळा, हॉस्पिटल्स, जेल... सगळीकडे आमचीच माणसं ना! त्यांनी सहकार्य दिल्यामुळेच आमच्या योजना यशस्वी व्हायच्या.''

मुफ्ती बोलायचे थांबले.

''तसं असेल तर, १९९० जानेवारी २६ नंतर संपूर्ण काश्मीर ताब्यात घेऊन पाकिस्तानचा झेंडा फडकवायचा प्रयत्न का विफल झाला? त्या वेळेपर्यंत पंडित तर निघून जायला सुरुवात झाली होती.'' मुश्ताकनं विचारलं. त्याला आठवलं, या विषयावर फिरोज फार वेळा बोलायचा.

''होय. आमची योजना तशीच होती. त्या दिवशी ईदगाह मैदानावर ताबा

मिळवायचा सगळा प्लॅन ठरला होता. तो जुम्म्याचा दिवस होता. मशिदींमधून सतत घोषणा देऊन लोकांचे छोटे छोटे ग्रुप तयार करायचे, घराबाहेर पडायला लावायचे, किमान दहा लाख माणसांना तिथं जमवायचं, हे सगळं ठरलं होतं. श्रीनगरमध्ये असणाऱ्यांना तर तिथं येणं अगदीच सोयीचं होतं. आजूबाजूच्या गावांमध्ये राहणाऱ्यांसाठी बसेसची आणि खासगी वाहनांची व्यवस्था केली होती. सगळ्यांनी मिळून आझादीच्या घोषणा देत एकत्रपणे निमाज करायचा, आमच्या मुजाहिदींच्या तोंडांमध्ये गोळ्या झाडल्यानंतर इंडियाचा झेंडा जाळायचा आणि इस्लाम रिपब्लिकचा झेंडा फडकवायचा, निजाम-ए-मुस्तफाच्या स्थापनेची घोषणा करायची. देश-विदेशातले पेपर आणि टीव्हीवर या बातम्या प्रकाशित झाल्या की आम्हाला पाऊण भागाएवढं यश मिळाल्यातच जमा होतं. सगळं पक्कं ठरलं होतं. तो प्रजासत्ताक दिवस! सगळे राजकारणी जम्मूमध्ये झेंडावंदन आणि इतर कार्यक्रमांमध्ये गुंतलेले असतील, इथं आमच्या मदतीला काही आमचेच पोलीस असतील! १९९९च्या ऑगस्ट १४पासून इस्लामिया कॉलेजमध्ये आमच्या लोकांनी मिरवणूक काढली नव्हती काय? हेही तसंच घडेल अशी आमची कल्पना होती.''

बोलता बोलता मुफ्ती त्याच दिवसांमध्ये रमून गेले होते.

''आमच्या योजनेप्रमाणे जम्मू-काश्मीरचे चार पोलीस मेले, अशी खोटी बातमी पसरवली. त्यानं वातावरण चिघळलं नाही. २५ला सकाळी स्क्वॅडर्न लीडर आर. के. खन्ना यांच्याबरोबर इंडियाच्या वायुसेनेतले आणखी दोघा अधिकाऱ्यांना मारत असताना जवळच्या पोलीस स्टेशनमधल्या कुणीही पोलिसांनी आम्हाला आडकाठी केली नाही. पण काही दिवसांपूर्वीच अधिकार स्वीकारलेल्या राज्यपालांनी सगळीकडे कर्फ्यू जाहीर केला. त्यामुळे कुणालाच घराबाहेर पडता आलं नाही. प्रत्येक गल्लीत हातात गन घेतलेले कुत्रे उभे! कसं गोळा करणार लोकांना? माणसंच नसतील तर कुठला लढा आणि कुठला झगडा? निदान सगळ्या प्रदेशाला अंधारात बुडवून टाकायची आमची आशाही पूर्ण झाली नाही! भलतीच नामुष्की झाली!''

हे सांगताना त्यांच्या चेहऱ्यावर अपमान आणि संताप दिसत होता. इतकी वर्षं गेली तरी संतापाचा कणभरही भाग कमी झाला नव्हता.

''तशी संधी पुन्हा कधीच मिळाली नाही! त्यानंतर तुमच्या वेगवेगळ्या नायकांनी सरकारबरोबर बोलणी करायला सुरुवात केली. तेवढाच काय तो फायदा म्हणावा लागेल. कुणी किती दिल्ली ओरबाडून घेतली ते सांगणं कठीण आहे; पण आतापर्यंत ना स्वातंत्र्य मिळालं, ना निजाम-ए-मुस्तफा!'' आता त्यांच्या स्वरात निराशा मिसळली होती.

''जर आता समजा, आपल्याला आझादी मिळाली, तर काय होईल?'' त्यानं आपल्या मनातला सगळ्यात महत्त्वाचा प्रश्न विचारला.

"हा काय प्रश्न झाला? निजाम-ए-मुस्तफा आणायचा! सौदी अरेबियामध्ये आहे ना! तसा! मग काफरांना पळवून लावायचं आणि आपलं राज्य स्थापन करायचं. त्यासाठी इस्लाम हवा! अल्लाहच्या मार्गावर न चालणारे कुणीही असोत, अगदी मुस्लिमही असोत, ते खरे मुस्लीम नाहीत हे ठाऊक नाही का तुला? आम्हाला जो कुणी विरोध करेल त्यांची मुंडकी छाटून टाकू!" उजव्या हाताच्या बोटानं बजावत असल्यासारखं ते आवेशानं बोलत होते. त्या आवेशामुळे त्यांचं ते बोट सूक्ष्मपणे थरथरत होतं. छातीतून येणारा श्वास नियंत्रित न करता आल्यामुळे ते मधूनच धापा टाकत होते. संतापानं त्यांचे डोळे लालभडक झाले होते. आपण कुठं आहोत याचं त्यांना भान राहिलं नव्हतं. त्यांचं याआधी कधीही हे रूप न पाहिल्यामुळे मुश्ताक घाबरा झाला. शिवाय त्यांच्या मुंडकं छाटण्याच्या उद्गारामुळे इतकावेळ विसर पडलेल्या फिरोजच्या शिरच्छेदाचं चित्र पुन्हा नजरेसमोर येऊन तो थरकापला.

"मुश्ताक! तू तर माझ्या डोळ्यासमोर मोठा झालेला छोकरा! तू नेहमी सच्चा मुस्लीम होऊनच राहा! लक्षात असू दे! उगाच घरात बसून निमाज पढण्यापेक्षा धर्मयोद्धा हो! अल्लाहूच्या मार्गावर चल! या मार्गावर मिळणारं फळ जास्त असतं! अप्रिय वाटलं तरी तुला हा झगडा दिलाच पाहिजे! रोगावर उपचार करणारं औषध कधीही गोड आणि रुचकर नसतं!"

त्यांनी संतापाला आवर घातला होता आणि आता त्यांचा आवाज धमकी दिल्यासारखा वाटत होता. यावर काय बोलावं हे त्याला सुचत नव्हतं. त्यानं मुकाट्यानं डोकं हलवलं.

"निघतो!... खुदा हाफिज.." म्हणत तो उठून उभा राहिला आणि वळला. पाठीमागून प्रश्न आला, "इथली काफिरांची वस्ती पाहिली आहेस ना?"

"होय. जवळच आहे ती! का?"

"उगाच विचारलं. ते असतील त्या रस्त्यावर मी तर पाऊलही ठेवत नाही ना! म्हणून विचारत होतो. नीघ तू!.." म्हणत त्यांनी त्याला जायची परवानगी दिली.

मुश्ताकही खालच्या मानेनं तिथून जायला निघाला. मुफ्तींनी सांगितलं त्यातला एक मुद्दा तर पूर्णपणे समजलाय. तो म्हणजे हे युद्ध कधीही संपणार नाही! आज हिंदू काफर आहेत. उद्या मुफ्तींचं न ऐकणारा मुस्लीमही काफर! एकूण काय! रक्त कुणाचंही असू दे, इस्लामचं खड्ग त्यात सतत रक्तानं भिजलेलं असलं पाहिजे! रशीदचा लालबुंद चेहरा आठवू लागला, तशी त्याला आपल्या डाव्या हाताची वेदना अधिक तीव्रपणे जाणवू लागली.

वीस

"आम्ही कैलासांच्या घरी जातोय..." निघताना संजीवजींनी सांगितलं, "त्यांच्या घरापासून केवळ दोनच मिनिटांवर आहे..."

हेही पहिल्या मजल्यावरचंच घर होतं. एका प्रौढ व्यक्तीनं दरवाजा उघडला. यांना पाहताच त्या व्यक्तीच्या चेहऱ्यावरही विश्वासपूर्ण हसू पसरलं, "नमस्ते! या या..."

संजीवजींनी ओळख करून दिली, "हे किशन पंडित. कैलासजींचे धाकटे बंधू. आणि हे नरेंद्र. बेंगळुरूहून आलेत." परस्परांना अभिवादन करून खुशालीच्या चौकशा झाल्यानंतर किशन म्हणाले, "चला, आत जाऊ या. बडे भय्या तिथंच आहेत."

त्या दोघांच्या पाठोपाठ नरेंद्र आतल्या खोलीत गेला. खोलीत जमिनीवर एक गादी अंथरली होती. तिच्या एका कोपऱ्यात उजव्या हाताची उशी करून आणि शरीराची आकसलेली वळकटी करून कैलाश पंडित झोपले होते. त्यांना गाढ झोप लागलेली दिसत होती. अतिकृश शरीर, काळे-करडे दाट केस, काश्मीरींची ओळख असलेलं सरळ लांब नाक, चेहरा सुरुकुत्यांनी भरलेला, चेहऱ्यावर अतिश्रमाची छाया दिसत होती. त्यातच मधूनच चमकून जाणारी अशांती. कुठलं तरी अप्रिय स्वप्न पाहत असल्यासारखं अधूनमधून संकुचित होणारं कपाळ आणि भुवया. अर्धवट उघडं असलेलं आणि मधूनच बंद होणारं तोंड. तोंड उघडताना येणारा काहीसा कण्हल्यासारखा आवाज. श्वासोच्छ्वासाबरोबर संथपणे जाणवणारी छातीची हालचाल. नरेंद्र त्यांच्याकडे टक लावून पाहत होता.

"हे संशोधक-अभ्यासक आहेत. काश्मीर समजून घेण्यासाठी आलेत. कैलासजींची डायरी यांना दिली तर त्या वेळी काय-काय घडलं याचं व्यवस्थित चित्र यांच्या

डोळ्यांसमोर उभं राहील, असं मला वाटतं.'' समोरच्या ताटलीतला बदाम तोंडात टाकत संजीवजींनी सांगितलं.

चटकन किशनजींनीं शेजारच्या कपाटाचा दरवाजा उघडला आणि त्यातली डायरी काढून संजीवजींच्या हातात दिली. डायरी हातात पडताच त्यांचे आभार मानून दोघेही तिथून बाहेर पडले. निघण्याआधी नरेंद्रनं पुन्हा एकदा कैलाशजींकडे पाहिलं. त्यांचं स्वप्न अजूनही संपलं नव्हतं.

बाहेर पडल्यावर त्यानं संजीवजींना विचारलं, ''तुम्ही हे वाचलंय ना?''

''हो! असंख्य वेळा वाचून काढलंय!'' संजीवजी उद्गारले.

घरी गेल्यावर त्यानं एकदा घड्याळ पाहिलं. साडेपाचही वाजायचे होते. आता सुरू केलं तरी रात्रीच्या जेवणापर्यंत वाचून संपेलही. त्यानं डायरीचं पहिलं पान उघडलं. लेखन उर्दूमध्ये होतं. पुढची पानंही उर्दूत होती. सगळं चाळून पाहिलं तर सगळंच उर्दूत होतं. पुन्हा चाळून बघताना त्याच्या मनात निराशा दाटून आली. त्यानं संजीवजींना हाक मारली.

आत येता-येताच संजीवजी म्हणाले, ''तुम्हाला सांगायचं राहून गेलं. मी याचा हिंदीत अनुवाद केलाय. हे... इथून पुढे...'' म्हणत त्यांनी डायरीची पुढची पानं उलगडून दाखवली. हिंदी अक्षरं पाहताच नरेंद्रच्या चेहऱ्यावर समाधान उमटलं. काहीतरी बोलायला म्हणून संजीवजी क्षणभर थबकले, पुन्हा काहीतरी विचार करून ते खोलीबाहेर पडले.

नरेंद्रनं वाचायला सुरुवात केली.

***

'पाण्यात असताना कुणीही काहीही करू शकणार नाही, असा जलोद्भवाला साक्षात ब्रह्माकडून वर मिळाला होता ना! वर मिळाल्यावर तो सगळ्यांना त्रास देऊ लागला, छळू लागला. लोकांना त्रास देऊन तो नंतर पाण्यात जाऊन लपून बसायचा. मग कुणीच त्याला काही करू शकत नव्हतं. सरोवराचं सगळं पाणी काढून त्याला ठणठणीत केल्याशिवाय त्याच्यावर काहीही उपाय करणं शक्य नव्हतं. अशा वेळी कश्यपांच्या विनंतीवरून ब्रह्मानं विष्णूला पाठवलं. विष्णू इतर देवतांच्या बरोबर आले आणि त्यानं सरोवराच्या आजूबाजूच्या उंच उंच पर्वत कापून काढले. सगळं पाणी प्रचंड वेगानं वाहून गेलं. पाणीच नाही म्हटल्यावर जलोद्भवाला लपून राहायला जागा कुठली? तो विष्णूंच्या हाती सापडला आणि त्याचा अंत केला गेला. नंतर कश्यपांनी त्याच जागी एक मंडल रेखलं. कुठलं? सांग बघू!'

वडिलांनी अपेक्षेनं प्रश्न विचारला तेव्हा मी आनंदानं ओरडून सांगायचो, 'आमचं काश्मीर!' हे सांगताना मला कधीही त्यातल्या आनंदात कणभरही त्रुटी जाणवत नव्हती.

पुराणातली ही कथा सांगताना नेहमीच त्यांचे दोन्ही हात जोडलेलेच असत. आणि मी? मीही हात जोडूनच ती कथा ऐकत असे. दररोज ही कथा ऐकल्याशिवाय माझं मन भरत नव्हतं. त्यांना काश्मीरमध्ये राज्य केलेल्या अनेक राजांच्या कथा ठाऊक होत्या. वेळ असेल तेव्हा ते त्या मला रोचक पद्धतीनं सांगायचे. श्रीमंत, शूर, कर्तबगार राजांच्या कथा ऐकता ऐकता मलाही मी राजा असल्यासारखंच वाटायचं! शारदेच्या आवासस्थानावर जन्मलेला असल्यामुळे विद्यासंपन्नतेच्या बाबतीत मी स्वत:ला राजाच मानत होतो. मान वर करून पाहिलं की हिमालयाची शिखरं आपल्यावर छत्र धरत असल्यासारखं वाटून माझी छोटी छोटी पावलंही राजाच्या थाटातच पडत होती. शिखरांच्या रांगा भेदून येत असलेली वाऱ्याची सुखद झुळुकच चामर समजून सुखावत होतो. त्याच रुबाबात, नसलेल्या मिशांना पीळ देत मी चालू लागलो की जमिनीवर दूरवर पसरलेलं हिरवंगार आच्छादन माझ्या पायघड्या होत आणि झाडं-झुडपं आणि वेली-पानं-फुलं-फळं माझे प्रजाजन होत! शेजारून वाहणारी वितस्ता नदीच माझ्या आगमनाचा विशेष वाद्यवृंद होई! पक्ष्यांचा किलबिलाटच मंत्रघोष व्हायचा. 'बेटा कैलाश! अरे कुठायस?...' अशी आईची हाक येईपर्यंत माझ्या काश्मीरचा मीच राजा!

होय. या राजाचं नाव कैलाश पंडित!

मला कुणालाच शिक्षा करणं ठाऊक नाही. फक्त प्रेम करता येतं. एखाद्या लहान किड्यापासून ते मोठ्या श्वापदापर्यंत... एवढंच काय, मला राक्षसावरही प्रेम करायला जमतं! का नाही जमणार? वडिलांचा स्वभावही तसाच होता ना! त्यांचे वडील, म्हणजे माझे आजोबाही तसेच होते असं सगळे सांगतात. मलाही व्यवस्थित आठवतं. दक्षिण काश्मीरमधल्या पुलवामा जिल्ह्यात आमचं खेडं. भोवताली वीस कनालांनी भिजणारी सकस शेती. त्याच्या मध्यभागी असणारं आमचं मोठालं घर. शेताच्या काठावरून वाहणारी वितस्ता नदी. हिचं झेलम हे नाव शिखांनी त्यांच्या राजवटीत दिलं होतं. एकत्र कुटुंब असल्यामुळे घरभर भरपूर माणसं.

घरातली आणि शेतावरची कामं करायला भरपूर नोकरमाणसं. नोकरमाणसं आहेत म्हणून वडील कधीही काम न करता शांतपणे बसल्याचं मला कधीच बघितलेलं आठवत नाही. पहाटे चार वाजता उठून नदीवर जाणार, तिथं पाण्यात डुबकी घेणार, सूर्याला नमस्कार करून अर्घ्य देणार, हातात जानवं धरून गायत्री मंत्राचं पठण करणार. त्यानंतर शेतात सगळीकडे एक फेरी मारून ते घरी परतायचे. परतल्यावर भगवती श्लोकाचं पठण चाले. खाणं खाऊन ते पुन्हा शेतात जात ते दुपारीच घरी परतत. जेवण झाल्यावर एक छोटी डुलकी काढून ते पुन्हा बाहेर पडत. संध्याकाळी अंधार पडायच्या आत घरी परतायची त्यांची पद्धत असली तरी येता येता गावकऱ्यांशी गप्पा मारत, त्यांची सुख-दु:खं ऐकत घरी परतेपर्यंत रात्रीच्या

जेवणाची वेळच होत असे.

सकाळी मी उठायच्या वेळी आई गरम-गरम नमकिन चहा बनवून तयार ठेवून बाकी खाण्यापिण्याच्या तयारीत गुंतलेली असे. जाग आली की माझ्या खिडकीपाशी असलेल्या अक्रोड आणि सफरचंदांच्या झाडाकडे नजर टाकायचा माझा नेहमीचा आवडता चाळा! तिकडं नजर टाकताना मला न चुकता वडिलांचं वाक्य आठवायचं, 'भूमी हिरवीगार असेल तर माणसाचं आयुष्यही रसरशीत असतं!' मग माझी तिकडे धाव ठरलेली. वेळेचं भानच राहत नसे. त्या झाडांना कुरवाळताना मला कसलंच भान नसे. आईची हाक कानावर आल्यावरच भानावर येऊन घराकडे वळत असे. पण अंगणात असलेल्या नळाचा पुन्हा मोह पडून त्यातल्या पाण्यात काही वेळ खेळून झाल्यानंतरच न्हाणीघरात जात असे.

मोठ्या हंड्यातल्या गरम पाण्यानं अंघोळ करून घरात येत असे. घाईघाईनं खाणं उरकून चुलत भावंडांबरोबर शाळेला जात असे. परतताना वाटेत मिळणाऱ्या फळफळावळानंच पोट भरून गेलेलं असे. तरीही घरी आल्यावर आई किंवा काकूंनी आधीच बनवून ठेवलेला खाऊ खायला मिळायचा. संध्याकाळी दिवा लागायच्या वेळेपर्यंत आम्ही सगळी मुलं भरपूर खेळून घरात आलो की शारदा स्तोत्र म्हणायचं. करायचा तेवढा अभ्यास करून कथा ऐकण्यासाठी तयार होऊन बसत असू. कथांची सुरुवात काश्मीरच्या कथेनंच होई. कितीतरी वेळा जेवण झाल्यावर तीच कथा पुढं चालू राहत असे.

आमचं लहान गावातलं शांत जीवन सुरू असतानाच भारताचं विभाजन झालं आणि पाकिस्तानकडून पठाणांची एक टोळी आली. बारामुल्लामध्ये हत्याकांड सुरू झाल्याच्या बातम्या येऊ लागल्या. ते लवकरात लवकर श्रीनगर ताब्यात घेण्याच्या गडबडीत होते. वाटेत येणाऱ्या सगळ्या गावांवर डल्ला मारून अनंत अत्याचार करत ते श्रीनगरच्या दिशेनं निघाल्याचं समजलं. बातमी आणणारेही आमच्याच घरात राहायला लागले.

त्यांनी बातमी आणली होती, 'क्षीरवाणी देवालयासमोरच्या तळ्यातलं पाणी काळं झालंय म्हणे!...'

ते ऐकताच विदीर्ण झालेला थोरल्या काकांचा चेहरा अजूनही माझ्या नजरेसमोरून हलत नाही! आम्ही काश्मीरच्या या भागात राहत असल्यामुळे पाकिस्तानच्या सीमेलगतच्या बारामुल्लात काय घडतं ते आम्हाला तपशीलानं समजत नव्हतं. तिथं चाललेल्या अत्याचाराच्या झळा आम्हाला थेटपणे पोचल्या नव्हत्या. पण ते पाहून आलेले काहीजणं जे काही सांगत होते ते ऐकून सगळे गावकरी घाबरे झाले होते.

'...ते अतिभयंकर रानटी पठाण! वाटेत येईल ते सगळं ओरबाडून घेताहेत! सोनं-

चांदी-पैसे तर झालेच; तांब्या-पितळेची भांडी, घरादाराचे कड्याकोयंडे, चांगले कापडचोपड... मिळेल ते सगळं लुटून नेताहेत... अरे! आमच्या बायका-मुलींनाही...' पुढच्या घटनांचा उच्चारही करणं अशक्य वाटून ते खालच्या मानेनं बसून राहिले होते.

'बारामुल्लाच्या कॅन्टानमेन्टमध्ये असलेले पाद्री आणि नन्सही मारले गेलेत. एवढंच नव्हे, हिंदू-मुसलमानांच्या एकतेचं प्रतीक असलेल्या मकबूल शेरवानींनाही त्यांनी ठार केलंय! यांचं आक्रमण सुरू असल्याचं समजल्यावर त्यांनी लोकांना एकत्र करून धीर द्यायचा खूप प्रयत्न केला. जेव्हा हल्लेखोरांना आवरणं अशक्य झालं तेव्हा आपल्या स्थानिक साथीदारांच्या मदतीनं श्रीनगरला जाणाऱ्या हल्लेखोरांचा रस्ता चुकवला. एकदा-दोनदा नव्हे; अनेकदा! खरा मार्ग शोधेपर्यंत दमून गेलेल्या हल्लेखोरांना ही त्यांची हिकमत असल्याचं लक्षात आलं. भडकलेल्या हल्लेखोरांना संताप अनावर झाला आणि त्यांनी मकबूलांचं मुसलमानपणही लक्षात न घेता त्यांना पकडलं, दरादरा ओढून नेलं, हातांना खिळे ठोकले! तशाही परिस्थितीत हिंदू-मुस्लिमांच्या ऐक्याविषयी घोषणा देणाऱ्या मकबूल शेरवानींवर गोळ्यांचा पाऊस पाडण्यात आला! त्यांच्या मस्तकावर एक पत्र्याचा तुकडा ठोकून त्यावर 'द्रोह्याला मृत्युदंड!..' असं लिहून निघून गेले होते...'

एवढं सांगून झाल्यावर स्मशानशांतता पसरली.

'आमच्यावरच्या या आक्रमणाचं पुन्हा-पुन्हा आवर्तन चालूच असतं. त्यामुळे पळून जायचं, पुन्हा माघारी यायचं, काहीवेळा गेलेल्या ठिकाणीच स्थायिक व्हायचं हे तर नेहमीचंच होत चाललं आहे! असंच चालू राहिलं तर आमच्या अस्तित्वाची नामोनिशाणीच राहणार नाही!' कुणीतरी गावकरी म्हणत होते.

'हे क्रौर्य आमच्या भूमीचं अजिबात नाही. मुस्लीम काश्मीरमध्ये आले ते इथल्या सगळ्या हिंदूंचं धर्मांतर करून टाकण्याच्या हेतूनं; हे केव्हापासून चाललंय पंडितजी?' कुणीतरी पिताजींना विचारलं.

'चौदाव्या शतकात काश्मीरच्या गादीवर रिंचन हा एक बौद्धधर्मीय राजा होता, त्यानं धर्मांतर केलं होतं. आपलं नाव सुलतान सद्रुद्दीन असं ठेवलं होतं. तेव्हापासून इथे मुसलमान राजवटीला प्रारंभ झाला. एवढं सोडलं तर जनसामान्यांनी केव्हा मोठ्या प्रमाणात धर्मांतर केलं हे सांगायला खात्रीशीर पुरावे नाहीत. पण एकदा सुरुवात झाल्यावर कुठल्या-कुठल्या टप्प्यावर ते होत राहिलं यासंबंधी काही पुरावे मिळू शकतात. उदाहरणार्थ, सुलतान शिकंदराच्या कारकिर्दीत काश्मीरला आलेल्या बैहाती सैयदनी आमच्या लोकांचं धर्मांतर तर केलंच, त्याचबरोबर तुम्ही आता हिंदू-ब्राह्मण नव्हे-मुस्लीम ब्राह्मण आहात असं सांगून दिशाभूल केली होती म्हणे!' वडील एकेक प्रकरण आठवून सांगत होते. त्यांनी पुढं सांगितलं,

'बुतशिकन नावानं ख्यात असलेला सुलतान शिकंदर यानं नष्ट केलेलं गाव-वस्ती-देवस्थानच राहिलं नव्हतं म्हणतात! त्याचा मंत्री एके काळी हिंदू असून नंतर त्यानं इस्लाम धर्माचा स्वीकार केला होता. त्यानंच जबरदस्तीनं धर्मांतर करायची जबाबदारी स्वत:कडे घेतली होती. सगळे हिंदू ग्रंथ दल सरोवरात बुडवायचे, पंडितांची जानवी कापून काढायची हे उद्योग ते दोघं सातत्यानं करत होते म्हणे! एकदा तर तीन खर्वार, म्हणजे दोनशे चाळीस किलो वजनाची जानवी त्यांनी एकत्रितपणे जाळून टाकली होती!..'

ते बोलत होते आणि मी डोळ्यांची पापणी न लववता त्यांचं बोलणं ऐकत होतो.

'पुढे अफगाण्यांच्या काळात तर क्रौर्याची परिसीमा होऊन त्यानं वेगळंच रूप घेतलं. पंडितांना गवताच्या गंजीला बांधून दल सरोवरात बुडवायचं, मानवी मल भरलेली मडकी त्यांच्या डोक्यावर चढवून त्या मडक्यांना फुटेपर्यंत दगड मारायचे हे मुस्लिमांच्या मौजेचे खेळ झाले...'

हे ऐकताना तर सर्वांगाला काटे टोचल्यासारखं होऊन सर्वांगाची लाहीलाही होत होती. 'अशा कितीतरी पाशवी मार्गांचा अवलंब करून त्यांनी आमची धर्मांतरं केली असली तरी आम्ही काया-वाचा-मनानं तो धर्म दूरच ठेवला होता. त्यांच्या कुराणाच्या आडोशाला आमचे देव ठेवून आम्ही त्यांची पूजा करत राहिलो. आमची परंपरा जपत राहिलो. जेव्हा, रक्त सांडून आमच्या ऋषिपरंपरेला जिंकणं शक्य नाही हे त्यांच्या लक्षात आलं तेव्हा त्यांनी सांगायला सुरुवात केली, 'आमच्याकडेही ऋषिपरंपरा आहे!' हे दाखवून देण्यासाठी त्यांनी पर्शिया-मध्य एशियाकडून सूफी संतांना बोलावून घेतलं. सुलतान शिकंदरच्या काळातच सुमारे तीन हजार अनुयायांबरोबर आलेला सैयद महंमद हम्दानी हे त्यातलं एक उदाहरण म्हणून सांगता येईल. हे आणि इतर सगळे संत हिंदू आणि मुसलमानांमध्ये तात्त्विक आणि कलाप्रकारांमध्ये बरंच साम्य आहे असं सांगू लागले तेव्हा तेव्हा दोन्ही समाजांनी समजूतदारपणे राहणे हीच काश्मीरीयत, अशा प्रकारची परिभाषाही जन्माला आली. तलवारीच्या पाशवी भयाची अजिबात सावली नसलेली ही पद्धत होती. त्यामुळे त्यांनी पाहिलेल्या रक्ताच्या पाटांचं विस्मरण करायला कारणीभूत ठरली. त्याच्या सावलीत बघता बघता नव्या मशिदी उदयाला येऊ लागल्या. काश्मीरी हिंदू आपल्याच नकळत मुसलमान होऊ लागला.' त्यांचं सांगून संपलं तेव्हा भोवताली बसून ऐकत असलेल्यांपैकी कुणीच काही बोललं नाही.

त्यांचं बोलणं मी लक्ष देऊन ऐकत होतो. त्या दिवशी मला नव्या राक्षसाचा परिचय झाला होता. त्यानंतर मी या संदर्भात वडिलांना वरचेवर प्रश्न विचारू लागलो. जलोद्भवाविषयी सांगताना त्यांच्या आवाजात जो ठामपणा होता, तो

याविषयी बोलताना नव्हता. या राक्षसाच्या धर्मांधतेविषयी बोलताना ते घाबरत होते. या राक्षसाचा कधी अंत होणार या माझ्या प्रश्नावर ते नेहमीच दुर्लक्ष करत. मी मात्र या राक्षसाचा अंत करण्यासाठी कश्यप ऋषी पुन्हा कुठल्यातरी देवतेला बोलावून घेतील याची अपेक्षा करत राहिलो. केवळ शस्त्रबळानं या काश्मीर भूमीला जिंकणं अशक्य आहे, पुण्यकर्मानंच ते शक्य आहे, या वडिलांच्या सांगण्यावर मी शब्दश: विश्वास ठेवला.

त्या घटनेनंतर आणखी एक नवं सत्य माझ्या मनात ठसलं होतं. माझ्या काश्मीरवर कुणीतरी हल्ला करून येईपर्यंतच मी राजा! त्यानंतर? यावरही फार विचार करायची गरज नव्हती म्हणा! मनाचा निर्धार आणखी बळकट झाला; मी काश्मीरचा राजा! कुठल्याही राक्षसाच्या विकटहास्यला घाबरणार नाही! मी माझं राज्य सोडून बाहेर जाणार नाही! मला वितस्ता नदीत बुडवलं तरी हरकत नाही!...

***

कथा ऐकण्याइतकाच सांगण्यातही रस वाटू लागला तेव्हा मी अध्यापन हा व्यवसाय आस्थेनं निवडला. अगदी वडिलांना सांगून, त्यांची परवानगी घेऊन! तसं पाहिलं तर काश्मीरी पंडितांमध्ये सरकारी कारकून होणाऱ्यांची संख्याच जास्त. ज्योतिषी-पुरोहित तर कमीच. कुठलीही भाषा पटकन शिकून नोकरी मिळवणाऱ्या आमच्या समुदायामध्ये अफगाण कारकिर्दीत पर्शियन भाषेवर प्रभुत्व मिळवून राज्यकारभारात उच्च स्थानावरच्या जागा मिळवायचे म्हणे. त्या काळापासून सरकारी नोकरीत उच्चपदस्थ होण्यासाठी पंडितच लायक असल्याची भावना प्रबल होऊ लागली. ही डोग्रा राजे येण्याआधीची गोष्ट. शिखाच्या कारकिर्दीपासूनच काश्मीरवर पंजाबचा भरपूर प्रभाव होता. नंतर डोग्रा राजांच्या कालखंडातही तो कायम राहिला. वरच्या दर्जाची सगळी पदं शिखांच्या हातात जाऊ लागली. पण अध्यापनासारख्या जागा आमच्यासाठीच असल्यासारख्या होत्या. त्यामुळे जगणं काही फारसं अवघड नव्हतं.

मुसलमानांचं मात्र तसं नव्हतं. त्या समुदायाच्या प्रमुखांनी सांगितल्याशिवाय कुणीही शिकायला येत नव्हतं. त्यांची तर भावनाच अशी होती की विद्याभ्यास सत्यनाश करतो! शेतीमुळेच उत्तम जीवन जगता येतं हा त्यांचा विश्वास होता. त्यांच्यातही क्रमेण शिक्षणाचं महत्त्व वाढीला लागून ते पंजाबमधल्या विद्यापीठात जाऊन शिक्षण घेऊन आले. या सुशिक्षितांनीच राजकीय चळवळी सुरू केल्या, असंही वडील सांगायचे. मुस्लिमांनी शिक्षण घेतल्यावर ते नोकरीसाठी इंग्रजांवर अवलंबून राहू लागले. पण, एकीकडे हिंदू आणि दुसरीकडे मुसलमानांना नोकऱ्या देता देता डोग्रा सरकारच्या नाकीनऊ आलं. ते अयशस्वी ठरू लागलं. याच काळात अहमदी आणि अहरार यांच्यामधील कलह विकोपाला गेला. ते सगळेच पंडितांना

समूळ नष्ट करायला लागले. तेव्हा काही कुटुंबं काश्मीर सोडून निघून गेली. ही घटना १९३१च्या ऑक्टोबरमध्ये घडली. हे वडिलांनी मी नोकरीला लागायच्या आधीच मला सांगितलं होतं.

'काश्मीरमध्ये जगताना सगळं समजून घेऊन राहायला पाहिजे! त्याचा काही उपयोग आहे की नाही, हा विचार नंतर करायचा!' ते सांगायचे. या अनुभवाच्या बोलण्याला इथला कराल इतिहासही आधारभूत आहे. हे मलाही नंतर समजत गेलं.

माझी श्रीनगरच्या शाळेत शिक्षक म्हणून नियुक्ती व्हायच्या वेळी कुटुंबाच्या जमिनीच्या वाटण्या होऊन धाकटा किशन आपल्या वाट्याच्या जमिनीची देखभाल करायला लागला होता. थोरल्या बहिणीचं लग्न होऊन ती आपल्या संसारात सुखानं नांदत होती.

श्रीनगरमध्ये घर करून मी गिरिजाशी विवाहबद्ध झालो. तेव्हा शाळेलगतचा विचार न करता अनेक हिंदू कुटुंबं राहत असलेल्या हब्बा तगल या भागात घर घेतलं. त्या घरासाठी अमानत रक्कम भरून आलो. तेव्हा गिरिजानं हलक्या आवाजात म्हटलं, 'पण समोरच्या घरात मुसलमान राहतात! आपण आणखी कुठली तरी जागा पाहिली तर नाही का चालणार?' तिच्या चेहऱ्यावर भय पसरलं होतं. एव्हाना माझ्या विस्मरणात गेलेला धर्मांधतेचा राक्षस पुन्हा जागृत झाला आणि रात्रभर नजरेसमोर थयथयाट करत राहिला.

दुसरे दिवशी मी त्या घरात राहणाऱ्यांचा अंदाज घेण्यासाठी त्या भागात गेलो. तर सामोरी आलेली व्यक्ती पुढं होऊन मोठ्या उत्साहानं विचारू लागली, 'आमच्या घरासमोरचं घर तुम्ही घेताय म्हणून समजलं! हे छान झालं मास्टरजी! मलाही इथं राहायला येऊन सहा महिने झालेत.' त्यांच्या चेहऱ्यावर स्नेहपूर्ण हसू होतं. माझ्या चेहऱ्यावरचा गोंधळ त्यांच्या लक्षात आला असावा. त्यांनी खुलासा केला, 'मी बशीर अहमद. तुमच्या समोरचं घर माझं आहे. इथंच हमरस्त्यावर माझं कपड्याचं दुकान आहे.'

राक्षस इतके स्नेहमय असू शकतात यावर विश्वास कसा ठेवायचा? हे कसं शक्य आहे? मनानं समोरच्या दृश्यावर विश्वास ठेवायला नकार दिला.

गिरिजानंही 'तुमची मर्जी!' म्हणत माघार घेतली. एव्हाना माझा निर्धार पक्का झाला होता. काश्मीरचा राजा आहे मी! कुठल्याही राक्षसाच्या विकट हास्याला घाबरत नाही! माझं राज्य सोडून जाणार नाही. मला वितस्ता नदीत बुडवलं तरीही इथून जाणार नाही!...

अखेर एक शुभ दिवस बघून, घटका-मुहूर्त बघून त्या घरी पाऊल ठेवलं तेव्हा आयुष्यात कसलीच अडचण किंवा दु:ख नव्हतं.

समोरासमोर आल्यावर बशीरांशी 'जेवण झालं का मास्टरजी?' 'शाळा सुटली

वाटतं!' अशा प्रकारचा काहीतरी साधा-सरळ संवाद व्हायचा. घराबाहेरच क्वचित पडणाऱ्या गिरिजाशी त्यांच्या पत्नी रिफतजान याही हसतमुखानं चार शब्द बोलायच्या. हळूहळू त्यांच्याविषयी मनात असलेल्या आशंका आणि भय दूर झालं.

बशीरही साधारण माझ्याच वयाचे असतील. एव्हाना त्यांच्या अन्वरचा जन्म झाला होता. आम्ही त्या घरी राहायला गेलो तेव्हा तो दोन वर्षांचा असेल. आसिफचा जन्म आम्ही तिथं गेल्यानंतरचा. त्यानंतर सहा महिन्यांनी आमचा सतीश जन्मला. संसार वाढीला लागले तसे आम्ही मुलांच्या लालनपालनात गर्क होऊन गेलो. सणासुदींना आणखी अर्थ प्राप्त झाला होता. नातेवाईक आणि इष्ट मित्रमंडळींबरोबरचा वावर वाढला होता. समोरच्या घरात ते राहतात याचा मला कितीतरी वेळा विसरच पडलेला असायचा. शिवरात्रीच्या सणाच्या वेळी मात्र ते न चुकता मद्रू नावाच्या, कमळाच्या फुलांच्या लांबलचक देठांसह गड्ड्या आणून द्यायचे. आमच्याविषयीच्या आस्थेचा संकेत म्हणून ते त्या आणून देत तर गिरिजाही त्यापासून रुचकर-चविष्ट पदार्थ बनवून त्यांच्या घरी पाठवून द्यायची.

काही वेळा त्या त्या दिवसाच्या शाळेतल्या अभ्यासाच्या विचाराच्या तंद्रीत मी जात असताना बशीर आपण होऊन हाक मारून म्हणायचा, 'हे काय मास्टरजी! आज इतक्या निवांतपणे चाललाय! उशीर नाही का होत?'

'हे काय! निघालोच. तुम्ही निघालात दुकानात जायला?'

'निघणारच. काय करणार? बेगम खायला देत नाहीत! सतावताहेत! ' तेही हसतच सांगायचे.

अशाप्रकारे चाललेला परस्परांवरचा विश्वास आमची सविता आणि त्यांची नैला यांच्या जन्मापर्यंत अधिकच गाढ होत चालला होता. गावाकडे किशननं आणखी दोन तनाल जमीन विकत घेतली होती. अक्रोड, बदाम, सफरचंदच्या बागा उत्तम फळं देत होत्या. गावाकडून आलेले बदाम कधी कधी बशीरच्या घरीही पोचवले जायचे. तेही त्यांच्या शेतातून आलेले तांदूळ पाठवून द्यायचे. ते एकदा अन्वरला घेऊन घरी येऊन म्हणाले, 'मास्टरजी! काहीतरी करून याच्या डोक्यात चार अक्षरं जातील असं करा!'

नंतर त्यांचा अन्वर शिकायला माझ्याकडे येऊ लागला. शाळेत शिकवलेलंच त्याला सावकाश शिकवलं तेव्हा ते त्याला समजलं. त्यानंतर ती पद्धतच पडली. तो अगदी दररोज नाही आला तरी काही समजलं नाही तर नि:संकोचपणे घरी येऊन विचारत होता. तसा तो काही निर्बुद्ध नव्हता. पण शिक्षणात फारसा रस नव्हता, इतकंच. त्याचं बोलणंही कमी. चार वेळा विचारलं तर एकदा उत्तर द्यायचा. मी त्याला हसत म्हणायचो, 'अन्वर! तू बोललाच नाहीस तर तुझा आवाजच विसरून जाऊ आम्ही!' यावरही काही न बोलता हसत हसत तो पळून जायचा. त्याच्या

गोजिरवाण्या चेहऱ्यावर ते निरागस हसू अतिशय खुलून दिसायचं.

'तुमच्या आशीर्वादानंच बघा यानं हायस्कूल पुरं केलं!' निकालाच्या दिवशी मुलाला घेऊन आलेल्या बशीरनी मिठाईचा डबा देत सांगितलं होतं. नंतर त्यांनी त्याला सांगितलं, 'बेटा! तू यांच्या चपलेची धूळ कधीच विसरू नकोस!' तेव्हा काही वेळ तो माझ्या चपलांकडेच पाहत राहिला होता.

मीही हसलो आणि त्याचं मस्तक कुरवाळत म्हटलं, 'छे: छे! माझ्या सतीशसारखाच हा मला! माझ्या हाताखाली शिकलेला मुलगा चांगलं शिकून पुढं आला तर मला अभिमानच वाटणार ना!' त्या बोलण्यात कणभरही औपचारिकतेचा भाग नव्हता. ते उद्‌गार माझ्या हृदयातून आले होते. एका शिक्षकाचे उद्‌गार होते ते!

आसिफ उत्तम वक्ता होता. त्याची सतीशबरोबरची मैत्री केवळ मोहल्ल्यापुरती राहिली नव्हती. खेळाच्या मैदानापर्यंत ती विस्तारली होती. अभ्यासात काही अडचण असेल तर तो नि:संकोचपणे घरी येत होता. थोरल्या भावापेक्षा हा हुशार होता. याची जाणीव असल्यामुळे मीही त्याच्याकडे विशेष लक्ष देऊन शिकवत होतो. त्यालाही शिक्षणात बराच रस होता. तरीही एका ठिकाणी बसून मन एकाग्र करून अभ्यास करायचा त्याचा स्वभाव नसल्याचं माझ्या लवकरच ध्यानात आलं होतं.

तसंच सविता आणि नैला तर माडीवरच्या आपापल्या खोल्यांमधूनच एकमेकीशी बोलत राहायच्या. या मुलींची मनं आणि मैत्री दोन्ही विचित्रच!

एकदा बशीरनी आपल्या दुकानातून नैला आणि सवितासाठी कपडे आणले. मी किती नको म्हटलं तरी ते ऐकायला तयार झाले नाहीत. पैसे देऊ केले तरी घेतले नाहीत. म्हणाले, 'तुम्ही माझ्या मुलांना शिकवताय, त्याचे पैसे घेताय का? नाही ना? तुम्ही घेतले असते तर मीही घेतले असते!'

यावर काय बोलायचं ते मला सुचलं नाही. तरीही म्हटलं, 'तसं नाही! दोघांना शिकवताना आणखी दोघं समोर असल्यानं काही बिघडत नाही. मला वेगळं काही करावं लागत नाही. प्रत्येकजण आपापल्या कुवतीनुसार शिकतो. पण कपड्याचं तसं नाही ना! तुमचं त्यात भांडवल असतं!'

'मास्टरजी! जर तुम्ही एवढा हिशेब करणार असाल तर उद्यापासून मी मुलांना तुमच्याकडे पाठवणार नाही. नापास होतील तर होऊ देत!' ते गंभीरपणे म्हणाले. यावर काय बोलणार? मी काही बोललो नाही. त्यांच्या या उपकाराचं ओझं कमी करण्यासाठी गिरिजा त्यांच्या घरी आणखी गोडधोड पाठवू लागली. त्यांनीही पाठवलं, ते मात्र फक्त मुलांनाच दिलं.

अशा अनेक अनुभवामुळे धर्मांधतेचा तो राक्षस माझ्या मनातून पूर्णपणे अदृश्य होऊ लागला होता.

***

पण आजूबाजूचे सांगत होते, 'मास्टरजी! तुम्ही त्यांच्यापासून थोडं अंतर राखूनच राहा. किती केलं तरी त्यांचं-आपलं जुळणार नाही!' त्यांना आम्हीही सांगायचो, 'आम्ही कुठं जवळ आहोत? अंतर राखूनच आहोत!' पण यावर कुणाचा विश्वास नव्हता. काही संबंधच असे असतात, प्रत्यक्षापेक्षा बघणाऱ्यांच्या मनातच ते अधिक जवळचे वाटतात.

आमच्या घराच्या मागच्या बाजूला दोन-तीनमजली मोठमोठी घरं होती. छतावर कोसळणाऱ्या हिमवर्षावाला तितक्याच निष्करुणेनं खाली लोटून देणारी छतं. मधले रस्ते इतके चिंचोळे की शेजारचं घर आणि समोरचं घर यात फारसं अंतरच जाणवू नये! इतकं सामिप्य असलं तरी तिथल्या आणखी कुठल्याही हिंदू-मुसलमान कुटुंबांमध्ये आमच्या आणि बशीर-कुटुंबांमध्ये जेवढी जवळीक होती, तेवढी अजिबात नव्हती. बशीरही आमच्याव्यतिरिक्त आणखी कुठल्या हिंदू कुटुंबाशी एढ्या सलगीनं नव्हते.

कालचक्र पुढं चाललं होतं. मुलं मोठी होत होती. दिवस कसे जात होते ते लक्षातच येत नव्हतं. दहावी संपवून अन्वर वडिलांचं दुकान सांभाळायला लागूनही दोन वर्षं झाली होती.

एकदा शाळेतले सहोद्योगी म्हणाले, 'तुमच्या लक्षात आलंय का? आपल्या परिसरात अनोळखी चेहरे दिसायला लागले आहेत! उत्तर प्रदेशातून 'जमात-ई-इस्लाम'चे मौलवी फार मोठ्या संख्येनं काश्मीरला आलेत म्हणे! काश्मीरी तरुणांना इस्लामच्या मूलभूत तत्त्वांची ओळख करून देण्यासाठी! सरकारनं याआधी काही अतिरेक्यांना सोडलं होतं ना! त्यांचेही यांच्याशी लागेबांधे आहेत म्हणे!'

हे माझ्याही लक्षात आलं होतं.

एक दिवस सतीश शाळेतून परतल्यावर सांगत आला, 'यानंतर मी आसिफशी बोलणार नाही!'

'का? काय झालं?' मी थोड्या आशंकेनंच विचारलं.

'त्याचे सगळे मित्र भारताविषयी फार वाईट्ट बोलतात. तोही तसाच आहे! मी समोर असेन तेव्हा कसाबसा गप्प असतो. आज त्याचं इतिहासाचं पुस्तक बघितलं. भारताच्या सगळ्या नकाशावर शाई टाकली होती!' हे सांगताना सतीशचा चेहरा उतरला होता.

'चुकून पडली असेल. मुद्दामच टाकली कशावरून?' मी त्याचं समजवायचा प्रयत्न केला.

'नाही! मी स्पष्टच विचारलं त्याला! यावर तो म्हणाला, तुमच्या इंडियाची काहीच लायकी नाही, म्हणून तसं केलंय मी!' हे सांगताना सतीश जवळजवळ रडकुंडीला आला होता.

'बरं! तू काय म्हणालास?'

'मी सांगितलं, चूक तुमच्या पाकिस्तानचीच आहे! माझ्या भारताला नाव ठेवायचं कारण नाही! एवढ्यावर थांबलं नाही. तो आपल्या मित्रांना घेऊन मला मारायलाच आला! मी कुठं त्यांच्याशी मारामारी करू? आलो पळून! ते मला भित्रट म्हणून चिडवत होते, पण...' एवढं सांगून सतीश आपल्या खोलीत निघून गेला.

दोन्हीकडे भेग पडायला सुरुवात झाली होती. सतीशबरोबर नेहमी घरी येणारा आसिफ त्यानंतर कधीच घरी आला नाही! तरीही समोर आल्यावर बशीर नेहमीप्रमाणे चार शब्द बोलत असल्यामुळे घाबरायची आवश्यकता नव्हती.

'अप्पा! आता कुठलीही हिंदू-मुसलमान मुलं एकत्र खेळत नाहीत! त्यांचा ग्रुप वेगळा आणि आमचा वेगळा. केवळ भांडणाच्या वेळीच समोरासमोर येतो!' काही दिवसांनी सतीश म्हणाला. तो एकप्रकारे बदलत्या काश्मीरसमोर धरलेला आरसाच होता.

'मशिदींमध्ये प्रार्थना आणि इतर हालचाली बऱ्याच वाढल्या आहेत म्हणे! काहीतरी आतल्या आत धुमसतंय! आपण सगळ्यांनी सावध राहिलं पाहिजे! शाळेतले सहोद्योगी आपसात हेच वेगवेगळ्या शब्दात बोलत होते.'

त्यातच एक दिवस किशनचं पत्र आलं, 'भय्या! इथे वातावरण चांगलं नाही! परिस्थिती हाताबाहेर चालली तर जम्मूला निघून जाऊ या. तुम्हीही त्या दृष्टीनं तयार राहा.'

मी मात्र बशीरच्या वर्तणुकीवर लक्ष ठेवून होतो. तिथे राक्षस दिसत नव्हता. त्यामुळे मी घाबरायची गरज नव्हती. मी पाहत होतो, त्यांच्या दुकानातला व्यापार अचानकपणे वाढला होता. त्यांच्या दुकानात जायच्या वेळा बदलल्यामुळे त्यांची-माझी समोरासमोर भेट होतंच नव्हती. अन्वरही वडिलांसोबतच जात-येत असल्यामुळे त्याचीही भेट होत नव्हती. आसिफ पहाटेच घराबाहेर पडायचा तो रात्री कधीतरी उशिरा घरी परतायचा.

एका रात्री आम्ही जेवत असताना दारावर जोराचा आवाज झाला. सतीश उठत म्हणाला, 'अप्पा, कुणीतरी दगड टाकतंय!'

मी त्याला आवरलं. तेवढ्यात कुणीतरी बाहेर घसा खरवडून ओरडलं, 'नारा ए तकबीर! अल्ला हो अकबर!'

सगळे स्तब्ध झालो. तो आवाज विरून गेल्यावर हळूच दरवाजा उघडून बाहेर जाऊन पाहिलं तर कुणीच दिसलं नाही. हिंदू घरांवर दगडफेक सुरू झाल्याची बातमी माझ्याही कानांवर आली होती. हमरस्त्यावरचं घर असेल तर गोष्ट वेगळी. पण एवढ्या आतल्या बाजूला असलेल्या आमच्या घरावर दगड पडणं याचा अर्थ कुणीतरी समजून-उमजून हे चालवलंय हे नक्की. कोण असेल असा विचार करत

सगळे खोलीच्या दारालगतच झोपलो. रात्रभर झोप लागली नाही. मनात सतत विविध विचार येत होते.

दुसऱ्या रात्री मी वरच्या मजल्यावर दिवा न लावता अंधारातच उभा राहिलो. सतीशही सोबत होता. आदले दिवशी दगड टाकणारे त्याही दिवशी यायची खात्री नव्हती तरी आम्ही वाट पाहत होतो. जर आम्ही त्यांचं लक्ष्य असू तर ते नक्की येतील याची एकीकडे खात्री वाटत होती.

आमचा अंदाज खरा ठरला. दूरवर आकृती दिसू लागली. ती हळूहळू जवळ आली. हो. खात्री पटली. तो आसिफ होता! मनोमन मी कोसळलो! आमच्या घरातच खेळतबागडत मोठा झालेला आसिफ अजिबात मागंपुढं न पाहता आमच्या घराकडे वळला. त्यानं तिथंच खाली पडलेला दगड उचलला आणि सर्वशक्तीनिशी आमच्या दाराकडे फेकला. दारावर दगड आदळून झालेला आवाज अंधारात घुमला. नंतर हाताच्या मुठी वळून त्यानं हवेत उंचावले आणि ओरडला, 'नारा एक तकबीर...' काही वेळ तो तसाच आमच्या घराकडे पाहत उभा राहिला. आम्ही पाहिलं तर काय म्हणू, याचीही फिकीर न वाटण्याइतकं कठोर झालंय का याचं मन? कधीपासून? विव्हल होऊन मी मनातच ठरवलं, ही बाब बशीरांना कळवायला पाहिजे!... या विचारात मी आत वळत असताना सतीशनं माझा हात ओढून माझं लक्ष वेधलं. आपल्या घराच्या दाराशी अंधारात पाषाणासारखे उभे असलेले बशीर आपल्या मुलाचं सगळं कर्तृत्व पाहत होते! हो! बशीर अहमद! नाही... मला घाबरवण्यासाठी म्हणूनच जन्मलेला राक्षस! इतक्या वर्षांनंतर आपलं खरं रूप दाखवत असलेला कराल राक्षस!

'आपण इथं नको राहायला, अप्पा! कुठंतरी निघून जाऊ या!' घाबऱ्या घाबऱ्या सतीश कुजबुजत होता. तो चांगलाच घाबरल्याचं लक्षात येऊन मी त्याच्या खांद्यावर हात ठेवून आत घेऊन आलो. का कोणजाणे, राक्षसाला प्रत्यक्ष पाहण्याआधी मनात जेवढं भय होतं, तेवढं प्रत्यक्ष राक्षसाला बघून वाटलं नाही.

शाळेतल्या सहोद्योगींच्या बोलण्याचं स्वरूप बदलत चाललं होतं.

'सत्तेचाळीसमध्ये पठाणांनी हल्ला केला तेव्हा आपण निघून गेलो होतो ना?... पासष्ट सालीही गेलो होतो. आताही निघून जाऊ आणि हा गोंधळ कमी झाल्यावर परत येऊ या...' असं काहीजणांचं म्हणणं. तर काहीजणांच्या मते थोडे दिवस वाट बघून त्यानंतर काय करायचं ते ठरवू या...'

पण मी काय करावं, हा प्रश्न माझ्या मनात अजिबात रेंगाळला नाही. माझं उत्तर, माझा निर्धार ठाम होता.

'...मी काश्मीरचा राजा आहे!... कुठल्याही राक्षसाच्या खदाखदा हास्याला घाबरत नाही!... माझं राज्य सोडून मी जाणार नाही!... मला वितस्ता नदीत बुडवलं

तरी मागं हटणार नाही...'

तो शहाऐंशीचा फेब्रुवारी महिना असेल. गावाकडची परिस्थिती कशी आहे हे बघायला मी मुलांना शेजारच्या रैनांच्या घरी ठेवून गावाकडे निघालो होतो. गावी जेमतेम पोचलो होतो-नव्हतो, तोच बातमी आली, श्रीनगरमध्ये मोठा दंगा उसळला होता. अस्थिर सरकार कोसळलं होतं त्याचं निमित्त करून उसळलेल्या दंग्यात मोठ्या प्रमाणात लूटमार आणि हाहाकार सुरू होता. लुटालूट कुणाच्या घरांची? फक्त हिंदूंची घरं लुटली जात होती. हाती लागेल ते फोडून, आग लावून शेकडो घरं-दुकानं दरवाजे फोडून त्याचं नामोनिशाणही ठेवलं जात नव्हतं. बातम्या येत होत्या. गावाच्या हृदय-भागात असलेल्या हब्बा-कदलमध्ये तर फार मोठ्या प्रमाणात हानी झाली असल्याची बातमी आली. जिवाच्या भीतीनं कितीतरी हिंदू कुटुंबं परागंदा झाली होती!

गावात शांतपणे राहणं अशक्य होतं. गोंधळ-दंगा पूर्णपणे थांबायची वाट न पाहता, कसेबसे चार दिवस काढून मिळालेल्या पहिल्या बसनं श्रीनगरला येऊन पाहिलं तर काय! सगळं गाव अस्ताव्यस्त झालं होतं. आमच्या गल्लीत तर केवळ आमचंच नव्हे, तिथल्या बहुतेक सगळ्या हिंदूंच्या घरांवर दगडफेक झाली होती. त्यात काहीजण जखमी झाले होते. त्यातल्या त्यात एक बरी गोष्ट होती, ती म्हणजे कुणाच्या जिवाला अपाय झाला नव्हता. मुलं रैनांच्या घरात सुरक्षित असली तरी भरपूर घाबरी झाली होती.

'कैलासजी! तुमच्या लक्षात येतंय का? आतल्या कुणाची तरी फूस असल्याशिवाय एवढी हानी करणं कसं शक्य आहे? हा सरसकट दंगा असता तर सगळ्यांच्या घरांची सारखीच नुकसानी व्हायला हवी होती की नाही? तुम्ही पाहा हवं तर! आपल्या हब्बा कदलमध्ये त्यांच्या दुकानांचा एक बोर्डही खाली आलेला नाही! तुमचे मित्र बशीर! त्यांचं दुकान तर एव्हाना सुरूही झालंय!'

आजूबाजूची माणसं जे बोलत होती, त्यात कणभरही खोटं नव्हतं. आता सरळ-सरळ हिंदू-मुसलामानांमध्ये फूट पडलेली स्पष्ट दिसत होती. चेहऱ्यावरचा रोष कुणीच लपवून ठेवत नव्हतं. ही केवळ श्रीनगरची कथा नव्हती, संपूर्ण काश्मीरच बदलून गेलं होतं. उद्याचा दिवस कसा असेल, या काळजीतच आम्ही दिवस काढत होतो. त्यांचं वागणं मात्र अलिप्त!

रैना कुटुंब घर रिकामं करून जम्मूला निघून गेलं. त्यानंतर मात्र गिरिजा फारच घाबरली. ती माझ्या मागं लागली, 'आपणही निघून जाऊ या. इथं काहीच नीट चाललेलं नाही! इथं राहायला मन घाबरं होतंय!'

मी तिच्याशी वाद घातला, 'कुठं म्हणून जायचं, गिरिजा? आपला जमीन-जुमला सोडून आपण का जायचं? त्यांना जितका इथं राहायचा हक्क आहे,

तितकाच आपल्यालाही नाही का? पंतप्रधान स्वत: येणार आहेत! सगळं ठीक होईल. बघू काय होतं ते!'

यावर ती गप्प बसली.

अलीकडे तर मी शाळेतून घरी येऊन पोचेपर्यंत घरातले सगळेच काळजीत असत. कुठल्याही क्षणी दंगा उसळू शकेल, दगडफेक होऊ शकेल, गोळीबारापर्यंत प्रकरण जाईल याची काहीही शाश्वती नव्हती. मुलांच्या कॉलेजमध्येही तसंच वातावरण होतं. त्यामुळे शिकवणं बेताचंच होत होतं. संध्याकाळी सगळे घरात शिरले की त्या दिवसापुरती निश्चिंती!

मी बशीरांच्या घराकडे लक्ष द्यायचं सोडून दिलं होतं. रात्रीच्या वेळी घरावर दगड पडणं सुरूच होतं. कुणीतरी काझी सार्वजनिकरीत्या भडकावू भाषण करायचा, त्या रात्री जास्त दगड पडायचे. आम्हा हिंदूंचा विरोध उपवास-सत्याग्रह या मार्गानं चालला होता. त्यानंतरही दगडफेक वाढायची.

राक्षस दिवसेंदिवस आडदांड आणि शक्तिशाली होत चालला होता. त्याच्या संहाराचा उपाय मीच शोधून काढायला पाहिजे! आतापर्यंत एका मुंगीलाही न आडवा जाणारा मी! मी कसा एवढ्या मोठ्या राक्षसाला सामोरा जाणार होतो?

या राक्षसाला कुणी वर दिलाय? माहीत नाही! शिवाय जलोद्भवाला केवळ पाण्यातच रक्षण होतं. तसं या राक्षसाला कुठे रक्षण आहे, हे तर समजायला पाहिजे ना! की या राक्षसाला मरणच नाही? कितीही विचार केला तरी या प्रश्नांचं उत्तर मिळत नव्हतं. माझ्याकडे यावरचा उपायही नाही हे जाणवून मन हतबल होत होतं.

सविता कॉलेजला निघाली की आसिफ तिच्या जाण्या-येण्यावर नजर ठेवतोय हे माझ्याही लक्षात आलं होतं. त्यामुळे सतीश जेव्हा म्हणाला, 'अप्पा, यानंतर सविताला एकटीला पाठवायला नको!' तेव्हा मीही होकार दिला होता. त्यानंतर तो स्वत: तिला सोडायला-आणायला जाऊ लागला.

आणखी एक दंगा उसळला. पाकिस्तानात कुणीतरी जनरल मरण पावल्याचा परिणाम म्हणून तो दंगा होता. दगडफेक आणि भारतविरोधी घोषणा सुरू झाल्या. कर्फ्यू सुरू झाला. चार दिवस श्रीनगर, बारामुल्ला आणि पुलवामा धगधगू लागले. आमच्या घराच्या पहिल्या मजल्याच्या खिडकीच्या काचा फुटून चूर झाल्या. आम्ही सुखरूप वाचलो. त्यातल्या त्यात आमचं ठीक होतं. मुख्य रस्त्यापाशी राहणाऱ्या घरच्यांचं जगणं मात्र फारच काळजीचं झालं होतं. मीच त्यांना सुचवलं, 'नाहीतरी निघून गेलेल्या रैनांच्या घराची चावी माझ्याकडे आहे. आणखीही दोन-तीन घरांच्या चाव्या माझ्याकडे दिल्या आहेत. तुम्ही दिवसा हवं तर तुमच्या घरी राहा, रात्री झोपायला इकडे या.'

हे सगळ्यांनाच पटलं. मुख्य रस्त्याला लागून असलेलं पहिलं घर श्रीराम कौल यांचं. त्यांचा मुलगा संजीव. अतिशय हुशार मुलगा. वीजखात्यात इंजिनिअर म्हणून नोकरी करणारा. नुकतंच त्याचं लग्न ठरलं होतं.

दंगा शांत झाल्यावर काही दिवसांनी पुन्हा दगडफेक सुरू झाली. या खेपेला शियांच्या मोहरमच्या मिरवणुकीवर हल्ले झाले, त्यातले काही जखमी झाले, त्यामुळे मिरवणूक रद्द करावी लागली. म्हणून श्रीनगरमध्ये कर्फ्यू लागला. दररोज काहीना काही बातम्या येत होत्या.

नंतर बातमी आली, तिकडं अमेरिकेत कुठलंसं पुस्तक प्रसिद्ध झालं म्हणे. कुणा मुसलमानानंच लिहिलं होतं. पण त्यातला काही मजकूर इस्लामच्या विरोधी होता म्हणे. त्यासाठीही काश्मीरमध्ये निदर्शनं. दंगा उसळला. तोही ज्यांना अक्षर वाचताही येत नाही अशा लोकांकडून! पोलिसांना गोळीबार करावा लागला. त्यात एक मृत्युमुखी पडला. अशा सगळ्या परिस्थितीत आमचे मान्यवर मुख्यमंत्री कुठं बेपत्ता झाले होते कोणजाणे!

त्यातच आणखी एक बातमी आली. सत्तरपेक्षा जास्त अतिरेकी सापडले आहेत म्हणे. त्यांनी माफीचा अर्ज दिला आणि तो सरकारनं मान्य केला! ते वापरत असलेली हत्यारं-बंदुका आता राजकीय पक्षाचे लोक स्वतःच्या रक्षणासाठी वापरताहेत!

राक्षसाची शक्ती आता आणखी वाढायला लागली होती!

'अप्पा! सगळीकडे हॅन्डबिलं वाटताहेत! मुस्लीम स्त्रियांनी इस्लाम पद्धतीचीच वेषभूषा केली पाहिजे म्हणून! म्हणजे नकाब-हिजाब वगैरे! लहान मुलींनी डोक्यावर दुपट्टा गुंडाळूनच वावरायला पाहिजे.' एक दिवस सतीशनं घाबऱ्या-घाबऱ्या सांगितलं.

'ठीकाय! मग?'

'सगळं ऐकून तर घ्या! हिंदू बायकांनी कपाळावर कुंकू लावायलाच पाहिजे! ओळखायला सोपं व्हावं म्हणून ते अशा गोष्टी सांगताहेत.' परिस्थिती हाताबाहेर चालल्याची सगळ्यांनाच जाणीव होतेय! अशा प्रकारच्या आणखी बातम्या येतच होत्या.

पोलीस आणि अतिरेक्यांमध्ये बंदुकीच्या फैरी झडत होत्या. अतिरेक्यांच्या मृत्यूवर तीव्र आंदोलनं होत होती. काश्मीर बंद हे तर नेहमीचंच झालं होतं. अतिरेक्यांचा प्रतिकार-त्यात सामान्य नागरिकांची हत्या... शाह थिएटरमध्ये बॉम्बस्फोट!... तीनशे वर्षांपूर्वीचं जुनं देवस्थान रातोरात जाळून टाकलं होतं...

हिजबुल मुजाहिदी पाकिस्तानामधून शिक्षण घेऊन आल्याच्या बातम्याही कानांवर येत होत्या. कुणीतरी सांगत होतं, 'तुम्हाला ठाऊक आहे का? आपल्या देवस्थानाच्या पायरीवर सकाळच्या वेळी सरसर चढायच्या-उतरायच्या कसरती करतात ना, ती सगळी पाकिस्तानातून शिक्षण घेऊन आलेली आपली मुलं आहेत म्हणे! ते सगळे

कसलीतरी तयारी करत असल्यासारखं वाटत नाही काय? त्यांचा शरीरबांधा पाहिला तर मला तर भीती वाटते!' एक सहोद्योगी सांगत होते.

मला तर कळत नव्हतं, कुणाकुणाला घाबरायचं? त्या वेळी काश्मीरमध्ये किराणा मालाच्या दुकानापेक्षा अतिरेकी संघटनाच जास्त होत्या. जे काय व्हायचं ते होऊन जाऊ दे, असंच मला वाटू लागलं. एकदा शंकराचार्य देवळात गेलो असता हृदयनाथ पंडितजी सांगत होते, 'क्षीरभवानीच्या देवळाबाहेरच्या तलावाचं पाणी पुन्हा काळं झालंय म्हणे!'

'मग काय करायचं महाराज?' मी काळजीनं विचारलं. यावरचं त्यांचं उत्तर मौनच होतं. त्यानंतर आठवड्याच्या आत एक बातमी विजेसारखी येऊन कोसळली. वकील, सामाजिक कार्यकर्ता, काश्मीरी पंडितांचे नायक असलेले टीका लाल टप्लू यांची निर्घृण हत्या करण्यात आली होती! दहशतवाद्यांनी दिवसाढवळ्या त्यांच्या घरात घुसून त्यांना ठार केलं होतं.

राक्षसानं आपला पहिला बळी घेतला होता! या घटनेनं घाबरी झालेली आणखी काही कुटुंबं परागंदा झाली होती. त्यापाठोपाठ जस्टिस एस. के. गंजू यांचीही हत्या करण्यात आली. डीवायजी अलीमहंमद वताली यांच्यावर जीवघेणा हल्ला करण्यात आला. या सगळ्या घटनांमुळे श्रीनगर आणखी हादरून गेलं. संपूर्ण काश्मीरमध्ये पदोपदी एकेक संघटना जन्माला येत होती. जमात-ई- तुल्बा, अल जंग, पीपल्स लीग, मुस्लीम स्टुडंट्स फेडरेशन वगैरे वगैरे... भर रस्त्यात गोळी घालून गर्दीत गडप होणाऱ्या या सगळ्या मंडळींमुळे अरण्यात बेभानपणे भटकणाऱ्या हत्तीची दहशत पसरावी, तसं वातावरण बनलं होतं. कायदा आणि सुव्यवस्थेची जबाबदारी स्वीकारणाऱ्या काश्मीरी हिंदूंना 'आमच्याशी हातमिळवणी करा, नाहीतर निघून जा... नाहीतर मरायला तयार व्हा...' असं सांगणाऱ्या शेख अबदुल्ला यांचे चिरंजीव आणि मुख्यमंत्री फारूक अब्दुल्ला यांच्या नेतृत्वाखालील राज्यकारभार संपूर्णपणे निष्प्रभ झाला होता. याच सगळ्या बातम्या कुणी कुणी कानांवर घालत होतं.

या सगळ्यामध्येही सतीशला वाटत असलेलं एकच समाधान म्हणजे आसिफ घर सोडून निघून गेला होता. तो एकटाच नव्हे, तशी आणखीही कितीतरी मुलं गेली होती. कुठे? पाकिस्तानात शिक्षण घ्यायला! कधी परत येणार याची कल्पना नव्हती. पण त्याचा एक फायदा म्हणजे घरावर दगड पडणं पूर्णपणे थांबलं होतं. अन्वरचा काही प्रश्नच नव्हता. तो एरवीही कधी फार बोलायचा नाही, आता बोलायचा प्रश्नच नव्हता. त्याचं एकूणच वागणं फारशी काळजी करण्यासारखं नव्हतं. बशीर कधी समोरून आलेच तर उद्दामपणे चेहरा वळवून निघून जायचे. यावर 'मी तुम्हाला आधीपासून सांगत होतो...' अशा अर्थाची नजर शेजारीपाजारी माझ्याकडे टाकत, तेव्हा त्यांची नजर चुकवण्याव्यतिरिक्त माझ्या हातात काहीच

नव्हतं. नाहीतरी माझ्या हातात काय होतं म्हणा!

त्या दिवशी ईद-ई-मिलाद-उन-नबीची मोठी मिरवणूक चालली होती. हब्बा कदलहूनही मुसलमानांचा समूह त्यात मिसळला होता. त्यांच्या घोषणा सुरू होत्या, '...यहाँ क्या चलेगा... निजाम-ए-मुस्तफा...', 'ला शर्किया ला गर्बिया... इस्लामिया... इस्लामिया...' म्हणजे 'इथं काय चालणार... मुस्लीम राजवट...', 'पूर्वेकडच्यांचं चालणार नाही, पाश्चात्त्यांचंही चालणार नाही... इथे चालणार फक्त इस्लाम फक्त इस्लाम!...'

त्यांना ओरडून ओरडून घोषणा देताना सगळ्यांनीच पाहिलं होतं. या घोषणा प्रथमच दिल्या जात होत्या.

लगोलग आमच्या मोहल्ल्यात आणखी एक सभा भरली. 'पाहिलंत त्यांचं धैर्य! भर रस्त्यात ओरडत फिरताहेत!'

'पण आता काय करायचं?'

'आपणही करतोयच ना! आंदोलनं करतोय, मतपरिवर्तनाचे प्रयत्न करतोय. खरंतर राज्य सरकार आणि केंद्र सरकारनं काहीतरी करायला पाहिजे!'

भेदरलेल्या चिमण्यांमध्ये आणि आमच्यामध्ये काहीच फरक राहिला नव्हता. गावाकडे भावाची परिस्थितीही काही याहून वेगळी नव्हती. त्यानं निरोप पाठवला होता, 'तुम्ही इथून निघून जा, जीव वाचवा, असं शेजारपाजारचे मुस्लीम सांगताहेत. शेजारच्या जंगलात अतिरेक्यांनी मुक्काम टाकलाय अशा बातम्या आहेत. तुम्हीही तिथून निघा. जम्मूला जाऊन पुढं काय करायचं ते ठरवू या.' मला हा निरोप द्यायच्या आधी त्याच्या मनाचा निग्रह झाला होता.

'थोडे दिवस थांबू या. गडबडीत कुठलाही निर्णय घ्यायला नको!' मी त्याला म्हटलं. हे म्हणताना माझ्या मनात एकच होतं, मी काश्मीरचा राजा!... कुठल्याही राक्षसाच्या कराल हास्याला घाबरत नाही!... माझं राज्य सोडून जाणार नाही!... मला वितस्ता नदीत बुडवलं तरी...

डायरी लिहायला बसलेली सविता म्हणाली, 'अप्पा, किती लवकर अंधार व्हायला लागलाय नाही का?'

तिची शिस्त, तिचा संयम बघितला की मला न चुकता माझ्या आईची आठवण व्हायची. मी विचारलं, 'डायरी का लिहितेस?'

'मनात येईल ते लिहिता येतं ना! मनातले पूर्वग्रह, मनात उमटणाऱ्या प्रतिक्रिया, अभिप्राय मांडता येतात. कुणाला घाबरायची गरज नाही ना! पण लिहून झाल्यावर केवढं समाधान मिळतं ठाऊकाय? तुम्हीही लिहून तर बघा!'

मीही मला रात्रंदिवस छळणाऱ्या राक्षसाविषयी लिहू शकलो असतो म्हणा! पण तेवढा निश्चय मनात ठाम झाला नाही. माझ्या देखण्या आणि बुध्दिमान लेकीचा जो

कुणी जीवनसाथी असेल तो किती नशीबवान असेल, असा विचार मनात आला आणि माझा डायरी लिहायचा विचार मागं पडला.

'१९जानेवारी१९९०...' तिनं तारखेचा मोठ्यानं उच्चार केला आणि ती लिहू लागली. बाहेर थंडीचा कडाका वाढला होता. आदले दिवशी झालेला हिमवर्षाव अजूनही वितळला नव्हता. पण आता होत नव्हता. त्यामुळे थोडं सुसह्य वाटत होतं. लवकर जेवण संपवायची गिरिजाची घाई चालली होती. जेवण झालं. ताटल्या उचलून धुण्यासाठी घेऊन चाललो होतो. एकाएकी दारावर थापा ऐकू यऊ लागल्या. घाबरलेल्या गिरिजानं सावध करत म्हटलं, 'कोण आहे ते बघून दार उघडा!'

मी खिडकीतून पाहिलं. मोहल्ल्यातले सगळे दाराशी जमले होते. सगळ्यांच्या चेहऱ्यांवर भय दिसत होतं. दोन-तीन बायका गालांवरून ओघळणारे अश्रू पुसत होत्या. छोटी मुलं आई-वडिलांना बिलगून उभी होती. किंवा आई-वडीलच मुलांना दूर करायला तयार नव्हते.

'मास्टरजी! मोठा जुलूस येतोय! फार मोठा जुलूस! इथला प्रत्येक मुस्लीम रस्त्यावर उतरलाय! त्यांच्या घोषणा तर ऐका!...'

होय! आधी काहीशा अस्पष्ट असलेल्या घोषणा आता स्पष्ट ऐकू येत होत्या. एक-दोन किंवा दहा-वीस नव्हे!... हजारो आवाज घोषणा देत होते, 'आझादी का मतलब क्या!... ला इलाहा इल्लल्ला!', 'पाकिस्तान से रिश्ता क्या... ला इलाहा इल्लल्ला!' घोषणांचा अर्थ सरळच होता. स्वातंत्र्याचा अर्थ काय... अल्लाह सोडला तर दुसरा देव नाही!... पाकिस्तानशी नातं काय... अल्लाह सोडला तर दुसरा देव नाही!...'

मी दरवाजा उघडायला पुढं झालो. 'नको नको! त्यांच्या चेहऱ्यांवरचा उन्माद बघितला तरी भीती वाटते! खिडकीतूनच जे ऐकायचं ते ऐका!' श्रीराम कौल माझा दंड धरून मागं खेचत म्हणाले. खिडकीतून दिसत होतं. तरीही परिस्थितीची कल्पना येऊन आम्ही सगळ्यांना आत घेतलं.

खिडकीतून डोकावून पाहिलं, पांढऱ्या टोप्या घालून गल्लीच्या तोंडाशी घुसत असलेला जनसागर! हवेत मुठी उगारत मोठमोठ्यानं घोषणा देत होते सगळे. तसंच वाटेत मिळाणारे दगड उचलून आपल्याला ठाऊक असलेल्या हिंदूंच्या घरांवर भिरकावत होते. घोषणांचा जोर आणखी आणखी वाढत होता.

स्वातंत्र्याचा आणि अल्लाचा काय संबंध? हे का असे आमच्या मोहल्ल्यात येऊन घोषणा देताहेत? मी डोकावून पाहतच होतो. समोरचं दृश्य आणखी स्पष्ट दिसत होतं. घोळक्यात मुलं-तरुण-म्हातारे सगळेच होते. पण चेहऱ्यावरचे भाव सारखेच होते. कुणीतरी त्यांना संमोहित करून आमच्याविरुद्ध फितवलेलं दिसत होतं. त्यांच्या घोषणांमधून आम्ही अजून बाहेरही पडलो नव्हतो, त्याच वेळी

मशिदींमधल्या लाउडस्पीकर्समधून अचानक आवाज येऊ लागले,

कश्मिर में अगर रहना होगा, अल्ला हो अकबर कहना होगा!...',

ए जालिमों, ए काफिरों, कश्मिर हमारा छोड दो!'

पावलोपावली असलेल्या मशिदींमधून चढ्या आवाजात घोषणा ऐकू येऊ लागल्या. सगळं वातावरणच त्यानं भरून गेलं. सगळ्या घोषणा रेकॉर्ड केलेल्या असल्याचं लक्षात येत होतं.

आम्ही सगळे चांगलेच दचकलो होतो. चार पावलं मागंच सरलो. मुलांनी कानात घट्ट बोटं घातली. आता काय करायचं? सतीशनं सुचवलं, 'आधी दिवे बंद करा!' अंधारात तो आवाजाचा गोंधळ आणखी कर्कश वाटत होता. घोळका सुटलेल्या बाणासारखा मोहल्ल्यात घुसत होता. त्यांच्या हातातल्या पलित्यांचा उजेड रस्त्यावर पडला होता. तेवढ्यात आणखी एक घोषणा कानांवर आदळली, 'असी गच्छी पाकिस्तान, बटौ झस्तुई बदन्यौ सान् !' आम्हाला इथे हिंदू स्त्रिया असलेला आणि हिंदू पुरुष नसलेला पाकिस्तान पाहिजे!'

आता वयस्कर कान झाकून घेऊ लागले. एक-दोन बायकांनी हुंदका दिल्याचंही कानावर आलं. सगळ्या आतल्या बाजूला पळून गेल्या. 'आपण राज्यपालांना फोन करून मदत मागितली पाहिजे! लवकर!...' कुणीतरी ओरडलं.

आताचे राज्यपाल पूर्वीही इथले राज्यपाल म्हणून नियुक्त होते. त्या वेळी भ्रष्टाचाराची अनेक प्रकरणं बाहेर काढल्यामुळे यांच्याविषयी समाजात आदराची भावना होती. अदम्य विश्वास होता. परिस्थिती हाताबाहेर चालल्यामुळे अलीकडेच त्यांची पुन्हा नेमणूक करण्यात आली होती.

'फोन बीझी लागतोय!...'

'रिडायल करा... रिडायल करा...' कुणीतरी घाई करत होतं.

एकीकडे क्षणाक्षणाला जवळ येणारा जुलूस! त्यांच्या आकाशाला भिडणाऱ्या घोषणा! दुसरीकडे मशिदींवरच्या लाउडस्पीकर्सचे चढते आवाज! या सगळ्यापेक्षा चढ्या स्वरात आम्हा सगळ्यांना ऐकू येणारी आमच्या सगळ्यांच्या छातीची धडधड! शेवटी एकदाचा फोन लागला.

'सर! राज्यपाल ना?'

'होय!'

'कृपा करून फोन कट करू नका सर! ऐका! इथं काय चाललंय ते ऐकू येतंय ना?' काही क्षण बाहेरच्या घोषणा आणि गोंधळ ऐकवत असतानाच कुणीतरी दुसऱ्यांनी तो फोन घेतला, 'सर! आताच्या आत्ता काहीतरी करा सर! काहीतरी मदत करा सर! नाही तर उद्या सकाळपर्यंत आमची सगळ्यांची मढी पसरलेली असतील!...' आणखी एकानं तो फोन घेत विनवलं, 'सर! तुमच्यावरच आवलंबून आहोत, सर!

काहीतरी करून आम्हाला वाचवा!...'

सगळेच असहाय्य होऊन राज्यपालांना विनवत होते. सगळ्यांच्या डोळ्यांना पाण्याच्या धारा लागल्या होत्या. सगळ्यांच्या मनात एकच भावना होती, आम्ही कधीच कुणापुढे हात पसरले नाहीत! का आमच्यावर ही पाळी यावी? काहीजण देवघरात शिरून देवापुढे पार्थना करत होते. मला मात्र कुणाचीही मदत मागावंसं वाटत नव्हतं... कश्यपांनी ठरवलं तरी या राक्षसाचा संहार करणं शक्य नाही...

काहीतरी मनात येऊन मी ओरडून विचारलं, 'सगळ्या बायका कुठं आहेत?'

'बटऊ ठुसथुई... बटन्यऊ सान् !...' लाउडस्पीकर्स दम न घेऊ देता घाबरवतच होते. श्रीराम कौलनी मला बोलवत दाखवलं, 'इकडे या... बघा...'

सगळ्या बायका स्वयंपाकघराच्या ओट्यावर चढून तिथल्या माळ्यावर लपायचा प्रयत्न करत होत्या. काहीजणी माडीवर जायला सज्ज होऊन राहिल्या होत्या. त्यांच्यापैकी काहीजणींच्या हातात चाकू तर काहीजणींच्या हातात रॉकेल-पेट्रोलचे डबे आणि काडेपेट्या होत्या. गिरिजा म्हणाली, '...आत तर येऊ दे!... आधी मुलीच्या अंगावर पेट्रोल टाकून काडी लावते, नंतर मीही जाळून घेते...' तिच्या आवाजात निर्धार पक्का दिसत होता. इतर बायकांचाही त्याला पाठिंबा दिसत होता. मुख्य म्हणजे कुणीही रडतभेकत नव्हतं! उलट हे पाहणाऱ्या पुरुषांच्या डोळ्यात हतबलतेचे अश्रू वाहत होते. सतीश हातात कोयता घेऊन म्हणाला, 'आम्ही काही हातावर मेंदी लावून बसलेलो नाही! आधी आम्हाला तोंड देऊनच त्यांना तुमच्यापर्यंत यावं लागेल!' आणि तो दारापाशी उभा राहिला. ते बघून इतरही हाताला लागेल ती वस्तू शस्त्रासारखी उगारत त्याच्या सोबत उभे राहिले.

मी खिडकीपाशी गेलो. जुलूस आमच्या घरावरून पुढं जाऊन पुन्हा मागं वळत होता. हे आम्हाला धमकावण्यासाठी असल्याचं आता आमच्या लक्षात येत होतं.

किशनला गावाकडे फोन केला, पण लागला नाही. सहोद्योगींना केले. सगळीकडे फोनवर हाच गोंधळ ऐकू येत होता. '...चार दशकांपूर्वी आम्हाला हुसकून काढायला बाहेरचे आले होते. आता इथलेच लोक ते काम करताहेत!... आता आपल्याला निघालंच पाहिजे...' एक-दोन गावांमधून नव्हे, सगळ्या काश्मीरमधून हेच उद्‌गार निघत होते.

जुलूस आमच्या गल्लीतून मुख्य रस्त्यावर गेली. घोषणांचे आवाजही हळूहळू कमी झाले. पण मशिदीतले आवाज येतच राहिले. त्यानंतरही कुणी आपापल्या घरी परतलं नाही. कुणी झोपलंही नाही. सगळे भिंतींना टेकून बसले आणि एकमेकाच्या आधारानं थोडे कलंडले. घड्याळाचे काटे गोठल्यासारखे झाले होते. वेळ जाता जात नव्हता. कधी एकदा ही रात्र संपेल असं सगळ्यांनाच झालं होतं. मध्येच काही बोलायचं म्हटलं तरी विषय पुन्हा तोच तोच निघत होता, पुढं काय करायचं?

उजाडलं. सगळे आमच्या घराबाहेर पडून आपापल्या घराकडे निघाले. दुपारपर्यंत त्यांच्यापैकी सात-आठ कुटुंबं काश्मीरबाहेर जाण्यासाठी तयार झाली! निरोप घ्यायला आले तेव्हा सांगत होते, 'हा दंगा थांबेपर्यंत जातो. आवश्यकतेपुरतेच कपडे आणि सामान घेऊन जातोय. वातावरण शांत झालं की परततो.' हे सांगतानाही त्यांच्या चेहऱ्यावरची असाहाय्यता लपली नव्हती. त्यांना निरोप देताना गिरिजाच्या रडण्याला खंड नव्हता. सगळे निघून गेल्यावर तिनं मला विचारलं, 'आणि आपण?'

...मी काश्मीरचा राजा... कुठल्याही राक्षसाला घाबरणार नाही... माझं राज्य सोडून जाणार नाही!... वितस्ता नदीत बुडवलं तरी... हे तर खरंच... पण हे पापी मला, माझ्या मुलीला, बायकोला बुडवतील, त्याचं काय??

मी म्हटलं, 'आपणही निघून जाऊ या!' हे म्हणताना माझा या काश्मीरशी काहीही संबंध राहिला नव्हता.

त्याच वेळी किशनचा गावाकडून फोन आला. तिथल्या सगळ्या मुसलमानांनी मिळून, 'या क्षणी तुम्ही बाहेर पडला नाही तर तुमच्या जिवाची शाश्वती नाही...' असं सांगून, रातोरात ट्रॅक्टरवर सगळ्या हिंदूंना बसवून पाठवून दिलं होतं. थोरल्या बहिणीकडची काहीच बातमी समजली नव्हती. जेमतेम जीव वाचवून ते सगळे जम्मूच्या दिशेनं निघाले होते.

त्याचं ते घाबऱ्या आवाजातलं बोलणं ऐकताना मला तिथली शेती, बागा, झाडं, छत्र-चामरं नजरेसमोरून जात होती. माझ्या डोळ्यातल्या वितस्तेला महापूर आला होता.

निघायचं ठरलं. बँकेतले सगळे पैसे काढून घ्यायचं काम शिल्लक होतं. त्या दिवशी कर्फ्यू असल्यामुळे ते शक्य नव्हतं. दुसरे दिवशीही जमलं नाही. सकाळीच श्रीराम कौलांचा फोन आला, 'आमच्या दाराबाहेर अतिरेक्यांनी चिठी लावली आहे 'अल्ला हो अकबर... मुस्लिमांनो एक व्हा... काफरांनो निघून जा!... जिहादाची वेळ आली आहे...!' त्यांनी चिठ्ठी वाचून दाखवली. नंतर म्हणाले, 'आम्ही तर शक्य तितक्या लवकर निघतो आहोत...'

काही झालं तरी इथून हलणार नाही, असा आग्रह धरणाऱ्या डॉक्टर गंजूनाही पत्र आलं होतं. तेही पत्र दाखवायला आले. त्यात लिहिलं होतं, 'तुम्ही फार वर्षं इथे राहताय हे आम्हाला ठाऊक आहे! कुठं राहताय तेही ठाऊक आहे... तुमच्या मुली कुठल्या शाळेत आणि कॉलेजात शिकताहेत हे ठाऊक आहे! तुम्ही लगेच इथून निघालात तर ठीक...' मास्टरजी! आणखी कुठला मार्ग आहे आपल्यापुढे? त्यांचं तरी काय खोटं होतं? तेवढंच एक ढळढळीत वास्तव होतं. आमच्यासारखी तीन-चार कुटुंबं सोडली तर बाकीचे सगळेच निघून गेले होते. सामानासहित जात असलेल्या दोन कुटुंबांच्या ट्रकला आग लावून त्यांना रिकाम्या हातांनी पळवून

लावण्यात आलं होतं. घाबरलेली माणसं ट्रकमध्ये शिरून बाहेर पडत होती.

ते ट्रक मुसलमानांचेच होते. ट्रकचे ड्रायव्हरही मुसलमान होते! ते सांगायचे, 'पंडितजी! जवाहर टनेलपर्यंत ही टोपी घाला! म्हणजे मध्ये त्रास होणार नाही!' त्यांचं ऐकल्याशिवाय दुसरा उपायही नव्हता. बायकांना कपाळावरचं कुंकू पुसायला सांगितलं होतं. मनगटावरचा लाल धागाही काढून टाकावा लागत होता. खरं होतं! एका दिवसापुरतं आपण काश्मीरी पंडित, हिंदू असल्याच्या सगळ्या खुणा पुसून टाकल्या तरच जीवदान मिळत होतं! बायकांनी कुंकू पुसून कानांमागे तिलक लावून स्वत:चं समाधान केलं तरी भुजेपर्यंत लोंबणारं हट आणि कानांपर्यंत लोंबणारे झुमक्यासारखे देजूहुर मात्र काढून ठेवत होते. शेवटी जीव वाचण्याशिवाय आणखी कशाला महत्त्व देणार?

आम्हीही दुसरे दिवशी निघून जायचा निर्णय घेतला. हा निर्णय घेताना मन जड होत होतं. आमचं गाव, आपला परिसर सोडून निघून जायचं! सरकारनं सगळं शांत सुरळीत करेपर्यंत दुसरा काही मार्ग नाही. रात्रभर डोळ्याला डोळा लागत नव्हता. शेवटी अस्वस्थ होऊन घराबाहेर आलो. सभोवतालच्या अंधारापेक्षा सभोवतालचा भकासपणा मनाला घाबरं करत होता. तिथली मुसलमानांच्या घरांत मात्र उजेड दिसत होता. बऱ्याच दिवसांनंतर माझी नजर बशीरांच्या घराकडे वळली. बाहेरून आतला कुठलाही बदल दिसत नव्हता. आत, मनामध्ये काय चाललंय ते त्या देवालाच ठाऊक!

अगदी पहिल्या भेटीतच त्यांचं मोकळेपणानं बोलणं आठवत होतं. ते किंवा त्यानंतरचं त्यांचं वागणं नाटक नव्हतं हे नक्की! तर मग असं काय घडलं, ज्यामुळे त्यांना माझा चेहरा चुकवून फिरायची पाळी आली? आपला मुलगा आमच्या घरावर दगड टाकत असताना त्याला न आवरण्याइतकी तटस्थता कुठून आली? यापैकी कुठल्याही प्रश्नाचं उत्तर माझ्याकडे नव्हतं. जर परिस्थिती त्यांच्याही हातात राहिली नसेल तरी मी समजू शकतो. पण किमान एकदा तरी त्यांनी मला भेटून 'मास्टरजी! घाबरू नका. मी आहे तुमच्याबरोबर!' असं तोंडदेखलं सांगितलं असतं तरी माझा माझ्यावरचा विश्वास राहिला असता! तसाच घरात परतलो. नंतरही झोप लागायचा प्रश्नच नव्हता.

गरजेचे कपडे आणि गिरिजाच्या अंगावरचे दागिने एका पिशवीत भरून ठेवले. 'एखाद्या गाडीची व्यवस्था करून येतो...' असं सांगून सतीश घराबाहेर पडला. गिरिजा घराच्या प्रत्येक खोलीत जाऊन भिंतींवरून हात फिरवून येत होती. तिच्या डोक्यात काहीतरी चाललेलं होतं. हे लक्षात येऊन मी विचारलं, 'काय करतेयस?'

'बघतेय! हं, वीस खोल्या आहेत. सगळ्यामिळून अठ्ठेचाळीस खिडक्या.' सवितानं तिच्या आईला सावरलं. हे दृश्य पाहून मलाही रडू येत होतं. मीही काही

न बोलता दारापाशी जाऊन उभा राहिलो.

सतीशला जाऊन अर्धा तास झाला होता. गाडी लवकर मिळाली नसेल! त्याच वेळी श्रीराम कौलांचं कुटुंब निरोप द्यायला आलं. कौल दंपती, संजीव, त्याची नवी बायको- आरती, आणि संजीवची बहीण निकिता.

'सफा कदलपाशी सैन्य अतिरेक्यांविरुद्ध चकमक चालू आहे. अर्धवट उघडलेल्या दुकानांमध्ये अतिरेकी शिरून बसलेत... सतीश त्या बाजूला नाही ना गेला?' संजीव कळवळून विचारत होता.

'कोण जाणे!' मी म्हटलं. पण मनात म्हटलं, तो तिकडे गेलेला नसू दे!

'जम्मूमध्ये आपल्यासारख्यांची सरकारनं व्यवस्था केलीय म्हणे! व्यवस्था म्हणजे काय! टेंटमध्ये राहायची तयारी ठेवावी लागेल! पैसे असतील तर स्वतंत्र खोली भाड्यानं मिळू शकेल. किती दिवस हा वनवास आहे, बघावं लागेल!' श्रीराम कौल सांगत होते. एवढं बोलून ते थांबले. पुढं काय बोलावं हे त्यांना सुचलं नाही. यावर काय प्रतिक्रिया द्यावी हे मलाही सुचलं नाही.

'सतीश येताक्षणीच आम्हीही निघूच.' गिरिजानं सांगितलं. रस्त्यापर्यंत जाऊन आम्ही त्यांना निरोप दिला.

तासभर गेला तरी सतीश आला नाही. गाडीची व्यवस्था करायला इतका वेळ लागायचं कारण नाही हे मलाही समजत होतं. हा खरोखरच सफा कदलकडे गेला असेल तर? मनात आशंका निर्माण झाली.

दुपारही ढळू लागली तेव्हा गिरिजाची तगमग सुरू झाली. न राहवून ती म्हणाली, 'मला भीती वाटतेय! एवढा का उशीर झाला याला? तुम्ही बघून का येत नाही?'

'पण कुठं म्हणून जाऊ? कर्फ्यूकडे जाऊन हा तिथं अडकला असेल तर? शिवाय तुम्हाला दोघींनाच इथं सोडून कसा जाऊ?' खरोखरच मला काय करावं ते कळेनासं झालं होतं.

पण गिरिजा निग्रहानं म्हणाली, 'आमची काळजी करू नका. आम्ही दरवाजा घट्ट बंद करून आतच राहू. तुम्ही आधी सतीशला बघून या.'

थोडं मागंपुढं बघतच मी घराबाहेर पडलो. कुठल्या दिशेला जावं हा प्रश्न तसाच होता. एकदा भोवताली नजर टाकली. माणसांचा थांगपत्ता नव्हता. हब्बा कदल! इथं मी संसार मांडला! माझी मुलं इथंच वाढली. वयात येणाऱ्या मुलांचे सगळे लाड इथंच पुरवले. या परिसरानं सगळं पाहिलंय! आज सगळा संसार टाकून उभ्याउभ्या इथून निघून जातानाही हे रस्ते पाहतील! हे केवळ माझ्याच बाबतीत घडत नाहीये. इथल्या प्रत्येक कुटुंबाच्या बाबतीत घडतंय, काश्मीरमधल्या हजारो-लाखो कुटुंबांच्या बाबतीत घडतंय! मन एकीकडे भावुक होत होतं आणि दुसरीकडे

सतीशच्या काळजीनं घाबरंही होत होतं. त्या काळजीनंच पावलं चटाचटा उचलली जाऊ लागली.

समोरून बशीर अहमद नेहमीप्रमाणे मान खाली घालून येत होते. त्यांना काय विचारायचं? असं वाटलं तरी मनातली भीती जिभेवर आलीच, 'बशीरजी! आमच्या सतीशला पाहिलंत काय?'

यावर उत्तर देणं दूर राहिलं, त्यांनी माझ्याकडे पाहिलंही नाही! ते माझ्याकडे पूर्णपणे दुर्लक्ष करून सरळ आपल्या घरी गेले. पाठोपाठ दार लावलं गेलं.

माझं भय वाढू लागलं. अंगावरच्या शर्टवर एक केवळ पातळ स्वेटर होता. त्यामुळे देह काकडला होता. तरी झपाझप पावलं टाकत निघालो. शेवटी धावतच मुख्य रस्त्यापाशी जाऊन उभा राहिलो. एखादी गाडी धावताना दिसत होती. बाकी माणसांचा कुठेही वावर नव्हता. आता कुठल्या दिशेला जायचं? तो कुठल्या स्टॅन्डवर गेला असेल? कसं समजू शकेल? मनातलं भय बघता बघता पराकोटीला पोचलं. त्याचं पर्यवसान पराकोटीच्या दु:खात झालं आणि आला तसा आवेग उतरला. मन थंडगार गोळ्यासारखं निर्जीव झालं. त्याला बधिरपणा प्राप्त झाला. भोवताली गोठून राहिलेल्या बर्फासारखा!

एकाएकी वाटलं, सतीशला शोधण्यात अर्थ नाही! काहीही अर्थ नाही. त्याला जेव्हा यायचं असेल तेव्हा तो येईल! नाहीतर... एकप्रकारचा फोलपणा जाणवून मनाला शून्यभावानं घेरून टाकलं होतं. त्याच तंद्रीत मी वळून घराच्या दिशेनं पावलं टाकायला सुरुवात केली.

काही पावलं चाललो असेन, मागून एक व्हॅन येत असल्याचा आवाज ऐकू आला. मी थबकलो. काळी व्हॅन. चला! म्हणजे सतीशला गाडी मिळालेली दिसतेय! या विचारासरशी मनाचा बधिरपणा कमी होऊन हालचालींना वेग आला. त्या भरात मी घराच्या दिशेनं घाईनं पावलं टाकू लागलो. थंडीमुळे पाय थरथरत होते. मागून येणारी व्हॅनही माझ्या मागोमाग येत होती.

घर येताच मी दारापाशी निघालो. मागं व्हॅन थांबली, तिचं दार खरकन उघडलं गेलं. हे सतीशचं काम नाही. तो इतका धसमुसळा नाही. कुणाचं हे काम असं वाटून मी वळून पाहिलं.

त्याच क्षणी व्हॅनमधून काहीतरी लोटलं गेलं. दार बंद होण्याआधी आतलं माणूस नजरेला पडलं. लांब दाढी वाढवलेला, हातात बंदूक, डोळ्यात क्रूर रक्त उतरलेलं... होय! अगदी परिचित चेहरा! आसिफ!

व्हॅन सरकन मागं सरली. लोटलेलं देहाचं मुटकुळं माझ्या पायांपाशी येऊन थांबलं आणि त्या क्षणी मला सगळं उमजून गेलं... खात्री करून घेणं आवश्यक असलं तरी मन त्यासाठी नकार देत होतं. जे काही घडलंय ते अनिष्ट असल्याची

खात्री होऊन हृदय धडधडू लागलं. छाती घट्ट आवळून खाली वाकलो. हे सगळं खोटं ठरू दे, केवळ दुःस्वप्न ठरू दे... अशी याचना करत पाहिलं...

देहाचे दोन्ही हात मागं बांधले होते. वर चेहरा होता. तो माझ्या छातीशी कवटाळण्यासाठी वळवत असताना पाहिलं... ते केवळ दुःस्वप्न नव्हतं. वास्तव होतं. कठोर, क्रूर वास्तव! माझ्या तोंडून आक्रंदन बाहेर पडलं, 'बेटे...! मेरे बेटे...'

त्याच्या चेहऱ्यावर असंख्य सिगारेटचे चटके दिल्याच्या खुणा होत्या. शरीरभर चाकूनं केलेल्या जखमांवरचं रक्त सुकून गेलं होतं. एका डोळ्यातली बाहुली पूर्णपणे उचकटून काढली होती.

एकाएकी मी उठलो. असा वेळ घालवता कामा नये!... घाई करायला पाहिजे... थोडा जरी जीव असेल तरी याला वाचवायला पाहिजे! मी जिवाच्या आकांतानं ओरडू लागलो, 'बेटे... बेटे सतीश!...' त्याला गदागदा हलवत होतो, पण काही उपयोग होत नव्हता.

'...सतीश! लवकर उठ बेटा! आपल्याला इथून निघून जायचंय! लवकर... उठ! घाई करायला पाहिजे!... सगळे निघून गेले... आपणच राहिलोय... उठ...'

माझा आवाज त्याच्या कानांपर्यंत पोचत नव्हता. तो काहीच हालचाल करत नव्हता.

काहीतरी करून याला वाचवायला पाहिजे... तसाच उठलो आणि बशीर अहमदच्या घराकडे धाव घेतली. त्यांच्या दारावर सर्वशक्तीनिशी दोन्ही हातांनी धडका देऊ लागलो.

दार उघडलं नाही. माझ्या हाका, माझे हुंदके, माझ्या धडका... कशाचाच परिणाम झाला नाही. दार बंदच राहिलं.

वळून पाहिलं. रस्त्यावर सतीश एकटाच पडला होता. आमच्या घराचं दार उघडलं होतं. दारात गिरिजा बसली होती. तिची आकृती स्पष्ट दिसत नव्हती. सविता बाहेर येऊन सतीशच्या मृतदेहावर हात फिरवत होती, काय घडलंय याचा अंदाज घेत असावी. हाका मारत होती, 'भैय्या!... उठ... भैय्या!...'

'बशीर! बघ तुझ्या मुलानं काय केलंय ते!... बधिर... दार उघड!... उघड...'

दार उघडलं नाही. त्याच क्षणी माझं लक्ष गेलं, तीच व्हॅन पुन्हा वळून आली होती... आता मात्र वेगात... सतीशपासून काही पावलांवर उभी राहिली... मी पाहतच राहिलो...

व्हॅनमधून दोघं उतरले आणि सतीशपाशी आक्रोश करत बसलेल्या सविताला ओढत व्हॅनकडे निघाले... धक्क्यातून सावरून ती करत असलेल्या विरोधाला न जुमानता... तिचा आक्रोश घुमला, '...सोड मला... आसिफभैय्या... सोड!...' तिनं त्याच्या हाताचा चावा घेतला. आता मात्र आसिफनं तिचे केस धरून तिला फडाफडा

थोबाडीत मारली आणि खांद्यावर टाकून व्हॅनमध्ये ठेवताच दरवाजा बंद झाला.

व्हॅन आली तितक्याच वेगानं निघून गेली.

माझ्या हातापायातली शक्ती नाहीशी झाली होती. तसाच धावू लागलो. बघता बघता व्हॅन नजरेआड झाली. मनातला आक्रोश चालूच होता, '...आसिफ, सोड! तुझ्या बहिणीसारखी आहे ती! तुला शिक्षण देणारा मी! ऐक माझं... सोड...'

सर्वशक्तीनिशी पळत राहिलो, पळत राहिलो...

...मी कैलाश पंडित!... मी काश्मीरचा राजा नाही... प्रजाही नाही... राक्षसापुढे हार मानली... मी तर माझं राज्य सोडून जायला तयारच होतो!... वितस्ता नदीत बुडून मरायलाही तयार होतो... माझ्या लेकरांनी काय केलं होतं? माझं काय चुकलं?...

'मेगच्छ इन्साफ!...' जमिनीवर मुठी आदळाव्या एवढीही शक्ती शरीरात राहिलेली नाही. 'मेगच्छ इन्साफ!...' शरीराबरोबरच मनही थकून जाऊन डोळ्यांसमोर अंधारी येतेय.

***

वाचून झालं होतं. नरेंद्रनं मान वर केली. संजीव समोर बसले होते.

नरेंद्रनं विचारलं, 'पुढं काय झालं? नंतर कुठं सापडले हे?' त्याला स्वत:चा आवाज अपरिचित वाटला. सर्वांगाला असंख्य इंगळ्या डसाव्यात तशी त्याची अवस्था झाली होती.

'कुणीतरी हॉस्पिटलमध्ये नेऊन टाकलं होतं. हृदयनाथ पंडितांना सगळं समजलं. त्यांनी नंतर जम्मूला आणलं. किशननाथ पंडितांना निरोप दिला.'

त्याला पुढचंही विचारायचं होतं. पण कसं विचारायचं अशा विवंचनेत असतानाच त्यांनी हे ओळखून सांगितलं,

'त्यांच्या पत्नी दाराशी बसल्याजागीच मरण पावल्या असाव्यात. त्यांच्या मुलीवर अनेकांनी अत्याचार केले आणि शेवटी तिच्या विटंबना केलेल्या देहाचेही तुकडे-तुकडे करून तो झेलममध्ये फेकून देण्यात आला... अशी बातमी तेव्हा सगळीकडे पसरली होती.'

नरेंद्रचा श्वास कोंडल्यासारखा झाला होता. त्यानं महत्प्रयासानं मोठा श्वास घेतला. तरीही तिथली थंड हवा त्याला अपुरी वाटली. असह्य होऊन तो म्हणाला, ''थोडं बाहेर फिरून येऊ या का?''

''चला...'' म्हणत तेही उठले.

बाहेर काही पावलं चालताना त्यानं विचारलं, ''त्यांनी ही डायरी केव्हा लिहिली?''

''किशन आणि इतर काहीजणं त्यांना काय-काय घडलं म्हणून विचारू

लागले. तेव्हा हे कुणाशीच काही बोलत नव्हते. मग एक दिवस काय वाटलं कोणजाणे. त्यांनी डायरी मागून घेतली.''

''आता तरी ते बोलायला लागले की नाही?''

''नाही म्हटलं तरी चालेल. कधीतरी स्वत:शीच काहीतरी बोलत असतात.''

''मेगच्छ इन्साफ म्हणजे मला न्याय द्या, असंच ना?'' त्यानं थबकून विचारलं.

''होय. दररोज बशीरच्या घराकडे जातात. तिथं जाऊन न्याय मागतात. हेही अलीकडे काही महिन्यांपासून सुरू झालंय. त्याचं घर यांना कसं समजलंय कोणजाणे! मलाही ठाऊक नाही ते. विचारून पाहिलं. ते उत्तर देत नाहीत.''

''तुम्ही त्यांच्याशी बोलत नाही काय?''

''त्यांच्याशी बोलावं असं काही शिल्लक आहे, असं वाटतं का तुम्हाला?'' संजीवजींनी उलट विचारलं. निर्विकारपणे. तो काही बोलला नाही. तेच पुढं म्हणाले, ''पहाटे उठून हे चालायला लागायचे म्हटलं ना! एकदा आम्हीही त्यांच्या मागोमाग गेलो. सगळं पाहून घाबरलोच! त्यांना कसेबसे घरी घेऊन आलो. त्या दिवशी ते अतिशय अस्वस्थ होते. नेहमी चार घास खायचे, ते खाल्ले नाहीत, झोपले नाहीत. तिथं जाऊन न्यायाची घंटा वाजवून आले की त्यांना समाधान वाटतं. असं का करताय म्हणून विचारलं तर सांगतात, चोळ राजा मनुच्या काळातही घंटा वाजवून न्याय मागायची पद्धत होती. बस्स! पुढं काहीच बोलले नाहीत. आम्ही नजर ठेवून आहोत. त्या घरातल्या माणसांनीही अजूनपर्यंत त्यांना कसलाही त्रास दिलेला नाही. यांनाही अनेक वेळा मज्जाव केलाय. पण उपयोग नाही!''

''पहाटे साधारण किती वाजता जातात ते?'' काहीतरी विचार करून नरेंद्रनं विचारलं.

''अजान सुरू व्हायच्या वेळी उठून चालायला लागतात. म्हणजे साडेपाचच्या सुमाराला. इथून पंधरा मिनिटांच्या अंतरावर बशीरचं घर आहे.''

''मला एक मदत करणार? उद्या ते निघायच्या वेळी मला कळवायला त्यांच्या घरच्यांना सांगाल का?''

काही क्षण त्याच्याकडे बघून संजीवजींनी त्या घरी फोन केला. नंतर म्हणाले, ''उद्या मला फोन करतील. मी तुम्हाला उठवेन.''

तो मंद हसत म्हणाला, ''तुम्हाला उगाच लवकर उठायचा त्रास! म्हणून मला कळवा म्हणत होतो!''

तेही हसत म्हणाले, ''तुम्ही एवढं सगळं करताय! त्याला माझ्याकडून थोडा हातभार!''

त्याच वेळी फोन वाजायला लागला. फोन घेऊन संजीवजी बोलू लागले, ''...हं महाराज... काही नाही, फिरतोय... बोला!... आहेत इथेच. देतो थांबा!...''

म्हणत त्यांनी नरेंद्रकडे फोन दिला. तोही म्हणाला, "नमस्ते पंडितजी! बोला! काय म्हणताय?"

पलीकडचं बोलणं ऐकल्यावर तो म्हणाला, "तसंही म्हणता येईल! ठीकाय! नमस्ते!..." त्याच्या चेहऱ्यावर हसू होतं.

"काय म्हणताहेत?" संजीवजींनी विचारलं.

"क्रियासिद्धी: सत्त्वे भवति महताम् नोपकर्णे यात इच्छाशक्तीलाच सत्त्व मानता येईल काय असं विचारत होते!.." त्यांच्या चेहऱ्यावरचं प्रश्नचिन्ह बघून तोच पुढे म्हणाला, "इच्छाशक्ती ज्याच्याकडे आहे त्याला कार्यशक्तीसाठी आणखी कुठल्याही उपकरणांची गरज नाही, हेच त्याचं तात्पर्य!"

आता संजीवजींच्या ओठांवर अस्पष्ट हसू तरळून गेलं.

घरी परतल्यावर नरेंद्रनं सांगितलं, "भाभी, माझं जेवण नाहीये हं! मला कपभर साधा चहा करून द्या!"

"का? एकाएकी काय झालं यांना?" झोपताना आरतीनं नवऱ्याला विचारलं. त्यांनी सांगितलं, "कैलासजींची डायरी वाचलीय! मन थाऱ्यावर नसेल!... हा माणूस वरवर जितका कठोर वाटतो, तितकाच आतून मृदु!..."

यावर काही न बोलता आरतीनं कूस बदलली.

***

काळी व्हॅन वेगानं धावतेय... रस्त्यावर रहदारी नाही... व्हॅनमध्ये नराधम... "आधी माझी पाळी... मी आणलंय..." म्हणत पहिला नराधम तुटून पडतो... ती असाहाय्य... तरीही सर्वशक्तीनिशी विरोध करतेय... "नको... आसिफभैय्या... सोड... दया कर..." हात-पाय झाडतेय... किंचाळतेय... तो जुमानत नाही... त्याचे नराधम मित्र त्याला मदत करताहेत... तिचे हात-पाय घट्ट धरताहेत... गाडीचा ड्रायव्हरही आरशातून हे पाहतोय... हसतोय... दाढी वाढवलेला... हो... आसिफच... तो तिच्यावर तुटून पडतोय... विविध प्रकारे तिचा अपमान करतोय... ती डोळे मिटून पडलीय... खदाखदा हसण्याचे आवाज कान बधिर करताहेत... मधूनच ती क्षीणपणे "नको भय्या..." म्हणतेय... तिच्या डोळ्यांवर अत्याचार... तिच्या कानांवर अत्याचार...

आवाज ओळखीचा आहे काय? कोवळा वाटतो का?

एकाची राक्षसी वासनापूर्ती झाल्यावर दुसरा सरसावतोय... मग तिसरा... चौथा... नंतर ड्रायव्हर... पुन्हा पहिला...

तिचा आवाज ऐकू यायचा कधीच पूर्णपणे थांबलाय... होय... ऐकू येत नाही तो क्षीण आवाज... चेहरा तर दिसलाच नाही... आता आवाजही ऐकू येत नाही... तिचं अस्तित्वच शून्य होऊन गेलंय... तिथे वासनेचाच नंगानाच चाललाय... पण

तिचा आवाज का ऐकू येत नाही? तिची शुद्ध हरपलेय का?... की श्वास कोंडून तिचा जीवच गेलाय?... पहिल्याला शंका येऊन त्यानं तिच्या चेहऱ्यापाशी चेहरा नेला...

आतापर्यंत न दिसलेला तिचा तो चेहरा दिसला... अरे!... पाहिलेलाच चेहरा... होय! चिरपरिचित चेहरा... अगदी जवळून ओळखीचा... अरे!... ही तर... माझी... मैत्रेयी!...

नरेंद्र धाडकन उठून बसला. त्याचं सर्वांग घामेजलं होतं. त्याच्या छातीची धडधड त्याची त्याला ऐकू येत होती. कपाळावरून मानेवर ओघळलेला घाम जाणवून त्यानं तो निपटून काढला. घशाला कोरड पडल्याचं जाणवून शेजारच्या खुज्यातून पाणी घेऊन तो गटागटा प्यायला. तो उठून उभा राहिला, खिडकीपाशी जाऊन त्यानं बाहेर नजर टाकली.

स्वप्न होतं ते!... त्यानं स्वत:ला समजावलं. तरीही त्यातली भयानकता, क्रौर्य अजूनही त्याच्यावर पगडा ठेवून होतं. केवळ कल्पनेनं आपली ही गत झाली! प्रत्यक्ष त्या अनुभवातून जाणाऱ्या त्या मुलीनं काय-काय नरक भोगला असेल, या विचारानं त्याचा थरकाप उडाला. तो वेदनेनं पिळवटून गेला. एखादा पशूही आपल्या उपस्थितीत आपल्या मादीचा दुसऱ्या नराला उपभोग घेऊ देत नाही! मग? ही कसली विकृती?

पाठोपाठ एक कराल सत्य सामोरं आलं. जरी काश्मीरला वेगळा देश म्हणून मान्यता दिली तरीसुद्धा तिथल्या आणखी एखाद्या सवितावर असा प्रसंग येणारच नाही, कशावरून? नक्कीच येईल! इस्लाममध्ये आधीपासूनही असंच चालत आलं आहे. काफिरांच्या बायका-मुलींना उचलून नेलं, भ्रष्ट केलं तरच त्यांचा विजय संपूर्ण होतोय! जिंकलेल्या प्रदेशाला जाळून खाक करणाऱ्या इस्लामला या प्रदेशात येऊ देता कामा नये, असा पण करून विरोधासाठी उभे असलेले आमचे राजे काही कमी होते का? इतिहासाच्या कुठल्याही भागाची पानं उलटून पाहिली तरी अशा राजांच्या शौर्यकथा अंगावर रोमांच उभे करतात! पण आता आपण किती असाहाय्य झालो आहोत, हे वास्तव भयानं थरकाप उडवतं.

प्रवादींच्या प्रस्थानाबरोबर सुरू झालेलं जगाचं इस्लामीकरण सीरियन, पर्शियन, बर्बर, तुर्की या सगळ्यांचं धर्मांतर करत ते पुढे सरत राहिले. भारतातला सिंध प्रांत काबीज करायला त्यांना ६९ वर्षं लागली! त्यातही रशीदुन म्हणजे योग्यप्रकारे मार्ग दाखवणारे खलिफा म्हणवून घेणारे पहिले चारही खलिफा मरण पावले ते भारतावर विजय संपादन करण्याची स्वप्नं अपूर्ण ठेवूनच! चालुक्यांचा जनाश्रय, गुर्जर प्रतिहारांचे नागभट्ट, असे मुसलमान सेनेला पळवून लावणारे कितीतरी वीर होते. तीन शतकांच्या सततच्या आक्रमणांनंतर मुसलमानांच्या हाताला प्रथम मुलतान

आणि मन्सुरा हे दोन लहान प्रांत लागले. प्रत्येक चढाईच्या वेळी गज़नी महंमदाला अडवून त्याचा पराभव केला, त्याला कसाबसा जीव वाचवून रिकाम्या हाती पळून जावं लागलं. त्यासाठी शाहिया साम्राज्याचा जयपाल, आनंदपाल, सुखपाल, त्रिलोकनपाल आणि भीमपालच्या शौर्याचं वर्णन गज़नीच्या इतिहासकारानं- अल-बरुनी त्याचं नाव- मोकळेपणानं केलंय ना! '...अशा हिंदुशाहीचा एकही राजा नावापुरताही राहिला नाही, तरी आपल्या देशासाठी काय उत्तम आहे ते करण्यासाठी ते राजे कधीही मागंपुढं बघत नव्हते..'' शहारून जायला होतं असं वाचलं की! उत्बि फिरिश्ता याच्यासारखे मुसलमान लेखक राजपूत-चौहान यांच्या शौर्याच्या गौरवाविषयी लिहिलंय, हे कमी का आहे? ५७० वर्षं सतत लढायांनंतरही मुस्लिमांनी भारतावर, त्यातही उत्तर भारतावर हुकुमत मिळवली ती सगळी मिळून केवळ पाचशे वर्षं!

नरेंद्रनं एकदा डोकं झटकलं.

मग नेमकं काय झालं? आमच्यामधली ही शक्ती कधी आणि कशी गायब झाली? तो झरा असा कसा संपूर्णपणे आटला? कधीही त्यातून एक थेंबही बाहेर येणार नाही अशाप्रकारे कोरडा ठक्क पडायला काय कारण झालं? या युगाचं असं स्वरूप व्हायला कालानुक्रमात पाहिलं तर काय कारण दिसतं?

त्याचा जीव तळमळून उठला.

होय. जेव्हा गांधींसारखे, मोठा तत्त्वज्ञानी नाही आणि राजकारणीही नाही, असे नेते सत्य-अहिंसा या दोन्ही शब्दांचा चुकीचा अर्थ लावून, त्याचा हा बदललेला अर्थ केवळ आपल्यालाच समजलाय असं न मानता संपूर्ण देशातल्या हिंदूंनाही लागू करायला गेले तेव्हाच आपला आधुनिक समाज निर्वीर्य व्हायला सुरुवात झाली ना! आपल्या स्वप्नातल्या स्वराज्यात शस्त्रास्त्रांची गरजच नाही, असंही त्यांनी सांगितलं होतं. दुष्टांनी तुमच्यावर हल्ला केला तर कुठलाही विरोध न करता तुम्ही शरणागत व्हा! तुम्ही तुमचा जीव द्यायला तयार झालात तर हल्लेखोराला पश्चात्ताप होईल आणि त्याच्या हातातलं शस्त्र आपोआप गळून पडेल, असंही म्हणाले होते ते!

तत्त्व म्हणून तरी हे विचार योग्य आहेत काय? ''अहिंसावादी व्हायचं असेल तर स्त्रियांचा आदर्श ठेवायला पाहिजे, मी अहिंसेला शरण गेल्यापासून जवळजवळ स्त्रीच बनलो आहे!'' हे त्यांचं वाक्य ऐकलं तर आमच्या सीमेचं रक्षण करणाऱ्या सैनिकांना काय वाटेल? आपल्यावर लैंगिक अत्याचाराचा प्रयत्न होत असताना स्त्रियांनी काय करावं? या प्रश्नावर तर ते म्हणाले होते, ''आपलं पावित्र्य हेच आपलं रक्षाकवच असल्याचं धैर्य बाळगणाऱ्या स्त्रियांचा मानभंग होऊच शकणार नाही! तो पुरुष कसला राक्षस असला तरी तिच्या धगधगीत पावित्र्य-अग्नीपुढे शरमेनं मान खाली घालेल!'' जर त्यांचं हे तत्त्व सत्य असतं तर सविताच्या पावित्र्यापुढे आसिफ का नतमस्तक झाला नाही? मित्रांच्या सोबतीनं सामुहिक

अत्याचार करताना का त्याच्या मनात शरम निर्माण झाली नाही? आपल्या कोवळ्या मुलाला, मूलराजला मांडीवर घेऊन तुर्कांबरोबर लढून, त्यांना वाईट रीतीनं हरवून मागं हटवणारी चालुक्य राणी नायकीदेवी, जर पावित्र्य हेच माझं रक्षण असं म्हणत हात जोडून स्वस्थ बसली असती तर काय झालं असतं? रावणाच्या गालावर थोबाडीत मारणारी सीता, संतापानं दुर्योधनाला दोन दणके न घालणारी द्रौपदी याच गांधींना प्रिय होत्या!

याच कारणामुळे त्यांचा स्त्रियांना सैनिकी शिक्षण द्यायला विरोध होता. आजच्या बांगलादेशातल्या नौखालीत हजारो हिंदू स्त्रियांवर अत्याचार होऊन, आपला हितोपदेश उपयोगाला येत नाही हे समजल्यावर याच गांधींनी "बायकांनी विष पिऊन जीव देणं हेच मानभंगापेक्षा उत्तम," असं सांगितलं होतं! इस्लाममधलं क्रौर्य असंख्य हिंदूंचा बळी घेत असलं तरी गांधींनी मुस्लिमांचं लांगूलचालन थांबवलं नाही. त्यांचे कान पिळून त्यांना शहाणपण सांगायला पुढे सरसावले नाहीत. हिंसेचे बळी ठरलेल्यांपेक्षा हिंसा करणारेच त्यांना प्रिय वाटत राहिले. असं का व्हावं? हिंदू-मुस्लीम ऐक्य राखण्यासाठी केवळ हिंदूंनाच बळी द्यायची अनिष्ट प्रथा सुरू करून मुसलमानांच्या सगळ्या मागण्या मान्य केल्या तर ऐक्य साधलं जाईल, हा त्यांचा पोकळ विश्वासच पुढे सेक्युलॅरिझमची हिंदूविरोधी नीतीमध्ये रूपांतरित झाला? लहान-सहान विषयांच्या संदर्भात त्यांनी सुरू केलेलं असहकार-आंदोलन-सत्याग्रहच आज रास्ता-रोको आंदोलनं आणि इतर आंदोलनं बनली आहेत ना! गीता-उपनिषदांची मदत घेऊन केवळ हिंदूंच्या हातानांच नव्हे, मनांनाही बेड्या घालणाऱ्या गांधीनाच जबाबदार नको का धरायला? आमच्या राजकारण्यांनी तेव्हापासून आतापर्यंत हेच आदर्श मानले ना! अनुकरण करण्यासाठी याहून दुसरा कुठला सोपा मार्ग सापडणार त्यांना तरी?

आत्मरक्षणासाठी अत्यावश्यक असलेला क्षात्रगुणच चैतन्यविरहित करून टाकल्यावर सांघिक शक्ती तरी कुठून येणार? ती नसेल तर बदल घडवणं तरी कसं शक्य आहे? जाती-उपजाती आणि प्रत्येक धर्माच्या नावाखाली एकमेकाच्या उरावर बसणाऱ्या आमच्या माणसांना परिस्थितीच्या भयानकतेची कल्पनाच येत नाहीये की काय?

सहजासहजी गळून न जाणाऱ्या नरेंद्रच्या मनातही काही क्षण असाहाय्यता व्यापून राहिली. त्याच्या मनात चिंता उमटली.

एकवीस

आरतीनं पुन्हा एकदा कूस बदलली.

ते आलेले पाहुणे सगळ्यांशी बोलताहेत. सगळे त्यांना आपापल्या कथा सांगताहेत. इतरांच्या कथा सांगता येण्यासारख्या तरी असतील! पण माझी कथा? ती कुणाला कशी समजेल? सगळ्या गोष्टी काही सांगता येण्यासारख्या असतात का?

नुकतंच लग्न झालं होतं तेव्हा. जीव मुठीत धरून रातोरात अंगावरच्या कपड्यानिशी घर आणि गाव सोडून निघताना, यानंतर आपण इथं कधीच येणार नाही याची पुसट तरी कल्पना होती का? जम्मूला जाणाऱ्या गाड्यांना अपरिमित मागण्या असल्यामुळे कशीबशी व्यवस्था करून सासू-सासरे, आपण दोघे, नणंद. सगळ्यांना सामानाची ने-आण करणाऱ्या ट्रकमध्ये सामानासारखंच कोंबलं होतं. एकमेकांना खेटून केलेला तो बारा तासांचा प्रवास! जम्मूच्या पुर्खू कॅम्पमध्ये नेण्यात आलं तेव्हा तिथली परिस्थिती बघून छातीत धस्स झालं नव्हतं काय? ''निर्वासित'' म्हणून नावांची नोंदणी केल्यानंतर ओळीनं उभारण्यात आलेल्या टारपोलीन टेंटमध्ये जागा दाखवून ''इथं राहायचं तुम्ही'' असं कुणीतरी सांगितलं तेव्हा तर सासूबाईंच्या डोळ्यांत पाणी उभं राहिलं, सासऱ्यांनीही दीर्घ नि:श्वास टाकला होता. दोन खुंट्यांना टारपोलिनचं कापड ओढून बांधून तयार केलेला तो तंबू. जोराचं वारं सुटलं की उडून जाणार नाही, याची काहीही खात्री नव्हती.

त्या रात्री तसंच झालं ना! वाऱ्यानं उडून गेलं तेव्हा तर सासूबाई जास्तच घाबऱ्या झाल्या! मोठ्यानं रडायलाच लागल्या. हे त्याच्या मागं धावत सुटले. कापड जिथं जाऊन पडलं होतं तिथं आणखी दोघं ते आपलं असल्याचं सांगून परस्परांशी भांडत होते! यांनी काय केलं देवजाणे! पण अखेर ते कापड घेऊन विजयी हास्य

करत हे परतले होते! ते पुन्हा बांधलं तरी पुन्हा उडणार नाही याची खात्री नव्हती. त्यामुळे रात्रभर ते एक टोक पकडूनच बसले होते. रात्रभर मीही त्यांना पाहतच झोपले होते. ते मला नजरेनंच तू झोप म्हणून सुचवत होते, चेहऱ्यावरचं हसू मात्र तसंच होतं. हृदयाच्या तळापासून उमटलेलं ते हसू मी तर आयुष्यात विसरणार नाही! कारण त्यानंतर त्या चेहऱ्यावर मी तर कधीच हसू पाहिलं नाही.

तंबूत अशाच चार रात्री काढल्यानंतर नाजूक प्रकृतीच्या सासूबाई मलूल होऊन गेल्या होत्या. त्यामुळे हे लगोलग आणखी काही व्यवस्था होते काय ते बघायच्या मागं लागले. एका धर्मशाळेत जागा मिळाली. पण तिथंही ठरावीक दिवसच राहायला मिळणार होतं. तात्पुरती व्यवस्थाच. दररोज काश्मीरहून येणारा जनसागर! त्या कुटुंबांनाही राहायला जागा करून द्यायची असल्यामुळे आम्ही आमच्या बांधलेल्या सामानानिशी सतत जागा बदलत राहिलो. सगळीकडे आधी आपली व्यवस्था लावून घेऊन त्यानंतर नातेवाइकांची व्यवस्था बघायची, असं वातावरण होतं. हे एक स्वतंत्र खोली मिळवायच्या मागे होते. पण भाड्यानं जागा मिळणंही कठीण आणि असेल तरी भरपूर महाग असल्याचं लक्षात आलं. अखेर कुणाच्यातरी ओळखीनं सातव्या मजल्यावरची एक छोटी खोली मिळाली तेव्हा यांनी त्यांना चार वेळा धन्यवाद सांगितले.

भाडं जास्त असलं तरी डोक्यावर एक छप्पर तर मिळालं होतं! त्याचंच समाधान होतं. त्याच्याच एका कोपऱ्यात स्टोव्ह ठेवून त्याला स्वयंपाकघर म्हणायचं, दुसऱ्या कोपऱ्यात न्हाणीघरालगतच्या जागेला मी माजघर म्हटलं तेव्हा सगळ्यांनीच त्याला मान्यता दिली. पेपरच्या रद्दीचं अंथरूण करून झोपलो. चुकून डोळा लागला तरी एकमेकाच्या श्वासामुळे जाग येत होती. त्यामुळे रात्रभरची गाढ झोप अप्राप्य झाली होती. अंघोळ करताना दोन्ही हात लांब न करता येणाऱ्या न्हाणीघरात अवघडून उभं राहून चार तांबे अंगावर घेताना अंग डोळ्यातल्या पाण्यानंच भिजायचं. अशा वेळी पदोपदी गावाकडच्या ऐसपैस बंगलीची आठवण आल्याशिवाय कशी राहील? सातव्या मजल्यावरच्या त्या खोलीत नळ नव्हता. त्यामुळे बादलीनं खालून पाणी आणावं लागायचं. दिवसातला बराच वेळ पाणी आणण्यातच जायचा. हेही मला या कामात मदत करायचे. तरीही त्यांची इतर अनेक कामं असल्यामुळे त्यांना घरकामात गुंतवून ठेवणं शक्य नव्हतं. नणंद असली तरी तिला कामं कशी करू देणार? लग्न करून परक्याच्या घरी जाणाऱ्या मुलीला किती म्हणून काम सांगणार? बादली घेऊन एकेक मजला चढून जाईपर्यंत जुन्या आठवणी मनात उसळून येत आणि प्रत्यक्ष श्रमापेक्षा त्या आठवणींमुळेच जास्त दमणूक होई.

तेव्हा यांच्या जुन्या कामाचा पगारही मिळाला नव्हता. तेव्हाच्या छोट्या पगारातून बाजूला काढून ठेवलेल्या चार पैशांमध्ये संसार चालवायची यांची धडपड

मलाही समजत होती. दिवसातून तीन वेळा सगळ्यांसाठी जेवणखाण करणं, भांडी-कपडे धुणं, पाणी भरणं यानं दिवसभरात मीही दमून जात होते.

कितीही दमणूक झालेली असली तरी दिवस मावळला की मला पतीच्या सहवासाची ओढ लागे. माझी अपेक्षा त्यांच्याही लक्षात यावी म्हणून खाकरत, त्यांचं लक्ष वेधायचा प्रयत्न करत होते. पाच जणांना हात-पाय पसरून नीट झोपण्यासाठी अपुरी पडणारी जागा! तिथं आम्हाला एकांत कसा मिळणार? यांचीही अधूनमधून धडपड सुरू असे. ते मधूनच उठून बसत. त्यांची अस्वस्थता माझ्याही लक्षात येत होती. सासू-सासऱ्यांना कधीही जाग यायची. अशा परिस्थितीत मन मारण्याशिवाय दुसरा कुठलाच मार्ग नव्हता. मनातली आकांक्षा अपुरी राहिल्यामुळे उजाडताच सासू-सासऱ्यांवरचा राग उफाळून येई.

अशाच एका रात्री मात्र यांची भावना अनावर झाली. मीही न राहावून त्यांना सहकार्य केलं. पण अशा वातावरणात जे घडायचं तेच घडलं. सुरुवात होता-होताच सगळं संपून गेलं आणि मी मात्र तशीच धगधगत राहिले. तरीही मनाची "एवढं तरी पदरी पडलं!" अशी समजूत काढत असतानाच सासरे जागे असल्याची जाणीव झाली आणि मन शरमून गेलं.

दुसरे दिवशी त्यांच्याकडे पाहायचीही लाज वाटू लागली. केवळ मीच नव्हे, हेही आपल्या वडिलांची नजर चुकवून वावरत राहिले. तेव्हाच मी मनोमन ठरवून टाकलं, पुन्हा असा बेशरमेचा प्रसंग येऊ द्यायचा नाही! गावाकडे आमच्या स्वतंत्र खोलीतल्या उबदार अंथरुणावर यांच्या गाढ मिठीत रात्री कशा सरायच्या ते कळायचंही नाही! त्या सगळ्या आठवणींविषयी अविश्वास वाटावा अशी परिस्थिती येऊन ठेपली होती. तेव्हा त्या आठवणींच्या पार्श्वभूमीवर समोर असलेलं वास्तव आणखी कठोर वाटून डोळ्यातून पाणी झरत होतं. दिवसा वाटणारी शरम रात्री धगीत रूपांतरित होऊन कुठल्यातरी मिलनाच्या कल्पनेत मन रममाण होऊन जाई आणि सगळी रात्र डोळ्याला डोळा न लागता, कुठल्याशा अनामिक क्षणाची वाट बघण्यात तशीच निघून जाई. पहाटे पहाटे डोळा लागला की उठायला उशीर होई. दिवसभराची कामं निरुत्साहानं उरकली जायची.

हळूहळू जगण्यातला आनंद गमावून हसतमुखानं राहायची सवयच होऊन गेली. तिथं राहायला येणाऱ्या नव्या कुटुंबांशी परिचय करून घेताना हे "ही माझी बायको..." अशी ओळख करून द्यायचे तेव्हा तर मला ते विचित्रच वाटायचं.

ती घटना होऊन महिना झाला असेल-नसेल. पाळी आली नाही, याची जाणीव झाली. त्याचबरोबर काय घडलं असेल याचाही अंदाज आला! मन मोहरून आलं... जेमतेम क्षण-दोन क्षणच असेल. आई सांगायची, मुलीला दिवस राहिले की स्वत:च्या तोंडानं सांगायची लाज वाटायची, कानातल्या डेच्यूरला लाल दोरा नैर्वन

बांधून आपण आई होणार असल्याची सुवार्ता दिली जायची म्हणे! मी असं काही सांगायला गेले तर तो निर्लज्जपणाचा कळस झाल्याशिवाय राहणार नाही! काय करायचं? अखेर एकदा हे पायऱ्या उतरून बाहेर जात असताना त्यांच्यापाठोपाठ गेले आणि त्यांच्या कानांवर घातलं. त्यांच्या चेहऱ्यावरही क्षणमात्र आनंद उसळला, पाठोपाठ विचारांचा डोंब उसळल्याचं माझ्याही लक्षात आलं. "बघू या..." असं काही तरी सांगत ते निघून गेले.

माझं गरोदरपण माझ्या दृष्टीनं अभिमानाचा विषय झालं असतं तर मीही हसऱ्या चेहऱ्यानं आणि मोठ्या कौतुकानं माझ्या पोटावरून हात फिरवत राहिले असते. पण तेवढं कुठलं माझं नशीब? नशीब! ओकाऱ्यांसारखे काही डोहाळे नव्हते. म्हणून मी माझं गरोदरपण कुणाच्या लक्षात येणार नाही अशाप्रकारे लपवून ठेवू शकत होते.

हेही जेमतेम पाच-सहा दिवसच चाललं. पाण्याची बादली उचलून सातव्या मजल्यावर जिन्यानं आणताना ओटीपोटात कळा सुरू झाल्या. मांड्यांना ओल जाणवली आणि मी आत धावले. अंकुरलेला कोंब जीव न धरता हातातून निसटत असताना मनाला समजत नव्हतं, झालं ते वाईट झालं की चांगलं झालं? मनसोक्त रडायलाही जागा नसल्यामुळे माझी अवस्था अंगभर तिखटाची पूड ओतून घ्यावी, तशी झाली होती.

जेव्हा सगळं यांच्या कानांवर घातलं तेव्हा त्यांनी सोडलेल्या सुस्काऱ्यात काय होतं? स्वतःच्या रक्ताच्या अपत्याला गमावल्याची वेदना? की अवघड प्रसंगातून सुटल्याचा मोकळेपणा? याचं उत्तर विचारायची मला सवड मिळाली नाही, तसंच मला त्याचं धैर्यही झालं नाही! पतिप्रेमाचा तोल या ना त्या कारणानं चुकला तर त्यात अशा प्रकारची शारीरिक आणि मानसिक वेदना असू शकते, याची मला तरी त्या क्षणापर्यंत कुठं कल्पना होती? अशा विषयावर बोलणार तरी कुणाशी?

***

आईला भेटायला ते राहत असलेल्या तंबूचा शोध घ्यायला लागले तेव्हा आतड्याला पीळ पडला होता. लक्षावधी किमतीचा जमीनजुमला सोडून इथल्या दरिद्री तंबूत राहून कामाच्या शोधार्थात घराबाहेर पडणाऱ्या बडे भय्याचं दुःख जास्त की आपले सोन्याचे भारी-भारी वजनाचे डेजहूर आणि इतर दागिने विकून जेवायच्या वेळी पोट भरण्याची व्यवस्था करणाऱ्या वहिनीचं दुःख मोठं? लेक घरी आली तरी 'कशी आहेस बाळ?' म्हणून चौकशी करायचंही भान राहू नये अशा वेदनेत आई तळमळतेय! 'मला जेवणच आवडत नाही, आत्या!... त्यात नुसती वाळू असते... दाताखाली कचकच करते!..' छोटी भाची गाल फुगवून तक्रार करत होती. वहिनी मात्र ओठ शिवून समोर आलेलं जीवन जगायला सगळ्यांनाच मदत करत होत्या. आपणही काहीतरी तक्रार सांगायला सुरुवात केली तर संसार तुटून जायला वेळ

लागणार नाही, याचं भय त्यांच्या नजरेत सतत दिसत होतं.

मी विचारलं, "हिच्या शिक्षणाचं काय? थांबलंय?"

यावर त्यांनी सांगितलं, "नाही. इथेच एका तंबूत मुलांना शिकवताहेत. हिलाही तिथं पाठवून देते. तिला अभ्यास करायला अडचण नको म्हणून त्या वेळी आम्ही बाहेरच थांबतो." असं सांगून वर त्या हसल्या! हे हसणं म्हणजे सगळ्या आघातावरचा खात्रीचा उपाय, अशीच त्यांची भावना असावी!

"इकडं साप-विंचवांचा फार सुळसुळाट आहे बघ! रात्री लेकराला चावेल की काय म्हणून सतत धास्ती वाटते! रात्री मी जागत बसतो." आपण दिवसा का झोपतो याचं कारण देताना बाबा सांगत होते.

"पण वहिनी, बाकी सगळं... शौचाला जायची काय व्यवस्था आहे?..." माझा प्रश्न संपायच्या आत त्यांनी दूरवरचा आडोसा दाखवला आणि म्हणाल्या, "हातात पाण्याचा तांब्या घेऊन जाताना सुरुवातीला जीव कासावीस व्हायचा. आता झाली सवय!" त्यांनी सांगितलं. माझी मान शरमेनं खाली गेली. वाटलं, माझ्या भय्याशी लग्न करून काय आलं यांच्या नशिबाला? पण हे तर सगळ्यांच्याच नशिबाला आलं होतं ना!

तंबूच्या एका कोपऱ्यात स्टोव्ह ठेवून स्वयंपाक चालला होता. एके काळच्या दोन डझन खोल्यांच्या घराच्या मालकिणीची ती अवस्था बघून हातात असतील ते पैसे, जमेल तेवढं सामान ते नको-नको म्हणत असतानाही जबरदस्तीनं ठेवून येण्यापलीकडे मीही काही करू शकत नव्हते. काय करणार? त्यांच्या त्रासापुढे माझा त्रास काहीच नाही, असं फक्त दिवसा वाटत होतं.

रात्रीचं माझं दुःख! त्याची मात्र कशाशीच तुलना होऊ शकत नव्हती.

त्यातच उन्हाळा आला. श्रीनगरच्या थंड सुखकारक हवेपुढे जम्मूमधली पंचेचाळीस डिग्री तपमान असलेली हवा यात पराकोटीचा फरक होता. चार पैसे गोळा करून कूलर आणून यांनी आमचा जीव वाचवला, तर तिकडे माझे बाबा तर सनस्ट्रोकनं मरूनच गेले! गावाकडच्या सोन्याच्या मोलाच्या जमिनी मुसलमान गिऱ्हाइकांना कवडीमोलानं विकून आलेल्या चार पैशात अखेर दादानं एक लहान घर भाड्यानं घेतलं. त्यामुळे इतरांचे जीव तरी वाचले!

नंतरही एकदा वहिनी आमच्या खोलीवरही आल्या होत्या. तेव्हा सांगत होत्या, "पंडितांची मुलं हुशार! म्हणून शाळेतली इतर डोग्रा मुलं पंडितांच्या मुलांना मारतात!" हे ऐकून आधी आश्चर्य आणि नंतर खेद वाटला. सुरुवातीला आमच्याकडे चार दिवसांचे पाहुणे म्हणून बघणाऱ्या जम्मूवासीयांना आम्ही कायमचेच इथं राहणार असं जाणवून आमचा उपद्रव वाटू लागला. या बदलणाऱ्या वातावरणाचा मलाही अनुभव येऊ लागला होता.

"आमच्या खोलीचे मालकही फार त्रास देतात, दररोज रात्री घराबाहेर किती चपला आहेत, ते मोजून जातात! एखादा चपलांचा जोड जास्तीचा दिसला तर दरवाजा वाजवून अर्वाच्य भाषेत शिवीगाळ करतात! तुझे दादा दुसरी जागा शोधताहेत." असंही वहिनी सांगत होत्या. काय-काय ऐकावं लागत होतं माझ्या घरंदाज घरच्या वहिनींना!

मनात आणि बाहेरच्या वातावरणात सर्वत्र विषण्णता व्यापून राहिली होती. खाण्या-पिण्यावर वासना नाही आणि कामाचा अतिरिक्त ताण याचा परिणाम होऊन मला अशक्तपणा जाणवू लागला होता. हे यांनाही जाणवू लागलं. "यांचं वजन कमी होत चाललंय, विशेष काळजी घ्या..." असं डॉक्टरांनी सांगताच हे घाबरेच झाले. पोट भरणंच कठीण झालं असताना विशेष काळजी काय घ्यायची? त्याच सुमारास सासूबाईंची प्रकृतीही खालावली. आम्हा सगळ्यांचं लक्ष त्यांच्या प्रकृतीकडे आणि औषधोपचाराकडेच वेधलं गेलं. त्या वेळी माझी जी प्रकृती खालावली ती कायमचीच. पुढे कधीच सुधारली नाही. दोन वर्षांनंतर दोन खोल्यांचं घर मिळालं.

नव्या घराचा आनंद घेण्यासारखी आम्हा दोघांचीही मन:स्थिती राहिली नव्हती. तरी आई व्हायची अदम्य इच्छा मनात होतीच. पण रात्र झाली की हे काही ना काही दमल्याचं कारण सांगून मुकाट्यानं झोपी जायच्या प्रयत्नात असायचे. पण न राहावून मीच पुढाकार घ्यायची. माझ्या उत्साहापुढे माघार घेता न आल्यामुळे अखेर हार पत्करून कोसळणाऱ्या साथीदाराला बघून सुरुवातीला दोन-तीन दिवस अनुकंपा वाटली तरी नंतर मला त्यांचा राग येऊ लागला. त्यातही यांना आपल्या वडिलांशी बोलतानाही वाटत असलेलं दडपण पाहून मला तर काय करावं हेच समजत नव्हतं.

शेजारच्या खोलीत राहायला आलेल्या लहानपणाच्या मैत्रिणीशी सहज बोलता-बोलता हा विषय निघाला. तेव्हा ती म्हणाली, "तरल मनाच्या पुरुषांच्या बाबतीत असं घडणं साहजिकच आहे. आई-वडिलांसमोर नवरा-बायकोनी परस्परांशी बोलण्याचाही संकोच वाटावा असे संस्कार असलेला आपला समाज! त्यातही अशा परिस्थितीत आपण अतिशय चुकीचं वागलो आहोत, अक्षम्य गुन्हाच केला आहे असं वाटून मन शरमून जाईलच ना! आणि तो गुन्हा आपल्या वडिलांच्या नजरेला पडला आहे असं वाटून मनातली अपराधीपणाची भावना मनात एकदा रुतून बसली की निघणं कठीण!"

"मग? आता मी काय करू?" मी असाहाय्य होऊन विचारलं.

"काही नाही! ती जाईल असे प्रयत्न करत राहा! म्हणजे कधीना कधी सगळं नीट होईल!" तिनं सांगितलं.

मी तिला तिच्या संसाराविषयी विचारलं तेव्हा ती म्हणाली, "खरं सांगू का? आपल्या मनातल्या आशा-अपेक्षा मारून टाकून संयम अंगवळणी पाडून घेण्यातच

आपल्या सगळ्यांच्या दांपत्य-जीवनाची पूर्तता आहे आणि आपण त्याचा स्वीकार केलाच पाहिजे, असा यांचा आग्रह आहे! तसं त्यांनी माझ्याकडून वचनच घेतलंय! त्यामुळे ते कधीच माझ्याजवळ येणार नाहीत, मला स्पर्श करणार नाहीत याची मला खात्री आहे!''

हे सांगताना तिच्या आवाजातला निर्विकारपणा थक्क करणारा होता. अमानवीच होता तो!

माझ्या परीनं मी पतीला समजून घ्यायचा प्रयत्न केला, फुलवायचा प्रयत्नही केला. मागं घडलेलं विसरून पुन्हा नव्यानं संसार सुरू करायला उद्युक्त करत होते. पण यांच्या मनात उत्साहच निर्माण होत नव्हता. त्यांच्याशी बोलताना आपल्या मुलांची कल्पना करून त्यांच्या मनातही ती भावना निर्माण व्हावी अशाप्रकारे काल्पनिक कथा रचूनही बोलून पाहिलं. माझे सगळे प्रयत्न फोल ठरत होते. उलट त्या सगळ्याचा त्यांना त्रास होत असल्याचं माझ्या लक्षात येत होतं.

अशा परिस्थितीत काय करणार मी? वैद्यकीय मदत घ्यायलाही मी सुचवून बघितलं. पण ते त्यासाठीही तयार झाले नाहीत. निरुपायानं मी स्वत:ला घरकामात बुडवून घेतलं. यांनीही स्वत:ला आपल्या समुदायाच्या विविध कामात गुंतवून घेतलं. नणदेचं लग्न व्हायच्या वेळेपर्यंत आम्हा दोघांच्याही मनात आपलं वय झाल्याची भावना बलिष्ठ होऊन गेली होती. सुरुवातीला सासूबाई ''कधी गोड बातमी देणार?'' असा इतरांच्या दृष्टीनं अतिशय सरळ आणि आमच्या दृष्टीनं अतिशय जटिल प्रश्न विचारायच्या, तेही हळूहळू बंद झालं.

नंतर काही महिन्यांनी हे श्रीनगरला जायला निघाले तेव्हा त्यांना थांबवायला कुठलंही कारण न सुचल्यामुळे मी विरोध केला नाही. तिथं मित्रांबरोबर आधी एक खोली भाड्यानं घेऊन राहत असताना त्यांची जन्मभूमीला चिकटून राहण्यासाठी चाललेली धडपड बघताना माझ्या गर्भात अंकुरण्याआधीच मरून गेलेल्या कोंबाच्या आठवणीनं व्याकूळ होत होते.

गावाकडे परतून गेलेल्या बहिणीच्या घरातल्या तेवीस कुटुंबीयांना अतिरेक्यांनी ठार केल्याची बातमी कानांवर आली. त्यातून वाचलेल्या आणि सतत रडत असलेल्या तिच्या मुलाला, सूरजला मी जवळ ठेवून घ्यायचं ठरवलं तेव्हा यांनी विरोध केला नाही. मग त्याचं करण्यातच मी गमावलेल्या आईपणाचं वात्सल्य अनुभवू लागले.

आता तर त्याची मुलं प्रेमानं मलाच आजी म्हणतात! तेव्हा मनात सार्थकतेची भावना उमटते. सासू-सासरे वारल्यानंतर तर तो आम्हाला आपल्याबरोबर राहण्याचा अधिकच आग्रह करायला लागला आहे. हे माझ्याकडे बघून काही बोलत नव्हते.

खरंतर जम्मूहून निघायची मलाही इच्छा नव्हती. काही का असेना, इथं आल्या-

आल्या कितीतरी कडवट घटना घडल्या असल्यातरी इथल्या जम्मूच्या लोकांनी आम्हाला पळवून लावलं नाही! चार दिवस उशिरा का होईना, त्यांनी आमच्याशी जुळवून घेतलं. नाहीतरी जुळवून घेणं म्हणजे काय? जम्मूतलं ते घर सोडायच्या कल्पनेनंही जिवाची तगमग होऊ लागली! आपण कुठलेच नाही, ही भावना मनाला जड करू लागते. मी काश्मीरची असले तरी काश्मीर आमचं होऊ शकलं नाही. आम्हाला अन्नपाणी देऊन जगवणाऱ्या जम्मूला कसं दूर करायचं?

सूरज आयुष्यात आल्यावर माझ्या जीवनात काहीसा उजेड आला असला तरी माझ्या मनातली अतृप्ती तशीच राहून गेली आहे. संधी मिळताच कुठल्यातरी रूपानं ती बाहेर येतेच. अकारणच डोळे भरून येतात. लक्षात आलं तर मी माझ्या मनाला आवर घालायला बरीच धडपड करते. पण आकाशात ढग दाटून आले, तो वर्षाव स्वीकारायला सज्ज असलेली भूमी पाहिली, की मनात प्रचंड असूया निर्माण होते आणि मन बधिर होऊन मी स्वत:ला कोंडून घेते. त्या वेळी कुणी हाका मारल्या, बोलायचा प्रयत्न केला तरी मी मुकीच असते. मनाचा अनावर आनंद आसमंतात झुगारून देणाऱ्या भूमीकडे टक लावून पाहत बसते. जमीन ओली करणाऱ्या सगळ्या ढगांशी धरतीचं नातं असलंच पाहिजे असं नाही. हे वास्तव तर मनाला पिळवटून टाकतं.

पाऊस थांबला की माझं मन हळूहळू ताळ्यावर येतं. शांतवलेली धरती पाहून मलाही शांत-शांत वाटतं. मग मी पुन्हा स्वत:ला घरकामात गुंतवून टाकायला सरसावते.

माझी ही मन:स्थिती हेही ओळखून आहेत. वेळोवेळी ते मला सांभाळून घेत असतात.

अठ्ठावीस वर्षं झाली आहेत माझ्या या असल्या निराधार आयुष्याला सुरुवात होऊन! शक्य तितक्या लवकर माघारी येऊ अशा विचारानं ज्या घरातून बाहेर पडलो, अजून त्या घरात पाय ठेवायला जमलेलं नाही. कधीतरी मनाला आयुष्यात काही क्षणाचं गर्भारपण सोडलं तर काहीही मिळालं नाही या विचारानं ग्रासलं की त्याच मनात येतं, मला तेवढं तरी मिळालं, यांना तर तेही नाही! या विचारानं मन जड होऊन डोळे झरू लागतात.

माझ्या प्रेमळ, समर्थ आणि रसिक जोडीदाराला नपुंसकत्वानं कसं ग्रासलं याचा विचार करू लागले की मनाचा क्षोभ होतो. मन आक्रंदन करतं, ते नपुंसक नाहीत! त्यांना या अवस्थेत लोटणारं केंद्र आणि राज्य सरकार खरं नपुंसक म्हणायला पाहिजे! सत्याला समोरं जायची शक्ती नसल्यामुळे पाठ फिरवणाऱ्या भेकडांना जे पचणं शक्य आहे, तेच सत्य मानून तसं वागणाऱ्यांना नपुंसक नाही तर दुसरं काय म्हणायचं? या समस्येवर मार्ग शोधणं लांब राहिलं, त्याला स्पर्श करायलाही

घाबरणाऱ्या प्रत्येक जबाबदार असलेल्या व्यक्तीला म्हणायला पाहिजे! त्यांनी करू नये ते पातक केलंय. एवढं मोठं पातक करूनही देवाच्या नावानं, धर्माच्या मोहानं अंध झालेले सगळे धर्मांध; आणि आपल्याच देशातल्या एका भागात एवढं सगळं चाललं असताना हातावर हात टाकून मुकाट्यानं पाहत असलेले सगळे देशवासीही माझ्या दृष्टीनं नपुंसकच! आम्ही काश्मीरी हिंदूंनी पैसाअडका-जमीनजुमला एवढंच गमावलं असं म्हणणारे, अल्पसंख्याकासाठी सतत झगडा देणारे आणि स्वत:ला मानवतावादी म्हणवणारे, तोंडदेखल्या बुद्धिवादाची पाठराखण करणारे, आपल्याला हव्या असलेल्यांविषयी सहानुभूतीच्या नद्या वाहवणारे प्रसार-माध्यमवाले... होय... सगळे नपुंसकच! मी नाही माझ्या पतीला नपुंसक मानणार!

स्वत:ला मर्द समजणारा कुणीही माझ्या पतीला तसं म्हणाला तर मी गप्प बसणार नाही! जीभ हासडून टाकेन त्याची!

भावनावेश वाढला तशी श्वासाची गती तीव्र झाली. दाढा आवळल्यासारख्या झाल्या. डोळ्यातून पाण्याचा महापूर वाहू लागला. माझ्या आयुष्याचं नुकसान भरून द्यायची शक्ती जगातल्या कुठल्याही न्यायालयात नाही!

भावनांचा आवेग वाढला तसं डोळ्यांना लागलेली पाण्याची धारही अनावर झाली. दाटून येणारा हुंदका आवंढा गिळून आवरता येईना तेव्हा तिनं पदराचा बोळा तोंडात कोंबला. पतीला जाग येईल म्हणून!

पण तिच्याही नकळत तिचा हात तिच्या रिकाम्या ओटीपोटावरून फिरला.

बावीस

संजीवजींच्या फोनची घंटा पहाटेच्या शांततेत वाजली तेव्हा नरेंद्र उठून बसला. त्या भयाण स्वप्नामुळे त्याला रात्रभर गाढ झोप लागली नव्हती. पहाटे पहाटे डोळा लागला होता. तरी फोनचा आवाज होताच तो लगेच उठून बसला. नाही म्हटलं तरी त्याच्या अंतर्मनात तोच विषय घोळत होता. त्यांची हाक ऐकता क्षणीच तो पटकन खोलीबाहेर आला. संजीवजीनीही सांगितलं, "कैलाशजी जागे झालेत. थोड्याच वेळात निघतील. तुम्हीही तयार व्हा. काही अडचण आली तर फोन करा. मीही जागाच असेन!" त्यांच्या आवाजातली काळजी लपत नव्हती.

संजीवजींचा दंड प्रेमानं दाबून नरेंद्र निघाला. तो कैलासजींच्या घरापाशी आला तेव्हा तेही घराबाहेर पडत असलेले दिसले. त्यांच्या पाठोपाठ पंधरा-वीस पावलांचं अंतर ठेवून तोही चालू लागला. शरीरातली सगळी शक्ती पायांत एकवटल्यासारखे ते घाईघाईनं चालले होते. काल अंथरुणावर पडलेल्या त्या कृश देहात कुठल्याशा अदृश्य शक्तीचा संचार झालेला दिसत होता. अजून अजान सुरू व्हायची होती. कदाचित लवकर जाग येऊन चालायला लागले असावेत. सगळीकडे काळाकुट्ट अंधार होता. ते दिसेनासे झाले तर शोधणं कठीण होईल, याचं भान असल्यामुळे त्यानं थोडा वेग वाढवला. एक कुत्रं जागं होऊन भुंकलं, पण लगेच पुन्हा मुटकुळे करून झोपी गेलं. कैलासजींचा हा पायाखालचा रस्ता असल्यामुळे ते भराभरा चालत होते. एका ठिकाणी उजवीकडे वळून दिसेनासे झाले. नरेंद्र आता जवळजवळ धावतच त्यांच्या मागे गेला.

हा रस्ता लक्षात ठेवला पाहिजे. काही नाही, फक्त दोन वळणं आहेत. त्यांना तर काहीच बघावं लागत नाही. ते आणखी दहा मिनिटं चालत राहिले. या रस्त्यावर मात्र दोन्ही बाजूला दिवे होते. प्रत्येक खांबाजवळून जाताना त्यांची सावली मोठी-

लहान-मोठी होत होती. त्यांचं त्या सावलीकडेही लक्ष नसावं.

काही अंतरावर एक घर दिसत होतं. जवळपास आणखी कुठलीच घरं नव्हती. अशा एकांतात घर बांधून राहण्यामागं काय कारण असावं, याचा विचार करतच नरेंद्र पावलं टाकू लागला. कैलास पंडित त्या घराकडेच चालले होते. घर जवळ येऊ लागलं तसं त्यांची पावलं आणखी जोरात पडू लागली.

ते त्या घरासमोर जाऊन उभे राहिले. तोही त्यांच्या मागं दहा पावलांवर उभा राहिला. ते घराचा दरवाजा वाजवतील की काय कोणजाणे! पण नाही. ते नुसतेच उभे राहिले. कशाची तरी वाट पाहत असल्यासारखे! अशीच पाच मिनिटं गेली. ते तसेच स्तब्ध उभे राहिले.

अचानक मशिदीतून अजानचा आवाज उमटला. लाउडस्पीकरमुळे तो आसमंतात भरून राहिला. त्याची नजर त्या दिशेला वळली. थोड्या वेळात तो थांबला. पुढं काय होईल, याचा तो काही क्षण विचार करत राहिला; त्याच क्षणी अगदी शेजारून आवाज आला, 'ठण्णण!...' त्यानं दचकून तिकडे पाहिलं. त्या घरासमोरच्या दिव्याच्या खांबाला एक घंटा टांगली होती. तिच्या जिभेला बांधलेला दोर कैलासजी ओढत होते आणि त्यामुळे घंटानाद होत होता. पाठोपाठ त्यांचा आवाजही ऐकू आला, '...मेगच्छ इन्साफ!... मेगच्छ इन्साफ!...'

त्या बंद दरवाज्याआडून कुठलीच प्रतिक्रिया येत नव्हती. घरात माणसं असल्याचं उघड्या खिडक्यांमुळे समजत होतं. तरीही कुणीही काहीही न करता स्तब्ध होतं. हे मात्र पुन:पुन्हा घंटा वाजवून न्याय मागत होते.

तो तिथल्या रस्त्याच्या कडेला असलेल्या दगडावर बसला. घरातून कसलाच आवाज येत नव्हता. सात-आठवेळा घंटा वाजवून झाल्यावर ते थांबले. बसले. त्याच खांबाला टेकून काही वेळ बसले. बसल्या ठिकाणाहून त्यानं वाकून पाहिलं. त्यांचे डोळे मिटलेले होते.

तो हळूच उठला. त्यांना ओलांडून त्या घरापाशी गेला. काही क्षण थांबून त्यानं दरवाजा वाजवला. पुन्हा दोन-तीनदा वाजवला. तरीही कुणीच दार उघडलं नाही. त्यानं हाका मारून पाहिलं तरी कुणी आलं नाही. कैलाशजी इथे असेपर्यंत दार उघडलं जाणार नाही असं वाटून तो माघारी आला. त्यानं कैलाशजींचा चेहरा निरखून पाहिला. त्यांचे डोळे बंदच होते. साधारण पंधरा मिनिटं ते तसेच बसून होते. नंतर उठून आलेल्या मार्गानं चालू लागले.

ते दिसेनासे होईपर्यंत तो तसाच उभा होता. नंतर त्यानं पुन्हा एकदा दरवाजा जोरात वाजवला. आता मात्र दारापाशी कुणीतरी येत असल्याची चाहूल लागली. कडी सरकवण्याचा आवाज... पण मध्येच तो थांबला. पाठोपाठ उद्विग्न आवाज आला, "कोण आहे? काय पाहिजे? या वेळी काय काम आहे?"

ही संधी पकडून तो म्हणाला, ''बशीरजी, नरेंद्र माझं नाव. बेंगळुरूहून आलोय. मीच दरवाजा वाजवत होतो. माझ्याकडून तुम्हाला कसलीच भीती नाही. दरवाजा उघडा.''

दार किलकिलं झालं. त्यातून एक डोळा, दाढीचा आणि चेहऱ्याचा काही भाग दिसला. त्याचं एकवार निरीक्षण करून दरवाजा पुरा उघडला गेला. त्याला घाईनं आता घेऊन त्यांनी लगेच दार बंद करून कडी घातली.

आत मंद प्रकाश होता. नजर सरावल्यावर त्यानं सगळीकडे पाहिलं. एक मध्यम आकाराचं माजघर होतं. त्याच्या लगतच तीन खोल्या. त्यातल्या उजवीकडच्या खोलीत निघता निघता त्यांनी त्यालाही मागं यायला सांगितलं. त्याला बसायला एक खुर्ची देऊन ते स्वत:ही समोर जमिनीवर बसले.

''आपणच बशीर अहमद ना?'' त्यानं संभाषणाला सुरुवात केली.

''होय.'' त्यांनी सांगितलं. त्यानं पाहिलं, पांढरी दाढी, तिच्याशी जवळजवळ एकरूप झालेली टोपी, चेहरा आणि टोपीच्या मध्ये उठून दिसणारा कपाळावरचा डाग पाचही नमाज न चुकता करत असल्याची खूण दाखवत होता. इतक्या सगळ्यात खोल गेलेल्या डोळ्यांमधले भाव कसे वाचता येतील? की ते भाव कुणाला दिसू नयेत म्हणूनच हे सगळं?

नरेंद्रनं विचारलं, ''कसे आहात?''

हा प्रश्न अस्वाभाविक वाटून त्यांनी आश्चर्यानं पाहिलं. नंतर काही क्षण जाऊ देऊन म्हणाले, ''छान! तुम्ही कसे आहात? इथं येण्यामागचं काय कारण ते समजलं नाही.'' त्यांनी थेट मुद्द्याला हात घालत विचारलं.

''मी एक अभ्यासक आहे. दक्षिण भारतातला. अध्ययनासाठी काश्मीरला आलोय. काही हिंदू आणि काही मुसलमान कुटुंबांशी बोलतोय. काल काहीजणांशी बोलताना कैलाशजींविषयी समजलं. आज त्यांच्या पाठोपाठ आलो.'' एवढं सांगून तो त्यांच्याकडे पाहू लागला.

त्याचं बोलणं ऐकत असताना त्यांच्या चेहऱ्याचे स्नायू संकुचित झाले. भुवया एकमेकात गुंतल्या. चेहऱ्यावर अस्वस्थता उमटली. त्यांचा देह ताठ झाला. त्यांनी ठामपणे सांगितलं, ''त्या संदर्भात मला काहीही बोलायचं नाही!'' त्यांनी विषय संपल्याचं सूचित केलं.

तोही म्हणाला, ''काही हरकत नाही! तुम्हाला जेव्हा बोलायचं असेल तेव्हा फोन करा. हा माझा नंबर! मी आणखी तीन-चार दिवस आहे.'' आणि व्हिजिटिंग कार्ड ठेवत तो उठून उभा राहिला. ''तसं मला कधीच वाटणार नाही!'' त्यांच्या आवाजात आता कठोरपणा जाणवला. ते बसल्या जागेवरून त्याच्याकडे धगधगत्या नजरेनं पाहत होते.

"गर्दीपासून दूर राहण्यासाठी म्हणूनच तुम्ही इकडे, एका बाजूला राहताय ना? तुम्हाला बोलायला काही अडचण असेल असं मला वाटत नाही!" तो मंद हसत म्हणाला.

"तुमची जी अपेक्षा आहे, त्याविषयी तर मी अजिबात बोलणार नाही!"

"बरं! नका बोलू! पण तुम्हाला जे सांगायचंय ते तरी सांगाल की नाही? तुम्ही जे सांगाल ते ऐकायला म्हणूनच मी आलोय!" तो शांतपणे, समजुतीच्या स्वरात म्हणाला. रडून आकांत करणाऱ्या बाळाला शांत करणाऱ्या आईच्या आवाजात. चेहऱ्यावरचं स्मितही तसंच होतं. त्याला जाणवलं, त्या नजरेतला कठोरपणा नाहीसा होऊन त्या जागी तडफड दिसतेय!

त्यांच्या पुढ्यात एक गुढगा टेकून बसत तो सावकाश म्हणाला, "बशीरजी घ्या! तुमचा न्याय आणि साक्षी तुमचे माता-पिता आणि संबंधितांच्या विरोधात असली तरी हरकत नाही, न्यायबुद्धीपासून स्वतःला दूर करू नका, असंच कुरआन सांगतं! होय की नाही?" त्यांच्या नजरेत नजर मिसळून त्यानं विचारलं.

त्यांची नजर धडपडली.

त्यांच्या उत्तराची वाट न बघता तो उठून चालू लागला. ते भान विसरून त्या दिशेला पाहत राहिले.

***

"हे काय! दरवाजा उघडा ठेवून असे का बसलात?" बऱ्याच वेळानं आलेल्या रिफतजाननं पुढं होऊन दरवाजा बंद केला.

तेवीस

“आलेत काय कैलाशजी?” त्यांच्या दारात उभं राहून नरेंद्रनं विचारलं. तो नुकताच बशीरांच्या घरातून माघारी निघाला होता.

“आलेत, पण झोपलेत ते. आत या. चहा तर घ्या...” किशनजींनी आर्जवी स्वरात सांगितलं. “नको. अजून माझी अंघोळ व्हायची आहे. ते उठल्यावर कळवाल काय? त्यांच्याशी थोडं बोलायचंय.”

किशनजींनी “बरं...”अर्थी मान हलवली.

घरी पाऊल टाकताच संजीवजींनी विचारलं, “काय झालं?”

त्यानं पाहिलं, त्यांचे डोळे लाल झाले होते. बहुधा रात्रभर त्यांना गाढ झोप लागली नसावी. हे आता कुठं नरेंद्रच्या लक्षात आलं.

“काही नाही. बशीरबरोबर बोलायचा प्रयत्न केला, पण जमलं नाही!”

“जाऊ द्या हो, तुम्हाला काही होणार तर नाही ना, याचं मला भय वाटलं होतं. ती माणसं कशी आहेत त्याचा आम्ही पुरेपूर अनुभव घेतलाय. काहीही करायला मागं-पुढं पाहाणार नाहीत ती. आता तुम्ही नाश्ता करून थोडी विश्रांती घ्या. एवढ्यात सलीम येणार आहे. तो त्याच्या मित्राला, मुश्ताक त्याचं नाव, घेऊन येणार आहे. तुम्ही त्याच्याशी बोला. मी ऑफिसहून शक्य तितक्या लवकर यायचा प्रयत्न करतोय.” यावर त्यानं मान हलवली.

***

उंच-उंच शिखरांच्या कुशीत झोपलोय. दूरवर कुठंतरी घंटानाद ऐकू येतोय. कुठलं देवस्थान? कोणजाणे... आठवत नाही... पण मग कुठून येतोय हा घंटानाद? बघायचा प्रयत्न केला तरी नीट दिसत नाही. आणखी लक्ष देऊन बघायला पाहिजे...

हं... आता थोडं काहीतरी दिसतंय... नाही... अरे ही घंटा नाही... काहीतरी वेगळा आवाज आवाज आहे... हळूहळू भान येत गेलं... अरे... हा तर माझा फोन!... कितीतरी वेळापासून फोन वाजतोय!...

नरेंद्र धाडकन उठून बसला. कितीतरी दिवस झोपेत गेल्यासारखं वाटत होतं. सलीमचा फोन... ''हं! बोल सलीम!...'' त्यानं झोपेतच विचारलं.

''सर! गेटपाशी कार उभी केलीय. येताय ना?''

''आलोच पाच मिनिटांत...''

रात्रभर गाढ झोप न झाल्याचा अस्वस्थपणा क्षणार्धात नाहीसा झाला होता. त्यानं एकवार फोनवरून नजर फिरवली. काही मेसेजेस... हं मनोहरचे असणार... त्यानं घाईनं नजर फिरवली, ''दादा, दुसरा लेख... ३७०कलमाच्या संदर्भातला... आज प्रकाशित झालाय. ई-मेल केलाय. सवडीनं बघून घ्या. आज या विषयावर सांगण्यापेक्षा आपणच लिहिलेलं योग्य होईल असं वाटतं.'' ''किती वाजेपर्यंत पाठवायला पाहिजे माझा लेख?''

मेसेज केल्या-केल्या उत्तरही आलं, ''संध्याकाळी सात वाजेपर्यंत पाठवला तरी चालेल.''

आरतीनं विचारलं, ''चहा करतेय...'' तिला नकार देत नरेंद्र तिथून बाहेर पडला. मनात सारखं येत होतं, या भाभीच्या हसऱ्या चेहऱ्यामागं नेमकं काय लपलंय? का मला सतत असं वाटतंय?

दूरवर उभी असलेली कार नजरेला पडत होती. सलीम त्याच्या बाजूलाच उभा होता. खिडकीतून अधूनमधून कारमध्ये डोकावत तो कुणाशीतरी बोलत होता. याला पाहतच तो धावत त्याच्यापाशी येऊन म्हणाला, ''सर! परवा मरण पावलेला फिरोज याचा अगदी जवळचा मित्र होता. याच्याही हातात दगडफेक करणाऱ्या मुलांचा एक ग्रुप आहे. आता हा पूर्णपणे गोंधळलेला आहे. त्याच्याशी कसं बोलायचं ते तुम्ही बघा!...'' एवढं सांगून तो कारकडे धावला आणि कारचा दरवाजा उघडला. नरेंद्र कारमध्ये बसताच स्वत: ड्रायव्हरच्या सीटवर बसून मित्राचा चेहरा दिसत राहील अशाप्रकारे सारखा केला.

''सर! हा मुश्ताक. मुश्ताक, मी सांगत होतो ना, इंडियाहून एकजण आलेत म्हणून? ते हेच.''

मुश्ताकच्या चेहऱ्यावर काहीशी आशंका होती. त्यानं हस्तांदोलनासाठी हात पुढं केला आणि नंतर लगेच हात मागं घेऊन त्यानं बांधले. नरेंद्रनं त्याचं एका नजरेत निरीक्षण केलं. सलीम इतका नसला तरी आकर्षक चेहरा. नजरेवरूनच तरतरीतपणा जाणवत होता. तरीही अतिशय थकलेपण चेहऱ्यावरून लपत नव्हतं.

''कालच हॉस्पिटलमधून डिस्चार्ज मिळालाय त्याला. त्यामुळे दमलाय!''

आरशात बघत सलीम म्हणाला.

"हो का? काय झालं होतं?" नरेंद्रनं मुश्ताकलाच विचारलं.

यावर मुश्ताक काही बोलला नाही.

"काळजी नको, मुश्ताक! हे आपल्यापैकीच आहेत. तुझ्या मनात जे काही आहे, जे प्रश्न आहेत ते यांच्याशी बोलू शकतोस."

सलीमनं एवढं सांगताच मुश्ताक हलकेच बोलू लागला, "परवा दोन ग्रुप्समध्ये झगडा झाला ना! तेव्हा चाकूहल्ल्यात जखम झालीय."

"ओह! तू तशा मारामाऱ्यांमध्ये जातोस?"

"नाही-नाही! पण असं काही होईल याची मलाही कल्पना नव्हती! मी फक्त दगडफेक..." बोलता-बोलता तो थबकला. हे सांगायला नको होतं की काय, असं वाटून त्यानं आरशातून सलीमकडे पाहिलं. सलीमनं नजरेनंच त्याला आश्वस्त केलं. त्यामुळे मुश्ताकलाही थोडं-थोडं धैर्य वाटू लागलं.

"असा किती ठिकाणी, कितीवेळा गेला होतास?" नरेंद्रनं सौम्यपणे विचारलं.

"नाही सांगता येणार! लहान असल्यापासून हेच करत आलोय ना!"

"लहान होतास तेव्हाचं जाऊ दे. पण मोठा झाल्यावरही का जायचास?"

"राग यायचा."

"कुणावर?"

"सैन्यावर. सरकारवर."

"कुठल्या सरकारवर?"

"इथल्या आणि इंडियाच्या सरकारवर!"

"पण का?"

"का म्हणजे? आम्हाला आझादी देत नाहीत, म्हणून!"

"दगड मारल्यावर राग कमी व्हायचा?"

"हं!"

"समस्या संपायची?"

तो काही बोलला नाही. नरेंद्रनंच पुन्हा विचारलं, "इतकी वर्षं दगडफेक केलीस ना! त्यानं काही सुधारणा झाली का परिस्थितीत?"

"नाही..." म्हणता म्हणता तो बोलायचा थांबला. काही क्षण तसेच गेले. नरेंद्रनं पुन्हा विचारलं,

"वय काय तुझं?"

"एकवीस."

"हातात शक्ती असेपर्यंत दगडफेक करशील. नंतर? उद्या तुझ्या मुलाबाळांनीही हेच करायचं काय?"

मुश्ताक काहीच बोलला नाही. त्याच्या तोंडून शब्द फुटला नाही. त्याला काहीच उत्तर सुचलं नाही. नरेंद्रच म्हणाला, ''माझी मुलं शिकून परदेशी जातील, तुझी मुलं अशीच दगडफेक करत राहिली तर तुला बरं वाटेल काय?''

मुश्ताकनं चटकन मान वर करून नरेंद्रकडे पाहिलं. नंतर त्याची नजर पुन्हा आरशातून दिसणाऱ्या सलीमकडे वळली.

''उत्तम-उत्तम भेटवस्तू देऊन घराच्यांना आनंदात ठेवावं असं तुला वाटत नाही काय?आयुष्यात एकदा तरी प्रवास करून वेगवेगळ्या जागा पहाव्यात, काही नाही तरी काश्मीरच्या सीमा ओलांडून पलीकडे जावं असं वाटत नाही काय?''

''वाटतंय की!''

यावर नरेंद्र काही बोलला नाही. स्वत:चं हे सकारात्मक उत्तर त्याच्या मनातही काही क्षण घोळलं पाहिजे, या मन:स्थितीत त्यानं काही वेळ तरी राहिलं पाहिजे या विचारानं काही क्षण सोडून नंतर त्यानं विचारलं, ''मग?''

त्यानं नरेंद्रकडे प्रश्नार्थक नजर टाकली.

''तू हे काय करतोयस तर मग!''

''माहीत नाही!'' एवढं म्हणून तो गप्प बसला. त्याच्या या उत्तरातून त्याला मदतीची अपेक्षा असल्याचं ध्वनित होत होतं.

''हे सगळं शेवटी तुला कुठं नेऊन ठेवणार आहे, याची तुला कल्पना आहे काय?''

''नाही!''

''तर मग ज्याचा शेवटच माहीत नाही, अशा मार्गानं का जातोयस?''

यावर तो काही बोलला नाही.

नरेंद्रनंच विचारलं, ''कुरआनमध्ये काय सांगितलंय?''

''माहीत नाही!''

''तर मग काय ठाऊक आहे तुला?''

''इंडियाच्या सरकारनं आमचं काश्मीर जबरदस्तीनं बळकावलं आहे!''

''हे कुणी सांगितलं?''

''वडील, आजोबा, आई... सगळ्यांनी हेच सांगितलं.''

''पण इंडियाच्या सरकारनं का बळकावलंय?''

''आमची भूमी आहे ती!...''

''एवढं काय आहे तुमच्या या भूमीत जे इंडियात नाही?''

''तर मग कशाला बळकावून बसलेत?''

''ते तू मला सांग! कारण तू म्हणतोयस बळकावलंय म्हणून!''

''...ठाऊक नाही...''

"बरं, ते जाऊ दे. तुझ्या पुढच्या आयुष्याचा काय विचार?"

"माहीत नाही."

"हे बघ मुश्ताक!..." म्हणत नरेंद्र थांबला. त्याचं लक्ष पूर्णपणे आपल्याकडे असल्याची खात्री करून घेतल्यावर तो पुढं बोलू लागला, "काश्मीर-पाकिस्तान-भारत यांच्याविषयी डोकं पिकवून घ्यायला कितीतरी माणसं आहेत! सत्तर वर्षं हाच आपला धंदा बनवून स्वत: वैभवात जगताहेत. एवढंच नव्हे, त्यांच्या पुढच्या कितीतरी पिढ्या ऐश्वर्यात जगतील, एवढी संपत्ती साठवून ठेवलीय त्यांनी! आपण आणखी काही बघायची गरज नाही. या तथाकथित आझादीच्या लढाईच्या नायकांचंच उदाहरण पाहू या. त्यातल्या प्रत्येकानं केवढी संपत्ती गोळा केलीय हे ठाऊक आहे काय तुला?"

मुश्ताक ऐकत होता. यावर काय बोलावं हे त्याला समजत नव्हतं. नरेंद्रच पुढे बोलू लागला, "मी तुझ्याशी बोलायला तयार झालो ते तुझ्या भविष्यकाळाविषयी. त्यासंदर्भात तुझे काय विचार आहेत, हे जाणून घेण्यासाठी. पण तूच यावर काही विचार केला नसशील, तुलाच काही माहीत नसेल तर पुढं बोलण्यासारखं काय आहे? मी तरी तुला काय सांगणार? मी आणखी दोन दिवस आहे. तेवढ्यात काही सुचून बोलायचं असेल तर ये." एवढं बोलून तो सलीमकडे वळला, "तुमचं काम संपलं की सांग. बाहेर जाऊन येऊ या."

"याला सोडून येतो, सर. नंतर जाऊ या."

"आणि हे बघ! पुढच्या वेळी दंग्यात उतरताना जपून राहा! आधीच बराच जखमी झालायस! कुणासाठी, काय करतोय, याचा परिणाम काय होतोय हे जाणून घेतल्याशिवाय कुठल्याही कामाला हात घालू नकोस! आलं का लक्षात?" एवढं मुश्ताकला सांगून नरेंद्र कारमधून उतरून चालू लागला. मुश्ताक त्याच्या पाठमोऱ्या आकृतीकडे पाहत राहिला.

***

"नरेंद्रजी! भय्या उठलेत!" त्याला रस्त्यावरून जाताना बघून किशननी हाक मारली.

तो घरात गेला तेव्हा कैलाशजी भिंतीला टेकून बसले होते. त्यांच्याजवळ बसत त्यानं किशनपाशी आस्थेनं चौकशी केली, "कसे आहेत कैलाशजी? वेळच्या वेळी जेवतात की नाही?"

"मनात यायला पाहिजे!" त्यानं भावाकडे पाहून थोड्या तक्रारीच्या सुरात सांगितलं. "कैलाशजी! नमस्ते!" तो त्यांच्या चेहऱ्यालगत आपला चेहरा नेऊन म्हणाला.

त्यांचे निर्जीव डोळे त्याच्याकडे वळले, पण त्यात कुठलेच भाव उमटले

नाहीत. त्यानं पुन्हा विचारलं, ''तुम्हाला माझं बोलणं ऐकू येतं का?''

त्यांनी काहीच प्रतिक्रिया दर्शवली नाही. त्यानं त्यांचा उजवा हात आपल्या दोन्ही हातात घेऊन हलकेच दाबला. नंतर सावकाश एकेक शब्द उच्चारत म्हणाला, ''ज्यांना न्याय-अन्याय यातला फरकच ठाऊक नाहीये, त्यांच्याकडे तुम्ही न्याय मागायला का जाता, कैलाशजी? ज्या दिवशी त्यांना समजेल, त्या दिवशी ते स्वत: तुम्हाला शोधत तुमच्यापाशी येतील!''

तरीही ते त्याच्याकडे नुसतेच पाहत राहिले.

''मी काय सांगतोय, ते ऐकू येतंय का? समजतंय का तुम्हाला?''

तरीही ते मौनच होते.

''तुमच्या प्रारब्धातली सगळी कर्मं भोगून झाली, असं समजा! मनाला तेवढंच समाधान वाटेल. त्यांचं अज्ञान त्यांच्यापाशी, असं म्हणा आणि गप्प राहा!''

तरीही काहीच प्रतिक्रिया नव्हती. काहीसा निराश होऊन तो वळत असताना त्यांच्या नजरेत त्याला ओळखीची चमक जाणवली. पाठोपाठ पाणी तरारलं. नंतर पाण्याच्या धारा वाहू लागल्या. त्या पाण्यानं दोघांचे हात भिजून गेले. तो दोन्ही हातांनी त्यांचे डोळे पुसू लागला.

''आज मी तिथं आलो होतो ते तुम्ही पाहिलं होतं! मला ठाऊक आहे!'' दोन क्षण जाऊ देऊन पुढे म्हणाला, ''विद्यार्थ्यांना विद्या देणारे तुमचे हात! इथंही कितीतरी मुलं आहेत! पुढं काय करता येईल? तुम्हाला काही सुचतंय का? यावर उद्या सकाळी फिरायला जाताना निवांतपणे बोलू या. मात्र मी येईपर्यंत तुम्ही एकटेच कुठेही जायचं नाही! समजलं?''

यावरही ते काही बोलले नाहीत. नरेंद्रच म्हणाला, ''ठीकाय! निघतो...'' म्हणत तो तिथून बाहेर पडला. घरातले सगळेच मूक होऊन हे दृश्य पाहत राहिले. सगळ्यांच्या डोळ्यातलं तरारलेलं पाणी त्याला तिथून बाहेर पडल्यावरही जाणवत राहिलं.

तो घराच्या दिशेनं निघाला असतानाच सलीमचा फोन आला, ''सर! आलोय मी!''

''दहा मिनिटं थांबशील? जेवून उरकून येतो. भाभी वाट बघताहेत म्हणून संजीवजींचा फोन होता.''

''चालेल. थांबतो!''

***

आरतीनं सुरुवातीला वाढलेलं होतं तेवढंच जेवून नरेंद्र उठला. त्यांच्या

आग्रहाला न जुमानता तो पुन्हा बाहेर पडला.

त्याला पाहतच सलीमचा चेहरा खुलला. थोडा वेळ काही न बोलता तो कार चालवत राहिला. नंतर कार थांबवून नरेंद्रकडे वळत म्हणाला, ''एक सांगू का सर?''

नरेंद्रनं त्याच्याकडे प्रश्नार्थक मुद्रेनं पाहिलं.

''तुम्ही आमच्यापैकी नाही, असं अजिबात वाटत नाही!'' हे सांगताना त्याच्या नजरेत नेहमीच्या स्नेहाबरोबरच आर्द्रताही जाणवत होती.

''पण मी कुठं सांगितलं, मी तुमच्यातला नाही, बाहेरचा आहे, म्हणून?'' नरेंद्रच्या चेहऱ्यावर आपसूक स्नेहपूर्ण हसू उमटलं.

''तसं नव्हे... मला नीट सांगायला जमत नाहीये... जाऊ द्या...'' म्हणत त्यानं पुन्हा कार स्टार्ट केली.

''कितीतरी गोष्टी न सांगताही समजतात, सलीम!'' नरेंद्रनं त्याच्या खांद्यावर हात ठेवून थोडं दाबत म्हटलं. त्यानं खिडकीबाहेर नजर फिरवून पुन्हा कार सुरू केली.

''आज संध्याकाळी माझ्या आणखी काही मित्रांना घेऊन येतो. काही हरकत नाही ना?... म्हणजे तुम्हाला वेळ असेल तर!... इथल्या आम्हा तरुणांना नीट बोलावं असं वाटणारी माणसंही क्वचित भेटतात सर!...''

''चालेल. कोण मित्र?''

''माझे कॉलेजमधले मित्र!''

''कॉलेज? काय शिकलायस तू?''

''एम.ए. राज्यशास्त्र!...''

नरेंद्रनं काहीच प्रतिक्रिया दाखवली नाही. तोच पुढं म्हणाला, ''नोकरी मिळाली नाही. पोटासाठी दगडफेक करायची इच्छा कधीच नव्हती. म्हणून हा व्यवसाय सुरू केला.''

''बरं!''

''इथं भ्रष्टाचार-वशिला फार बोकाळलाय ना, त्यामुळे शिक्षणाला महत्त्वच राहिलेलं नाही.'' अशा समाजाचं भवितव्य काय? या विचारात तो गढला असताना सलीम म्हणाला, ''माझे चार मित्र येतील. तसं कारमध्येच बसून बोलता येईल. पण ते योग्य ठरणार नाही. मी संजीवजींना सांगितलंय. त्यांच्या इमारतीतली एक खोली रिकामी आहे म्हणे. तिथं बसायला हरकत नाही असं ते म्हणाले.''

संजीवजी मागं राहून आपल्यासाठी सगळं काही करताहेत हे नरेंद्रच्या लक्षात असलं तरी अशा क्षणी त्याच्या मनात कृतज्ञता दाटून आली. त्यांनी सांगितलं नसलं तरी, त्यांनी सलीमला ड्रायव्हर म्हणून बोलावणं हा अपघात नसल्याचं जाणवलं.

हे दोघं मिळून दोन्ही धर्मांच्या मध्ये असलेल्या दरीवर पूल बांधण्यासाठी धडपडताहेत, अशी त्याची भावना झाली.

सलीम म्हणाला, ''हाच पहा नौहट्टा! अलगवादी... तुम्ही फुटीरवादी म्हणता ना... त्यांच्या प्रत्येक हालचालीचा नकाशा इथेच बनला जातो. तुम्हाला टीव्हीवाले जे दगडफेकीचे व्हिडीओ दाखवतात ना; ते बहुतकरून इकडचेच असतात.''

नरेंद्रनं सगळीकडे नजर फिरवली. झोपडपट्टीसारखी बकाल वस्ती, जुने-पुराणे रस्ते, बंद दरवाज्यांची दुकानं, मशिदींमधून सतत ऐकू येणाऱ्या बांगा, रस्त्याच्या दोन्ही बाजूला फिरणारे लोक, वेडीवाकडी धावणारी वाहनं... कुठलाही नियम न पाळणं हाच इथला नियम असावा, असं तिथलं वातावरण होतं. सगळाच गोंधळ आणि अस्पष्टता असलेलं स्थळ! संताप उफाळून येण्यासाठी हे वातावरणही महत्त्वाचं पात्र असेल की काय कोण जाणे!

''ही जामिया मशीद. इथं क्षणभरही कार उभं करणं शक्य नाही! चुकूनही फोटो काढायचा प्रयत्न करू नका!...'' असं सांगतच त्यानं कार वेगानं पुढं नेली. एक अतिप्रचंड मशीद असल्याचं तेवढ्या अवधीतही नरेंद्रला जाणवलं. तेही प्रत्यक्ष पाहण्यापेक्षा तेवढं अंतर जाण्यासाठी वेगवान गाडीलाही जो वेळ लागला, त्यावरून त्यानं अंदाज बांधला. आतून फार मोठ्या संख्येनं बाहेर पडणाऱ्या माणसांमुळेही इमारतीचा खरा अंदाज येत नव्हता.

''शुक्रवारी जुमानिमाजनंतर इथून बाहेर पडणाऱ्यांचा लोंढा सुनामीसारखा असतो! वाटेत मिळालेलं काहीही शिल्लक राहत नाही.'' सलीमच्या या सांगण्यात काहीही अतिशयोक्ती नाही हे नरेंद्रलाही समजत होतं.

''इथं आल्याचं आठवतं काय? मैसुमा या जागेचं नाव. हाही अतिसंवेदनाशील प्रदेशच.'' सलीम सांगत असताना नरेंद्र पाहत होता. ही जागाही मागं पाहिलेल्या जागेसारखीच होती. थोडं पुढं गेल्यावर लालचौक लागला. तेव्हा मात्र नरेंद्र म्हणाला, ''होय. संजीवजी इथं घेऊन आले होते.''

''ही निशात बाग. इथे गुप्तगंगेचं देवस्थान आहे असं म्हणतात. याच रस्त्यानं सरळ पुढं गेलं की प्रख्यात प्रवासी-स्थळ सोनमर्गला जाऊन पोचतो...'' निष्णात गाइडप्रमाणे सलीम रस्त्याच्या आजूबाजूच्या जागाही व्यवस्थित दाखवत होता. ''ही मोगल-गार्डन. उतरून पाहणार काय?''

''नको!''

''काश्मीर विद्यापीठापर्यंत जाऊन येऊ या चला. तिथंच हजरत-बलही आहे.''

''म्हणजे? काय त्याचं वैशिष्ट्य?''

''प्रवादींच्या दाढीचा केस ठेवलाय. मागं तो गहाळ होऊन खूप मोठा दंगा उसळला होता म्हणे!''

"अजूनही आहे का तो?"

"नेहमी ठेवत नाहीत. काही विशिष्ट दिवशी तेवढा ठेवतात.

"तुझ्या मित्रांना किती वाजता बोलावलंयस?" घरालगत आल्याचं लक्षात येताच नरेंद्रनं विचारलं. चार वाजले होते. या मुलांची भेट झाल्यानंतर लेख लिहायचा की आधी, हे त्याला ठरवायचं होतं. अजून त्याला त्या दिवशी प्रकाशित झालेला लेख वाचायलाही जमलं नव्हतं.

"दहा मिनिटं. ते सगळे तयारच आहेत. तुम्हाला घरी सोडतो आणि त्यांना घेऊन येतो." गेटपाशी कार उभी करत सलीमनं सांगितलं. तेवढ्यात त्याचा फोन वाजला. मंद हसत म्हणाला, "मुश्ताकचा मेसेज आहे! त्याला आणखी एकदा तुमच्याशी बोलायचंय! तो बराच भावुक झालेला दिसतोय, सर! नाहीतर असा मेसेज पाठवायच्या प्रकृतीचा नाहीये तो!"

"तर मग तू असं कर, त्याला आताच बोलावून घे. त्यालाही बसून ऐकू दे. यात काही अडचण येईल काय?"

"तसं नको सर! एक अपरिचित माणूस असला तरी दुसरा मनमोकळं बोलणार नाही. शिवाय इथल्या वातावरणात ते योग्यही नाही. कोण कुणाला केव्हा कुठली माहिती देईल ते सांगता येणार नाही!"

"असं म्हणतोस?"

"हं. ते सगळे येऊन गेल्यावर त्याला बोलावतो." असं म्हणून सलीमनं तसा मुश्ताकला मेसेज पाठवला आणि तो आपल्या मित्रांना घेऊन येण्यासाठी गेला. खरोखरीच दहाच मिनिटांत सगळ्या मित्रांना घेऊन परतला. परस्परांचा परिचय झाल्यावर सहाहीजण कार्पेटवर बसले. सगळे सुशिक्षित दिसत होते. स्वच्छ हजामत केलेल्या दाढी-मिशा, चांगले शर्ट-पॅन्ट... त्यांना पाहताना नरेंद्रला सर्वप्रथमतः आपण काश्मीरमध्ये असल्याचा विसर पडला होता! सतत आठवण करून देणारी मशिदीची अजानही नव्हती.

"वशिल्यानं किंवा पैसे चारून सरकारी नोकरी मिळवायची शक्ती कितीजणांकडे असणार? आम्हाला त्यांची नोकरी नको. आपले आपण काहीतरी स्वतंत्रपणे करायची आमची तयारी आहे. पण इथं तेही शक्य नाही." नरेंद्रच्या डावीकडे बसलेला पहिला तरुण म्हणाला.

"का?"

"पैसा! सगळी व्यवस्थाच भ्रष्ट आहे. आधी सगळ्यांना पैसा चारायला पाहिजे. बरं, एवढा सगळा पैसा खर्च करून मी एखादा धंदा सुरू केला तरी तो चालायला पाहिजे ना! अजिबात चालत नाही. कायदा आणि सुव्यवस्था नसेल तर कसा

चालेल? दर दोन दिवसांनी दगडफेक-चाकूहल्ला-गोळीबार होणाऱ्या जागी कुठला धंदा पाया रोवून उभा राहणार? प्रवास-उद्यम आणि कृषी या दोनच धंद्यांनी या प्रदेशात तग धरला आहे!'' तोच म्हणाला.

''केंद्र सरकारकडून कोट्यवधी रुपये दिले जातात, ते कुठे जातात?''

''ते तुम्हीच समजून घ्या!''

काही क्षण शांततेत गेले. तोच तरुण पुढं म्हणाला, ''गोल्फ क्लब पाहिलात की नाही?''

''हं!''

''तुम्हीच सांगा, जिथं मूलभूत सुविधाच पोचलेल्या नाहीत, आम्हाला गोल्फ क्लब घेऊन काय करायचाय? काय आवश्यकता होती त्याची? तिथं खेळायला आमच्यासारखे तर जात नाहीत! तर मग हे कुणासाठी?''

''अभिवृद्धी सोडून बाकी सगळं होतंय इकडं!''

शिक्षणाबरोबरच बऱ्यापैकी समजूत असलेल्या त्या तरुणांमध्ये आयुष्यात काहीतरी साध्य करून दाखवायची हिंमत दिसत होती. अनेक सकारात्मक शक्यतांचा झरा इथे दबलेला दिसत होता. तो ओळखून त्याला वाट करून द्यायचं काम कुठल्याही चॅनेलवाले करताना दिसत नव्हते.

''मला सांगा, इथली अभिवृद्धी व्हायची असेल तर काय करायला पाहिजे, असं तुम्हाला वाटतं?''

''आधी ते ३७० कलम काढून टाकायला पाहिजे!'' दुसरा तरुण म्हणाला, ''सगळ्या देशाला एक कायदा असेल तर आमच्यासाठी वेगळा भ्रष्टाचारविरोधी कायदा १९९८ साली लागू झाला. पण आमच्या घटना-समितीनं त्याला अनुमोदन दिलं नाही. आतापर्यंत आम्ही पारदर्शक राज्यकारभारच पाहिलेला नाही. राज्याचे व्यवहार सर्वाधिकाऱ्यांकडूनच नियंत्रित होत असतील तर आर्थिक आणि सामाजिक बॅलेन्स चुकल्याशिवाय कसा राहील? वसूल न झालेलं करांचं कोट्यवधी रुपयाचं धन, बँकांची कर्जं, चुकीच्या पद्धतीनं मॅनेजमेंटला देण्यात आलेल्या सूचनांमुळे सर्वच क्षेत्रांत हेराफेरी आहे. अन्याय आणि बेकायदेशीर व्यवहार वाढले तर प्रत्येक जणच शोषण करायला सुरुवात करणार नाही काय? त्यांना तर चरायला कुरणच मिळतं ना!''

काही क्षण थांबून तो पुढं बोलू लागला, ''या राज्याच्या कायम निवासींचा हक्क आणि स्थिर संपत्तीच्या संदर्भातही ३३५ ए बनवला आहे, तोही याच लोकांनी! आता मोक्याच्या जागी बसून जमिनी गिळंकृत करणारीही हीच मंडळी आहेत. केंद्र सरकारचा हस्तक्षेप होऊ नये म्हणून कलम ३७० काश्मीरचं रक्षाकवच असल्याचा

कांगावा करणारेही हेच आहेत. याचं भय तर सर्वसामान्य जनतेच्या मनात भरपूर पेरलं आहे! पण खरी गोष्ट काय आहे ते सांगतो ऐका!...''

नरेंद्र लक्ष देऊन त्या तरुणांचं बोलणं ऐकत होता.

''आम्हालाही इतर राज्याप्रमाणे व्हायचं असेल तर सगळ्यात आधी आमच्यासाठी असलेलं वेगळं संविधान रद्द व्हायला पाहिजे! यांनी स्वत:च्या स्वार्थासाठी तयार करून घेतलेले हे खास कायदे रद्द व्हायला पाहिजेत. ते काढले तर भारतातला कुणीही इथं येऊन इथली भूमी विकत घेऊ शकेल, नवे उद्योग सुरू करू शकेल, मोठमोठ्या राष्ट्रीय कंपन्या इथे आपल्या शाखा उघडू शकतील. देशातली इतर माणसंही इथं येऊ शकतील. आमच्याकडच्या सुशिक्षित तरुणांना नोकरी-धंदे तर मिळतीलच, त्याहीपेक्षा महत्त्वाचं म्हणजे त्या निमित्तानं बाहेरच्या जगाशी संपर्क येऊन त्यांची एकंदर जाण वाढेल. दृष्टिकोन विशाल होईल. आता काय झालंय, या कलमामुळे काश्मीर एखाद्या अभेद्य किल्ल्यासारखा झाला आहे. आतली साधी-सरळ मनं राजकारणी मंडळी आणि धर्माचे एजंट कठपुतळ्यांप्रमाणे स्वत:च्या स्वार्थापोटी वापरून घेताहेत, त्यांच्याकडून दगडफेक करवून घेताहेत, त्यांच्याकडून विद्रोह करवून घेताहेत! या स्वार्थापोटी एकच काय, दोन-तीन पिढ्या त्यांनी बधिर करून ठेवल्या आहेत! यांची बधिरता नाहीशी होऊन इथं बदल करायचा असेल तर सगळ्यात आधी हे कलम रद्द व्हायला पाहिजे, सर! नवे कायदे-नीती बनायला पाहिजे.'' एका दमात एवढं सगळं सांगताना त्याच्या चेहऱ्यावर किळस, संताप आणि वैतागाच्या छटा दिसत होत्या.

''कलम ३५ ए मुळे तयार झालेल्या आणखी एका अडचणीविषयी सांगतो, ऐका! माझ्या धाकट्या बहिणीचं हैदराबादच्या एका तरुणावर प्रेम आहे. मुसलमान मुलगा आहे. त्याच्याशी निकाह केला तर त्याला आणि त्यांच्या मुलांना या राज्यात कायमचं स्थान मिळत नाही. त्या मुलांना तर आईकडची प्रॉपर्टीही मिळत नाही. पुढच्या काळात त्यांना इथे सरकारी नोकरी मिळणार नाही, इथली प्रॉपर्टीही मिळणार नाही. लोकसभा निवडणुकीला मतदान करू शकतात, पण या राज्याच्या संदर्भात होणाऱ्या कुठल्याही निवडणुकीत ते मतदान करू शकत नाहीत. जम्मू-काश्मीरच्या मुलींना आपल्या इच्छेनुसार आपला साथीदार निवडायचं स्वातंत्र्यही नाही!'' तिसऱ्यानं सांगितलं.

''हे रद्द केलं तर इथला पर्यटन-व्यवसायही भरपूर वाढवता येईल. दल सरोवर किती विस्तीर्ण आहे हे तुम्हीही पाहिलंय ना! चोविस किलोमिटर एवढा मूळचा विस्तार आहे; त्यातला बराच भाग गाळ आणि तणानं भरल्यामुळे आता फक्त दहा किलोमिटर एवढंच शिल्लक राहिलंय! त्याची स्वच्छता ही कुणाची जबाबदारी? ते जरी नीट बघितलं तरी पर्यटन-व्यवसाय कितीतरी पट वाढू शकतो. इथं आंतरराष्ट्रीय

स्पर्धांचंही आयोजन करता येऊ शकेल की नाही?'' चौथ्यानं विचारलं.

तोच पुढं म्हणाला, ''त्यातही विपर्यास असा; आपला गैरवापर केला जात आहे याची अजूनही आमच्या माणसांना जाणीव नाहीये! आजही आपल्या छोट्या-छोट्या मुलांना रस्त्यावर उतरवून दगडफेक करायला हातात दगड देतात! हे करायला लावणारे वेगवेगळे पुढारी आपल्या मुलांना काश्मीरमध्ये ठेवतात काय, बघू या! हे लोक आपल्या मुलांना परदेशी ठेवून शिक्षण देतात! त्यांची मुलं तिकडं सुखात राहताहेत! इकडची लहान-लहान मुलं मात्र आझादीचे नारे लावत, बुलेट खात मरतात! यात नुकसान कुणाचं आहे? इथल्या सामान्य माणासाचं!''

नरेंद्र काही वेळ विचारात पडला, नंतर म्हणाला, ''तुम्हाला समस्याही ठाऊक आहे आणि त्यावरचं उत्तरही ठाऊक आहे! तरीही कुठल्याही बदलाची नांदी सुरू करत नाही?'' इतका व्यवस्थित विश्लेषणात्मक विचार करू शकणारे प्रत्यक्ष बदलासाठी काहीच करत नाहीत, हे त्यालाही ठाऊक होतं. तरीही त्यानं विचारलंच.

''त्याचं काय आहे, हे सगळं आम्ही तुमच्यापुढे बोलू शकतोय; पण बाहेर अशा प्रकारचं बोलताक्षणी आम्ही जिवंत राहू शकणार नाही! आमचे हे विचार बोलून दाखवायच्या आधी त्या माणसाविषयी शंभर टक्के खात्री असावी लागते. इथं जगताना आम्हालाही चारचौघांसारखंच राहावं लागतं. म्हणजे असं, एखादी आंदोलनकर्त्यांची मिरवणूक चालली असेल तर आम्हाला बाजूला राहून चालत नाही. सामील व्हावं लागतं. रस्त्यावर माइकवरून घोषणा देत आलं की घराबाहेर येऊन घोषणा दिलीच पाहिजे. नाहीतर माझ्या गाडीचे, माझ्या घराच्या दारं-खिडक्यांचे बारा वाजलेच म्हणून समजा! दगडांनी चूरचूर केलं जातं! इथे मी एवढं सगळं बोलतोय! उद्या तुम्ही मला कुठंतरी घोषणा देताना पाहिलं तर आश्चर्य वाटून घेऊ नका!'' पहिल्यानं कडवटपणे हसतच सांगितलं.

''हे फुटीरवादी म्हणजे काय घरजावई आहेत? त्यांना बोलावून-बोलावून कसली बोलणी करता? राज्य सरकारला मदत हवी असेल तर भारतीय सैन्य आहे ना! जिवावर उदार होऊन सैनिक समाजकंटकांना पकडतात. त्यानंतर त्यांना जम्मू-काश्मीरच्या पोलिसांच्या ताब्यात द्यायचं! मग होतं काय... कुणीतरी येतं-काहीतरी सांगतं-यांना अलगद सोडवून घेऊन जातं! दैनंदिन जीवनात गुन्हा किती मिसळून गेलाय हे समजण्यासाठी म्हणून एक उदाहरण सांगतो. वीस जणांपेक्षा जास्त माणसं मारलेला एक अतिरेकी. त्याला न्यायालयातून सोडावं लागलं! तेव्हा असाहाय्यपणे न्यायमूर्ती म्हणाले होते, याच्याविरुद्ध असलेले सगळे अपराध गंभीर आहेत; याला मृत्युदंड किंवा जन्मठेप हीच शिक्षा आहे हे न्यायालयाला ठाऊक आहे!... पण हे प्रकरण कोर्टात चालवण्यासाठी प्रॉसिक्युटर किंचितही इच्छा दर्शवत नाही! यावर काय बोलायचं? पोलीस आणि कायदा-व्यवस्था व्यवस्थित

नसेल तर अतिरेकी कारवायांना कशी वेसण घालणार?''

''एवढ्या घटना घडत असतानाही आजपर्यंत एकाही अतिरेक्याला शिक्षा झाल्याचं उदाहरण नाही!'' असं सांगत दुसरा म्हणाला, ''सर, मला एक गोष्ट समजत नाही. हे ३७० कलम कायद्याच्या कचाट्यातून काढून टाकणं ही फार क्लिष्ट प्रक्रिया आहे का?''

''छे! अजिबात नाही!''

''समजलं नाही. जरा खुलासा कराल काय?''

प्रश्नकर्त्याबरोबर इतरांच्या चेहऱ्यावरही याविषयी माहिती जाणून घ्यायची अतीव इच्छा होती. यासंदर्भात सगळेच गोंधळलेले आहेत, हे नरेंद्रलाही ठाऊक होतं. त्यामुळे तो विस्तारानं सांगू लागला,

''या कलमाची कच्ची प्रत तयार केली तेव्हा जम्मू-काश्मीरमध्ये राज्यघटना अस्तित्वात आलेली नव्हती, त्याची तयारी सुरू होती. त्यामुळे, राज्यघटनेची परवानगी नसताना हे कलम काढून टाकू नये, असं त्या मसुद्यात सांगितलं आहे. पण त्यानंतर राज्यघटना रद्द होऊन घटना समिती अस्तित्वात आली आहे! त्यामुळे आता राज्यघटनेच्या संमतीचा प्रश्नच राहिलेला नाही. हा पहिला मुद्दा. दुसरं म्हणजे हा तात्कालिक मुद्दा असल्यामुळे कलम ३६८ संविधानात चर्चेला आणून हा काढून टाकणं सहज शक्य आहे. आपल्या संसदेनं एवढं केलं तर राष्ट्रपती सार्वजनिक अधिसूचनेनुसार हे कलम रद्द झाल्याची घोषणा करू शकतील. अथवा आपल्याला हव्या त्या वेगळ्या पद्धतीनं यात सुधारणा किंवा बदल करता यऊ शकेल. यातलं काहीही न करता राष्ट्रपतीही हा बदल करू शकतात. तोही मार्ग आहे. यात आपण लक्षात घेण्याची सगळ्यात महत्त्वाची गोष्ट म्हणजे कलम ३७० हा भारतीय संविधानाचा भाग आहे, तो जम्मू-काश्मीरच्या संविधानाचा भाग नाही. त्यामुळे ते ठेवायचं की रद्द करायचं हे भारत सरकाराच्या अधिकारातली गोष्ट आहे. तसंच, ते रद्द केलं तर त्यात कुठल्याही कायद्याची पायमल्ली होत नाही. आतापर्यंत असलेली अडचण नाहीशी होईल, इतकंच! त्यानंतर इतर कायदे संदर्भानुसार सुधारता येतील.''

''तर मग आतापर्यंत ही संधी भारत सरकारनं का घेतली नाही?''

यावर नरेंद्र काहीच बोलला नाही.

''काही म्हणा सर! यात जास्तीत जास्त चूक भारत सरकारचीच! समस्या इतकी जटिल होण्यासाठी त्यांनी का संधी दिली? १९४७च्या दंग्याविषयी मला तेवढीशी माहिती नाही. पण ९० साली जे काही घडलं त्याविषयी मात्र माझ्या वडिलांनी मला सांगितलंय. एकीकडे पाकिस्तान, तिथल्या अतिरेकी संघटना, दुसरीकडे काश्मीरी मुसलमानांचा फुटीरवाद! हे सगळे इथं बलप्रदर्शन करणार ते

इथल्या हिंदूंवर! त्यांना इथून पिटाळायला सुरुवात झाली ती ९०च्या जानेवारीमध्ये! गांधी कुटुंबातले माजी पंतप्रधान काँग्रेसच्या वतीनं परिस्थितीचं निरीक्षण करायला आले ते मार्च महिन्यात. तेही परिस्थिती सुधारण्यासाठी किंवा लोकांचं सांत्वन करायला नाही! आपल्या जास्तीत जास्त कुवतीनुसार परिस्थिती कबजात आणण्यासाठी धडपडणाऱ्या राज्यपालांच्या चुका शोधण्यासाठी! माजी पंतप्रधानांच्या स्वागतासाठी तुम्ही स्वत: का विमानतळावर आला नाही? त्यांना तुमच्या शेजारी बसवून घेतलं नाही? हा त्यांचा अपमान नाही का? अशा मुद्द्यावर त्यांनी पत्रकारांसमोरच राज्यपालांवर आगपाखड केली म्हणे! ते एवढे संतापले होते, की यात राज्यपालांची काहीही चूक नव्हती, हे जाणून घेण्याइतकंही त्यांना भान राहिलं नव्हतं! दुसरे दिवशीच्या सगळ्या वृत्तपत्रांमध्ये सगळीकडे या बातमीसोबत या माजी पंतप्रधानांना दूषणं देण्यात आली होती!'' दुसऱ्यानं सांगितलं.

पुन्हा तोच सांगू लागला, ''त्या वेळी जम्मू-काश्मीरमध्ये नॅशनल कॉन्फरन्स आणि काँग्रेसचं मिश्र सरकार अधिकारावर होतं. तेव्हा कुठल्या पातळीवरचा भ्रष्टाचार चालायचा याचं एक उदाहरण द्यायचे माझे वडील नोकरांना नियमित पगार द्यायला इथं पैसे नाहीत! अतिरेक्यांच्या अत्याचाराना बळी पडलेल्यांना द्यायला यांच्याकडे धन नाही! पण फारूक अब्दुल्ला सरकारच्या सगळ्या मंत्र्यांना एकत्रितपणे ७४ जागा वाटण्यात आल्या!''

त्याचं बोलणं थांबलं. सगळे मौनपणे सगळं बोलणं ऐकत होते.

''माणसं चिडली याला कारण म्हणजे इथली बेरोजगारी, अधिकाराचा दुरुपयोग! दुर्दैवाची गोष्ट अशी की हा सगळा संताप हिंदूंच्या विरोधात वळवण्यात मूलतत्त्ववादी मुसलमान संघटनांना यश मिळालं. माजी पंतप्रधान मंत्र्यांची पत्रकारांकडून अवहेलना झाली ही एक घटना झाली. त्याचबरोबर आणखीही एक घटना घडली. माझ्या वडिलांप्रमाणे काही मुसलमान समूह त्यांना भेटायला गेले होते. त्यांनी तक्रार केली; मिस्टर राजीव गांधी, तुम्ही दिल्लीत अधिकारावर असताना तर इथे एकदाही फिरकला नाही, गोल्फ खेळत दिवस काढणारे तुमचे हौशी राजकुमार फारूक तुमच्या नावानं इथं राज्यकारभार करताहेत त्यांनी आमची फसवणूक केली आहे. आपल्या इच्छेप्रमाणे आमचे जीव घेतले आहेत! आता ते आणि त्यांचे मार्गदर्शक, ''तुम्ही नक्राश्रू ढाळायला आले आहात! जा तुम्ही! निघून जा!'' असा संताप व्यक्त करून आले होते. त्याचाही काही उपयोग झाला नाही. काय घडतंय याची इत्थंभूत कल्पना असलेल्या राज्यपालांना काढून टाकून त्या ठिकाणी आणखी कुणालातरी अधिकार दिले, हेही कुणाला पटलं नाही. माझे वडील तर काय-काय सांगायचे!'' सांगता-सांगता तो थांबला. त्याचा आवेश कमी व्हायला काही वेळ जावा लागला.

तो थोडा शांत झाल्यावर नरेंद्रनं विचारलं, ''मला सांगा, इस्लामविषयी

तुम्हाला काय वाटतं?''

''सर! दररोज न चुकता ठरलेल्या वेळी नमाज करणारा श्रद्धावान मुस्लीम आहे मी! हे मी अभिमानानं सांगतो! पण मी कुठल्याही मौलवीचं काहीही ऐकत नाही! माझा जो काही संवाद आहे तो थेट अल्लाहूशीच!''

धर्माचा विषय निघाला आणि जवळच्या एका मशिदीतून एकामागून एक अजान ऐकू येऊ लागल्या. बोलण्यात रंगून गेलेल्यांना त्यामुळे एकदम वास्तवाचं भान आलं. सलीमनं मान हलवून खूण करताच सगळे उठून उभे राहत म्हणाले, ''निघतो सर! आमचं बोलणं ऐकून घेण्यासाठी का होईना, तुमच्यासारख्यांनी इथं यायला पाहिजे! एवढं बोलायला मिळालं तरी कितीतरी समाधान वाटतं!'' पहिला तरुण हसला.

''नरेंद्रजी! अशी भूमिका असणारे कितीतरीजणं आहेत इथं! यांना व्यवस्थित संरक्षण, सहकार आणि प्रोत्साहन द्यायची नितांत गरज आहे! हे करता आलं तर नवीन काश्मीर उभं करण्यासाठी हे तरुण नक्कीच महत्त्वाचा वाटा उचलतील!'' सलीम म्हणाला. त्याच्या आवाजातला अभिमान लपत नव्हता. त्याला सगळ्यांनीच अर्थगर्भित हसून अनुमोदन दिलं.

''तो दिवस शक्य तितक्या लवकर येऊ दे! तुम्हा सगळ्यांना भेटून आणि तुमच्याशी बोलून मला खरोखरच आनंद झाला!'' म्हणत नरेंद्रनं सगळ्यांशी स्नेहानं हस्तांदोलन केलं.

सलीमनं विचारलं, ''यांना सोडून येतोय... येताना मुश्ताकला घेऊन येऊ?''

''आणखी एक-दोन तासांनी चालेल का? मला आत्ता लगेच एक काम करायचंय. दीड-दोन तास तरी लागतील. ते संपलं की फोन करेन. चालेल?''

यावर मंदस्मित करत सलीम त्या तरुणांबरोबर बाहेर पडला.

चोवीस

घाईनं घरात शिरता-शिरता नरेंद्रनं मोबाइल काढून त्यावर पाठवलेल्या लेखावरून नजर फिरवली. *'३७० कलमाद्वारे मिळणारी स्वायत्तता हाच काश्मीर समस्येवरचा परिहार'* अशा शीर्षकाखाली लेख होता:

'केंद्र सरकार आपल्या घरवापसी कार्यक्रमाद्वारे ३७०कलमाच्या संदर्भात नेमकी काय भूमिका घेणार आहे, या संदर्भात अजून काहीही समजलेलं नाही. जर सरकारनं हे कलम बेकायदेशीर ठरवायचा विचार केला तर तो काश्मीरच्या जनतेशी केलेला अत्यंत मोठा द्रोह ठरेल यात शंका नाही! कारण देशाच्या पूर्व-पंतप्रधानांनी, आदरणीय पंडित जवाहरलाल नेहरू यांनी या कलमाला पाठिंबा दिला होता, एवढंच नव्हे, त्याद्वारे त्यांनी भारताची सार्वभौमता राखली, हे इतिहास जाणणारे कुणीही नाकारणार नाही. त्यामुळे त्यांनी घातलेला हा मापदंड आधारभूत ठेवून आता काश्मीर समस्या निवारण्याच्या दृष्टीनं वागणे आवश्यक आहे. या राज्यातल्या जनतेच्या मनातल्या प्रेम-विश्वासाला तडा जाऊ न देता, तो कायम टिकवण्याचा एकमेव मार्ग म्हणजे या कलमाद्वारे असलेली त्यांची स्वायत्तता अबाधित ठेवणे. तसे केले नाही तर भारताच्या हातातून काश्मीर कायमस्वरूपी गमावण्याचा धोका नाकारता येत नाही.

पण याच संदर्भात ३७०वं कलम अमान्य केलं पाहिजे असं जोरदारपणे म्हणणारा एक समाजातला घटक आहे. त्याला काही प्रश्न विचारणं आवश्यक आहे. हे कलम नको म्हणणारे इतर काही राज्यांना देण्यात आलेल्या विशेष सवलतींविषयी, म्हणजे ३७१अ या कलमाविषयी आणि ३७१जी या कलमांना रद्द करण्याविषयी का अवाक्षर काढत नाहीत? भारताची समग्रता सांभाळण्यासाठी आणि काश्मीरमधील अल्पसंख्याकांविषयी...'

पुढे लेखात मांडलेला वाद म्हणजे केवळ वादच होता. त्यात या कलमाचा तपशील किंवा इतर माहिती काहीही नव्हती. इतिहासातला हवा तो भाग उचलून तो स्वत:ला सोयीचा असेल अशाप्रकारे मोडतोड करून मांडायचा, हेच सत्य आहे म्हणून समाजापुढे ठासून सांगायचा, कुणीतरी काढलेल्या विरोधी मुद्याला बगल देऊन दिशाभूल करायची, आवश्यकता असेल तिथे दमदाटी करून गप्प बसवायचं! ही सगळी तंत्रं त्याच्या परिचयाचीच होती. त्यात नवं असं काहीच नव्हतं. त्यामुळे त्यानं शीर्षक दिलं, *'काश्मीरला समस्या बनवलेलं कलम ३७०ही तात्कालिक व्यवस्था!..'* आणि त्यानं लिहायला सुरुवात केली:

'निवडणुकीचे पडघम वाजताच ३७० कलम कायम ठेवू, अशी घोषणा करूनच सगळ्या पार्ट्या पुढच्या प्रचाराच्या कामाला लागतात. विशिष्ठ समाजाला अभय देणं हेच आपलं प्रथम कर्तव्य मानत असताना या सरकारनं तसं कुठलंही आश्वासन दिलेलं नाही, हेच स्तुत्य आहे. कलम ३७०विषयी कुठलाही लेख किंवा चर्चा सुरू करायच्या आधी तो एक स्वतंत्र विषय म्हणून समजून घेणं आवश्यक असल्याची जाणीव असणं तितकंच गरजेचं आहे. कारण हे कलम आणण्यामागचं कारण, पार्श्वभूमी आणि संदर्भांची सखोल पाहणी केल्याशिवाय विधानं करत सुटणाऱ्यांना कदाचित याची गरज भासणार नाही. इतर देशवासीयांचं राहू द्या; पण काश्मीरमधल्या नागरिकांनाही या कलमाच्या साधकबाधक बाजू ठाऊक नसतात ही दुर्दैवी गोष्ट आहे! पारदर्शकतेच्या दृष्टीनंही ही बाब आजवरच्या सगळ्या सरकारांच्या विफलपणाचीच आहे.

असो! तर आता ३७०कलम लागू करण्यामागचे संदर्भ तपासून पाहू या.

१९४८च्या ऑक्टोबर महिन्यात २६तारखेला राजा हरीसिंग यांनी भारताशी विलीनीकरणाच्या करारावर सही केल्यामुळे भारतीय सेना काश्मीरमध्ये अधिकृतपणे प्रवेश करू शकली. पण पाकिस्तान आपल्या पठाणी फौजांकरवी देत असलेला उपद्रव दिवसेंदिवस वाढतच चालला होता. त्याहीपेक्षा आणखी एक डोकेदुखी मोठी होत चालली होती, ती म्हणजे मुस्लीम लीगच्या प्रभावाखाली आलेल्या जम्मू-काश्मीरमधल्या अनेक तरुणांनी आपल्या सैन्यातला सहभाग सोडून मुसलमान हल्लेखोरांना मदत करायला सुरुवात केली होती. या दंग्याचं निमित्त करून गव्हर्नर जनरल माउंट बॅटननं नेहरूंना समजावलं, परिस्थिती ताब्यात आल्यानंतर जनमताचा आधार घेऊन जम्मू-काश्मीरच्या विलीनीकरणाबाबत अंतिम निर्णय घेण्यात यावा! एवढंच नव्हे, इथली निवडणूक विश्वसंस्थेच्या आश्रयाखाली चालावी असंही कबूल करून घेतलं. शिवाय हे २८ ऑक्टोबर रोजी रात्री साडेआठ वाजता रेडिओवरच्या भाषणातून नेहरूंच्या तोंडून सार्वजनिकरीत्या वदवूनही घेतलं. इतर राज्यांना लागू झालेली कायदेशीर विलीन-प्रक्रिया इथंही होती, त्यामुळे माउंट बॅटनच्या या

ब्रिटिशांच्या हितसंबंधांना सोयिस्कर होणारी इथली जनमतगणना घ्यायला मान्यता दिली, ही नेहरूंची पहिली चूक.

विलीनीकरणाचा निर्णय भारतानं तेव्हा अस्तित्वातच न आलेल्या जम्मू-काश्मीरच्या संविधानाच्या विवेकबुद्धीवर सोडला. त्यामुळे संविधानसभेचा निर्णय होईपर्यंत मधल्या अवधीपुरती १९४९मध्ये निर्माण केलेली तात्पुरती व्यवस्था म्हणजे हे कलम ३७०. त्या नुसार रक्षण, परदेशधोरण आणि कम्युनिकेशन वगळता भारतीय संविधानाचा आणखी कुठलंही कलम जम्मू-काश्मीरच्या संविधान-सभेच्या अनुमतीशिवाय त्या राज्याच्या संविधानात समाविष्ट करता येणार नाही, इतर सगळ्या राज्यांमध्ये, कुठलंही सरकार असलं तरी आपले कायदे लागू करण्याचा सर्वाधिकार असलेलं केंद्र सरकार या राज्याच्या संदर्भात मात्र त्यांच्या संमतीची वाट पाहत हात बांधून गप्प बसलं पाहिजे! असा होता या कलमाचा मूळ उद्देश!

एकीकडे जम्मू-काश्मीरच्या संविधानाच्या सभेला विलीनीकरणाचा अधिकार दिल्यानंतर नेहरूं दुसरीकडे जनमतगणनेचा कौलही घेऊ, असं वरचेवर आश्वासन देत राहिले. याच्यामध्येच त्यांनी केलेली आणखी एक चूक म्हणजे, माउंट बॅटनच्या सल्ल्याप्रमाणे हा विषय विश्वसंस्थेकडे नेला! तिसऱ्या कुणाच्या तरी मध्यस्थीची अपेक्षा केली तर 'यात समस्या आहे...' असं आपणच मान्य केल्यासारखं होत नाही का? नेहरूंनी हे प्रकरण विश्वसंस्थेपुढे ठेवलं ते १ जानेवारी, १९४८ रोजी. त्या एकाच वर्षात हा विषय चार वेळा चर्चेला घेतला गेला तेव्हा या संस्थेनं सांगितलं, 'या प्रश्नावर तीन टप्प्यांवर काम करता येईल. पहिला टप्पा, भारत-पाकिस्ताननं आपल्या सीमारेखा घोषित कराव्यात. दुसऱ्या टप्प्यावर पाकिस्ताननं आपलं सगळं अधिकृत-अनधिकृत सैन्य माघारी घ्यावं. शिवाय भारतानं आपल्या सैन्यबळाची संख्या तेवढ्या प्रमाणात कमी करायची. तिसरा टप्पा म्हणजे निवडणुका घेण्यासाठी सोय करून देऊन त्याप्रमाणे चालायचं. या सल्ल्याला पाकिस्ताननं कवडीइतकी किंमत दिली नाही. उलट तो सतत काश्मीरमध्ये आपले हल्लेखोर घुसवतच राहिला. अशा परिस्थितीत नेहरूंनी १जानेवारी ४८ रोजी युद्धविरामाची रेषा निश्चित केली, ही त्यांची तिसरी चूक! अतिशय मोठी चूक ही! एवढ्या अवधीत काश्मीरमध्ये घुसलेले काश्मीरी सैनिक वेचून काढून त्यांना हुसकून काढत असलेल्या भारतीय सैनिकांना या निर्णयानं अक्षरश: हताश बनवून टाकलं! या अविवेकी निर्णयामुळे जिंकायच्या टप्प्यापर्यंत पोचलेल्या आपल्या सेनेला थांबावं लागलं. परिणामी सीमाभाग असलेल्या मुजफ्फराबाद, मीरपूर आणि पूँछ हे विभाग ब्रिटिशांच्या योजनेप्रमाणे आपल्या हातातून निसटून पाकिस्तानाच्या ताब्यात गेले आणि 'पाकव्याप्त काश्मीर' अशा नावानं ओळखले जाऊ लागले. जम्मू-काश्मीरच्या उत्तर भागात असलेल्या गिलगिट

आणि बालिस्तान हा भाग इंग्लंडनं एव्हाना पाकिस्तानाच्या ओटीत टाकलाच होता. एकंदरीत रशियानं भारताशी संपर्क ठेवू नये म्हणून (तेव्हा अफगाणिस्तान रशियाच्या ताब्यात होता, तसंच अफगाणिस्तानच्या वाखण कॉरिडॉरच्या मार्गानं काश्मीरमध्ये प्रवेश करता येत होता) आपली राजनैतिक महत्त्वाकांक्षा नेहरूंच्या मार्गानं पुरी करून घेण्याच्या हेतूने अशाप्रकारे ब्रिटन यशस्वी झालं होतं. त्याच प्रदेशाचा थोडा भाग नंतर चीनला दिला असून आता चीन तिथे काराकोरम महामार्ग तयार करून आपल्यात आणि पाकिस्तानात संपर्क तयार करून घेतला आहे. एवढंच नव्हे, तिथे आता बहुमहत्त्वाकांक्षी रेल्वेमार्ग सुरू करायच्या दृष्टीने हालचाली सुरू झाल्या आहेत.

१९५१ साली संविधान अस्तित्वात आलं तरीही एका टप्प्यावर जम्मू-काश्मीरमधल्या मुसलमानांना भारताविषयी साशंकता निर्माण करण्यात यशस्वी झालेल्या शेख अब्दुल्लांनी सत्राशे साठ नव्या तक्रारी काढायला सुरुवात केली. ५२ साली झालेल्या दिल्ली करारात शेखसमोर शरण आलेल्या नेहरूंनी कलम ३७० तसंच राहू दिलं. त्या वेळी देशभरात सगळीकडे व्यापक प्रमाणात विरोध व्यक्त झाला. एकाच देशात दोन-दोन संविधान असता कामा नये म्हणून आंदोलन करणारे तेव्हाच्या जनसंघाचे श्यामाप्रसाद मुखर्जी स्वत: काश्मीरला निघाले, बंदिवासात गेले आणि तिथल्या पोलिसांच्या ताब्यात असतानाच संशयास्पद रीतीनं मृत्युमुखी पडले. पुढे ५६साली जम्मू-काश्मीरच्या संविधानसभेला भारताच्या संविधानाशी विलीन करताक्षणीच मध्यंतर अवधी संपून कलम ३७० नष्ट व्हायला हवं होतं, पण... नेहरू नावाचे दूरदृष्टी नसलेले पंतप्रधान शेख अब्दुल्ला नावाच्या संधिसाधू राजकारण्याला समजून न घेता तळमळत-धडपडत होते. दिल्ली करारामधल्या आपल्याला सोयीच्या असलेल्या मुद्द्यांचा स्वीकार करून शेख अब्दुल्ला यांनी इतर मुद्दे नाकारायला सुरुवात केली तेव्हा त्यांना जून १९५० साली पत्र लिहिणारे नेहरू म्हणतात, हा करार अयशस्वी ठरला याचं मला फार आश्चर्य वाटतं! यामुळे माझ्या विश्वासाचा पायाच डळमळीत झाला आहे! हाच खरा पुरावा आहे!

तेव्हापासून आजपर्यंत वेळोवेळी कलम ३७०मध्ये बदल करण्यात आले आहेत. भारतीय संविधानाचे काही कायदे जम्मू-काश्मीरच्या संविधानात मिसळून घेण्यात आले आहेत. तिथल्या निवडणुका भारतीय निवडणूक समितीच्या नेतृत्वाखाली चालतात. आधी चाललेल्या 'पंतप्रधान' आणि 'सदन-ए-रियासत' ही पदे बदलून 'मुख्यमंत्री' आणि 'राज्यपाल' ही पदे अस्तित्वात आली आहेत. इतर राजकीय मंडळीं राहू द्या, राष्ट्रपतीनाही पाऊल टाकू न देणाऱ्या, 'अनुमतीशिवाय प्रवेश नाही' हेही काढून टाकण्यात आलं आहे. पण या कलमाचं मूलभूत स्वरूप बदलणं अजून शक्य झालेलं नाही. आपलं असं स्वतंत्र संविधान असलेलं भारतातलं एकमेव राज्य

जम्मू-काश्मीरमध्ये आजही तिथल्या शासनसभेची परवानगी नसताना कुठलाही कायदा अमलात करणं शक्य नाही. १९९८साली संपूर्ण देशाला लागू झालेला भ्रष्टाचारविरोधी कायदा तिथे आजही अस्तित्वात नाही. त्याच वर्षी लागू झालेला धार्मिक केंद्रांच्या दुरुपयोगाचा कायदाही तिथे वापरला जात नाही. आणखी एक प्रमुख मुद्दा म्हणजे तिथे भारतीय दंड-संहितेऐवजी विशेष परिणामकारक नसलेली रणधीर शिक्षापद्धती वापरली जाते. माहिती-हक्क इथे जेवढा परिणामकारक आहे, तेवढा तिथे नाही. तसंच जम्मू-काश्मीरच्या जनतेला शिक्षणाचा मूलभूत हक्कही नाही.

कलम ३७०च्या दुष्परिणामांची यादी इथेच थांबत नाही. त्याचा वापर करून, संविधानिक कार्यक्रम वाऱ्यावर सोडून राष्ट्रपतींच्या निर्देशकाप्रमाणे गुप्तपणे अनुच्छेद ३७०अ हा तयार केला भारत आणि जम्मू-काश्मीरच्या राजकारण्यांनी! हे १९५४ साली झालं. हा अनुच्छेद आणि त्यामुळे निर्माण होणाऱ्या परिस्थितीचा परिणाम म्हणून अस्तित्वात आलेला सेक्शन ६ नियम केवळ जम्मू-काश्मीरच्या कायमनिवासी असलेल्यांनाच काही विशेष हक्क बहाल करतो. सरळ शब्दांत सांगायचं म्हणजे कायम निवासी नसलेल्यांना त्या राज्याच्या सरकारी कॉलेजमध्ये शिकायचा, सरकारी नोकरीत काम करायचा, तिथे कायम स्वरूपाची संपत्ती निर्माण करायचा अथवा निवडणुकीत मतदान करायचा हक्क मिळत नाही. इतर भारतीय प्रदेशांमध्ये तसं गेल्या सहा दशकांपासून तिथल्या नागरीसभेत समाविष्ट असलेल्या 'दलित वाल्मीकी' नावाच्या विशिष्ट जातीला अजूनही तिथे कायमचं नागरिकत्वही देण्यात आलेलं नाही इथल्या सरकारकडून! भारताच्या विभाजनाच्या वेळी तिथे स्थायिक झालेल्या पश्चिम पंजाबी किंवा शतकानुशतकं तिथंच राहत असलेल्या गुरखा समाजातल्या लोकांना अजूनही 'तुम्ही जम्मू-काश्मीरचे कायम नागरिक नाही' म्हणून दूर ठेवलं जातं. उलट, सिंजियांग आणि तिबेटकडून येणाऱ्या मुस्लीम निर्वासितांना मात्र कायमचं नागरिकत्व देऊन त्यांना सगळे नागरी हक्क लागू होतात. जे कायमचे नागरिक नाहीत त्यांना लोकसभेच्या निवडणुकीत मतदान करता येतं पण विधानसभा किंवा पंचायतीच्या निवडणुकीत मतदान करता येत नाही. त्यांची मुलं-नातवंडं सरकारकडून मिळणाऱ्या सगळ्या सवलतींपासून वंचित राहतात. जम्मू-काश्मीरच्या मुली इतर प्रदेशातल्या मुलांशी विवाहबद्ध झाल्या तर त्यांच्या नवऱ्याला आणि मुलांना जम्मू-काश्मीरचे कायम नागरिक म्हणून मान्यता मिळू शकत नाही. शिवाय ती मुलं आईच्या बाजूनं मिळणाऱ्या संपत्तीलाही वंचित होतात.

या प्रदेशात कुणीही निश्चितपणे व्यापारासाठी पाय रोवू शकत नाहीत. त्यांची पंचवार्षिक योजना आणि इतर सरकारी योजना संपूर्णपणे त्या सरकारच्याच असतात. त्यांचा खर्च आणि इतर आर्थिक कारभारामध्ये केंद्रीय सरकारचा समान वाटा असतो.

देशातल्या इतर सर्व राज्यातल्या प्रजेला मिळणाऱ्या अनुदानापेक्षा कितीतरी जास्त अनुदान या राज्याला मिळतं. त्यावर तिथल्या जनतेचा हक्क आहे. आतापर्यंत भारत सरकारनं लक्षावधी कोटी रुपये जम्मू-काश्मीरला दिले आहेत. एवढं करूनही तिथली अमानत संपत्ती गोठवणं, आर्थिक आणीबाणी घोषित करणं यासारखा कुठलाही अधिकार स्वत: राष्ट्रपतींना नाही. सगळं गिळंकृत केलं तरीही या हपापलेल्या बड्या माशांना कलम ३७१अ आणि ३७१जी यांच्याशी तुलना करणं शक्य नाही आणि योग्यही नाही. ती कलमं नागालॅन्ड आणि मिझोराममधल्या मागासलेल्या जमातीतल्या जनतेच्या रक्षणासाठी बनवले गेले आहेत. त्यांचं स्वतंत्र संविधानही नाही. त्यामुळे केंद्र सरकारचे हात बांधून ठेवणारे कायदेही नाहीत.

कसंही पाहिलं तरी हे कलम ३७० भारताचे तुकडे करून देशाचं ऐक्य आणि एकसंधतेला धक्का देणारं आहे यात कुठलाही संशय नाही.

याच्या रचनेची कथाही रोचक आहे. तीही इथे पाहणे रोचक ठरेल.

नेहरूंच्या आज्ञेप्रमाणे शेख अब्दुल्ला यांच्याबरोबर बसून कलम ३७०चा अंतिम खर्डा तयार करणाऱ्या गोपाळस्वामी अय्यंगार यांनी यासंदर्भात सरदार वल्लभभाई पटेल यांच्याशी संपर्क साधला नाही. याच्या आधी काश्मीरच्या संदर्भात गरज असेल तेव्हा मोटारीच्या खरेदीच्या संदर्भात गोपालस्वामींकडून स्पष्टीकरण मागितलेल्या सरदारांना नेहरूंनी पत्र लिहिलं होतं 'राज्यनिर्मितीच्या पुरतेच मर्यादित असलेल्या तुमच्या मंत्रालयाच्या अधिकारात हा विषय कसा काय येतो, हे मला समजत नाही... आम्ही घेत असलेल्या निर्णयांविषयी तुम्हाला केवळ माहिती दिली जाते, हे लक्षात असू द्यावे. आपण गोपालस्वामी यांच्याशी ज्या पद्धतीनं वागला आहात, त्यात आपल्या सहकाऱ्याविषयी आवश्यक असलेलं सौजन्य दाखवलं गेलेलं नाही असं म्हणता येईल काय?' हे पत्र वाचताक्षणी सरदारांनी राजीनामा द्यायची इच्छा व्यक्त केली असली तरी कुणीतरी समजावल्यामुळे त्यांनी तो दिला नसावा असं समजतं. त्यामुळे या प्रसंगी या कलमाला अनुमोदन मिळवून द्या म्हणून पटेलांना विचारायच्या स्थितीत नेहरू नव्हते.

काँग्रेस पक्षाच्या कार्यकारिणीत गोपालस्वामी अय्यंगारांनी खर्डा मांडला तेव्हा तिथे मोठ्या प्रमाणात कोलाहल झाला. सगळे याच्या विरोधात उभे ठाकले तेव्हा असाहाय्य गोपालस्वामींनी सरदारांकडे फोन करून मदतीची याचना केली. नंतर सरदारांनी सगळ्यांची मनं बदलवली. तेव्हा त्यांचा सेक्रेटरी व्ही. शंकर त्यांना विचारलं, "तुम्ही का मध्ये पडून याला अनुमोदन द्यायला लावलंत?" तेव्हा ते म्हणाले, 'शेख अब्दुल्ला आणि गोपालस्वामी या दोघांमध्ये कुणीही शाश्वत नाही. भारताचं भवितव्य उभं राहणार आहे ते सरकारच्या शक्ती-सामर्थ्यावर! त्यावर आमचा विश्वास नसेल तर आपण एक देश म्हणून अस्तित्वात राहायला नालायक

ठरू. नेहरू असते तर वेगळी गोष्ट होती. त्यांच्या अनुपस्थितीत त्यांच्या आदेशाचं पालन करत असलेल्या गोपालस्वामींवर कसं दडपण आणायचं? मी तसं केलं तर नेहरू नसताना मी त्यांच्या विरोधात उभा राहतोय, असं लोकांनी म्हटलं असतं. गोपालस्वामींनी माझ्या मदतीची अपेक्षा केली होती. त्यांना तसंच कसं सोडून देणार?' असं म्हणून 'जवाहरलाल रोएगा!...' अशी पुस्तीही जोडली होती. पण सरदारांच्या मृत्यूनंतर १९५२साली संसदेत काश्मीरच्या विलीनीकरणाचा विषय निघताच नेहरूंनी स्पष्टीकरण देताना कलम ३७०च्या संदर्भात निर्णय आपल्या अनुपस्थितीत सरदारांनीच घेतला असून त्याला आपण जबाबदार नाही; असं सांगून मोकळे झाले! हे ऐकू संतापलेले गोपालस्वामी शंकरना म्हणाले, ''आपल्या मनात नसतानाही सरदारांनी उदारता दाखवली, त्याबद्दल त्यांना मिळालेलं हे अत्यंत वाईट फळ आहे! हे मी नेहरूंनाही संगितलंय!''

सरदारांनी ज्या शक्ती-सामर्थ्याचा उल्लेख केला ते इतक्या वर्षांत आपल्याला अजूनही आलेलं नाही हा एक दुर्दैवविलासच म्हणावा लागेल! ५५५ संस्थानांना पटवलेल्या त्या मुत्सद्दी नेत्याच्या इच्छाशक्तीपैकी एखादा गुंजभरतरी नेहरूंकडे असती तर काश्मीरसारख्या महत्त्वाच्या निर्णयाच्या बाबतीत आपण अशी घोडचूक केली नसती. ज्याला आपण सगळ्यांना डावलून पाठिंबा दिला, ते शेख अब्दुल्ला समोर भारतात विलीन व्हायच्या गप्पा करत पाठीमागे मात्र स्वतंत्र काश्मीरची स्वप्नं परक्यांबरोबर पाहत असल्याचं बघून विव्हल झालेल्या नेहरूंनी नंतर 'काश्मीरच्या संदर्भात मला असाहाय्य वाटतंय. काय करावं तेच समजत नाही..' अशा सुरात अक्षरश: तळमळत पत्रं लिहिली आहेत. १९५३च्या ऑगस्टमध्ये शेख यांना दुसऱ्यांदा विद्रोहाच्या कारणासाठी बंदिवासात टाकण्यात आलं. तरीही तेव्हाही हे कलम रद्द करायची शक्ती नेहरूंना नव्हती. तेव्हापासून आजतागायत कलम ३७० हाच मंत्रदंड हातात धरून वावरणाऱ्या काश्मीरचे राजकारणी भारताला आपल्या तालावर नाचवतच आहेत! केंद्राकडून दरवर्षी कोट्यवधी रुपयांची मदत मिळत असली तरी आपल्याकडे एवढी का बेकारी आहे, भ्रष्टाचार आहे हे विचारायला तिथल्या सर्वसामान्य माणसाला समजू नये, अशी परिस्थिती निर्माण करण्यात ते यशस्वी झाले आहेत! त्यांच्यावर उधळली जाणारी आर्थिक मदत आपल्या करातून जाते आहे, त्याचा विनियोग आपल्या सुखसोयींसाठी केला गेला पाहिजे याचं भान इतर भारतीयांनाही नाही, हे आणखी मोठं दुर्दैव! आमच्याकडून पैसा वसूल करून आमच्या सरकारच्या विरोधातच तिथल्या लोकांच्या मनात द्वेष निर्माण करण्याचं कार्य गेली सात दशकं व्यवस्थित चालू आहे. या तात्कालिक कलमाला तर आता सत्तरीचं प्रौढत्व आलंय!

कलम ३७० याचा धोका ओळखून त्याला प्रकटपणे विरोध करणाऱ्या

श्यामाप्रसाद मुखर्जींनी २१ मे, १९५२ रोजी संसदेत नेहरूंना हा प्रश्न विचारला होता. त्यांचा प्रश्न होता, 'काश्मीरीआधी भारतीय आणि नंतर काश्मीरी आहेत, की आधी काश्मीरी नंतर भारतीय? ते आधी, आता, नंतर, अखेरपर्यंत भारतीयच ना? की फक्त काश्मीरी?' यावर नेहरूंनी उत्तर दिलं नाही तेव्हा मुखर्जी म्हणाले होते, "नेहरू भारताचा शोध घ्यायची भाषा करतात! पण त्यांनी अजूनही आपल्या मनाचाच शोध घेतलेला नाही!"

अखेर एक गोष्ट. कलम ३७० अस्तित्वात यायच्या आधी काश्मीर भारताचा भाग होता, त्यानंतरही तो भारताचाच भाग आहे. उद्या हे कलम रद्द झालं तरी काश्मीर हा भारताचाच भाग आहे. याविषयी कुठलीही शंका नको. इतिहासातल्या चुकांकडून धडे न घेणारे, पुन:पुन्हा त्याच चुकांची पुनरावृत्ती करत राहतात, असं म्हणतात. काश्मीरच्या संदर्भातली एकच चूक जरी झाली तरी त्याचा परिणाम संपूर्ण देशावर झाल्याशिवाय राहणार नाही.

लिहून संपल्यावर मान-पाठ ताठरून दुखत असल्याची जाणीव झाली तेव्हा मनात आलं, लेख वाढला की काय कोणजाणे! असू दे. सगळे तपशील येणंही महत्त्वाचंच होतं ना! त्यानं पुन्हा एकदा बारकाईनं लेख वाचायला सुरुवात केली; पण कुठे काटछाट करावी हे न समजल्यामुळे त्यानं तो तसाच राहू दिला.

पंचवीस

"हे काय हृदयनाथ पंडितजी! एवढ्या उशिरा येताय?"

आणखी चार-पाच पायऱ्या शिल्लक असताना वरच्या बंकरमधून आवाज ऐकू आला. तसेच घाईघाईनं उरलेल्या पायऱ्या चढून येत धापा टाकत मी बंकरपाशी गेलो. बंकरमधल्या तिघा सैनिकामधला एक माझ्याकडे पाहत मंद स्मित करत बाहेर आला.

"शिकवणीची चौकशी करायला गेलो होतो." श्वास घ्यायला त्रास होत असतानाही मी हसत उत्तर दिलं. पण त्याला काहीच संदर्भ लागला नाही. मीच पुढं म्हणालो, "आजच सुरुवातही केली!" एवढं सांगून तसाच घाईनं खोलीकडे निघालो. हात-पाय धुतल्यावर देवस्थानाकडे धावत असताना सतत सोबत असणाऱ्या अनन्य भक्तीबरोबर आज सार्थकतेची जोडही मिळाली होती. ते जाणवून एक प्रकारचा पुनीत भाव संपूर्ण शरीर-मनाला व्यापून राहिल्याचा अनुभव येत होता. जोरजोरात घंटानाद करत ईश्वराला अभिषेक करताना आपल्यावरही त्याच्या अपार शक्तीचा अनुग्रह सुरुवातीला मंदगतीनं, नंतर मध्यम गतीनं आणि तीव्रगतीनं जाणवून अखेरीस आपली व्यक्तिगत प्रज्ञा दैवी प्रज्ञेशी एकरूप होऊन गेल्याचाही अनुभव आला. भय आणि क्लेश या आपल्याला बांधून ठेवणाऱ्या रज्जू प्रथमच सैल होऊन त्यानंतर पूर्णपणे सुटून मोकळ्या होऊन आपलं शुद्ध असं शिवरूप होऊन आप्तपण साक्षात रूपात जाणवलं. त्यामुळे आपलंच एक वेगळं स्वरूप आपल्याला नव्यानं आत्मसात होऊन त्या आनंदात हातांमध्ये जास्तीचं बळ एकवटल्याचा अनुभव येऊन आपल्या या बदललेल्या रूपामुळे माझं मलाच आश्चर्य वाटत होतं. कितीतरी वेळ अभिषेकात निमग्न होऊन गेलो होतो. नंतर भानावर आल्यानंतरही चित्त प्रसन्न होतं. तीर्थप्रसाद स्वत: घेऊन इतरांना देण्यासाठी खाली उतरून आलो. तेव्हा त्या सैनिकाच्या चेहऱ्यावरचा प्रश्न पाहिला तरी काही सांगावं असं वाटलं नाही.

पुन्हा देवस्थानात प्रवेश करून शिवलिंगापाशी बसलो तेव्हा आठवलं. स्वप्नात दिसलेल्या भगवत्पादांना आज माझा प्रश्न ऐकू आला असावा. त्यांनी वळून पाहिलं नसलं तरी उच्च स्वरात 'अभी: अभी:..' ऐकू आलं होतं. तेव्हा तन-मन शहारलं होतं. तिथल्या तिथे त्यांना साष्टांग प्रणाम घालण्याआधीच जाग आली ना! गेल्या इतक्या वर्षात त्यांच्याकडून प्रथमच उत्तर मिळालं होतं. मन हर्षानं भरून गेलं असता मनात 'सा शक्ती: ब्रह्मैव अहं, शक्ती शक्तिमतो: अनन्यत्वा...' (शक्ती ही शक्तापेक्षा वेगळी नसल्यामुळे त्यामुळे ती शक्ती मीच ब्रह्म) हे उत्तरही आठवलं. त्या वेळेपर्यंत असलेला आभास नष्ट होऊन कणाकणांत नवीन शक्ती प्रकट होत असल्याचा अनुभव आला. छे! ऋजुतेला दुर्बलता मानून काय चालवलं होतं आपण इतकी वर्षं? स्वत:विषयीच किळस निर्माण झाली.

दु:खाच्या व्यावहारिक सत्यासोबत त्याचं निवारण करण्यासाठी आवश्यक असलेल्या साधनमार्गाचं विवेचन देण्याचा किती उन्नतपणा आहे आपल्या सत्त्वामध्ये! ते परलोकाविषयी कुठल्याही प्रकारचं भय निर्माण करत नाही! प्रत्येक गोष्टीचा स्वतंत्रपणे परामर्श करायचं स्वातंत्र्य आणि प्रेरणा असल्यामुळे आम्हाला देवाच्या संदेशवाहकावर कुठल्याही प्रकारचं अवलंबन नाही. आमच्या 'दर्शन'प्रकारात अभिप्रायात कसली भिन्नता आढळली तर तर्काच्या साहाय्यानं आपण तिच्यावर मात करू शकतो. पण कधीही दुसऱ्या दैवतावर शस्त्र आणि सैन्यासह आक्रमण करत नाही. दूरच्या गावी किंवा देशात गेलेले सनातन धर्माचे समर्थक कधीही आपल्याबरोबर सैन्य किंवा इतर आयुधं घेऊन गेले नाहीत. त्यांनी तिथल्या लोकांचे शिरच्छेद केल्याची किंवा त्यांच्या श्रद्धास्थानांचा नाश केल्याची उदाहरणे आढळत नाहीत. आमच्या राजांमध्येही युद्धे होत होती. पण ती कधीच धर्माला कंटकप्राय झाली नव्हती. कृमी-कीटक-प्राणी-पक्षी- झाडं-झुडपं-नदी-सागर या सगळ्यांना, या समस्त भूमंडलाला मातास्वरूप मानून आम्ही पूजतो. विकृतीलाच मती मानणाऱ्या इतर लोकांकडून जशी अपकृत्यं घडली, तशी कधीच घडली नाहीत. तसं पाहिलं तर प्रकृतीमधल्या सगळ्या जीवसृष्टीच्या समग्रतेचा पाठच आम्हाला यातून शिकायला मिळतो!

या विचारानं मनात अभिमान उफाळून आला. मनात आलं आणि लगोलग कधीतरी शहरात घेऊन जाणाऱ्या उमरला फोन करून विचारलं, "आत्ताच्या आत्ता येऊन मला खाली घेऊन जाशील काय?"

"येतो अर्ध्या तासात!" त्यानं सांगितलं. तसा तो आलाही. मला पाहताच त्याच्या चेहऱ्यावर उमटलेलं आश्चर्य माझ्याही लक्षात आलं होतं. याआधी त्याच्याबरोबर जाताना रस्ताभर काही न बोलता गप्प बसून असायचो. बाहेर दाखवून दिलं नाही तरी आतल्या आत व्यथेनं त्रस्त होत होतो. आज उसळणारा आत्मविश्वास कसा आवरायचा हेच सुचत नव्हतं.

"रमजानमध्ये पाळायचे रोजा तुम्ही सगळे काटेकोरपणे का पाळत नाही?" मी विचारलं.

माझ्या या प्रश्नावर तो चांगलाच दचकला. माझ्या प्रश्नाला, प्रश्नाच्या अर्थाला की माझ्या प्रश्नातून व्यक्त होणाऱ्या सुराला? हे मात्र समजलं नाही. तो नाही म्हटलं तरी गडबडला हे मात्र खरं!

"कुठलीही परंपरा सगळ्यांना सारख्याच काटेकोरपणे पाळायला कसं जमेल, पंडितजी? ज्यांना जमतं ते करतात, जमत नाही ते सोडून देतात!" त्यानं नम्रपणे सांगितलं.

"म्हणजे तुमच्या धर्मातही न पाळता येण्यासारखे बरेच नियम आहेत का?"

"हो तर! कितीतरी माणसं निमाजच करत नाहीत! त्यांना काय करणार? काहीही करता येत नाही!" तोही मोकळेपणानं म्हणाला. ते ऐकताच जाणवलं, मनात निर्माण झालेलं धैर्य पोकळ नाही. विशिष्ट विषयातलं ज्ञान जितकं जास्त असेल तितकं त्याविषयीचं भय कमी होऊन त्याविषयी जाणून घ्यायची इच्छाही वाढते. मनात त्या मुलाची... नरेंद्र ना त्याचं नाव... आठवण तीव्रपणे आली. त्या दिवशी भगवत्पादांचं त्याच्यामध्येच दर्शन झालं! का व्हावं? आता खरा उलगडा होतोय. तो गावी परतायच्या आधी आणखी एकदा त्याला भेटायला पाहिजे, त्याच्याकडून म्लेच्छांविषयी अजूनही, शक्य तेवढं जाणून घ्यायला पाहिजे!

विचाराच्या तंद्रीत टेकडी उतरून कधी खाली आलो हेच लक्षात आलं नाही.

"हं! इथून कुठं जायचं पंडितजी?" उमरनं विचारलं.

"तुझ्या घरी!"

माझं हे उत्तर ऐकून माझं मलाच आश्चर्य वाटलं. मलाही ते अपरिचित होतं. गाडी थांबवून त्यानं एकदा मागं वळून पाहिलं. मी पुढं विचारलं, "तुझ्या घराच्या आजूबाजूलादेखील घरं असतील ना?"

त्यानं होकारार्थी मान हलवली.

"तर मग चल!" मी पुन्हा सांगितलं. आपण योग्य तेच ऐकल्याची त्याची खात्री झाली. माझ्या आवाजातला आत्मविश्वास जाणवून त्याला आणखी काही विचारायचं धैर्य झालं नाही. त्यानं गाडी सुरू केली. दल सरोवराच्या जवळच्या शिकारा-स्टॅन्डसमोरच्या एका गल्लीत त्यानं कार वळवली. आत गेल्यावर एका चिंचोळ्या गल्लीसमोर गाडी उभी राहिली. गाडी थांबताच कुठूनशी चार-पाच लहान मुलं धावत येऊन माझ्या पुढ्यात उभी राहिली! उमरचे आई-वडील-बायको घराबाहेर आले. तसंच शेजारच्या घरांमधूनही आबाल-वृद्ध आणि महिला बाहेर आल्या. पुढं काय करायचं हे न समजून उमर गोंधळात पडला. मीच त्या घराच्या ओसरीत जाऊन बसलो. मी बसताच बाकीचे सगळेही एकेक करून माझ्या भोवताली जमा झाले.

"यानंतर या मुलांना शिकवायचं ठरवलंय मी!" माझं हे वाक्य संपताच त्या

गर्दीतली निम्मी माणसं आपापल्या कामासाठी निघून गेली. मी पुढं म्हटलं, "आठवड्यातून दोन किंवा तीन दिवस मी शिकवायला येत जाईन. आधी गोष्टींपासून सुरुवात करू या. त्यानंतर पुढचं शिकवेन. चालेल?"

मोठी माणसं अजूनही उभीच होती. पुढच्या रांगेतली चार मुलं माझ्याकडे टक लावून पाहत होती. माझ्या मनात एवढा उत्साह दाटला होता की मी एक कथा सावकाश सांगायला सुरुवातच केली;

"खूप खूप पूर्वी काश्मीरमध्ये एक मोठा सुलतान होता. त्याचं नाव जैन-उल-अबिद्दीन."

मुलं चार पावलं पुढं येऊन उभी राहिली.

"तो सुलतान कधीच खोटं बोलायचा नाही. खोटेपणावर त्याचा अतिशय राग! कसलाही प्रसंग असला तरी केवळ सत्यच सांगितलं पाहिजे असा त्याचा दृढ निश्चय होता. तसाच तो वागायचा. त्यामुळे सगळे त्याला सत्य... सत्यजैन-उल-अबिद्दीन म्हणायचे. समजलं?"

"हं!" त्यातला एक मुलगा सहजच उद्‌गारला. कथेचा मोह सोडून कोण लांब राहू शकेल म्हणा! माझा आत्मविश्वास वाढला.

एकदा काय झालं, देवाला त्याची परीक्षा घ्यायची इच्छा झाली. तो त्याच्यापाशी येऊन म्हणाला, "मला तुझं राज्य दान म्हणून देशील काय?" मी प्रत्येक शब्दावर भर देऊन आवश्यक ते भाव भरून सांगू लागलो.

"हं!..." आता त्यात आणखी काही मुलांचे हुंकार ऐकू आले. त्यांच्या नजरेतलं कुतूहल दिसू लागलं.

"सुलतान कसा मागं सरेल? तो म्हणाला, देतो! नंतर त्यानं अजिबात मागंपुढं न बघता आपलं सगळंच्या सगळं राज्य देवाला देऊन टाकलं!" मी देव आणि सुलतानाचे वेगवेगळे आवाज काढून कथा सांगत होतो. आता मुलांबरोबर मोठी माणसंही उत्सुकतेनं कथा ऐकू लागली.

"पण एवढं झालं तरी देवाचं काही समाधान झालं नाही. त्यानी सांगितलं, याच्याबरोबर तू मला पैसेही द्यायला पाहिजे! बिचारा सुलतान! सगळं राज्यच देऊन टाकल्यावर तो कंगाल झाला होता. तो कुठून आणणार पैसे? काय करायचं?..." म्हणत मी थोडासा थांबलो. पण मुलांनी विचारलं, "मग?..."

"त्यानं देवाला सांगितलं, ठीकाय! मला एक महिन्याचा अवधी द्या. व्यवस्था करतो! देवानं होकार दिला."

"मग काय झालं, सुलतान आपल्या बायको-मुलासह तिथून, म्हणजे काश्मीर सोडून जायला निघाला."

आज एवढी गोष्ट पुरे!" म्हणत मी उठलो. मुलांचे चेहरे कोमेजून गेले. त्यांना

सांगितलं, “पुढच्या खेपेला येईन तेव्हा पुढची गोष्ट!... समजलं? सगळी गोष्ट पूर्ण झाल्यावर सगळ्यांनी माझ्या प्रश्नाचं उत्तर द्यायला पाहिजे! चालेल ना?”

सगळ्या मुलांनी आनंदानं माना डोलावल्या. मला जाणवलं, सगळं लुप्त झालं असलं तरी मनाचा मनाशी संपर्क होण्यासाठी भाषा तर शिल्लक आहे ना! तिच्या मदतीनं का नाही सेतू उभा राहणार? माझ्या दृष्टीनंही ही भावना नवीच होती.

उमरही उत्साहानं म्हणाला, “मी स्वत: तुम्हाला इथं आठवड्यातून दोनदा घेऊन येत जाईन, पंडितजी!” जवळ आलेल्या उमरच्या चेहऱ्यावरचा आनंद मला स्पष्टपणे जाणवत होता. आमची गाडी जायला निघाली तेव्हा सगळी मुलं गाडीच्या मागं जमा झाली होती.

विद्यायाम हि: सत्याम् उदिते सवितनि शार्वरमिव तम: प्रणाशमुप गच्छत्यविद्या: (विद्या जन्मली की, सूर्याच्या उदयाक्षणीच जसा रात्रीचा कराल अंधार मागं सरतो, तशी अविद्याही संपूर्णपणे नाश पावते.)

हा श्लोक मनात घोळवतच मी त्या मुलांना हात केला. उत्तरादाखल त्यांच्यापैकी दहापेक्षा जास्त हात हलले. खऱ्या अर्थानं माझ्या गुरू होण्याच्या प्रयत्नाला योग्य प्रतिसाद मिळत असलेला बघून मन प्रफुल्लित झालं. काश्मीरच्या राजांच्या कथा कल्हण-जोनराजांनी माझ्यासाठीच लिहून ठेवलेल्या आहेत ना! आपला सत्य हरिश्चंद्र जैन-उल-अभिदिन्नच्या रूपानं त्यांच्याही मनात कायमचा वास्तव्य करून राहिला तर चांगलंच आहे ना! त्याचं खरं नाव काय आहे, यापेक्षा त्यानं पाळलेली नीती आणि आदर्श जास्त महत्त्वाचे आहेत ना! ते या वयात या मुलांपर्यंत पोचणं अधिक महत्त्वाचं आहे. काही का असेना, या निमित्तानं मनात उमटलेल्या आनंद-लहरीच्या लाटा तन-मनाला हलकेच दोलायमान करत होत्या. यानंतर या मुलांच्या मनात सत्कर्माविषयी ओळख करून देणं हेच माझ्या जीवनाचं ध्येय!... यामुळे माझ्यातला क्षुद्रपणा नाहीसा करून मला विराटपणाचा अनुभव दिला! इतका काळ वंचित असतानाही आता एवढं महत्त्वाचं भान देणाऱ्या ईश्वराविषयी मनात कृतज्ञतेची भावना दाटून आली.

आता त्यांनी शिवलिंगापुढे साष्टांग दंडवत घातला, उठून ते पायऱ्या उतरून खाली आले.

त्यांना आठवलं... तेव्हा सगळे पंडित निघून जायला निघाले होते. किती दु:खानं माझ्यापाशी धाव घेत होते! त्यांचा प्रश्न असायचा, “महाराज! आता काय करायचं?”

या प्रश्नावर मी तरी काय उत्तर देणार? काहीही न सुचून मन घाबरं होतं होतं. त्यांच्या आवाजातल्या कंपापेक्षा माझ्या हाताची थरथर वाढलेली असायची. त्यामुळे त्यांना काहीही सल्ला देणं कठीण होत होतं. वडिलांनी ही असीम संस्कृतची विद्याशक्ती माझ्याकडे सोपवून तिला सांभाळायचं वचन घेतलं होतं. त्यांना दिलेल्या

शब्दाप्रमाणे मी वागत आलो. त्यात संसाराचा अडसर होईल म्हणून अविवाहित राहिलो. संन्याशासारखा राहिलो. संस्कृतबरोबरच काश्मीरचा इतिहास मुखोद्गत असणाऱ्या वडिलांनी सांगितलेल्या काही गोष्टींनी मी अतिशय प्रभावित होतो. माझ्या आजोबांच्या काळात इथल्या शाळांमध्ये पंडित हिंदू मुलांना आणि दर्सगहमध्ये मौलवी मुस्लीम मुलांना शिक्षण द्यायचे म्हणे. हिंदू मुलं संस्कृत शिकायची तर मुस्लीम मुलं फारसी आणि अरेबिक शिकायची. कितीतरी पंडित आपल्या घरातच हिंदू आणि मुस्लीम मुलांना फार्सी भाषा शिकवायचे म्हणे. महिन्याला दोन आणे फी असायची. एकोणिसाव्या शतकाच्या अखेरीस डोग्रा राजा रणधीर सिंग यानं जम्मूच्या रग्घूनाथ देवालय संस्कृत शिक्षणाचं केंद्रस्थान केलं होतं. त्याशिवाय काश्मीरमधल्या इतर देवालयांमध्ये संस्कृत शिकणाऱ्या सुमारे सहाशे विद्यार्थ्यांच्या आयुष्याची जबाबदारी घेतली होती म्हणे. तसंच अरेबिक, फारसी आणि इतर भाषांमध्ये असलेल्या कलाकृती संस्कृतमध्ये अनुवादित करू शकणारे अनेक भाषांतरकार त्या काळात होते. याशिवाय आमचं धर्मशास्त्रही हिंदू आणि डोगरी भाषांमध्ये अनुवादित केले जात होते म्हणे. ''संस्कृतचं शिक्षण बरंच व्यापक आणि वेगानं झाल्याचा अगदी अलीकडचा काळ म्हणजे हाच!'' असं म्हणायचे ते.

पण विसाव्या शतकाच्या सुरुवातीला डोग्रा राजे ब्रिटिशांच्या हातचे बाहुले बनले. त्यांनी संस्कृत आणि फारसी बाजूला सारल्या आणि त्या ऐवजी हिंदी आणि उर्दू या भाषांना प्राथमिक आणि माध्यमिक शिक्षणाचं माध्यम म्हणून मान्यता दिली. त्यानंतर संस्कृतचं अक्षरश: निर्मूलन होऊ लागलं. बोलीभाषा कशूर ही विद्यार्जनाची भाषा न होता मागं सरल्यामुळे मोठ्या प्रमाणात शिक्षणाला यश असं मिळालंच नाही. आणि संस्कृतची तर गोष्टच वेगळी! तिचा वापरच थांबला. मग या विषयातल्या प्रगल्भ लोकांनी आपलं सारं पांडित्य पौरोहित्यासाठी वापरून जगावं, अशी अपरिहार्यता निर्माण झाली. वडिलांच्या काळात संस्कृत पंडितांची अवस्था दयनीय व्हायला सुरुवात झाली होती. माझ्या पिढीत तर संस्कृतचं ज्ञान असणारे अक्षरश: शोधून काढावेत, अशी परिस्थिती निर्माण झाली. पण मी मात्र वडिलांना दिलेल्या शब्दाप्रमाणे निरंतर श्रवण-अध्ययनातून साधना सुरूच ठेवली होती. संपूर्ण काश्मीरमध्ये उत्तम संस्कृत येणारा मी एकटाच शिल्लक राहिलोय, हा नशिबाचा दुर्दैवविलासच म्हणावा लागेल! निश्चय केलेलं साध्य करायची इच्छाशक्ती नसती तर हे जमलं असतं का? कठीण परिस्थितीत काहीही न करता जगत राहिलो, हा माझा भेकडपणाच होता काय?

कैलास वरचेवर येत असल्यामुळे जास्त परिचित झाला होता. त्याला पूजाविधी करताना मीच मदत करत होतो. मदत करायला सुरुवात केल्यानंतर तर आम्हा दोघांमध्ये नातं निर्माण होऊन दशकं होऊन गेली होती. साधारण माझ्याच वयाचा.

त्याचा सज्जनपणा, सरळ वागणं यावर सगळ्यांप्रमाणे मीही भाळून गेलो होतो. आधी मी त्याला आदरार्थीच हाक मारत होतो. पण एकेरीच हाक मारावी म्हणून हट्टानं त्यानं मला कबूल करायला लावलं होतं.

सगळेच निघून चाललेले बघून तो तर हवालदिल झाला होता. तळमळून विचारत होता, ''महाराज! तुम्हाला यात काही मार्ग दिसतोय काय?'' मी निराशेनं निष्ठूरपणे नकारात्मक उत्तर दिलं की माझीही शक्ती कुंठित झाल्याची भावना त्याच्या मनात रुजत चालली होती.

पुढचा आठवडाभर तो फिरकलाच नाही. तेव्हा काहीतरी अपशकुन जाणवून मी त्याच्या घरी गेलो होतो. तिथं काय झालं हे आणखी कुणी सांगायचा प्रश्नच नव्हता. समोरच्या घरात राहणाऱ्यांनी तो हॉस्पिटलमध्ये असल्याचं सांगून मोठेच उपकार केले. त्याच्यावर ओढवलेली परिस्थिती पाहून माझ्या आतड्यात तुटल्यासारखं झालं. त्याला जम्मूला पोचवून आल्यानंतर तर मी किती शक्तिहीन आहे, हीच भावना आणखी दृढ होत गेली.

माझ्यावर मात्र काश्मीर सोडून जायचा प्रसंग आलाच नाही. ही टेकडी चढून इथं येऊन मला पळवून लावायचा कुणीही प्रयत्न केला नाही. कदाचित मी त्यांच्या खिजगणतीतही नसेन! किंवा माझ्या दारिद्र्यानं मला वाचवलं? कारण काहीही असो, पण कुणी ती खटपट केली नाही हे मात्र खरं. पण म्हणून मी त्यापासून अलिप्तही नव्हतो. गावातून दुखावलेली, सर्वस्व गमावलेली, अपमानित झालेली माणसं माझ्याकडे येऊन मनातलं दुःख व्यक्त करून जायची.

''...महाराज! काल सतीश टिक्कूची गोळी घालून हत्या केली गेली... त्याचं घर माझ्या शेजारच्या गल्लीतच आहे ना! हा तरुण समाजसेवेत पूर्णपणे बुडून गेला होता. सगळ्यांना भेटून धैर्य द्यायचा, सगळ्यांची परिस्थिती अधिकाऱ्यांच्या नजरेला आणून देण्यासाठी धावपळ करायचा. सगळं एक दिवस थांबेल-सगळं छान होईल असं सांगून त्यांचं समाधान करायचा. त्याला मुस्लीम मित्रांचाही मोठ्या प्रमाणात परिचय आणि पाठिंबा होता. आज पहाटे कुणीतरी दोन मुस्लीम युवक त्याच्याकडे आले. त्याच्या बहिणीला काहीतरी संशय आला. तिनं तो घरात नाही असं सांगितलं. थोड्या वेळानं हा आपल्या खोलीबाहेर आल्यावर हे समजलं. उलट बहिणीवरच, घरी आलेल्यांवर असा संशय का घेतेस, म्हणून रागावत तो बाहेर पडला आणि बाहेर टपूनच बसलेल्या त्या नराधमांच्या हातात अलगद सापडला. एक-दोन मिनिटांतच गोळ्यांचे आवाज ऐकू आले. बहिणीनं बाहेर जाऊन पाहिलं तर सतीश रक्ताच्या थारोळ्यात पडला होता.''

सगळं ऐकताना आतून उसासा बाहेर आला.

दहा दिवस झाले असतील-नसतील; दूरदर्शनचे निर्देशक लस्सा कौल यांचीही

अशीच गोळी मारून हत्या झाली. तोही सगळा तपशील आणखी एका भक्तानं धावत येऊन सांगितला. नंतर समजलं, कौल इथल्या अतिरेक्यांना अजिबात सहकार्य देत नव्हते. काही कर्मचारी हे करत असतील तर ते त्यालाही मज्जाव करायचे. एकूण ''आपल्या कार्यक्रमांमधून इंडियाची संस्कृती आमच्यावर लादली जातेय...'' म्हणून त्यांचा कौल यांच्यावर राग होता. संध्याकाळच्या वेळी ते विशिष्ट वेळेला दूरदर्शन केंद्रातून बाहेर पडताच त्यांच्यावर गोळीबार केला होता. त्यांच्या एका सहकाऱ्यानं अतिरेक्याला ओळखलं आहे...''

हे ऐकल्यावर तर मला माझी शक्ती आयुष्यात कधी परत येणार नाही असं वाटून हताश झालो. पण सांगायला आलेल्यांना कशी समजणार माझी मन:स्थिती? एकेक घटना विस्तारानं सांगून माझ्याकडे अपेक्षेनं पाहणाऱ्यांना मी तरी कुठलं उत्तर सुचवणार होतो? की ते माझ्यामध्ये तेगबहादूर पाहत होते, पण सांगायला घाबरत होते?

परिणामी, एकीकडे अपराधीपणाची भावना आणि दुसरीकडे समस्येवर न सुचणारं उत्तर यामध्ये मी तळमळत होतो. हा काही माझ्या धर्म-जिज्ञासेचा विषय नव्हता. हा हिंदू समाजातला आंतरिक कलहही नव्हता. धर्मांध हल्ल्यापासून आमचं रक्षण कसं होणार, हाच प्रश्न रात्रंदिवस वेगवेगळ्या रूपानं छळत होता आणि कुठूनही रक्षण मिळणार नाही, असं क्रूर वास्तव समोर येताना पाहून मी अक्षरश: कोसळून जात होतो.

कुठलाही मार्ग दिसत नसताना हा नरेंद्र भेटला! त्याच्याशी पुन्हा भेट घेऊन समस्येच्या मुळाचा शोध घेतला तेव्हा मला समस्येचं स्वरूपही स्पष्टपणे लक्षात आलं. आधार वाटला तेव्हा! तूर्त एवढंही पुरेसं आहे. या भावनेनं खरोखरच जिवात जीव आला ना! मनोबल ताब्यात असेल तर काही ना काही मार्ग नक्की निघेल, हे तर मलाही माहीत आहेच ना! जे मला माहीत होतं, त्याचंच पुनर्ज्ञान होण्यासाठी नरेंद्रना निमित्त व्हावं लागलं याचं माझं मलाच आश्चर्य वाटत होतं. उशीरा का होईना, मला त्यांनी कार्यप्रवृत्त केलं, हे या भेटींचं यश!

माझ्याकडे वडिलांनी दिलेली ज्ञानसंपत्ती आहे. तिला चालना देण्याचं काम त्यांनी केलं. कदाचित त्यांच्याही नकळत. या क्षणी त्यांच्याशी बोललं पाहिजे अशी दुर्दम्य इच्छा मनात दाटून आली. तसेच खोलीत जाऊन संजीवचा फोन लावला.

''हं महाराज! बोला!... ते काहीतरी लिहिताहेत... मी पण आताच ऑफिसहून येतोय. त्यांचं लिहायचं संपलं की तुम्हाला फोन लावून देतो.''

''तुमच्या नको. त्यांच्याच फोनवरून बोलू दे. त्यांचा नंबर माझ्याकडेही राहूदे.''

संजीवही हसत म्हणाले, ''होय. तेच बरं होईल!... सांगतो!''

खोलीबाहेर येऊन उत्तरेकडच्या मिट्ट काळोखातही मन:चक्षूसमोर लखलखणारं शारदापीठ उभं राहिलं.

सव्वीस

प्रमुख कुठलाही मुद्दा सुटलेला नाही याची खात्री करून घेतल्यानंतर नरेंद्रनं लेख मनोहरला ई-मेल केला आणि मेसेजही पाठवला, ''लेख थोडा लांबलाय. आवश्यकतेनुसार एडिट करणे.'' लगोलग लेखाची पोचही आली. तो उठून बाहेर आला. संजीवजी त्याचीच वाट पाहत असल्याचं लक्षात येऊन तो त्यांच्याशी त्याच विषयावर बोलत राहिला. लेखाचा तपशील ऐकताना ते आश्चर्यचकित झाले.

''सगळं काही सरदार पटेलांच्या समोरच घडत होतं! तरीही त्यांनी का हस्तक्षेप केला नाही हा माझ्या मनात अनेक वर्षं छळत असलेला प्रश्न होता. आत्ता त्याचं उत्तर मिळालं पाहा! त्यांच्या सूचनेकडे सरकारनं दुर्लक्ष केलं एवढंच नव्हे, आम्ही देशवासीयांनीही त्याला द्यायची ती किंमत दिली नाही! याचं खापर आपल्यावरही आहे!''

यावर नरेंद्र मोकळेपणानं हसला. पुढे म्हणाला, ''भारताच्या फाळणीचा एक भाग म्हणून पाकिस्तानला द्यावे लागणारे पंचावन्न कोटी देण्याला सरदारांनी मज्जाव केला. तेव्हा ते पैसे मिळाले असते तर आर्थिकदृष्ट्या कोसळलेल्या पाकिस्ताननं तो सगळा पैसा भारताविरुद्ध युद्ध करायला वापरला असता. याचा अंदाज त्यांना आला होता. अगदी योग्य अंदाज! म्हणून त्यांनी ते थोपवलं होतं. तेव्हा, माउंट बेटननी सांगितल्याप्रमाणे, नैतिक प्रज्ञेचं साकार रूप असल्यासारखे गांधी! त्यांनी डोळ्यात पाणी आणलं. त्यांच्याविषयी अपार आदर असलेल्या सरदारांना पडतं घ्यावंच लागलं होतं. शहात्तराव्या वयाच्या टप्प्यावर असणाऱ्या सरदारांनी आपल्या जीवनाचा बहुतेक सगळा काळ, त्यातही अखेरची तीन वर्षं देशासाठी वाहून टाकली होती. एकीकडे मुस्लीम लीगचा कबंध बाहू पसरून रोखत, दुसरीकडे आतल्या घरभेद्यांना टक्कर देत, सगळ्या प्रांतातल्या राजे-संस्थानिकांना एकत्र आणत, त्यांच्याशी

बोलणी करत सगळ्यांना एका झेंड्याखाली एकत्र आणणारी धीरोदात्त व्यक्ती सरदार पटेल! आता एकदा मागं वळून पाहताना वाटतं, भारताला एक करणं एवढंच महान कार्य करण्यासाठी जन्म घेतलेला महान आत्मा तो! त्यांच्या स्मरणानं मन भरून येतं, असं म्हटलं तर त्यात काही अतिशयोक्ती म्हणता येणार नाही!'' बोलता बोलता नरेंद्र खिडकीपाशी येऊन पडदा बाजूला सारून बाहेरचं दृश्य पाहत उभा राहिला.

संजीवजीही डोळे मिटून सरदारांच्या धीरोदात्त व्यक्तिमत्त्वाची कल्पना करत बसले होते.

थोडा वेळ काही न बोलता गेला. नंतर संजीवजींनी डोळे उघडले.

''सरदारांनी लखनौच्या मुस्लिमांना उद्देशून त्या वेळी केलेलं विधान आजही किती लागू पडतं बघा! ते म्हणाले होते, मला मुसलमानांचा शत्रू म्हणून रंगवण्यात येत असलं तरी लक्षात ठेवा, मी त्यांचा हितचिंतक आहे. पण मी स्पष्ट बोलणारा माणूस आहे. अशा निर्णायक टप्प्यावर केवळ तोंडच्या बोलण्यापेक्षा पुरावे पाहणं आवश्यक आहे. म्हणून मी मुसलमानांना स्पष्टपणे सांगू इच्छितो, माझा एकच प्रश्न आहे. अलीकडच्या ऑल इंडिया मुस्लीम कॉन्फरन्समध्ये तुमच्यापैकी कुणीच काश्मीरच्या संदर्भात प्रश्न उपस्थित केला नाही? तुम्ही पाकिस्तान बनण्याला विरोध का केला नाही? यामुळेच इतरांच्या मनात शंका निर्माण होते. पुन्हा सांगतो, तुम्ही एकाच वेळी दोन-दोन घोड्यांवर स्वार होऊ नका! तुम्हाला जे हवंय, त्याचा तुम्ही स्वीकार करू शकता. जर खरोखरच तुम्हाला तसा विश्वास असेल तर तुम्ही पाकिस्तानला निघून जाणं योग्य ठरेल. इतक्या स्पष्ट शब्दात सांगितलं होतं त्यांनी!'' एवढं बोलून तो थांबला.

संजीवजी उठले आणि त्याच्या शेजारी जाऊन उभे राहिले. त्यांनाही बराच वेळ काय बोलावं ते सुचलं नाही. काहीतरी आठवून म्हणाले, ''अरे हो! पंडितजींना तुमच्याशी बोलायचंय. तुमच्या फोनवरून करा. हा त्यांचा नंबर...'' आणि नंबर लिहिलेला कागद त्याच्या हातात दिला. त्यानं लगेच फोन केला. तिकडून ''हॅलो...'' ऐकू येताच तो म्हणाला, ''हां पंडितजी! नमस्ते! नरेंद्र बोलतोय!''

त्याचा आवाज ऐकताच पंडितजींनी त्याला एक संस्कृत श्लोक ऐकवला आणि अर्थ सांगितला,

''भयच सूर्याचं सूर्यत्व, भय हेच वायूचं वायुत्व, भय हेच यमाचं यमत्व! (भयानंच या सगळ्यांना त्या त्या स्थानी ठेवलंय! एकंदर ते कुणालाही आपल्यापासून दूर जाऊ देत नाही! जेव्हा इंद्र-चंद्र-वायू-वरुण भयरहित होतील, तेव्हा सगळे ब्रह्ममध्ये मिसळून जातील!) या सृष्टीचा शांतीत विलय होऊन जाईल. म्हणूनच ना, मा भय सिंधु असं सांगितलंय?'' ते संस्कृतमध्ये विचारत होते. आवाजातला

आत्मविश्वास ओसंडून वाहत असल्याचं लक्षात येत होतं. त्याचबरोबर काहीतरी साध्य करण्याची इच्छाही होती. त्यांच्या बोलण्याला पाठिंबा देत असल्याप्रमाणे जोरात वाहणाऱ्या वाऱ्याचा आवाजही ऐकू येत होता.

"आर्य निमवस्तु!" तोही मंद हसत म्हणाला.

ते म्हणाले, "शक्य तितक्या लवकर भेटू या. मला तुमच्याशी बोलायचंय!" आवाजात दृढता जाणवत होती.

त्यानंही संगितलं, "नक्की!..." आणि त्यानं फोन ठेवला.

संजीवजीनी थोड्या अपराधीपणानं सांगितलं, "मला संस्कृत कळत नाही."

"काही कठीण नाही. इथंही पुस्तकं असतील ना! चौकशी करून बघा. नाही तर गावी गेल्या-गेल्या पाठवून देईन..." तो हसत म्हणाला, "आता मुश्ताकला भेटायचं आहे. सलीम म्हणत होता. विचारतो." म्हणत त्यानं फोनमध्ये नजर घातली.

आरतीनं ही संधी साधून संजीवजींना स्वयंपाकघरात बोलावलं. म्हणाली, "किती वेगळा माणूस आहे हा! प्रवासी म्हणून येणारे असे कुठं असतात?" तिच्या चेहऱ्यावरचं आश्चर्य संजीवजींच्या लक्षात आलं. ते सावकाश म्हणाले, "मलाही हाच अनुभव आला. काही का असेन पंडितजींची अपेक्षा खोटी ठरली नाही!" ते पुढं म्हणाले, "आज कैलाशजींनी यांचं बोलणं ऐकलं म्हणे! किशनचा फोन आला होता!"

"हं! म्हणूनच मी तुम्हाला म्हटलं. त्यांची सून आली होती. तीही सांगत होती, कैलाशजी सकाळपासूनच उत्साहात आहेत म्हणून!..."

त्याच वेळी नरेंद्रचं बोलणं त्यांच्या कानांवर आलं, "सलीम आणि मुश्ताक खाली आलेत म्हणे! निघतो. शक्यतो लवकर येईन..."

दारापर्यंत पोचलेल्या नरेंद्रला आरती म्हणाली, "चहा पिऊन जा! भय्या, हेही तुमच्यासाठी थांबलेत!..." लगेच चहाचा ट्रे घेऊन ती बाहेर आली.

***

भिंतीलगतच्या एका खुर्चीवर बसून शेजारच्या खुर्चीचा आधार घेत बसलेला मुश्ताक सगळ्या कॅम्पवरून नजर फिरवत होता. उजव्या हाताची बोटं कार्पेटच्या दशांशी चाळा करत होती.

त्याला आठवलं, सगळे म्हणायचे, काश्मीरचं भविष्य तुझ्याच हातात आहे! पण, "तुझ्या भविष्याचा काय विचार केलायस," हा प्रश्न आतापर्यंत कुणीच विचारला नव्हता. ते जाऊ दे, पण मलातरी एवढा विचार करायची बुद्धी आणि व्यवधान कुठं होतं?

यांच्याशी बोलल्यानंतरच आमच्या लढाईच्या नायकांची घरं बघायचा विचार

मनात येऊन थेट तिथंच गेलो ना! बघितलं आणि अवाक झालो! केवढा मोठा बंगला! बंगला कसला? बळकट किल्लाच! जवळ जायच्या आधीच एक पहारेकरी आला हटकायला! कुत्र्याला हटकतात, त्याहीपेक्षा वाईट पद्धतीनं मला तिकडून हाकललं! मी सांगितलं, "अहो, मी त्यांच्यासाठीच काम करतोय!" तर तो म्हणाला, "तुझ्यासारखे हजारजणं येतात! जा जा! तुलाही आझादी पाहिजे, म्हणून लढतोयस! आणि फुकट लढतोयस काय? भरपूर पैसे मिळतात, म्हणून लढतोस! कुणावर उपकार करतोयस? जा! जा म्हणतोय ना! पळ!"

किती उपेक्षेनं पळवून लावलं! त्याच क्षणी मन शरमेनं भरून गेलं. त्या वेळी पहिल्यांदा जाणवलं, मला आझादी पाहिजे, पण आझादीला मी नको आहे! माझ्या मनाचा गोंधळ उडाला. माझं आणि आझादीचं नेमकं नातं काय?

मन थोडं शांत करून मी यावर विचार करू लागलो तेव्हा तर वाटलं, मला तरी कशाला हवीय आझादी? उत्तर सुचलं नाही. गोंधळातून संपूर्ण मुक्त करणारं काहीच सुचलं नाही. एक मात्र वाटलं, मी भिरकावलेला प्रत्येक दगड आमच्या नायकांच्या बंगल्याची वीट बनला की काय? त्यांच्या त्या कोट्यवधी किमतीच्या बंगल्याला बाहेरूनच फेरी मारून आल्यानंतर मात्र आपण फसवले गेल्याची भावना तीव्र होऊन छळू लागली. हात-पाय गाळून बसलो होतो. मनात येत होतं, जगायलाही लढाई, मरायलाही लढाई! आझादीसाठीही लढाई! इंडियाहून आलेल्यांनी मात्र काळजीचे काही शब्द उच्चारले होते, तसे इथं कुणीच उच्चारले नव्हते! मी तर इंडियाच्या सैनिकांवर दगडफेक करणारा! हे ठाऊक असूनही त्यांच्या वागण्यात माझ्याविषयी संताप किंवा तिरस्कार नव्हता! तरीही मी त्यांचा द्वेष केला पाहिजे असं मला का सांगण्यात येतं? माझ्यापेक्षा त्यांना जास्त ठाऊक आहे, शिवाय सलीम त्यांच्याविषयी बाळगत असलेला आदर बघून माझ्या मनातही त्यांच्याविषयी एक प्रकारचा विश्वास वाटला. वाटलं, ते आणखी दोन-तीन दिवसच आहेत; तेवढ्यात त्यांच्याशी पुन्हा एकदा भेटून बोललं नाही तर अशी संधी आयुष्यात पुन्हा मिळणार नाही! फार फारतर काय होईल? ते बोलतील ते सगळं मला पटणार नाही. न का पटेना! निदान बोलता तरी येईल!... याच विचारानं सलीमला मेसेज केला होता ना! पण मेसेज करताना माझ्या मनाची जी काही अवस्था झाली होती, ती माझी मलाच ठाऊक!

'तुला पुढं जिंकायचं असेल तर आता हरण्यातच शहाणपणा आहे!' असा स्माईलीसोबत त्याचा मेसेज आला तेव्हा अशा प्रसंगी मनात नेहमी उसळणारा संताप कुठं बेपत्ता झाला होता कोणजाणे! मनातली तगमग त्यांच्यासमोर मोकळेपणानं मांडणं जमेल की नाही, हाच तेव्हा मला सतावणारा मोठा प्रश्न होता.

सलीमबरोबर ते येत असलेले दिसले. "तुमचं बोलणं संपल्यावर मला फोन

करा...'' एवढं सांगून सलीमनं मला हात केला आणि आल्या पावली परतही गेला.

मुश्ताकनं उठून उभं राहायचा प्रयत्न केला, पण नरेंद्रनं नको म्हणत त्याच्या समोरची खुर्ची ओढली आणि बसला. दोघांमध्ये हातभराचंही अंतर नव्हतं. नरेंद्रनं त्याच्याकडे पाहत विचारलं, ''हं! आता बोल. काय बोलायचं होतं?''

मुश्ताक एकीकडे त्याची नजर चुकवत होता, दुसरीकडे त्याच्याकडे पाहायची इच्छाही त्याला टाळता येत नव्हती. अशीच पाच मिनिटं गेली. नरेंद्रनं पुन्हा काहीच विचारलं नाही, नुसता हात बांधून त्याच्याकडे पाहत राहिला. त्याचा शांतपणा पाहून मुश्ताकच्या मनात त्याच्याविषयीचा आदर आणखी वाढला.

''पुढं काय करावं? हेच विचारायचं होतं तुम्हाला... त्याआधी एक प्रश्न. समजा लगोलग आझादी मिळाली, तर? तर काय होईल?''

नरेंद्रनं त्याच्याकडे रोखून पाहिलं. नंतर म्हणाला, ''दोन शक्यता आहेत. एक, पाकिस्तान गिलगिट-बाल्टीस्तानच्या संदर्भात जसा वागला, तसं काश्मीर बेलाशकपणे चीनच्या ताब्यात देईल. एव्हाना काश्मीरमध्ये काही ठिकाणी चीनचा ध्वज फडकू लागला आहे! चीनचं स्वागत आहे-आम्ही तुमचीच वाट पाहत आहोत अशा अर्थाचे बोर्ड तुमच्यापैकी काहीजणांनी बारामुल्लामधे लावले आहेत. चीननं आपल्याला भारताच्या पंजातून सोडवावं म्हणून निरोप धाडले आहेत. इथून भारत बाहेर पडताक्षणीच चीन हा प्रदेश गिळंकृत करेल. आता तुम्हाला पाठिंबा देणारा पाकिस्तान त्यानंतर तुमच्याकडे ढुंकूनही पाहणार नाही!''

एवढं बोलून नरेंद्र थांबला. मुश्ताक अवाक् होऊन ऐकत होता. नंतर उसनं अवसान आणून म्हणाला, ''आम्ही दगडफेक केल्याशिवाय गप्प राहू काय?'' नंतर त्याचं त्यालाच वाटलं, हे बोलायला नको होतं.

''तुमच्या दगडफेकीला ते उत्तर देतील ना! पण पॅलेटनं नाही, खऱ्या बुलेटनं! आता भारतातले काही मानवतावादी आणि पत्रकार मंडळी तुम्ही असलेल्या दवाखान्यांना आवर्जून भेटी देतात ना तुमच्या दु:ख-वेदनांचा थेट प्रसार करण्यासाठी, त्या वेळी अशा कुठल्याही गोष्टीला अजिबात संधी मिळणार नाही! चीनचे कम्युनिस्ट दगडफेक करणाऱ्यांच्या प्रेतांचे अर्ध्या तासात ढीग रचतील. त्यांच्या राजकारणात माणुसकी किंवा दया-माया या शब्दांना थारा नाही. ते कशाला असा प्रचार करायची संधी देतील?''

हे ऐकताच मुश्ताकच्या मनातला गोंधळ आणखी वाढला.

''एक गोष्ट स्पष्टपणे लक्षात घे. भारताविरुद्ध कुणीही हत्यार उगारलं तरी पाकिस्तान त्यांना बिनशर्त पाठिंबा देतं. तुमच्या तथाकथित स्वातंत्र्य-लढ्याला त्यानं पाठिंबा दिला असला तरी तो तुम्हाला स्वतंत्र राहायला सोडणार नाही. तसंच त्याला

इस्लामविषयी किंवा मुसलमानांविषयी विशेष असं काही ममत्व नाही. एक उदाहरण देतो. हे बघ, भारतातल्या मुसलमानांच्या हितासाठी पाकिस्तान, अशीच घोषणा होती ना जिनांची? तर मग ईयाकत अली खान यांनी, पाकिस्तानमध्ये यायचा हक्क फक्त पूर्व पंजाबमधल्याच मुसलमानांना आहे, तेव्हाच्या उत्तर प्रदेशातल्या किंवा युनायटेड प्रॉव्हिन्समधल्या मुसलमानांना नाही; तिथे आणखी कुठल्याही प्रदेशातल्या मुसलमानांना जागा नाही, असं का म्हटलं? ते स्वत: उत्तर प्रदेशातले असून!''

हे सांगून तो मुश्ताकच्या चेहऱ्याकडे पाहत राहिला. मुश्ताकच्या चेहऱ्यावरही केवळ प्रश्नचिन्ह होतं.

''एक गोष्ट लक्षात घे. पाकिस्तानला तू नको आहेस. तुम्ही रिकाम्या हाती त्यांचा दरवाजा ठोठावला तर ते दरवाजा उघडणार नाहीत. त्याला काश्मीर हवं आहे. फक्त काश्मीर नाही; जम्मू-लडाखही त्यासोबत पाहिजेत. इथली सारी नैसर्गिक संपत्ती आणि त्यावर त्याला नियंत्रण पाहिजे. इथून वाहणाऱ्या झेलम आणि चिनाबच्या पाण्यावर त्यांना संपूर्ण हक्क पाहिजे. त्यानं भारताबरोबर एक करारही केलाय. का? कारण मागं एकदा पंजाबच्या फिरोजपूर हेड-वर्क्समधून पाकिस्तानला जाणारं पाणी भारतानं तात्पुरतं अडवलं होतं.''

मुश्ताक नरेंद्रचं बोलणं कानात प्राण आणून ऐकत होता.

''दुसरा मुद्दा. पाकिस्तान पोषित अतिरेकी इथे शांती प्रस्थापित होऊ देणार नाहीत. भारतावर छूऽऽ सोडण्यासाठी म्हणून अतिरेक्यांना जागा दिलेल्या पाकिस्तानची काय गत होतेय ते पाहतोयस ना? काश्मीरी पंडितांच्या विरोधात इथल्या मुसलमानांना फूस देणाऱ्या बेनझीर भुट्टोनं अखेरीस शांतीमंत्र म्हणायला सुरुवात केली तेव्हा तिची काय गत झाली? ठाऊक आहे ना?''

या प्रश्नावर मुश्ताकनं मान खाली घातली.

''काश्मीर स्वतंत्र होताच पठाणांच्या खलिफतचं अधिपत्य आणायच्या प्रयत्नाला सुरुवात होईल. आडव्या येणाऱ्या पाकिस्तानलाच ते शिल्लक ठेवणार नाहीत. मग तुमच्या जिवाची काय किंमत? फिरोजची हत्या हे त्यातलंच एक अगदी किरकोळ उदाहरण आहे. एकीकडे हे आणि दुसरीकडे ते! त्यांच्या मध्ये तुम्ही! यातच आणखी कोण-कोण पोळी भाजून घ्यायला पुढं सरसावतील, ते सांगता येणार नाही. पाकव्याप्त काश्मीरचे निवासी दररोज सरकारच्या विरुद्ध आंदोलनं करतात, हे तुझ्या पाहण्यात आलंय की नाही? मुजफ्फराबाद, मीरपूर, खोटली वगैरे भागात आहे त्याप्रमाणे ''आझाद काश्मीर'' नावाखाली पाकिस्तान खेळवेल तसं वागणारे कठपुतळ्यांच्या बाहुल्यांचं सरकार तुमच्या संदर्भात शक्य नाही. आता सांग, काश्मीरला आझादी मिळवून देऊन काय करणार आहेस?''

एवढं बोलून नरेंद्र बोलायचा थांबला.

मुश्ताकही तसाच बसून होता. काय बोलावं ते त्याला समजत नव्हतं. एकीकडे मुफ्तींचं बोलणं आठवत होतं, फिरोजचं मस्तक डोळ्यांसमोरून हलत नव्हतं. आझादीच्या लढाईचं चित्रही मधूनच तरळून जात होतं. सगळं एकमेकात मिसळून जाऊन गोंधळ आणखी वाढत होता. यातलं काय खरं आणि काय खोटं हे स्पष्ट होण्यासाठी थोडा तरी वेळ पाहिजे, हे त्याच्या लक्षात आलं होतं.

बराच वेळ कुणीच बोललं नाही. नंतर त्यानं विचारलं, "तसं असेल तरी, भारतीय सेनेनं काश्मीर आक्रमून टाकलंय, हे चुकीचं नाही काय?"

"लहानपणापासून तू त्याच कथा ऐकत वाढलायस. त्यामुळे माझ्या बोलण्यावर तुझा कितपत विश्वास बसेल, माहीत नाही. एक मात्र नक्की! भारतीय सेना वेळेवर आली नसती तर इतर गावांप्रमाणे पठाणांनी श्रीनगरही खाक केलं असतं!"

"त्यांना आम्ही तबाईली म्हणतो!"

"काहीही म्हणा! पण त्यांना माणसं मात्र म्हणू नका! त्यांच्याकडून बारामुल्ला पुन्हा ताब्यात घ्यायला आमच्या सेनेला सहा महिने लागले. ते येण्याआधी बारामुल्लाची लोकसंख्या पंचेचाळीस हजार होती. नंतर ती केवढी झाली होती, ठाऊक आहे? चार हजार दोनशे!"

मुश्ताक लक्ष देऊन ऐकत होता.

"तेव्हा काश्मीर सोडवलं ते आणीबाणीच्या हालचाली करून. जर भारताला आक्रमणच करायचं असतं तर तेव्हा त्यानं सगळ्या सैन्यानिशी योग्य आखणी करून आक्रमण केलं असतं. अशाप्रकारे घाईनं युद्ध करून त्यानं आपले कितीतरी वीर योद्धे गमावले नसते! तेव्हा जिवाची बाजी लावून काश्मीर राखलं तेच सैनिक आज तुमच्या दगडफेकीला बळी पडताहेत!"

नरेंद्रचं बोलणं संपलं. मुश्ताकनं मान खाली घातली होती.

"बघितलंस! बोलता-बोलता विषय कुठून कुठं गेला!" नरेंद्र हसत म्हणाला. यावर मुश्ताकही हसला. वातावरणातला ताण थोडा कमी झाला. नरेंद्रच म्हणाला, "जाऊ दे. राजकीय मतभेद काही का असेनात, एका संपूर्ण समुदायाला त्यांच्या स्थानापासून बाहेर हाकलून देण्याचं तू तरी समर्थन करू शकशील काय, मुश्ताक? मला तू प्रामणिकपणे सांग."

मुश्ताकनं नकारात्मक मान हलवली. त्यालाही जाणवलं, आपण कधीही माघारी परतणाऱ्या हिंदूंविषयी मनात राग बाळगला नाही! स्वत:चाच नव्यानं लागलेला शोध पाहून त्याचं त्यालाच आश्चर्य वाटलं. त्याचबरोबर निघून गेलेल्यांनी आपला उत्कर्ष करून घेतला असून आपण मात्र होतो तिथंच राहिलो आहोत, याचंही पुन्हा एकदा भान आलं.

नरेंद्रच पुढे म्हणाला, "तुझ्या आजच्या परिस्थितीची संपूर्ण जाणीव मला नाही.

त्यामुळे मी तुझ्या प्रश्नाचं योग्य उत्तर कदाचित देऊ शकणार नाही. पण पुढचा विचार पक्का करायच्या आधी तू तुझ्या डोक्यात असलेले सगळे विचार आणि भावना काढून टाकायला हव्यात. नवा माणूस व्हायचा प्रयत्न कर. मी काय म्हणतोय ते लक्षात येतं काय?''

मुश्ताकनं मान हलवली. पण म्हणजे काय करायचं हा मोठा प्रश्न त्याच्यासमोर उभा राहिला.

''त्यानंतर काय करायचं यावर तू, मी आणि सलीम तिघं एकत्र बसून विचार करून निर्णय घेऊ शकू. पण आत्ता लगेच एक करू शकतो.''

''काय?''

''तू असं कर, माझ्याबरोबर माझ्या गावी चल.''

नरेंद्र सरळ म्हणाला, पण मुश्ताकला याचा धक्का बसला असावा. त्याच्या चेहऱ्यावरचं आश्चर्य आणि अविश्वास त्याला लपवता आला नाही.

''माझ्याबरोबरच चल तू. आठवडाभर तिथं राहा. तिथलं वातावरण, माणसं सगळं बघ. तुझ्या मनाला एक चांगला बदल होईल. पुढचे निर्णय घ्यायला वेळही मिळेल. कसं?''

मुश्ताकच्या चेहऱ्यावरचे भाव अजूनही तसेच होते. त्यानं चाचरत विचारलं, ''मी?...मी कसा तुमच्याबरोबर येऊ?...'' याआधी कधीच ही शक्यता त्याच्या मनातही डोकावली नव्हती.

नरेंद्र गंभीर झाला. तो म्हणाला, '' कसा म्हणजे? आता मी नाही आलो इथं? तसंच यायचं. हा माझाही देश आहे ना?''

''हो.''

''तर मग तुला तुझ्या देशात फिरायला हरकत काय आहे?''

मुश्ताक गोंधळात पडला. आजवर त्यानं ''हा त्यांचा देश-हा आपला देश'' अशीच भाषा ऐकली होती. तोही त्या देशाला इंडिया म्हणूनच संबोधत होता. पण तोही आपलाच आहे याची त्याला आज नव्यानं जाणीव होत होती.

पण ते मान्य करायला त्याचं मन तयार नव्हतं. यांनी सांगितलं म्हणून ते माझे विचार कसे होतील? यांचे विचार मान्य केलं तर काश्मीर यांचं, असं मान्य केल्यासारखं होईल काय? आमची लढाईच मुळी इंडियाला बाहेर ठेवण्यासाठी आहे. पण लढाईच्या पलीकडेही आयुष्य आहे, नाही... नाही... लढाईमुळेच आमचं आयुष्य बनतं आहे! म्हणजे...

मुश्ताकच्या डोक्यातला गोंधळ आणखी वाढला.

''उद्यापर्यंत पक्कं केलंस तर माझ्याबरोबर तुझंही तिकीट काढायला सांगतो. सांगशील ना?'' नरेंद्र विचारत होता. पण मुश्ताकला काय उत्तर द्यावं ते सुचत

नव्हतं. मनातला गोंधळ त्याच्या चेहऱ्यावर स्पष्ट उमटला होता.

"का रे मुश्ताक? या काफरबरोबर कसं जायचं याचा विचार करतोयस काय?"

मुश्ताकनं नकारार्थी मान हलवली.

आणखी एक निकाह करण्यासाठी आपल्याला लहानपणीच अम्मीसोबत सोडून गेलेले अब्बू कुठं असतील कोण जाणे! त्या रागानं सतत आगपाखड करत असलेली अम्मी, तर काही बोलायच्या आधी मारणारे थोरले भाऊ, दर्सगाहमध्ये बसत असलेले दणके, अंगभर डसत असलेले डोक्यात भरलेले असंख्य निरुत्तरित प्रश्न, ज्याच्याशी आयुष्यातली सुखस्वप्नं बघितली तो मित्र सलीम, अमिना दीदीचा श्रीमंत नवरा, पुढाऱ्याचा मोठा बंगला, आपल्याला पिटाळून लावणारा तिथला रखवालदार, भलामोठा प्रश्न बनून राहिलेलं पुढचं आयुष्य... आता मोठ्या विश्वासानं आपल्यासोबत बोलावणारे हे...

कधी नव्हे तो त्याच्या मनावरचा बांध फुटला आणि रडू उन्मळून आलं.

"तू माझ्यासोबत आलास तर तुझ्या धर्माला कुठल्याही प्रकारे अडसर येणार नाही. काफरांबरोबर युद्ध पुकारा म्हणून सांगणारं कुरआन, त्यांना समजत नाही-त्यांना त्यांच्यापुरतं सोडून द्या, असंही सांगतं. त्या दृष्टीनं पाहिलं तर तूच माझ्यावर करुणा दाखवायला पाहिजे!" नरेंद्रच्या चेहऱ्यावरचं स्मित तसंच होतं.

मुश्ताकला जाणवलं, त्याच्या मनात इतकी वर्षं साठून राहिलेलं काहीतरी वाहून चाललं आहे आणि मनाला हलकेपणा जाणवतो आहे.

तो म्हणाला, "उंहूं! त्यासाठी नाही..." मनातलं उन्मळून आलेलं दुःख शब्दावाटे व्यक्त करायचा प्रयत्न केला तरी जमलं नाही. त्यानं नरेंद्रचा हात घट्ट धरला आणि हुंदका दिला.

नरेंद्र त्याच्या जवळ सरकला आणि त्याचा उजवा हात मुश्ताकच्या पाठीवरून फिरू लागला.

***

घरी जाताना वाटेत सलीम काहीतरी सांगत-बोलत होता. पण मुश्ताकचं तिकडे लक्ष नव्हतं. मनातला गोंधळ शांत होऊन मनात एक प्रकारचा उल्हास त्याला जाणवत होता. फारशी ओळखदेख नसतानाही आपल्या सोबत यायचा आग्रह करणाऱ्या त्या इंडियाच्या माणसाला काय म्हणावं हेच त्याला कळत नव्हतं.

पण... कसं असेल त्यांचं गाव? त्याचं घर?... त्याची माणसं?...

कारमध्ये मुश्ताकचे इतर मित्रही होते. नाहीतर त्याला आताच सगळं सांगून टाकलं असतं. त्यानंही सगळं ऐकून मला त्यांच्याबरोबर जायचाच आग्रह केला असता हे नक्की! आज रात्री याला भेटून घडलं ते सगळं सांगायला पाहिजे! तो जे

सांगेल तसंच करायचं...

घर आलं.

"मुफ्तींनी तुला यायला सांगितलंय. दोनदा त्यांनी कुणाबरोबर तरी निरोप पाठवला होता. सकाळी उठल्याबरोबर आधी त्यांच्याकडे जाऊन ये." अम्मीनं सांगितलं. हं म्हणत वाढलेला भात खाऊन तो उठला. "आणखी वाढते..." अम्मी म्हणत असली तरी तिकडं लक्ष न देता तो हात धुवून अंथरुणावर पडला. जमिनीला पाठ लागल्याचं तेवढंच त्याला जाणवलं. औषधांचा प्रभाव म्हणून झोप आली तरी फक्त स्वप्नं...

...कुठल्यातरी मोठ्या गावात त्यांच्याबरोबर चाललोय... सगळी माणसं माझ्याकडेच पाहताहेत... कुणीतरी म्हणतंय, "तो बघा... आपल्या सैन्यावर दगडफेक करणारा काश्मीरचा मुलगा!..." काहीजणं नुसतंच बघताहेत... पण कुणाच्याही हातात दगड नाहीत... इथे आम्ही जसे "गो इंडिया...गो बॅक..." म्हणून आरोळ्या ठोकतो तशा कुणीही "काश्मीरी गो बॅक..." म्हणत नाहीत... सुरुवातीला बिचकल्यासारखं वाटलं तरी नंतर सरावल्यासारखं होऊन पावलं टाकतोय... नरेंद्र मला दाखवताहेत, बरंच विवरण करून सांगताहेत... मी चकित होऊन सगळं पाहत चाललोय... सभोवताली मोठमोठ्या इमारती... कुठेही सैनिक नाहीत, बंकर नाहीत... कुणीही गणवेशातलं नाही... सगळीकडे पसरलेला उजेड... दिवस आहे की रात्र हे कळू नये असा उजेड... मी सभोवताली पाहतोय... ते सांगताहेत, "समोर बघून चल... नाही तर पडशील!..." तिकडे लक्ष न देता पुढे चालतोय... धडपडतोय... तेच सांगताहेत, "सावकाश... आधार घे..." पण ते जमलं नाही...आता कोसळणार...

त्याला धाडकन जाग आली. पाच मिनिटांनी पुन्हा झोप लागली तरी पुनःपुन्हा त्याच्याबरोबर चालत असल्याचीच स्वप्नं पडत राहिली.

***

नरेंद्र घरी पोचला तेव्हा साडेदहा वाजले होते. तो दिलगिरी व्यक्त करत म्हणाला, "माझ्यामुळे उशीर झाला तुम्हाला!"

ते जेवायला बसले. संजीवजी म्हणाले, "छे: छे! तसं काही नाही हो!..." ते त्या दिवशीच्या घटनांविषयी सांगू लागले. काश्मीरचा विषय येताच म्हणाले, "केंद्र सरकारच्या नेतृत्वाखाली काहीतरी गडबड चालली आहे. कार्यवाही कशी करायची या संदर्भातला कच्चा मसूदा तयार होतो आहे, म्हणतात. बघा ना! एकही फुटीरवादी आवाज काढत नाहीये! त्याचंच आम्हा सगळ्यांना आश्चर्य वाटतंय. पाकिस्तान-सौदीकडून येत असणाऱ्या हवालाकडून येणाऱ्या पैशांना लगाम बसलाय ना! कदाचित त्यामुळेही असेल!"

"शक्य आहे!" तो म्हणाला. विक्रमच्या संपर्कात असतो तर थोडीतरी माहिती

मिळाली असती, असंही त्याला वाटून गेलं. तो कितीतरी हालचालीत सक्रिय झाला आहे. काही विचारलं नसलं तरी त्यातल्या महत्त्वाच्या बाबी तो वेळोवेळी कळवत असतो.

"इथं एवढी शांतता असली तरी काही राज्यांमध्ये अनावश्यक दंगा चालला आहे ना! आज हैदराबादमध्ये कुणी एक हिंदू मुलगा आवेशानं भाषण करत असल्याचं टीव्हीवर दाखवताहेत. इंडियाच्या मुस्लीम भावानो, साहाय्य करा, सरकारनं आखलेली रूपरेखा आम्हाला मान्य आहे, सगळ्यांनी शांती राखावी ही विनंती! असं निर्वाईजनी आज निवेदन दिलं आहे."

संजीवजींचं हे बोलणं ऐकून नरेंद्र हसला. मनोहर सांगतो तो पुरोगामी पुढारी मुरारी, हाच तरुण असला पाहिजे. त्याला आपल्या कार्यक्रमाची आठवण होऊन तो म्हणाला, "संजीवजी, आणखी दोन दिवसांत मी गावी परतेन म्हणतो."

एवढा वेळ उत्साहानं बोलत असलेले संजीवजी हे ऐकून खट्टू झाले. चेहऱ्यावर हसू आणून ते म्हणाले, "ठीकाय! तुमची मर्जी!" पण त्यातूनही त्यांचा झालेला विरस लक्षात येत होता.

झोपताना आरती संजीवजींना म्हणाली, "तुम्ही का जेवला नाही नीट? त्यांना जबरदस्तीनं ठेवून घेता येणार नाही ना!"

"तुला नाही समजणार, आरती!" एवढं बोलून ते थांबले.

सगळ्यांशी विशिष्ट अंतर ठेवून राहणाऱ्या आपल्या या नवऱ्याचं याच्याशी असलेलं भावनात्मक नातं तिला उमजलं. पण यातले आणखी बारकावे समजून घेणं आपल्या कुवतीबाहेरचं आहे, याची जाणीव असल्यामुळे ती काही बोलली नाही.

त्या रात्री संजीवजी वरचेवर कूस पालटत होते. नरेंद्रलाही गाढ झोप लागली नाही हे मात्र त्यांना समजलं नाही.

सत्तावीस

बशीर अहमद नमाज सुरू करायच्या तयारीत होते. अजान संपून दहा मिनिटं होऊन गेली होती. नीरव वातावरण.

आज का नाही आला तो? बशीरना चुकल्या-चुकल्यासारखं वाटत होतं.

त्या दिवशी... झाले असतील सात-आठ महिने... मी मुख्य रस्त्याकडे चालत निघालो होतो. तो समोरून येत होता. माझी ओळख पटून तो जागीच उभे राहिला. मीही तेव्हा उभं राहून त्याच्या चेहऱ्याचं नीट निरीक्षण केलं. तो अचानक दोन पावलं पुढे आला. नाही म्हटलं तरी मी घाबरलो. काय करेल कोणजाणे, असं वाटून मी वेगानं घराकडे धावलो. तोही तेवढ्याच वेगानं माझ्या मागोमाग आला. एवढा का घाबरलो मी? आजही समजत नाही. घरात शिरून मी दार बंद केलं. तरीही तो दार वाजवेल याची भीती वाटत होतीच.

पण नाही. किती वेळ वाट पाहिली तरी कुठलाही आवाज आला नाही. हळूच खिडकीतून पाहिलं. कुणी दिसलं नाही. नंतर दार उघडून पाहिलं. निघून गेला होता. जीव थंड झाला.

दुसरे दिवशी निमाज करताना पहिल्यांदा ऐकू आला त्या घंटेचा आवाज! चांगलाच दचकलो! नंतर आवाज ऐकताच लगेच त्याची ओळख पटला नाही. इतक्या वर्षांत त्याला इतक्या मोठ्यानं बोललेलं मी कधीच ऐकलं नव्हतं. खिडकीतून पाहिलं तर दिसला. त्याचा तो घंटा वाजवतानाचा आवेश मला दोन दिवस छळत होता. त्याला कारण तर होतंच ना! श्रीनगरचा सुंदर परीमहल आणि मोगलांच्या बागांमध्ये पहिल्यांदा बाबांचा हात धरून गेलो होतो तेव्हा किती आनंद झाला होता! छोटा मुलगा होतो तेव्हा! तेव्हा उत्साहानं विचारलं होतं, “कुणी तयार केल्या या बागा?”

जहांगीर बादशहाचं नाव तेव्हा प्रथम ऐकलं होतं. त्यांनी सांगितलं होतं, "बादशहांचं काश्मीरवर भारी प्रेम होतं. त्यानीच प्रथम काश्मीरला भूलोकीचा स्वर्ग म्हटलं. त्यांनी इथं बागा तर निर्माण केल्याच, त्याचबरोबर इथल्या लोकांची चांगल्याप्रकारे देखभालही केली. एकदा तर काश्मीरच्या लोकांनी तक्रार केली म्हणून इथल्या सरदाराला त्यांनी कामावरून काढलं होतं." अशा बादशहाविषयी सांगताना बाबांनी त्यांच्या न्यायदानाच्या कथाही सांगितल्या होत्या. ते ऐकूनच बादशहाच्या न्यायप्रविणतेविषयीचा आदर किती वाढला होता! त्यानंतर कितीतरी वर्षांनी भेटलेल्या कैलाश पंडितानंही त्याच पद्धतीनं न्यायाची मागणी केली तर माझा जीव कासावीस होणार नाही का?

त्या प्रकाराची सवय व्हायला काही दिवस जावे लागले. सवय करून घेण्याशिवाय दुसरा उपायही नव्हता म्हणा! इतकी सवय झाली की तो रोजचाच भाग होऊन गेला. त्यानंही त्यात एक दिवसही खाडा केला नाही.

मग आजच तो का नाही आला? दूरवर चाहूलही नाही. परिणामी आज निमाज सुरू करायची इच्छाच होईना. का आला नसेल? काही झालं तर नसेल ना? की काल आलेला तो आगंतुक... तो काही वेगळे डावपेच खेळत नसेल? मला त्रास द्यायला? नाही. किती पटकन ओळखलं त्यानं, मी इतक्या लांब घर करून राहतोय ते! शिवाय आमच्या कुरआनात असलेल्या न्याय-कल्पनेविषयीही बोलला! त्याच्या आणि कैलाशमध्ये काहीतरी चाललेलं दिसतंय! जाताना कार्ड देऊन गेलाय! एकदा फोन करून कैलाशविषयी चौकशी केली तर? पण एवढ्यात फोन केला तर आपण उत्सुकता दाखवल्यासारखं होईल काय? नको...

काही वेळानं ते आपल्या खोलीबाहेर येऊन शेजारच्या खोलीत गेले.

तिथं रिफतजान खिडकीबाहेर वरचेवर डोकावत होती. यांना पाहताच ती म्हणाली, "तो अजून का नाही आला?" त्यानं बशीरांच्या मनातली कमी होत चाललेली तळमळ आणखी वाढली. ते उलटपावली आपल्या खोलीत परतले आणि निमाजाच्या आसनावर उभे राहिले. आता थोडी सुटकेची भावना मनात निर्माण व्हायला हवी होती. पण का होत नाही? इतक्या सगळ्या जुन्या आठवणी एकदम का वर येताहेत? इतकी वर्षं त्या आठवणींना एका कोपऱ्यात लोटून त्यावर पहारा देत राहायची सवय करून घेतली होती. कैलास पुन्हा भेटला तेव्हा वाटलं होतं, इतकी वर्षं मनाशी बाळगलेला सगळा कडवटपणा बाजूला सारून बाबा म्हणायचे तसं सामरस्य शिकलो, अशी माझी भावना झाली होती. आता अचानक नाहीसा झाला तर मी माझ्या मनावर कसं नियंत्रण ठेवणार? छे! अशा मानसिक परिस्थितीत निमाज करणंही शक्य नाही!

त्यांनी बायकोला हाक मारून कपभर चहा आणायला सांगितलं. तरी मनात

पसरलेलं आठवणींचं गाठोडं आवरता आवरेना.

आम्ही अफगाणींच्या काळात धर्मांतरित झालो होतो असं बाबा सांगायचे. आधी जमिनीवर शेतात राबून पोट भरत होतो. हळूहळू आमचे पूर्वज त्या व्यवसायापासून दूर झाले. त्याला कारण तिथलं विपरीत हवामान. वर्षातून जेमतेम एक पीक काढायला जमायचं. शिवाय जमिनीवरही मालकी नसायची. किती काही राबलं तरी मिळकतीतला मोठा भाग सारा भरण्यातच जायचा. सरकारी गोदामातून मिळणाऱ्या तांदळाचा भावही काहीवेळा आकाशाला भिडायचा. त्यात एखाद्या वर्षी पाऊस-पाणी नीट झालं नाही तर कंबरडं मोडायचं! अखेर शेतकरी पंजाबला जात आणि मिळेल ते काम करून चार पैसे गाठीला बांधून माघारी येत.

अशाच एका प्रसंगी आमचे पूर्वज तिकडे जाताना काश्मीरी शाली घेऊन गेले. लडाखहून येणारी पश्मिना लोकर वापरून अप्रतिम विणकाम असलेल्या काश्मीरी-पश्मिना शाली तयार होऊ लागल्या. त्यांना लडाखच काय, अमेरिका-इटली-इंग्लंड-फ्रान्स-जर्मनी-सोव्हिएत देश अशा परदेशांमधून मागणी येऊ लागली. त्यातही सुमारे ऐंशी टक्के माल फ्रान्सलाच जायचा. इथल्या शाली त्यांना इतक्या पटल्या की नंतर त्यांचे एजंट्स येऊन आपल्याला हव्या त्या पद्धतीच्या शाली बनवून घ्यायचे. तशी मोगलांच्या काळापासूनच इथल्या शालींना मागणी होतीच, पण अफगाणांच्या कारकिर्दीत कर अतिशय वाढल्यामुळे काही प्रमाणात कमी झाली होती नंतरच्या शिखर-कारकिर्दीत ती पुन्हा उन्नत अवस्थेला पोचली होती. त्या शालींवरच्या कलाकुसरीमुळे हे शालीचे व्यापारी गर्भश्रीमंत बनले होते. शालीच्या आकर्षणानं भारताला भेट देणारे युरोपियन आमच्या पूर्वजांच्या घरांनाही भेट देत. ते इथल्या संस्कृतीचाही परिचय करून घ्यायचे. नंतर एकोणिसाव्या शतकाच्या अखेरीस फ्रेंच आणि जर्मनी यांच्यामध्ये युद्ध सुरू झाल्यावर मागणी कमी झाली ती पुन्हा वाढलीच नाही. त्याच सुमारास पंजाब आणि काही युरोपियन देशांमध्येही शालींचे कारखाने सुरू झाले हेही त्यामागचं एक महत्त्वाचं कारण, असं बाबा सांगायचे.

शालीचा व्यापार नुकसानीत जाऊ लागला तेव्हा दादा रेशमाच्या व्यापारात उतरले. पंजाब, गुजरात, चीन या देशांबरोबर व्यापार सुरू झाले. नंतर रेशमाच्या व्यापारात भरभराट होऊ लागली. केवळ देशातच नव्हे, युरोपमध्येही काश्मीरी रेशमाला मागणी येऊ लागली. जम्मू-पंजाब-गुजरातमध्ये जायला व्यवस्थित रस्ते निर्माण झाल्यामुळे व्यापार सुरळीतपणे वाढू लागला. नंतर बाबाही वडिलांच्या व्यवसायात शिरले.

पण बाबांचं व्यक्तिमत्त्व वैशिष्ट्यपूर्ण होतं. सहा फूट उंचीचे आजानुबाहू तर होतेच, शिवाय असाधारण व्यवहारचातुर्यामुळे, त्याचबरोबर प्रामाणिकपणामुळे ते सगळ्यांचं लक्ष वेधून घ्यायचे. माझ्यावर तर किती प्रभाव त्यांचा! कितीतरी हिंदू

त्यांचे जवळचे स्नेही होते. फक्त आपल्या अशिक्षितपणाची त्यांना फार मोठी खंत होती. ते मला म्हणायचे, ''माझ्या नशिबात तर विद्या नव्हती! निदान तू तरी चांगलं शिक्षण घेऊन विद्यावंत हो!'' मला समजो किंवा न समजो; ते मला प्रत्येक गोष्ट सांगायचे. १८१९साली पंजाबचा राजा रणजितसिंग यानं काश्मीरवर कबजा मिळवल्याचं, त्याच्या मृत्यूनंतर काश्मीरच्या गादीसाठी डोग्रा-शीख आणि ब्रिटिशांमध्ये झालेली मारामारी, त्यानंतर १८४६साली जम्मूचा डोग्रा राजा गुलाबसिंग यानं ७५लक्ष रुपये देऊन जम्मू-काश्मीर-लडाख आणि गिलगिट विकत घेऊन संपूर्णपणे आपल्या ताब्यात घेतलं ती कथा... यातलं काहीही माझ्या वयाच्या इतर मुलांना ठाऊकच नसायचं!

व्यापाराच्या कारणानं बाबा देशात आणि देशाबाहेर सतत फिरत असायचे. त्यामुळे त्यांना केवळ काश्मीरच नव्हे, मुसलमानांचा बराच इतिहास ठाऊक होता. अफगाणांनंतर आमच्यावर राज्य करणाऱ्या शिखांची राजधानी पंजाबमधलं लाहोर होती. त्यामुळे तिथला प्रभाव जास्त होता. तेव्हा शीख इकडे आणि आम्ही तिकडे जायचं प्रमाणही बरंच वाढलं होतं. मुसलमानांमध्ये हिंदू पंडितांएवढेच प्रभावी असलेले समूह हे सय्यद आणि पीरांचे होते. पीरजादे या नावानंच ओळखले जाणारे मौलवी, पीर आणि उलेमा जमिनीचे मालकही असायचे म्हणे! एवढंच नव्हे, दर्ग्यांचे मतावलीही होऊन यांच्या सगळ्या हालचाली आणि पैशाच्या व्यवहारावरही त्यांचाच अधिकार असायचा. आपल्या समुदायाचे खटले-कज्जे संपवायचे, निकाह करवायचे ही त्यांचीच कामं झाली होती. शालींचा व्यापार कमी-कमी होऊ लागला तेव्हा मुस्लीम समाजातही हेच सुरू झालं. शालींचे बहुतेक व्यापारी मुस्लीम असल्यामुळे समाजातलं आपलं स्थान टिकवण्यासाठी त्यांच्यात आपसातही भांडणं होत. दर्ग्यांचं यजमानपद मिळालं की काय विचारता! इबादत करायला येणाऱ्या माणसांवर प्रभाव टाकता यायचा. त्यामुळे त्या दर्ग्यांच्या व्याप्तीत येणारे सर्व मोहल्ले त्यांच्या आज्ञेत राहत. याची जाणीव असल्यामुळे ते दूरदृष्टीनं यात कसा विजय मिळेल याची काळजी घेत. काश्मीरचे मुसलमान आपली ओळख इथली सामाजिक, राजकीय वातावरणाशी जुळवून घेत राहिले. ते त्या मोठ्या मुस्लीम धर्माच्या छायेत त्यांनी आपली वेगळी ओळख शोधली नाही. ही गोष्ट बाबा वरचेवर सांगायचे.

शिखांच्या राजवटीत जामिया मशीद बंद करून तिथे निमाज करायला बंदी करण्यात आली. गोहत्या करणाऱ्यांना मृत्युदंडाची शिक्षा होती. काही धर्माधिकाऱ्यांच्या जमिनीही सरकारनं काढून घेऊन आपल्या ताब्यात ठेवल्या. यामुळे मुस्लिमांच्या भावना बऱ्याच दुखावल्या गेल्या. पण नंतरच्या काळात ते सगळे नियम रद्दही करण्यात आले. त्यामुळे तेव्हा हिंदू-मुस्लिमांमध्ये वैषम्य निर्माण व्हायला विशेष

काही कारणं राहिली नव्हती. पण अलीगड-लाहोरला शिकायला म्हणून गेलेली आमच्या नव्या पिढीची मुलं परतली तेव्हा त्यांनी मात्र मोठ्या प्रमाणात चळवळ सुरू केल्याचं बाबा सांगत होते. त्यांना हे अजिबात पटलं नव्हतं. ऑक्टोबर १९३१मध्ये पंजाबमधल्या मुसलमानांनी जम्मू आणि काश्मीरमधल्या हिंदूंवर हल्ला करून त्यांच्यापैकी काहीजणांना ठार केलं होतं. त्यांच्यापैकी काहीजणांनी त्यांची री ओढली, तेव्हा बाबांनी चिडून म्हटलं होतं, 'ही आपली मुलं विद्या शिकून आलेली नाहीत! शिक्षण घेतलेले असं वागणार नाहीत!'' तेव्हा बाबांच्या काही मित्रांनी त्यांनाच समजावलं होतं. त्यानंतर काही दिवसांसाठी बाबा काश्मीर सोडून निघून गेले होते. मला तर ते सारखं सांगायचे, 'निदान तू तरी नीट शीक आणि व्यवस्थित जग!''

पण मी हायस्कूलला प्रवेश घेतला आणि त्यांचा अकाली मृत्यू झाला. काय करणार मी? शिक्षण सोडून दुकानाची जबाबदारी अंगावर घेतल्याशिवाय दुसरं काय माझ्या हातात होतं तेव्हा? दोन लहान बहिणींची लग्नाची जबाबदारी, धाकटा भाऊ... तरीही बाबांनी दाखवलेल्या काश्मीरच्या चित्राचाच मला सुरुवातीला आधार वाटला होता हे नाकारण्यात अर्थ नाही. नंतर व्यापारातल्या अनेक मेखींचा उलगडा करून सांगणारे काका मात्र त्यामुळे घाबरे होत होते.

मी सगळा व्यवहार त्यांच्याकडूनच शिकलो. पण जीवनाविषयी किंवा समाजाविषयी त्यांचे स्वतःचे असे काही विशेष विचार किंवा निरीक्षणं नव्हती. हळूहळू काळ पुढे चालला, तसा माझ्यावरचा बाबांचा प्रभाव पुसला जाऊन व्यापारानं माझं सगळं जीवन व्यापून टाकलं. अम्मी, भाऊ आणि बहिणींच्या आयुष्याचा आधार होणं हीच माझी मुख्य गरज बनली. रेशमाबरोबरच पंजाबमधल्या कापडाचाही व्यापार करत मी व्यापारात बऱ्यापैकी जम बसवला. धंद्यात बाबांनी उत्तम नाव कमावलं होतंच. त्याचाही मला फायदा होत होता. तसंच मीही तीच नियत राखल्यामुळे व्यापारानं उत्तम पाळंमुळं रोवली. अल्लाहूच्या कृपेनं मला पैशाची कधीच चणचण भासली नाही.

बाबांनी बांधलेलं मोठं घर तर होतंच. ते धाकट्या भावाला दिलं आणि मी हब्बा-तगलमध्ये एक नवं घर विकत घेतलं. नव्या घरी आल्यानंतर तर बाबांच्या सगळ्या जुन्या आठवणी आणि लागेबांधे गळून गेले आणि मी-पणाची भावना माझ्या संपूर्ण मनाला व्यापून राहिली होती. तिथं गेल्यावर थोड्याच दिवसांत अम्मी वारली. घरात मी, रीफत आणि बाळ अन्वर असे राहिलो. घरी येऊन सहा महिने झाले असतील-नसतील; आमच्या समोरचं घर विकत घ्यायला एक हिंदू माणूस येरझाऱ्या घालत असल्याचं लक्षात आलं. चौकशी केली तेव्हा ते शिक्षक असल्याचं समजलं. हे ऐकल्यावर इतका आनंद झाला होता की, नंतर मी ते यायचीच वाट

पाहत होतो. ते आलेले दिसताच धावत जाऊन त्यांच्याशी गप्पा मारायला सुरुवात केली. रीफतला तर केवढा राग आला होता तेव्हा! म्हणाली होती, "तुम्ही आपण होऊन का बोलायला गेलात? एवढं काय वैशिष्ट्य आहे त्यांच्यात?"

तिचा तरी काय दोष? सगळ्या विद्यावंतांना आदर देणं माझ्या स्वभावातच होतं. व्यापारी असल्यामुळे कुणाशीही ओळख करून घ्यायला मला कधीच संकोच वाटायचा नाही. पण माझ्या स्वभावातले हे बारकावे रीफतला कधीच समजले नाहीत. आता तरी कुठं जमतंय? फरक इतकाच, त्या वेळी मला तिच्या स्वभावातली ही त्रुटी तितकीशी समजली नव्हती.

त्या वेळी समोरच्या घरात राहायला येणारे कैलाशजी काश्मीरी पंडित आहेत, याचाच मला आनंद झाला होता. शाळेत असतानाच मी पाहून ठेवलं होतं, पंडित शिक्षक आपल्या हिंदू विद्यार्थ्यांना शिकवण्यापेक्षा मुस्लीम विद्यार्थ्यांना शिकवण्यात जास्त आस्था दाखवायचे. अशा वेळी जर दाराशीच उत्तम गुरू असतील तर माझ्या मुलाला त्याचा किती फायदा होऊ शकेल! माझं शिक्षण जिथं थांबलं, तिथून त्याचं शिक्षण सुरू होऊ शकेल!

काश्मीरमध्ये मुसलमानांचं संख्याबळ जास्त असतं हे खरंय. पण साक्षरांची संख्या तर नेहमीच हिंदूंची जास्त भरते! त्यांच्याशी मीही सहज स्नेहानं वावरत होतो. त्यात काही गैर आहे, तसं वावरणं चुकीचं आहे, असं बंधन त्याआधी कुणीच माझ्यावर घातलं नव्हतं. रीफत यायच्या आधीपर्यंत! श्रीनगरजवळ असलेल्या शौफियान जिल्ह्यातून ती आली होती. तिचे बाबा तिथले नामवंत मुफ्ती होते. त्या गावात त्यांचंच वर्चस्व होतं. त्यांनी आपणहोऊन येऊन लग्नाविषयी विचारलं तेव्हा मी निर्णय अम्मीवर सोपवला होता. तशी रीफत ठीकच म्हणावी लागेल. पण स्वत:चा धर्म, धर्माचरण यासंदर्भात मात्र तिचे विचार कडवे म्हणावेत इतके तीव्र होते. निकाह झाल्याझाल्या मी माझ्या एका हिंदू मित्राला घरी बोलावलं होतं. तो जायचीच वाट पाहत असलेली रीफत उखडली, "इस्लाम व्यवस्थित न पाळणारी भावंडंही परकी होतात! आणि इथं तुम्ही काफरांना घरीच बोलावताय! काय हे!"

त्या दिवशी तिचं हे बोलणं ऐकून मी चांगलाच दचकलो होतो. तिचे आचार-विचार, तिचं स्वत:शीही कठोरपणानं वागणं, नेम-नियमांचं खडतर पालन करणारा तिचा दिनक्रम, हे सगळं बघितल्यावर तर मी गोंधळून गेलो. आधीच मला यातलं कमी ज्ञान; माझ्या वागण्यामुळे खरोखरच मी इस्लामचा उपमर्द करतोय की काय, अशी शंकाही मनात निर्माण झाली होती. शिवाय काहीही असलं तरी ती धर्म-रक्षकाची मुलगी! तिला यासंदर्भात माझ्यापेक्षा नक्कीच जास्त कळत असणार, ती जो विचार करते तो बरोबरच असणार याविषयी माझ्या मनात शंका तरी कशी येणार? नाही म्हटलं तरी तिच्याविषयी मनात आदराबरोबरच सूक्ष्म अशा भयाचीही

भावना निर्माण झाली होती. परिणामी मी माझ्या हिंदू मित्रांपासून आणि गिऱ्हाइकांकडून अंतर राखून राहू लागलो.

पण कैलाशांच्या संदर्भात मला असं अंतर राखून राहणं शक्य नव्हतं. कारण मला माझ्या मुलाच्या शिक्षणाचीही तेवढीच काळजी होती. हे रीफतला संगितलं तर ती म्हणाली, "पण त्याला शिकवायलाच पाहिजे, हा कसला हट्ट तुमचा? त्याला कशाला पाहिजे शिक्षण? तुमच्या दुकानाला आवश्यक तेवढा व्यवहार आला की झालं! आणि त्याला सरकारी नोकरीच करायची असेल तर तुमच्या वशिल्यानं नाही का मिळणार? जमणार नसेल तर सांगा! माझ्या बाबांना सांगून मिळवून देईन!" माझा मात्र हट्ट होता, यानं दुकान सांभाळायला हरकत नाही, पण शिक्षण तर घेतलंच पाहिजे. "अल्लाहू सुभानतालाच्या कृपेनं आपण मुस्लीम म्हणून जन्म घेतलाय! चूक करून पश्चात्ताप करायची शिक्षा अनुभवायची परिस्थिती ओढवून घेऊ नका! तुमच्या आणि काफरांमधलं अंतर राखा! ते ओलांडून त्यांचे सहकारी होऊ नका!" असा तिनं सावधगिरीचा इशाराही दिला. तेव्हापासून ती सीमारेषा ओलांडता कामा नये याचं भान सतत असायचं.

घरात सकाळचा निमाज मी कधीच चुकवत नव्हतो. जुम्मा नमाजासाठी मात्र दर शुक्रवारी मशिदीत जात होतो. १९४७ साली पाकिस्तानमधून येणारे तबाईली काश्मीरमध्ये, त्यातही बारामुल्ला भागात चालवलेल्या जिहादविषयी मशिदीत अधूनमधून सांगितलं जायचं. त्यानंतर तिथला धर्म थोडा बाजूलाच सरला होता म्हणावं लागेल. त्या अवधीत आसिफ आणि नैला यांचा जन्म झाला. कैलाशनाही दोन मुलं झाली होती. आता आमचे संसार विस्तारले होते. एकमेकासमोरच हा विस्तार झाला होता. त्यामुळे एकमेकांना पाहून मनात विश्वास निर्माण होत होता. इकडं बेगमचं चाललंच होतं, "तुम्ही त्यांच्याशी फार सलगी दाखवू नका! नाहीतर मलाही त्यांच्या बायकोशी थोडंतरी बोलावं लागतं!" तरीही अलीकडे तीही त्या घरातलं कुणी समोर आलं तर चेहरा फिरवत नव्हती. माझं तर सगळं लक्ष माझ्या मुलांकडेच होतं.

अन्वर जन्मला, तो अतिशय शांत मुलगाच होता. त्याच्या नजरेत कसलीशी विचित्र चमक होती. त्याच्या स्वभावाला साजेसं एखादं योग्य नाव सुचव असं रीफतला सांगितलं तेव्हा तिनं कुर्‌नातलं अन्वर हे नाव सुचवलं. अतिशय दंगेखोर असलेल्या आसिफच्या वेळी आणि अतिशय देखण्या नैलाची नावं ठेवतानाही तिनं कुर्‌नचाच आधार घेतला होता. नैला आणि कैलाशांची मुलगी या दोघी स्वभावानंच नव्हे, वागायलाही सख्ख्या बहिणींसारख्या होत्या. अन्वर सुरुवातीला या मुलांच्याबरोबर मिसळायचा. अभ्यासातही बरा होता. पण नंतर मात्र हळूहळू मागं पडू लागला.

हे लक्षात येताच मी त्याला कैलाशांकडे घेऊन गेलो. त्यांनीही शिकवायला

होकार दिला. त्यांच्याकडे शिकायला सुरुवात केल्यावर खरोखरच त्याच्यात सुधारणा झाली. थोरल्या भावाच्या बरोबरीनं त्यांच्या घरी जाऊन आसिफही शिकू लागला. नैलाच्या बाबतीत मात्र रीफत अतिशय कडक होती. ती मुलीला कुठल्याही कारणानं घराबाहेर जाऊ देत नव्हती.

मुलांना शिकवण्याची कैलाश अजिबात फी घेत नव्हते. मी किती प्रयत्न केला तरी तो निष्फळ ठरत होता. काहीतरी स्वरूपात पोचवायचा प्रयत्न केला तरी ते कुठल्याना कुठल्या स्वरूपात परत करून मला आणखी अडचणीत टाकत होते. पण दर शिवरात्रीच्या दिवशी मात्र मला एक संधी मिळायची, आणि मी ती कधीच सोडत नसे! शिकारा चालवणाऱ्या वासीमला सांगून दल सरोवरात मोठ्या संख्येनं फुललेल्या कमळांची एक मोठाली जुडीच त्यांच्या घरी पोचवत होतो. त्यानं मला काहीसं शांत वाटायचं.

मी किंवा कैलाश थोडेही बदललेलो नव्हतो; पण आमच्या नकळत काश्मीर बदलत चाललं होतं!

१९७१च्या भारत-पाकिस्तान युद्धानंतर काश्मीरमध्ये चालणारे कितीतरी दरोडे-खून-मारामाऱ्या आटोक्यात आल्या होत्या. आता कुठल्याही अडचणी किंवा अशांतता यानंतर राहणार नाही, अशीच तेव्हा आम्हा सगळ्यांची भावना झाली होती. पण ऐंशीच्या दशकात जेव्हा राष्ट्रीय पक्षाचे पुढारी मतं मागायला येताना हातात पवित्र कुर्शन घेऊन आले आणि त्यावर हात ठेवून शपथ घ्यायला सांगू लागले तेव्हा वाटलं, काश्मीरमध्ये धर्मच प्रमुख होऊ लागलाय! यात नेमका कुणाचा हात आहे हे लक्षात येत नव्हतं. त्याच वेळी आमच्या मशिदींमध्ये नवे मौलवी दिसू लागले. या नव्या मौलवींचा एक मोठा तांडाच काश्मीरभर पसरला होता. अर्थात हेही मला नंतर समजलं म्हणा! हे सगळे मशिदीत इस्लामची वेगळीच परिभाषा बोलत होते, जी मी त्याआधी कधीच ऐकली नव्हती. कितीतरी मला अपरिचित असलेल्या धार्मिक कथा ते सांगू लागले. त्यातल्या बऱ्याच कथा रीफतलाही अपरिचित होत्या.

हळूहळू हिंदू आणि मुस्लिमांमधला सौहार्द नष्टच झाला. हे दोन्ही समुदाय कधीच एकत्र येणं शक्य नाही, हे सार्वजनिकरीत्या सर्वप्रथम समोर आलं ते १९९३साली. काश्मीरमध्ये इंडिया आणि वेस्टइंडिज यांच्यामध्ये क्रिकेट मॅच झाली. त्या वेळी सतत इंडियाच्या खेळाडूंना चिडवून आणि विरोधी घोषणा देऊन विचलित करणाऱ्या प्रेक्षकांच्या मोठ्या समूहानं जेवणाच्या वेळी मैदानात घुसून खेळायचं पीच खोदून ठेवलं. इंडियाच्या खेळाडूंवर दगडफेक करण्यात आली. रिकाम्या बाटल्याही फेकण्यात आल्या. अशी विचित्र परिस्थिती तयार करून आपण इंडियाविरोधी असल्याचं स्पष्टपणे दाखवून देण्यात आलं होतं. त्यानंतरही हे सगळं तिथंच थांबलं नाही. भारत हरला तेव्हा शाळा-कॉलेज-ऑफिसमध्ये हिंदूंच्या समोर

हिणवण्यापर्यंत सगळ्या मुस्लिमांनी आनंद घेतला. तेव्हा मुस्लिमाना मनातला रोष अधिकृतरीत्या बाहेर काढायला परवानगी मिळाल्यासारखंच झालं. त्यानंतरच्या दिवसांमध्ये किती मनं भग्न झाली ते सांगणं कठीण आहे. आसिफनं सतीशचा द्वेष करायला त्याच वेळी सुरुवात केली असं म्हणता येईल.

होय. तो दिवस आठवतोय. त्या दिवशी शाळेतून आल्या आल्या पुस्तकं कोपऱ्यात फेकून देत माझ्याकडे जळजळीत नजर टाकत म्हणाला होता, “अब्बू, मी शिकलो नाही तरी चालेल, पण मी त्यांच्याकडे शिकायला जाणार नाही! तो काफर सतीश इंडियावर प्रेम करतो!” त्याला आपण काय बोलतोय याची स्पष्ट जाणीव होती. तेव्हा दहावीत शिकणाऱ्या अन्वरनं आपण पुढे कॉलेजमध्ये शिकणार नाही, हे स्पष्टपणे सांगितलं होतं. मी त्याला कितीतरी शब्दांत समजावलं. पण त्यानं न शिकता माझ्याबरोबर दुकानात लक्ष घालणार असल्याचं पुनःपुन्हा सांगितलं. तेव्हा रीफतच्या चेहऱ्यावर उमटलेलं विजयी हसू मी आजही विसरलो नाही.

मी मात्र हताश झालो होतो. मुलं हातातून निसटताहेत असं वाटून मशिदीकडे धाव घेतली होती.

इंडियामधली लोकशाही इस्लामच्या विरुद्ध आहे, तिथला सेक्युलॅरिझम इस्लामच्या विरुद्ध आहे, थोडक्यात काय, संपूर्ण इंडियाच इस्लामच्या विरोधात आहे, असं मशिदीत नव्यानं सांगायला सुरुवात झाली होती. तर मग मुसलमानांच्या विरोधात असलेल्या इंडियात इतकी वर्षं इतके मुसलमान कसे राहताहेत, हा प्रश्न मनात निर्माण झाला तरी त्याचा उच्चार न करता गप्प बसत होतो.

कारण माझ्यापुढे त्याहून मोठा प्रश्न उभा होता. अल्लाहू आणि प्रवादींच्या शब्दांचं पालन न करणाऱ्यांना वेगळ्याच कंपूत टाकण्यात येतं. त्या सगळ्यांना विशिष्ट दिवशी एकत्रितपणे धगधगत्या वादळात, उकळत्या पाण्यात आणि कडक उन्हात टाकलं जातं, त्यांना नरकाच्या खालच्या भागातून उगवणाऱ्या झुकून वृक्षाच्या पानांचा आहार भक्षण करून त्यावर उकळतं पाणी प्यावं लागतं, तहानेनं व्याकूळ झालेला उंट पितो तसं! हे अखेरच्या दिवशी या बाजूच्या काफरांना मिळणारं आतिथ्य! मशिदीत नव्यानं आलेले मौलवी नरकाचं अशाप्रकारे भयाण वर्णन करत होते. तेव्हा मला तर मी कुठल्या समूहात असेन, याची काळजी वाटू लागली. तेव्हा सर्व लोकांच्या प्रभूपुढे उभं राहायचा प्रसंग आणणाऱ्या त्या महान दिवसाची आठवण होऊन मुळातच फारसा आचारवंत नसलेल्या माझ्या मनाला नकळत घाम फुटायचा.

परिणामी तेव्हापासून मीही न चुकता दिवसातून पाचही निमाज करायला सुरुवात केली. त्यानंतर रीफतही म्हणू लागली, “तुम्हाला काही धर्म-कर्म आहे की नाही? निदान आतातरी त्या काफरांपासून थोडे दूर राहायला लागा!” आणि मुख्य

म्हणजे आता मला तिचं हे बोलणं पूर्वीप्रमाणे सोडून द्यायला जमेनासं झालं होतं. पण म्हणून कैलासांची संपूर्णपणे उपेक्षा करायलाही जमत नव्हतं. रीफतला मात्र अशा प्रकारची कुठलीही अडचण वाटत नव्हती. पूर्वीपासूनच तिला कैलाशांच्या बायकोशी भेटणं-बोलणं अजिबात आवडायचं नाही. जे काही किरकोळ नातं होतं ते केवळ तोंडदेखलंच होतं. बीबी-मुलं-मशीद-समुदाय हे सगळेच योग्य मार्गानं चालले आहेत, मी एकटाच रस्ता चुकून कुठं-कुठंतरी भटकतोय, असं भय माझ्या मनाला घेरून टाकू लागलं.

आणि त्याचबरोबर रीफत माझ्या नजरेत श्रेष्ठ ठरू लागली.

***

माझ्या मनातलं स्वर्ग-नरकातलं अंतर वाढू लागलं तसं स्वर्ग हीच माझी प्राथमिकता झाली. त्याचबरोबर मनात एक प्रकारची निर्भावुकता व्यापून राहू लागली. आपोआप? नाही. मी ती जाणीवपूर्वक वाढवली. काहीही झालं तरी या लोकांमध्ये मिसळायचं नाही हेही मनाशी पक्कं ठरवलं. हे होण्यासाठी मौलवींच्या बोलण्याचं तंतोतंत पालन करणं हा सगळ्यात सोपा मार्ग असल्याचं माझ्या लक्षात आलं होतं. हे ज्या क्षणी लक्षात आलं, त्या क्षणी माझ्या डोक्यावरचा फार मोठा भार उतरल्याचाही मी अनुभव घेतला. बघता बघता कैलाश माझ्या दृष्टीनं 'हिंदू'' होते, ते 'काफर'' झाले. मी दुकानातून परतायच्या वेळा बदलल्या.

***

''घ्या!'' अचानक आवाज कानांवर आला.

विचाराची एकतानता भंग करणाऱ्या त्या आवाजाकडे बशीरनी पाहिलं. रीफतनं नवऱ्यासमोर चहाचा कप ठेवला. आपला कप हातात घेऊन ती प्रश्नार्थक मुद्रेनं उभी राहिली. तिच्या नजरेत अनेक प्रश्नांची मालिकाच दिसत होती. नवरा काहीतरी बोलेल या अपेक्षेनं ती समोरच काही वेळ बसून राहिली. पण बशीरनी एकवार बीबीकडे पाहिलं आणि आपण काहीही बोलणार नाही आहोत असं सुचवत त्यांनी चहाकडे नजर वळवली. कप हातात घेतला तेव्हा त्यात वर्तुळाकार तरंग उठत होते. त्यात नजर खुपसताच मन पुन्हा पूर्वीच्या जागी जाऊन स्थिरावलं.

***

हं... होय...

त्या वेळेपर्यंत जमाते इस्लामचा प्रभाव वेगानं वाढून काश्मीरमध्ये सर्वत्र त्याचं अस्तित्व जाणवू लागलं होतं. मुस्लिमांच्या डाव्या विचारसरणीकडून पुढे आणण्यात आलेल्या इतर सामाजिक प्रश्नांना बाजूला सारून केवळ धार्मिक प्रश्नांना प्राधान्य दिलं जात होतं. सगळ्यांनाच म्हटलं तर उजव्या बाजूला खेचण्यात येत होतं. काश्मीरला स्वातंत्र्य देण्यात यावं म्हणून कुणी, तर. ते दारुल हर्बपेक्षा दारुल

इस्लाममध्ये परिवर्तित होऊन इस्लाम राजवट ''निजाम-ई-मुस्तफा'' स्थापन करून शरिया कानून कायम करायला पाहिजे, असं म्हणू लागले. थोडक्यात सगळेच आपापली स्वप्नं पुरी करण्यासाठी इथल्या मानसिकतेचा फायदा करून घ्यायला धडपडत होते. हे म्हणणारे सगळेच भारताचे विरोधी असल्यामुळे कुणी आपापल्या महत्त्वाकांक्षेच्या संदर्भात कुणाला कळू देत नव्हते. स्वत:च्या हितरक्षणासाठी खटपट करणारे सगळेच त्या दिशेनं हात-पाय मारत होते. पण कुणालाच जुमानत नव्हते.

अन्वरनं ठरवल्याप्रमाणे दुकानात लक्ष घालून तिथे बऱ्यापैकी जबाबदाऱ्या अंगावर घेतल्या होत्या. आसिफनं शाळा सोडली नसली तरी त्याचं शिक्षण म्हणावं तसं चाललेलं नाही हे मलाही समजत होतं. मध्येच त्यानं कुठल्याशा कुस्तीचं शिक्षण घ्यायला सुरुवात केली. ते सुरू केल्यावर त्याचं होतं-नव्हतं तेही शिक्षणावरचं लक्ष उडालं. त्याचा जमातेच्या लोकांशीही संबंधित असलेल्या कुठल्याशा संघटनेशी संपर्क आला. तिथं तर त्याच्याच वयाच्या मुलांचा एक समूह बनवून यालाच त्यांचा पुढारी करण्यात आलं! तिथल्या कुठल्याशा सभेतून माघारी येताच 'इंडिया आणि जम्मू-काश्मीरमधे एकता शक्य असल्याचं जे कुणी सांगतं, त्यांना ठार करू! जोपर्यंत आमचा हेतू पूर्ण होणार नाही, तोपर्यंत आम्ही युद्ध करत राहू...'' म्हणतच त्यानं घरात पाऊल ठेवलं. त्यानं काही पुस्तिकाही आणल्या होत्या. त्यांचं वाटप करायचं काम याला दिलं गेलं होतं. त्यातल्या काही आजही घरात कुठतरी पडलेल्या असतील.

त्यातली काही वाक्यं अजूनही आठवतात,... 'काश्मीरी मुसलमानांनो! जागे व्हा! इथे राहाल तर गुलामीतच राहाल! स्त्री-पुरुष एकत्रितपणे लाज-लज्जा-शरम न बाळगता एकत्र फिरणाऱ्या या बेशरम समाजामुळे तुमच्यापासून तुमची संस्कृती हिरावून घेतली जात आहे! तुमचे शत्रू तुमची ओळख आणि तुमचं अस्तित्व नष्ट करू पाहताहेत! आज तुम्ही हे समजून घेतलं नाहीतर उद्या तुम्हाला इतिहासामध्ये कुठेच स्थान राहाणार नाही!...' असं आणखीही बरंच काही लिहिलेलं होतं. तिथं जे काही शिकवलं जात होतं ते सगळं आसिफ घरी येऊन आमच्या पुढेही सांगायचा. तिथला प्रत्येक धडा त्याच्या मनातला रोष वाढवून त्याला आणखी कडवट बनवत होता.

पण त्यानं असं काही सांगायला सुरुवात केली की अन्वर तिथं न थांबता तिथून निघून जात होता. नैला तर बोलावल्याशिवाय आपल्या खोलीतून बाहेरच यायची नाही.

पण रीफतला आपल्या मुलाच्या बोलण्याचा अतिशय आनंद व्हायचा. ती त्याला आणखी प्रोत्साहन द्यायची. मी काही बोलतही नव्हतो आणि तिथून निघूनही

जात नव्हतो. मनातल्या मनात मात्र चडफडत होतो.

एक दिवस तो सांगत आला, "आज आम्हाला सांगितलंय, आपण मुस्लीम आहोत, पापींबरोबर राहणं अशक्य आहे! त्यांनी मुसलमान व्हायला तयारी दाखवली तर ठीक आहे! नाहीतर आपण त्यांना इकडून पळवून लावायला पाहिजे! तुमच्या जवळपास राहणाऱ्या काफरांना तुम्ही असाच धडा शिकवायला पाहिजे. तिथे दया-माया दाखवता कामा नये!" हे सांगताना आसिफच्या बोलण्यातला आवेश जबरदस्त असायचा.

"म्हणजे कोण? सतीश आणि त्याच्या घरातले सगळे! होय ना अब्बू?" त्यानं विचारलं. त्याआधी कधीही न दिसलेला विलक्षण आनंद त्याच्या चेहऱ्यावर दिसत होता. जिना चढत असलेला अन्वर मात्र थबकला आणि माझ्याकडे पाहू लागला. बाबांची आठवण करून देणारा त्याचा उंचापुरा देह! तसेच मोठाले डोळे! त्यातून काय सांगत होता, ते माझ्या लक्षात आलं नाही, असं नाही. काही क्षण माझ्याकडे रोखून पाहत तो सरसर पायऱ्या चढून वर निघून गेला. इकडे आसिफ विचारत होता, "होय ना? ते काफरच ना?"

उत्तर ठाऊक असूनही आसिफ माझ्या अनुमतीची वाट पाहत होता.

"बशीरजी, माझ्या भावानं बदाम पाठवले आहेत. घ्या!" असं म्हणत माझ्या दाराशी बदामाची थैली आणून ठेवणाऱ्या कैलाशांची आठवण झाली. पाठोपाठ,ते मुसलमान नाहीत म्हटल्यावर काफरच म्हणावं लागेल, यातली अनिवार्यताही सामोरी आली. हे ठासून सांगणारा माझा धर्म, यात चूक झाली तर जाळून टाकणारा नरक! मनानं निर्णय घेतला, काहीही झालं तरी मी धर्मभ्रष्ट होणार नाही! त्याला होकार देताना माझ्या छातीची धडधड मला स्पष्टपणे ऐकू येत होती. माझ्या उत्तराचीच वाट पाहत असलेला आसिफ लगेच घराबाहेर धावला आणि त्यानं कैलाशांच्या घराच्या दिशेनं पहिला दगड फेकला! नंतर मूठ आवळत त्यानं बोटांच्या काहीतरी हालचाली केल्या आणि पाठोपाठ ओरडला, "नारा ए तकदीर! अल्लाहू अकबर!..."

नंतर "घरात लपलेली भित्रट पाखरं घाबरी झाली असतील!" असं म्हणत तो घरात शिरला.

त्यानंतर कितीतरी वेळ त्याचं ते ओरडणं माझ्या कानांत घुमत राहिलं. आपली म्हणवणारी नाती आपल्या हातानं खुडून टाकायला मी बहुतेक त्या क्षणीच शिकलो असणार! अल्लाह आणि प्रवादीला व्यवस्थित ओळखणारे मौलवी सांगतात ते ऐकायला पाहिजे, आपला मुलगाही त्याच रस्त्यावरून चालतो आहे, असं स्वत:ला समजावत मी ती घटना विसरायचा प्रयत्न करत राहिलो.

पण त्या रात्री अन्वर मात्र जेवायलाही खाली आला नाही. मी त्याला बोलवायला

वरती गेलो तेव्हा त्यानं मला पाहताच खोलीचा दरवाजा धाडकन लावून घेतला. पण मी त्याचा माझ्यावर कसलाही परिणाम होऊ दिला नाही. मला समजत होतं, पाऊल पुढं ठेवून झालंय, आता ते मागं घेणं अशक्य आहे! यानंतर त्या घराशी असलेल्या नात्याचा पदरनूपदर सोडवून घेतलाच पाहिजे! माझ्या मनाचा दृढ निश्चय झाला होता.

त्यानंतर त्यांनी दहा हाका मारल्या तर मी एकदा वळून पाहत होतो. त्यांच्याकडे संपूर्ण दुर्लक्ष करायलाही हळूहळू जमू लागलं. नंतर हेच सत्य आहे हेही मनाला पटवण्यात मला यश येऊ लागलं. माझ्यातला हा बदल त्यांच्याही लक्षात आला होता. त्यामुळे त्यांनीही हाका मारणं सोडून दिलं.

वरचेवर आसिफ रात्री उशिरा घरी येऊ लागला. जवळजवळ रोजच. घरातले बाकीचे सगळे झोपलेले असायचे. त्या घरी उभं राहून घोषणा देत दगडफेक करून हा घरी आल्यानंतर मी दार बंद करून घेत होतो. घरात आल्यानंतरही तो काहीतरी बडबडत असायचा. त्याला दार बंद करायचंही भान राहत नाही, हे मीही पाहिलं होतं.

१९८६च्या फेब्रुवारी महिन्यात एक आठवडाभर तो घरात नव्हता. त्या वेळी काश्मीरमध्ये मोठा दंगा उसळला होता. कितीतरी काफरांच्या घरांना आगी लावून त्यांना तिथून पळवून लावण्यात आलं होतं. काहीजणं बहादूर गड, उदयपूर, जम्मूला पळून गेले होते, तर काहीजणं इथेच राहिले होते.

''इस्लामच्या पवित्र भूमीवर काफरांनी राहायचं नाही असं सांगितलं तरी ऐकत नाहीत! काय हा यांचा मस्तवालपणा!... कितीही पळवून लावलं तरी पुन:पुन्हा इकडचं मरायला येतात! थू:...'' रीफतही कैलाशांच्या घराकडे बघून बडबडायची. आता मला ती बडबड न वाटता तेच सत्य आहे असं वाटू लागलं.

''अल्ला हो अकबर! मी सोफोरपर्यंत गेलो होतो. दोन देवस्थानं नष्ट केली, तीन घरांना आगी लावून आलो!'' घरात पाय ठेवत असतानाच आसिफनं जल्लोश करत सांगितलं. दोन-तीन क्रिकेटच्या बॅटी, लोखंडी बार वगैरे काही सामान त्याच्यासोबत होतं. रीफतनं विचारलं, ''हे कुठं मिळालं?''

त्यानं छाती फुगवून सांगितलं, ''माझी कमाई आहे! तिथं जी लूट केली, त्यातला हा माझा वाटा! मी धर्माच्या वाटेनं चालल्यामुळे हे मीच घेऊन जावं असं मला सांगितलंय!''

''मग? तिथं आणखी काय-काय केलंत?'' रीफतनं उत्सुकतेनं विचारलं.

''ज्यांच्याकडे बंदुका होत्या, त्यांनी गोळ्या घातल्या. मुली-बायका होत्या, त्यांचीही वाटणी झाली!... मग कुठं-कुठं घेऊन गेले...'' शिक्षणाचाच एक भाग असल्याप्रमाणे तो म्हणाला. त्याची ही ''शौर्यगाथा'' ऐकायला समोर मी आणि

रीफत होतो! यावरही रीफत आणखी उत्सुकतेनं काहीकाही विचारत राहिली. तोही उत्तर देत होता. पण माझे कान बधिर झाले होते.

नंतर स्वयंपाकघरात जाऊन रीफत स्वत:शी बडबडत होती, ''सगळी मुलं धर्मासाठी शिक्षण बाजूला सारून रस्त्यावर उतरली आहेत!... हा अन्वर मात्र... काय करावं याला!... याला कशातच कसा रस नाही? भित्रट! याचे सगळे मित्र दररोज घरी येऊन बोलावतात, हा मात्र दुकान आणि घर याव्यतिरिक्त कुठेही जायला तयार नाही! नमाजालासुद्धा आपल्या अब्बूंबरोबरच जातो आणि येतो! कुणावर गेलंय हे विचित्र बेणं, कोणजाणे!...''

***

''एवढा कसला विचार करताय आज? दुकानाला जायचं नाही काय?'' बराच वेळ वाट पाहून रीफतनं विचारलं तेव्हा कुठं बशीर भानावर आले.

अठ्ठावीस

मॅटॅडोरमधून उतरून बेटशाह चौकातल्या आपल्या दुकानाकडे सावकाश पावलं टाकत बशीर अहमद चालू लागले. मुख्य रस्त्याच्या लगतच त्यांचं दुकान होतं. आधी बरंच मोठं होतं ते. नव्वदच्या दंग्यात लागलेल्या आगीत त्यांचंही दुकान जळून गेलं होतं...

जाऊ दे! ती आठवणही नकोशी वाटते!... सगळं नीट असतं तर या उतारवयात दुकानात यायची माझ्यावर तरी का वेळ आली असती म्हणा!

"अतसलामु आलेकुम, काका!" शेजारच्या दुकानातला इम्रान जवळ आला आणि नेहमीप्रमाणे त्यांना दुकान उघडायला मदत करू लागला. उघडताना आणि बंद करताना त्याची रोजची मदत ठरलेली. त्यांनी ती मदत कितीही नाकारली आणि स्वत: प्रयत्न केला तरी तो अजिबात ऐकत नाही हा त्यांचा अनुभव होता. अतिशय तरतरीत आणि देखणा मुलगा! कष्टाळूही होता.

"व अलेकुम अतसलाम!" म्हणत त्यांनी त्याच्याकडे पाहिलं. जेमतेम एकोणीस-विशीचा तरुण मुलगा. रुंद छातीचा दणकट तरुण. पटकन दरवाजा उघडून त्यानं बशीरना खुर्ची काढून दिली. गिऱ्हाइकांसाठी असलेला बाक व्यवस्थित लावून ठेवला. पाण्याची सुरई आणि ग्लास शेजारी ठेवला आणि "काही लागलं तर हाक मारा हं काका!..." म्हणत तो आपल्या दुकानात परतला. त्याच्या पाठमोऱ्या आकृतीकडे पाहताना त्यांची नजर त्याच्या पाठीच्या कण्यावर काही क्षण खिळली. माझा अन्वर असता तर त्यानंही हे सगळं केलं असतं! पाठोपाठ आठवलं, याच वयाचा असताना आसिफ रायफल छातीशी घेऊन फिरायचा ना!

या आठवणीसरशी त्यांचं मन मागे धावलं.

"अलहम बिलिलाह, आमच्या उम्माव्यतिरिक्त आणखी कुणीही नाही, अब्बू!

एकत्र मशिदीला जाताना, सज्द करताना, दुवा मागताना किती धन्य-धन्य वाटतं ठाऊकाय मुस्लीम म्हणून जन्म घेतला त्याचं!'' तो म्हणायचा. त्याचं असलं बोलणं ऐकताना मी चकित होऊन जात होतो. बघता-बघता माझा मुलगा कट्टर मुस्लीम झाला होता! कुठल्याही परिस्थितीत दिवसातले पाचही निमाज तो चुकवायचा नाही. उजु केल्यानंतर तर त्याच्या शरीराला कसलाही स्पर्श होऊ द्यायचा नाही. ''आमची एकी हेच आमचं बळ आहे... पुन्हा निजाम ए मुस्तफा येणार आहे, पाहाल तुम्ही! इन्शाअल्ला! आम्ही आणणारच! खलिफतची राजवट आम्ही आणणारच!'' हे बोलताना त्याच्या नजरेत उमटणारी निश्चयाची चमक बघून कितीतरी वेळा माझ्या मनातही शंका यायची, हा माझा मुलगा?

घराबाहेर पडताना आणि घरी परतताना तो कैलाशांच्या घरावर दगड टाकायचा. कधीकधी खाकरून त्या दिशेला तिरस्कारानं थुंकायचा. सतीश दिसला की मूठ उगारून काहीतरी खुणा करायचा. शेवटी त्यांना ऐकू जाईल अशा आवाजात ''नारा ए तकदीर, अल्ला हो अकबर...'' अशी आरोळी ठोकायचा, ते घाबरले की हा खदखदून हसायचा. कारण याला पाहताच त्या घरातली मुलं घाबरून घरात पळून जायची. सतीश तर याच्याकडे बघायचेही टाळायचा. कैलाशही काही बोलायचे नाहीत. बघता बघता त्यांच्या घरातून आधी ऐकू येणारे हसण्याचे-बोलण्याचे आवाज आता ऐकू येईनासे झाले होते. नातेवाईक-मित्रमंडळी आली किंवा घरात काही धार्मिक कार्यक्रम असले तरी सगळं काही कसलाही आवाज न करता केलं जाई. या सगळ्याकडे कसं बघायचं या संदर्भात माझ्या मनात गोंधळ होते. त्यामुळे मीही तिकडे जाणूनबुजून दुर्लक्ष करत असे. माझ्या मनात काय चाललंय हे बघायची तर मला अनुमतीच नव्हती.

'मुंडी मुरगाळायला पाहिजे या काफरांची! त्यांच्या कानाकोपऱ्यांना ठोकून काढायला पाहिजे! यांच्या धन आणि जिवांपासून अल्लाच्या मार्गावर जायची लढाई करायला सांगितलंय आमच्या अल्लाहनी! आमच्या हातानं त्यांना शिक्षा मिळू दे! अवमान करतोय म्हणे! मी तर त्या दिवसाची वाटच बघतोय!' शिक्षणाचा एकेक टप्पा ओलांडत असताना आसिफ आपण माणूस असल्याचंही विसरत चालला होता.

***

''या काश्मीरला आझाद करण्यासाठी मोठ्या प्रमाणात तयारी सुरू आहे. मला त्यासाठी बाहेर जावं लागणार आहे! पाकिस्तान किवा आझाद काश्मीरमध्ये ते अजून ठरायचं आहे.'' एका रात्री जेवताना त्यानं निर्णायक स्वरात सांगितलं. ते ऐकताना तर मला वाटलं, मी बराच मागे राहिलो आहे! माझं दुकान, माझी गिऱ्हाइकं, माझा हिशेब-ताळेबंद, कापडाचे तागे, वार-मीटरचा हिशेब यात गुंतलेला मी! माझा

मुलगा या पातळीवर पोचलाय हे समजताच यात अभिमान वाटून घ्यायचा की व्यथित व्हायचं हेच मला समजेनासं झालं होतं.

मी विचारलं, "कुठं-कुठं आहेत तुमची ही केंद्रं?"

"पावलोपावली आहेत! थांग, बाप्पोरा, कालामुल्ला, कराची, रावळपिंडी, लाहोर, पेशावर... एकूण एकोणचाळीस जागी तर आहेतच!" त्यानं क्षणाचाही वेळ न दवडता सांगितलं.

त्याची अम्मी मात्र राजकुमाराप्रमाणे दिसणाऱ्या आपल्या मुलाला कुणाची नजर तर लागणार नाही ना, या विचारानं भयभीत होत होती. घरात काहीही करत असला तरी एखादा फोन कॉल येई आणि हा लगोलग निघून जाई. त्याची माघारी यायची वेळ कुणालाच ठाऊक नसायची. त्यालाही. कितीतरी वेळा माघारी येताना त्याच्या डोक्यावर किंवा शरीरावर आणखी कुठे-कुठे जखमा झालेल्या असत. त्याची अम्मी घाबरी व्हायची, हा तिची समजूत काढायचा, 'अम्मी! आपण अल्लाहूच्या मार्गावर जे जे खर्च करतो, त्याचं संपूर्ण फळ आपल्याला मिळणार असतं! आपल्या कुर्रानात सांगितलंय तसं! काही काळजी करू नकोस!"

त्याप्रमाणे तो पाकिस्तानला गेला तेव्हा इकडे दंगे वाढले होते. जागोजागी बॉम्ब उडवले जात होते. आमच्या लोकांना त्यातलं राजकारण तर अजिबात समजायचं नाही. निर्वाईज़ मुख्यमंत्र्यांवर टीका करायचे. उलट मुख्यमंत्री या निर्वाईज़ांना पाठिंबा द्यायचे! कोण कुणाच्या बाजूचे आणि कोण विरोधी हेच कळणं मुश्कील होत होतं. मौलवी सांगायचे, "कुणालाच मतं देऊ नका! आपल्या धर्मात मत देणं निषिद्ध आहे!" पाठोपाठ राजकारणी येऊन सांगायचे, "मतदान करणं अजिबात सोडू नका! ते तुमचं पवित्र कर्तव्य आहे!" कुठल्याना कुठल्या कारणासाठी वातावरण तंग असायची आम्हाला तर सवयच झाली होती.

असं काही घडणार असेल तर आमच्या दुकानांमध्ये आधीच सूचना यायची. त्या सूचनांप्रमाणे आम्ही सगळ्यांनी दुकानांना हिरवा रंग दिला होता. पाकिस्तानचा झेंडा फडकवून "आझादी... काश्मीरला स्वातंत्र्य द्या..." अशा काही घोषणा लिहिलेले फलक बाहेर लावत होतो. "हरताल!.." असा निरोप आला की आम्ही लगोलग दुकानं बंद करायची. दंगा कधी उसळेल हे सांगताच यायचं नाही. इंडियाचा झेंडा जाळायचा, काळा झेंडा फडकवायचा, हे तर अगदी सामान्य झालं होतं.

आसिफ आणखी एक वरचेवर बजावायचा, "नैलाला अजिबात घराबाहेर जाऊ देऊ नका!" हिजाब आणि नकाब न घालणाऱ्या मुस्लीम मुलींवर ॲसिडचे हल्ले व्हायचे म्हणे! आपल्या धर्माचं पालन न करणाऱ्यांना धडा शिकवायला! रीफत तर आधीपासूनच या बाबतीत कडक होती. त्यामुळे नैलावरचे निर्बंध आणखी कडक झाले होते.

मी आणि अन्वर मात्र जमेल तेव्हा दुकानात जात होतो. सगळ्या मशिदींवरचे ध्वनिवर्धक अतिशय शक्तिशाली होत चालले होते. अजानबरोबरच इतरही अनेक घोषणा देण्यासाठीही त्यांचा वापर केला जात होता. जमायच्या जागांची माहिती देण्यासाठीच नव्हे तर सैन्य किंवा पोलीस येत असल्याची माहितीही कळण्यासाठी त्याचा उपयोग व्हायचा. जुम्मा नमाजाच्या वेळी तर सगळे समर्पणभावाच्या पराकोटीला पोचलेले असायचे. घरात एकेकटे असताना नसलेली स्फूर्ती-आवेश तिथे सगळ्यांबरोबर असताना कसा वातावरण व्यापून टाकायचा हे अजूनही समजत नाही. आमचा संपूर्ण समूह पुंगीच्या आवाजानं डोलणाऱ्या नागाप्रमाणे होत होता. तिथल्या मौलवींच्या चेहऱ्याचे स्नायू जसे ताणले जायचे, तसा आमच्या मनातला उन्मादही वाढायचा.

आठवड्यातून एकदा मशिदीत जाणाऱ्या माझ्यासारख्याची ही अवस्था, तर दिवसांचे चोवीसही तास याच वातावरणात असणाऱ्या आसिफच्या मन:स्थितीची कल्पना करण्यासाठी फार हुशारीची अजिबात गरज नव्हती.

"ही भूमी केवळ मूविनसाठीच आहे! तुम्ही अल्लाहच्या मार्गानं युद्ध सुरू ठेवा! इतर मूविननाही युद्ध करायला प्रवृत्त करा. अल्लाहकडून काफरांची शक्ती नष्ट व्हायचा काळ दूर नाही!..." यासारखे विचार कुर्रानचा दाखला देऊन अतिशय प्रक्षुब्ध स्वरात सांगणाऱ्या मौलवींची भाषणं सगळेच एकाग्र चित्तानं ऐकत होतो. "लक्षात ठेवा! तुमच्यामध्ये अशाप्रकारे प्रेरित झालेले केवळ वीस तरुण असतील तरी पुरेसं आहे! ते दोनशे माणसांसमोर विजय मिळवू शकतील! असे शंभर तरुण आहेत! त्या त्रासदायक काफरांपैकी हजार माणसांचा खातमा करतील!"

ते विचारायचे, "बोला! तुम्हाला काफरांकडून मुक्ती पाहिजे की नको? ही पवित्र भूमी इस्लामच्या आधिपत्याखाली आणायची की नाही? आपण सगळ्यांनी प्रवादींच्या मार्गावरून पुढं जायला पाहिजे की नको?" त्यांनी हे सवाल टाकताच हृदयाचे ठोके इतक्या जोरानं होत की छाती फुटेल की काय असं वाटे!

"एकेका काफराला हुसकून काढा! अल्लाहूच्या, प्रवादीच्या सच्च्या अनुयायाचं हृदय किती कठीण असतं हे दाखवून देऊ या त्यांना! इन्शाअल्ला!" सगळ्याला कुर्रानातल्या सुरहचे दाखले देत बोलायची त्यांची पद्धत! आकडे-संख्येसह! त्यानंच मन स्तिमित होऊन जायचं. अशाप्रकारचं प्रवचन संपल्यानंतर मशिदीतून सुटलेल्या बाणाप्रमाणे एकेक मुस्लीम बाहेर पडत असे तेव्हा त्याचं मन ताडताड उडत असायचं. काहीही झालं, कुणी काही आगळीक केलेली असो वा नसो; काहीतरी स्फोटक घडायलाच पाहिजे, अशी आतुरता प्रत्येकाच्या मनात खदखदत असायची. काहीच नाही घडलं तर मनातली खदखद शांत कशी होणार?

कितीतरी वेळा पोलीस बघून न बघितल्यासारखं करायचे. यांनी त्यांच्या बसेसवर किंवा इमारतींवर दगडफेक केली तरी ते आपल्या रायफली बाहेर काढायचे

नाहीत. इस्लामच्या पवित्र कार्यात आपल्या हातून जमेल तेवढा हातभार लावताहेत, असं आम्हीच समजत होतो. त्या वेळी कुणी जबरदस्तीनं एखादी केस दाखल करायचा प्रयत्न केला तरी आरोपी कोण ते माहीत नाही, अशी नोंद केलेली असे. त्यामुळे पुढे काही होणं शक्य नाही, असं सांगण्यात येई. ''अतिरेक्यांनी पोलीस ठाण्यांवर हल्ला करून आमच्या हातातून रायफली हिसकावून घेतल्या..'' हे पोलिसांचं सांगणं खोटं असल्याचं आम्हाला ठाऊक होतं. पोलीस खात्यात वायरलेस ऑपरेटर असणाऱ्या एका कर्मचाऱ्याकडून त्यांच्या सर्व हालचालींची बित्तंबातमी आधीच ठाऊक असायची. अगदी थोडक्यात सांगायचं तर सगळी यंत्रणाच आमच्यासाठी काम करत होती.

अशा वेळी शिक्षण संपवून आसिफ माघारी परतला होता. रीफतनं विचारलं, ''कसं होतं शिक्षण?'' त्यानं आपल्याजवळची ''कलाशनिको'' आणि चार पिस्तुलं दाखवली आणि सांगितलं, ''तिथं सीमा ओलांडायच्या आधी आमची सगळी माहिती एका अर्जावर लिहून घेतात. त्यावर सही घेतात. तिथं मी माझ्या रक्तानं सही करून आलोय!''

मोठ्या अभिमानानं सांगणाऱ्या आसिफकडे दूर बसलेल्या अन्वरनं भावरहित नजरेनं पाहिलं. अलीकडे त्याच्या नजरेतले होते-नव्हते ते सगळे भाव नष्ट होऊन गेले होते.

सविता! तो तिला गेल्या कितीतरी दिवसांपासून न्याहाळत होता. केव्हापासून? ते आधीच लक्षात आलं असतं आसिफनं जेव्हा पाकिस्तानला जाणार असल्याचं सांगितलं तेव्हा हा का खोलीचं दार धाडकन बंद करून निघून गेला, त्याचा खुलासा झाला असता. पण पुढं काय? हे मात्र सुचत नव्हतं. तेव्हाही सुचलं नसतं.

लक्षात आल्यानंतर मात्र मी अन्वरकडे बारीक लक्ष ठेवून होतो. घरात असताना त्याचं तिच्या माडीवरच्या खोलीकडे सतत लक्ष असायचं. मुळातच सौम्य स्वभावाचा अन्वर आता तर आणखी मृदु झाला होता. तिला बघण्यासाठी तो तासन्‌तास खिडकीपाशी उभा राहायचा. ती घराबाहेर पडली की हाही काहीतरी कारण काढून घराबाहेर पडायचा. असल्या गोष्टी स्त्रीजातीला लवकर लक्षात येतात की काय कोणजाणे! तो दिसताच ती गडबडीनं पळून जायची. ती नाहीशी झाली की हा चेहरा पाडून घरात परतायचा.

हे सगळं मला अतिशय अस्वस्थ करायचं. या मुलानं आयुष्यात काहीच मागितलं नव्हतं, कशाचाच हट्ट केला नव्हता. तो कसा मोठा झाला हे आम्हाला समजलंही नाही! आता असा वागतोय! यासंदर्भात त्याच्याशी काही बोलावंसं मला वाटलं नाही. रीफतशीही बोलतानाही कधी हा विषय काढावासं कधी वाटलं नाही. तिच्याशी या विषयावर बोलण्यात अर्थ नाही, हेही मला समजत होतं. हे सगळं

इतक्या नाजूकपणे चाललं होतं की त्याला शब्दरूप देणं मला बटबटीतपणाचं वाटत होतं.

रीफतला तिच्या मुलीची जास्त काळजी होती. नैलाचं लग्नाचं वय टळून जातंय म्हणत तिनं आपल्या नात्यातल्या इमामशी नैलाचा निकाह ठरवला. केलाही.

त्यातच काश्मीरच्या, केंद्रात मंत्री असणाऱ्यांच्या मुलीचं अपहरण करण्यात आलं. अपहरण करणाऱ्यांनी तिच्या बदल्यात बंदिवासात असलेल्या पाच अतिरेक्यांना सोडायची मागणी केली होती. सरकारनंही ती मान्य केली होती! त्यातल्या प्रमुख अतिरेक्याला मिरवत आणून त्याचं भव्य स्वागत करण्यात आलं होतं. तेव्हा तर संपूर्ण काश्मीरमध्ये उत्साहाचं वातावरण होतं. कितीतरी ठिकाणी हवेत गोळीबार करून आनंदोत्सव साजरा केला. या उत्सवाचा भाग म्हणून काही काफरांना मारलं-झोडलं-छळ केला- त्यांचं घर-दार आणि सगळी संपत्ती लुटून हुसकून काढण्यात आलं.

ती घटना घडल्यानंतर काही दिवसांतच रेडिओ-टीव्हीत बातम्या वाचून दाखवणाऱ्यांना आमच्या लोकांनी राजीनामा द्यायला सांगितलं. आम्हाला नको असलेली कुठलीही बातमी या माध्यमांवरून सांगता कामा नये, असा आमचा आग्रह होता.

एक दिवस आसिफ सांगत आला, ''अब्बू! काफरांना पळवून लावायची सगळी तयारी अगदी शेवटच्या टप्प्यावर आली आहे. आधी त्यांना धमकावून घाबरवतो. तेवढ्यानंच सगळे निघून गेले तर ठीकाय! येत्या सव्वीस जानेवारीला श्रीनगरच्या इदगाह मैदानावर इस्लामचा झेंडा नक्की फडकावणार!'' त्याच्या आवाजातला निश्चय ठाम होता.''

त्या वेळी मात्र माझ्या मनाचा थरकाप उडाला होता.

एका मध्यरात्री निघतानाच त्यानं सांगितलं, ''यानंतर काश्मीर पवित्र केल्यानंतरच मी घरी परतणार आहे!''

त्यानंतर काफरांच्या हत्या सुरू झाल्या. त्यात आपल्या आसिफचाही हात आहे, हे सांगायला आणखी कुणाची गरज नव्हती. रीफतच्या बोलण्यातून मुलाविषयीचं कौतुक अजिबात लपत नव्हतं. आणि मी? खोटं कशाला सांगू? काही का असेना, स्वर्ग मिळायची खात्री वाटून निवांत झालो होतो. चुकूनही कैलाशांच्या घराकडे नजर टाकत नव्हतो.

पक्का आठवतोय! जानेवारी १९९०. १९ तारीख. सगळ्या बायका-पुरुषांनी मशिदीत जमलंच पाहिजे असा आदेश आला. तो नाहीतरी जुम्म्याचाच दिवस होता. त्यामुळे दुपारच्या निमाजसाठी मशिदीत जाऊन आलो. काही विशेष बोधन असेल तर मशिदीला जाणं साहजिकच होतं. पण अशाप्रकारे बायका आणि पुरुषांना एकत्रितपणे बोलवायची अजिबात परंपरा नव्हती. आश्चर्यानंच मी त्या दिवशी गेलो

होतो. त्या दिवशी तिथं उसळलेली माणसांची गर्दी बघून अचंबित झालो होतो. ती श्रीनगरमधली सगळ्यात मोठी मशीद. पण त्या दिवशी सगळ्यांना आत शिरायलाही जागा नव्हती. बाहेरचं पटांगणही गर्दीनं भरून गेलं होतं. सगळ्या मिनारांना कमी पडतील असं वाटून आणखी ध्वनिवर्धक लावण्यात आले होते. कॅसेट्सचे गठ्ठे इतर मशिदींच्या इमामांना देण्यात आले होते. धार्मिक पुढारी लगबगीनं सगळीकडे धावपळ करत होते. काहीतरी फार मोठा कार्यक्रम आयोजित करण्यात आल्याचं स्पष्टच होतं.

नमाज सुरू झाला. किती रकात केले ते आठवत नाही. संपत असताना सगळ्या समाजामध्ये सूक्ष्म आवेश जन्म घेत असल्याचं जाणवत होतं.

''तुम्ही कोण आहात हे तुम्हाला ठाऊक आहे काय?'' मौलवी आम्हा सगळ्यांकडे बोट दाखवत विचारत होते. आम्ही सगळे एकाग्र चित्तानं त्यांचं बोलणं ऐकत होतो. ते सांगत होते, ''तुम्ही काही किरकोळ माणसं नाही आहात! मृत्यूलाही न घाबरणारे, काश्मीरचे मुस्लीम आहात! तुमच्यामध्ये वाहत असलेलं मुजाहिद आणि गाज़ींचं रक्त आहे! कुणाचे वारसदार आहात तुम्ही सगळे? बोला!...''

सहज सुरू झालेलं त्यांचं भाषण आता दमदार होत चाललं होतं.

''प्रवादींचे, सल्लल्लाहु अलैही वसल्लम यांचे वारसदार!'' सगळे एका सुरात ओरडले. अर्थात त्यात माझाही आवाज होता.

''एवढंच नव्हे! हजरत अबुबकर, हजरत उमर, हजरत अली यांचेही वारसदार आहात तुम्ही! हजरत खदीजा, हजरत आयेशा, हजरत फातिमा यांचे वारसदार! होय की नाही?'' हा सवाल टाकताना त्यांचा आवाज आणखी कठोर झाला होता.

''हो!...'' आम्ही सगळ्यांनी मान हलवत सांगितलं. मान हलवताना आम्हा सगळ्यांच्या मनात अभिमानाचा झरा अनावर होऊन उसळू लागला होता.

''तुम्हाला जगताही येतं आणि युद्ध करायलाही येतं! जगायचं असेल तर अभिमानानं जगायला पाहिजे! नाही तर?...'' त्यांनी विचारलं. त्याची नजर आता आगीचा धगधगता गोळा बनली होती.

''युद्ध करायला पाहिजे!'' आता आमचा आवाजही तार सप्तकात पोचला होता. मला माझ्या सर्वांगावरचे रोम उभे राहिल्याचा अनुभव येत होता.

''तर मग आपली जमीन बळकावून बसलेल्या काफरांचं काय करायचं?'' त्यांचा तार स्वरातला प्रश्न मशिदीच्या सगळ्या भिंतींवर आदळून आमच्या कानांत शिरत होता. त्यांचा प्रश्न अनेकवार आमच्या कानांवर आदळत होता. त्याहीपेक्षा मोठ्या आवाजात उत्तर दिलं पाहिजे अशी भावना आम्हा प्रत्येकाच्या मनात उसळू लागली. साहजिकच सगळ्यांनी, त्यात मीही होतोच, ओरडून सांगितलं, ''लाथ मारून बाहेर हाकलायला पाहिजे!''... ''त्यांनी पुन्हा इथे पाय टाकता कामा नये,

असं करायला पाहिजे!''

ओरडताना माझ्या डोळ्यातही रक्त उतरलं होतं.

''तर मग चला... जिहादाची घोषणा झाल्याचं प्रत्येक काफराला कळवू या! लगेच इथून निघून जा, अशी धमकी देऊन येऊ या... इत्नाह (ई) पुसला जायच्या आत, दीन(धर्म) संपूर्णपणे अल्लाहचा होईपर्यंत या काफरांबरोबर लढत राहू या. कुर्रानात हेच सांगितलंय!... नारा ए तकदीर !'' जोरात गर्जना करत ते उठून उभे राहिले.

त्याला सगळ्या गर्दीनं उभं राहत साद दिली, ''अल्ला हो अकबर!...'' त्यात मीही उठत ओरडलो.

''तुम्हाला काय पाहिजे?''

''आझादी!''

''कुठली राजवट पाहिजे?''

''निजाम ए मुस्तफा!''

''आझादी का मतलब क्या?''

''ला इलाह इल्लल्ला!

''पाकिस्तान से रिश्ता क्या?''

''ला इलाह इल्लल्ला!''

***

त्यानंतर जे काही चाललं ते माझ्या समजण्याच्या पलीकडचं होतं. नैलाचं आजारपण सुरू असल्यामुळे रीफत घरातच असायची. मशिदीला जाताना सोबत असलेला अन्वर नंतर कुठं दिसेनासा झाला होता ते ठाऊक नाही. पण त्याचा शोध घ्यावा असंही वाटलं नाही. घोषणांच्या बरोबरीनं पावलं टाकत सगळ्या गर्दीसोबत कुठल्या-कुठल्या गल्ल्यांमधून फिरलो तेही आठवत नाही. सगळ्यांप्रमाणे काफरांच्या घरांवर दगडफेक करत होतो, तेही आठवत होतं. पण रीफतनं विचारलं, ''आपल्या गल्लीत आलेल्या मिरवणूकीत तुम्ही नव्हता का?'' तेव्हा मात्र काहीच आठवलं नाही. त्या सगळ्या वातावरणात मीही किती एकरूप झालो होतो, ते त्या वेळी माझ्या लक्षात आलं.

काबा कि कसम! खरंच काही आठवत नव्हतं.

का? समोरची एखादी पाठ बघत मीही चाललो होतो. त्याच्या बाजूला काय आहे, शेजारीपाजारी काय आहे... अंहं! काहीही आठवत नाही! काही दिसत नव्हतं. मला ते जाणूनही घ्यायचं नव्हतं. सगळ्यांचंही तसंच होतं का? तसंच असावं. भारवल्याप्रमाणे कुणाच्यातरी मागोमाग जायचं, एवढंच ठाऊक होतं. एकानं घोषणा दिली की त्यात सगळेच आवाज मिसळत होतो.

काही का असेना, त्या दिवशीचा जुलूस यशस्वी झाला होता. काफरांच्या मनात आमच्या अपेक्षेप्रमाणे भय निर्माण झालं होतं. आमच्या अपेक्षेप्रमाणे दुसरे दिवशी सकाळी आमच्या जवळपासची काफर कुटुंबं जायला निघाली. कैलाशांच्या घरचीही वर्दळ वाढली होती.

बऱ्याच दिवसांनी अन्वरचा आवाज ऐकू आला. त्यानं त्याच्या अम्मीला विचारलं, ''तेही जायला निघालेत?'' अजून त्याचा माझ्यावरचा राग गेला नव्हता. मलाही त्याची कल्पना होती.

''मग? त्यांना कोण राहू देतंय? जाऊ दे! जितक्या लवकर जातील तेवढं चांगलं!'' माझ्या मनातलंच ती बोलत होती. पण दोन्हीमधले उद्देश वेगवळे होते.

त्या दिवशी अन्वरनं दुकानात यायचं टाळलं. तो घरातच राहिला होता.

''उद्या सकाळी जाणार आहेत म्हणे! आज रस्त्यातच कुणाला तरी सांगत होते.'' रात्री जेवायला वाढताना रीफत सांगत होती. अन्वर जेवायलाही खाली आला नव्हता. जेवून झोपलो तरी मला कितीतरी वेळ झोप आली नाही. सगळंच प्रकरण माझ्या हाताबाहेर चालल्याचं तर स्पष्टच होतं. आणि मुख्य म्हणजे कशालाच प्रतिसाद न देणारं माझं दगड बनलेलं मन!...

नाही! माझं मन दगड झालेलं नाही! नाहीतर आता माझ्या जिवाची अशी तगमग झाली नसती! मी दगड झाल्यासारखा वागतोय! कारण दुसरा कुठलाही मार्ग नाही! उत्तम मुस्लीम असण्यासाठी जे काही करणं आवश्यक आहे ते सारं मी करतोय!

पण असं मनाला समजावत राहिलं तरी कैलाश आणि त्यांचं कुटुंब दोन दिवसांपासून मनाला छळतंय!... कितीतरी वर्षं आमच्या सोबत राहत होते! आता आपलं सगळं सोडून निघून चालले आहेत! एके काळी मी त्यांना मोठ्या आदरानं ''मास्टरजी...!'' म्हणून हाक मारत होतो. आताच्या त्यांच्या दुर्दशेला कारणीभूत झालो! पण मी किती असाहाय्य आहे हे त्यांना कधीच समजणार नाही काय?

दाराच्या बाजूला उभा राहून त्यांच्या घराकडे नजर फिरवत असताना कैलाश सावकाश घरात जात असलेले दिसले. तेही इतका वेळ बाहेरच उभे होते की काय कोणजाणे! आमच्या घराकडे पाहत? त्या घरातले सगळे दिवे लागले होते. कुणालाही झोप आली नसेल. कशी येणार? मी हलकेच जिना चढून वर गेलो. अन्वरच्या खोलीबाहेर उभा राहिलो. आतून मुसमुसण्याचा आवाज येत होता. रडतोय का? कदाचित, होय. एकदा वाटलं, आत जाऊन त्याच्या पाठीवरून हात फिरवून यावं काय? पण मला बघितलं की तो आणखी संतापेल! त्याचं सांत्वन करायचा मला कुठे अधिकार राहिलाय?

मी बाहेरच राहिलो.

कितीतरी वेळ अन्वरचे उसासे, त्याची तळमळ, त्याचे हुंदके ऐकू येतच होते.

खाली आलो. अंथरुणावर पडलो तरी झोप लागणार नाही हे ठाऊक होतं. मीही तसा प्रयत्न केला नाही. पहाट होण्याआधी उठलो आणि अन्वरला घाईनं दुकानाकडे पाठवून दिलं. मुख्य म्हणजे तोही कसलाही विरोध न करता जायला निघाला. रीफत गडबडून म्हणाली, 'लगेच खायला करते. खाऊन जा. तसेच जाऊ नका!''

यावर अन्वर अम्मीवर गरजला, ''गप्प राहा अम्मी!''

त्याचं इतक्या चढ्या आवाजातलं बोलणं आम्ही सगळ्यांनी त्या दिवशीच ऐकलं! त्याआधी कधी ऐकलं नव्हतं, नंतर ऐकायचा प्रश्नच आला नाही!

दुकानात दोघेही एकेका कोपऱ्यात बसून राहिलो. गिऱ्हाइकं तर नव्हतीच. जेवायची वेळ झाली तरी काही खायची इच्छा नव्हती. बसल्या जागी मला डुलकी लागली. तेवढ्यात फोन वाजला. आसिफ सांगत होता, ''अब्बू! लगेच घरी निघा! लगेच! तुम्हाला काहीतरी दाखवायचं आहे!... घराबाहेरच माझी वाट बघा!...'' त्याच्या आवाजातला उत्साह ओसंडून वाहत होता. मी काही विचारायच्या आत त्यानं फोन ठेवला होता. गडबडून मी अन्वरला दुकानातच राहायला सांगून घाईनं बाहेर पडलो. घाईघाईनं घराकडे परतत असताना वाटेत भेटलेले कैलाश मला काहीतरी सतीशविषयी विचारत होते. मला काहीच ठाऊक नव्हतं. जास्तीची चौकशी करायचं धैर्यही नव्हतं. त्यांच्याकडे न पाहत मी पुढे चालत राहिलो. घरी जाऊन घरापाशी उभा राहिलो. रीफतनं विचारलं, ''हे काय? इतक्या लवकर कसे आलात? अजून माझा स्वयंपाक झालेला नाही!'' तिचं एकीकडे मोठ्या सुरीनं मांसाचे तुकडे करायचं काम चाललं होतं.

बाहेर पाहिलं तर कैलाशही माझ्या पाठोपाठच परतले होते. त्यांच्या मागोमाग सावकाश एक काळी व्हॅन आली आणि दोन्ही घरामधल्या रस्त्यावर उभी राहिली. पलीकडचं दार धाडकन उघडलं गेलं आणि एक मोठाली वस्तू बाहेर लोटली गेली. दुसऱ्याच क्षणी इकडची खिडकीची काच खाली करून आत बसलेला आसिफ हात हलवून हसला. काय घडलंय ते समजून मी काही प्रतिक्रिया देण्याआधीच व्हॅन भरकन निघून गेली.

व्हॅनमधून फेकली गेलेली वस्तू म्हणजे सतीशचा मृतदेह असल्याची जाणीव कैलाशांआधी मला झाली होती! ती जाणीव होताच तिथं न थांबता माजघरात धावत निघून आलो मी! वळून पाहिलं, रीफत तिथंच खिडकीपाशी उभी राहून बाहेर होती. कैलाशांचा आक्रोश बघत म्हणत होती, ''जर हे काफिर इथंच राहतो म्हणून हट्ट करायला लागले तर दुसरं काय होणार?''

तेवढ्यात बाहेरच्या दारावर थापा पडू लागल्या. कैलाश! दार उघडण्यासाठी मी दोन पावलं पुढं टाकली आणि जागीच थबकलो. ''थांबा!...'' म्हणत रीफत आडवी

उभी होती. तसाच पुढं झालो. ती पुन्हा ओरडली, ''अल्ला की कसम! थांबा म्हटलं ना!...''

तिच्या हातातला मांस कापायचा धारदार सुरा तिनं माझ्या वाटेत आडवा धरला होता. तिच्या नजरेतून आग ओसंडत होती. उन्मादानं तिचा देह कापत होता. दात-ओठ खात असल्याचा कट-कट आवाज ऐकू येत होता. तिला हातात सुरा असल्याचीही जाणीव असलेली दिसत नव्हती.

मी घाबरा झालो.

जर मी आणखी एक पाऊल पुढं टाकलं तर तिच्या हातातला सुरा आरपार जाईल याची जाणीव होऊन माझा थरकाप उडाला.

तिच्या हातातल्या सुऱ्याच्या जागी मला मौलवींची उगारलेली बोटं दिसली. त्यांची धार माझ्या देहाचे हजार तुकडे करतील असं वाटून मागं सरलो. आणखी कुठलाच मार्ग नाही, असं वाटून मन असाहाय्य झाले. हातापायातलं बळ नाहीसं होऊन मी तिथंच मटकन बसलो.

पुन्हा व्हॅन परतून आल्याचा आवाज आला. पाठोपाठ सविताची किंकाळीही!... रीफत तशीच उभी असल्यामुळे मला जागचं हालणंही कठीण होतं.

''अल्ला मोमिनकडून स्वर्ग-नरकाचा हिशेब ठेवत असतो. तेही अल्लाहच्या मार्गावर लढतात. मारतात आणि मरतात. त्यांना स्वर्ग मिळणार हे अल्लाचं वाग्दान आहे. त्याच्याशिवाय आणखी कोण असा आहे जो वाग्दान पुरं करेल? त्यामुळे तुम्ही याचा आनंदच मानला पाहिजे! हाच सगळ्यात महत्त्वाचा विजय आहे!'' मौलवींचं बोलणं आठवत होतो. त्या बोलण्याचंच प्रतिरूप असलेल्या रीफतकडे पाहत तसाच बसकण मारून खाली बसलो.

रीफत वळली आणि मांसचे तुकडे करण्यासाठी स्वयंपाकघराकडे निघाली.

पाचेक मिनिटं गेल्यानंतर मी सावकाश पुढं होऊन दार उघडलं. तेव्हाही रीफत बाहेर आली नाही. मी हलकेच बाहेर डोकावून पाहिलं. रस्त्याच्या मधोमध सतीशचं प्रेत पडलं होतं. घराच्या दाराशी बसलेल्या कैलाशच्या पत्नीचे डोळे अजूनही उघडेच होते. त्यांना मी दिसलो की नाही कोणजाणे! त्या जागच्या हलल्या नाहीत. कैलाश दिसले नाहीत. मी रस्त्यावर आलो. दहाएक पावलांवर कैलाश कोसळलेले होते. काहीही हालचाल नव्हती. चेहरा त्या बाजूला असल्यामुळे डोळे उघडे आहेत की नाही ते समजत नव्हतं. काय करावं ते सुचलं तरी करणं शक्य नाही, हेही समजत होतं.

काही क्षण मी अवाक् होऊन उभा राहिलो. नंतर घरात धावलो. माझ्या ओळखीच्या डॉक्टरांना फोन करून घडलं ते सांगितलं. ते म्हणाले, ''पण काफिरांना वाचवलं तर आमच्या जिवाला काही होणार नाही का? तशी सूचना आलीय आम्हालाही! मुख्य म्हणजे आमच्या लोकांच्या पवित्र कार्यात आम्हीच आडकाठी

घातल्यासारखं नाही का होणार?''

ते ऐकताच मला मीच काफिर असल्यासारखं वाटलं. मान खाली गेली काही क्षण. पण लगेच स्वत:ला सावरून सांगितलं, ''कृपा करून काहीतरी करा! माझ्या घरासमोर प्रेत पडलंय! रक्त साकळून दुर्गंधी सुरू झालीय! घरालगत वावरणं कठीण झालंय!''

ही मात्रा मात्र लागू पडली. अर्ध्या तासात हॉस्पिटलची व्हॅन आली.

मग मात्र मी आत येऊन माझ्या खोलीत जाऊन बसलो.

***

अन्वर? नाही... इतकी वर्षं विस्मरणात गेलेले माझे बाबा अचानक माझ्यासमोर येऊन ठाकले होते. बृहदाकारात! ते म्हणायचे, 'आमची मुलं विद्या शिकून आलेली नाहीत! शिक्षण घेतलेली मुलं असं वागत नाहीत.'' हे त्यांचे शब्द माझ्या अंगावर धावून आले. त्यांच्या हयातीत घडणाऱ्या हत्यांचा बाबा निक्षून विरोध करत होते. आपल्यासमोर, आपल्या घरासमोर अशी परिस्थिती त्यांनी कधीच येऊ दिली नसती. हे जाणवू लागलं तसा मी आणखी आणखी कोसळत गेलो. मी न्यायानं वागत असलेलं पाहणं हीच बाबांची एकमेव अपेक्षा होती. आज ते असते तर? त्यांची प्रतिक्रिया काय झाली असती? ते नाहीत, पण त्यांचंच दुसरं रूप असलेला अन्वर समोरच आहे ना! मी माझा विवेक कसा काय गमावून बसलो? माझ्या मुलांना जबरदस्तीनं शिक्षण देणं माझ्याही हातात नव्हतं, हे तर खरंच. पण बाबा ज्या वाटेनं चालत होते, त्या मार्गानं चालणं तर मला शक्य होतं ना!

पण आता कितीही विचार केला तरी काय उपयोग? सतीशचा जीव माघारी येईल काय? या अल्लाह! ते नवरा-बायको वाचले असले तरी पुरेसं आहे! आणि सविता? त्या लेकराची काय अवस्था झाली असेल?

अलीकडे आसिफ सांगत होता, ''मौलवींनी सांगितलंय, युद्धात ज्या स्त्रिया आपल्या ताब्यात येतील त्या निषिद्ध नसतात. कुर्रानात सांगितलंय म्हणे...'' म्हणजे तिचं रक्षण करणं कुणालाही शक्य नाही! हे आठवताच मात्र दु:ख अनावर झालं. कोसळलोच!... माझ्या डोळ्यांतून धारा लागल्या होत्या.

कुणासाठी? बाबांसाठी? त्याची गरजच नाही! मग? कैलाशांच्या कुटुंबासाठी? काही उपयोग नाही!

एकदम जाणवलं, हे अश्रू इतर कुणासाठीही नाहीत. ते माझ्यासाठीच आहेत! ना मुस्लीम - ना काफिर असा मी! माझी ही अवस्था! मला माझाच अनावर संताप आला. थू:! स्वार्थी! आता स्वत:चं कपाळ चेचण्याव्यतिरिक्त माझ्या हातात काय होतं? दोन-चार-सहा-दहा-वीस वेळा कपाळ चेचून घेतलं तरी मन प्रक्षुब्धच होतं.

मी का दुकानात परतलो नाही हे बघायला घरी आलेल्या अन्वरला त्याच्या

आईनं घडलेलं सगळं विस्तारानं सांगितलं असावं. तो धाडधाड पायऱ्या चढत माडीवर गेला. त्याच्या पावलांनी सगळं घरच थरकापलं. नंतर तो खाली उतरलाच नाही. तो आपल्या जिवाचं काही बरंवाईट तर करणार नाही ना, या विचारानं मी ताडकन उठून माडीवर धावलो. दार वाजवायचं धैर्य झालं नाही. तसाच त्याच्या बंद दाराच्या बाहेर बसून राहिलो. स्वयंपाक झाल्यावर जेवायला बोलवायला आलेल्या रीफतलाही मी हातानंच निघून जायला सांगितलं. ती तशीच उभी राहिली तेव्हा मात्र संतापानं सर्व शक्तीनिशी तिच्या थोबाडीत मारली मी!

हे अनपेक्षित होतं. त्याआधी मी तिच्यावर कधीच हात उगारला नव्हता. कदाचित तेच माझं चुकलं की काय कोणजाणे! ती काही न बोलता निघून गेली. माझ्या माराला घाबरली? की माझ्या डोळ्यातल्या पाण्यामुळे...? काही न बोलता गेली खरी!

दुसऱ्या रात्री डॉक्टरांचा फोन आला, ''तो मुलगा आणि ती बाई जिवंत नाहीत. तो माणूस शुद्धीवर नाही. मला शक्य आहे तितके दिवस इथं ठेवून घेईन. हे सरकारी हॉस्पिटल असल्यामुळे केवळ माझा शब्द चालत नाही. त्यांच्यापैकी कुणी आलं तर शक्य तितक्या लवकर घेऊन जायला सांगा.'' डॉक्टरांचे आभार मानून फोन ठेवला. मनातल्या मनात हजारवेळा कैलाशांची क्षमा मागितली. त्याहून जास्त वेळा माझा मी धिक्कार केला.

सकाळी दरवाजा उघडायचीच भीती वाटू लागली. समोरची रिकामी कैलाशांची वास्तू मला शापत होती. ''बघ! सगळं गमावून कशी उभी आहे!...'' असं म्हटल्यागत भास होत होते. त्यामुळे तिकडे बघायचं टाळून मी तरातरा चालायला सुरुवात करत होतो. तरीही त्या हाका थांबत नव्हत्या. घराबाहेर पडताना, घरी परतताना, झोपताना, जागं होताना...

त्या अर्थानं कैलाश नसताना माझं जगणंच अपूर्ण वाटू लागलं.

दोन दिवस गेले तरी अन्वर आपल्या खोलीबाहेर पडला नव्हता. एव्हाना सविताची बातमीही समजल्यामुळे मला त्याच्या समोर जाऊन त्याच्याकडे बघायचंही भय वाटू लागलं. नळावाटे येणाऱ्या झेलमच्या पाण्यातून तिची हाडं-रक्त-मांस येतंय की काय याचं भय वाटत होतं. त्या पाण्यानं हात धुवायचीही भीती वाटत होती. हातावर पडणारा पाण्याचा प्रत्येक थेंब सर्वांगाचा थरकाप उडवत होता.

सविताची बातमी समजलेल्या दिवशी कितीतरी वेळ अन्वर खोलीच्या भिंतींवर मुठीनं आघात करत असल्याचं ऐकू येत होतं. मी घाबरून त्याच्या खोलीच्या दारावर थापा मारू लागलो. आवाज बंद झाला. घाबरलो. तो दार उघडणार नाही हे ठाऊक असल्यामुळे दार फोडून आत शिरलो.

अगदी योग्य वेळी मी गेलो होतो.

अन्वरचं अंथरूण रक्तानं माखलं होतं. त्यानं हाताच्या नसा कापून घेतल्या होत्या. त्यानंतर मात्र तो हॉस्पिटलमधून घरी परतेपर्यंत मी त्याची सोबत सोडली नाही. नंतरही त्याची सगळी शुश्रूषा मीच केली. कारण त्याची अम्मी नजरेसमोर आली की तो अधिकच प्रक्षुब्ध होत होता. एकदा माझ्या मांडीत तोंड खुपसून खूप रडला आणि मला म्हणाला, ''मी तुम्हाला कधीच क्षमा करणार नाही!'' त्यानं आपल्या अम्मीच्या हातचं न जेवण्याचा निग्रह केला. त्यामुळे स्वयंपाकाला वेगळं माणूस ठेवावं लागलं. नैलानंही घरी यायचं हळूहळू कमी केलं. तिच्या घरचे तिला पाठवेनासे झाले.

त्यातच एक दिवस एक पंडित कैलाशांची चौकशी करत असल्याचं समजलं. त्यांना हॉस्पिटलचा पत्ता सांगितल्यावर माझं मन थोडं हलकं झालं होतं.

मध्ये एखादा दिवस जेमतेम गेला असेल; पोलिसांकडून निरोप आला, ''तुमचा मुलगा आसिफ एनकाउन्टरमध्ये बळी पडला आहे, मृतदेह घेऊन जा!'' सोबत अन्वर यायचा प्रश्नच नव्हता. मीही बोलवायला गेलो नाही. मी जाऊन पोचायच्या आधीच आसिफच्या मित्रांचा मोठा घोळका तिथं जाऊन पोचला होता. बातमी वणव्यासारखी पसरत गेली आणि आझादीच्या लढाईत बलिदान दिलेल्या हुतात्म्याला श्रद्धांजली द्यायला श्रीनगरमधले हजारो मुस्लीम तरुण ''निमाज ई जनजा''साठी जमले. ''अल्लाहच्या मार्गावर बळी गेलेले कधीच मरत नाहीत, ते खूश राहतील अशाप्रकारे अल्लाह त्यांना ठेवतो! अशा मुलाला जन्म देणारे तुम्ही धन्य आहात!'' सगळे कुर्रानाचा दाखला देत माझ्या पाठीवरून हात फिरवत होते.

त्याला मूठमाती देताना मात्र बाबांची आठवण तीव्रपणे होऊन माझी हार मला छळू लागली. असह्य होऊन मी हमसून हमसून रडू लागलो.

घरात जमलेली माणसं असेपर्यंत रीफतनं कसंबसं अवसान सांभाळायचं नाटक केलं तरी सगळे निघून गेल्यावर दर रात्री मुलाची आठवण काढत रडत राहिली.

***

मी नेहमीप्रमाणे दुकानाला जायला सुरुवात केली होती. अन्वरच्या वागण्यातलं होतं-नव्हतं ते चैतन्यही नाहीसं झालं होतं. त्याच्याकडून ''यानंतर कधीही जीव द्यायचा विचारही मनात आणणार नाही, असं वचन घेतल्यामुळे मी काहीसा निर्धास्त होतो. अलीकडे त्याला मी आणि मला तो अशीच अवस्था झाली होती. प्रकृती बरी झाल्यावर तो नियमितपणे माझ्याबरोबर दुकानात येऊ लागला होता.

तो शुक्रवार होता. संध्याकाळची वेळ. घरी आलेल्या एका मित्रांशी गप्पा मारून मी पुन्हा दुकानाकडे जायला निघालो होतो. दुकान काही अंतरावर असतानाच आगीच्या ज्वाळा दिसू लागल्या. घाबरून मी त्या दिशेनं धाव घेतली. आमच्याच नव्हे, त्या रांगेतल्या सगळ्याच दुकानांना आग लावण्यात आली होती! त्या

धगधगणाऱ्या आगीसमोर सगळे असाहाय्य होऊन उभे होते. शेजारच्या दुकानातले जमीर मला पाहताच धावत माझ्यापाशी आले, आक्रोश करत म्हणाले, "या रांगेतल्या सगळ्या हिंदूंच्या दुकानांना आगी लावल्या आहेत; आमच्या दुकानांनाही आग पकडेल एवढं तरी समजू नये काय या मूर्खांना!...माझा मुलगा आता अडकलाय!... त्याच्या किंकाळ्या ऐकू येताहेत. अग्निशामक दलाला फोन केलाय..." ते हुंदके देतच बोलत होते.

त्या क्षणी मला आठवलं, माझा अन्वर! तो बाहेर आलाय का? तोही दुकानातच होता! मी वेगानं आमच्या दुकानाकडे धावलो. माझी खात्री होती, तो तर किंचाळणारही नाही! तसाच दगडासारखा बसून राहील!

भडकलेल्या आगीनं कुणालाच जवळ येऊ दिलं नाही. मी सर्व शक्तीनिशी त्याला हाका मारत राहिलो. पण मला त्याच्याकडून कुठलाच प्रतिसाद मिळाला नाही! डोळ्यातून वाहणारं पाणी तरी त्या आगीला काय करणार?

पलीकडच्या रस्त्यावरून हातात पलिते घेतलेल्या आमच्या तरुणाची मिरवणूक चालली होती. काय करावं ते न सुचून मी तिकडे धावलो. एखाद्या अमलाखाली घोषणा देत ते चालत होते. शरीरात उन्माद भरला होता. कुणालाच वास्तवाचं भान असलेलं दिसत नव्हतं. तरीही त्यांच्या शेजारून धावत मी विचारलं, "मीही तुमच्यापैकीच आहे. कट्टर मुस्लीम! माझ्या दुकानाला का आग लावली?" त्यांच्यापैकी कुणीच थांबलं नाही, माझा आक्रोश ऐकला नाही! त्यांच्या चेहऱ्यावर उन्मादाव्यतिरिक्त आणखी कशालाच स्थान नव्हतं.

"माझा मुलगा काफिर नव्हता, त्याची काही चूकही नव्हती. मीही काफिर नाही! दररोज पाचवेळा नमाज करतो आम्ही! ऐका माझं! मला उत्तर द्या..." अखेरीस चालणाऱ्या फेरनला थांबवून, त्याचा दंड धरून मी विचारलं. त्यानं क्षणभर माझ्याकडे पाहिलं, नंतर माझा हात झिडकारून तो पुन्हा गर्दीत चालू लागला. संताप अनावर होऊन मीही त्याला शिव्या हासडून त्याच्या पाठीत दणका घातला. थोडा कोलमडल्यासारखा झाला तरी त्यानं स्वत:ला सावरलं. नंतर शेजारच्या हातातला पलिता घेऊन माझ्याकडे धावला. इतरांनी त्याला आवरलं आणि आपल्या सोबत घेऊन पुढे चालू लागले. मी किंवा माझं दु:ख त्यांच्या खिजगणतीत नव्हतं.

मला आठवलं, मशिदीतून बाहेर येताना माझी मन:स्थिती तरी दुसरी काय होती? मी त्या गर्दीकडे तसाच पाहत राहिलो. दुसरं काय होतं माझ्या हातात?

अग्निशामक दलाचे लोक येईपर्यंत माझं पाऊण दुकान जळून खाक झालं होतं. काळाठिक्कर पडलेला देह अन्वरचा असं सांगून कापडात गुंडाळून माझ्यासमोर ठेवला तेव्हा वरचं आच्छादन काढून चेहरा पाहायचं धैर्य झालं नाही. मी जमिनीवर कोसळलो.

***

या घटनेनंतर मी सर्वप्रथम एक केलं. मशिदीत जाणं पूर्णपणे थांबवलं. यानंतर कुणाचंही या बाबतीत ऐकायचं

नाही, असाही निर्धार केला. इतरांच्या प्रभावानं मी माझा धर्म पाळणार नाही. मी स्वत:च्या विचारानं माझ्या धर्माचं पालन करेन!

या विचारानं मन थोडं शांत झालं. मी मशिदीत जायचं सोडलं तसे घरी येऊन भेटणाऱ्यांची संख्या वाढू लागली. म्हणूनच ते घर विकलं आणि गावापासून काही अंतरावर असलेल्या घरी राहायला आलो. दुकान मात्र इथंच आहे. हे घर गावाबाहेर असल्यामुळे इथपर्यंत कुणी येत नाही. त्या घरी असताना मी माझी निर्णयशक्तीच गमावून बसलो होतो, हे मला नंतर जाणवलं. इथं कुणाचाच सहवास नसल्यामुळे माझं मन स्वतंत्रपणे विचार करू शकतं. पाच वेळा नमाज करताना मन भक्तीनं भरून जातं. व्यापारात प्रत्येक गोष्टीकडे तार्किकपद्धतीनं पाहायची मला सवय होती. मग तेव्हा मी ती सवय जगण्यातून का बाजूला सारली, हा प्रश्न मात्र मला रात्र-रात्र झोपू देत नाही.

तरीही इथे मी माझ्यापुरता राहू शकतो याचं मनाला समाधान आहे.

सात-आठ वर्षांपूर्वी इथे जवळच असलेल्या पंडितांचा कॅम्प तयार झाला. इथं राहायला आल्यानंतरही कैलाशांची सतत आठवण होतच होती. मनात सतत वाटत होतं, त्या दिवशी जर मी रीफतपुढे हार मानली नसती तर निदान सविताला तरी वाचवू शकलो असतो कदाचित! एक मात्र झालंय. त्या घटनेनंतर रीफतशी बीबी म्हणून बोलायची इच्छाही मरून गेली आहे! अन्वरसोबतच तिच्याबरोबरचं सगळं नातंच संपून गेलंय. तिचा आवाज ऐकला तरी डोक्यात तिडीक जाते. ती कितीही सावकाश, आस्थेनं बोलली तरी माझ्या डोक्यात संताप जातो. कधी कुणाशी बोलायची इच्छा झाली तर माझ्या बाबांशी तासन्तास बोलतो.

सतीशप्रमाणेच आसिफनं आणखी कितीजणांचे जीव घेतले ठाऊक नाही. जिवंत असताना तरी तो राजासारखा वावरला. अन्वर आपल्यापुरता राहिला आणि दारुण मृत्यूला सामोरा गेला. या दोघांपैकी कुणाला कसला स्वर्ग मिळाला असेल, कोणजाणे! आता माझ्या आयुष्यात तेवढंच कुतूहल शिल्लक आहे. त्या क्षणी मला अडवणाऱ्या रीफतला माझ्यापेक्षा उच्च प्रतीचा स्वर्ग मिळतोय काय, हेही बघायचंच आहे मला!

कैलाश माझ्या दारापाशी येऊन माझ्याकडे इन्साफ मागायला लागले तेव्हापासून माझ्या मनातली धगधग थोडी शांत झाली होती. आज ते आले नाहीत! जिवाची तळमळ होतेय. निदान उद्या तरी त्यांनी आलंच पाहिजे.

***

याच विचारात असताना दुकानात गिऱ्हाईक आल्याचं त्यांच्या लक्षात आलं. ते सावकाश उभे राहून गिऱ्हाइकाशी बोलू लागले.

एकोणतीस

नरेंद्र कैलाशांच्या घरी पोचला तेव्हा पहाटेचे सव्वापाच वाजले होते.

"ते एव्हाना तयार होऊन बसले आहेत. केव्हापासून जागे आहेत कोणजाणे!" किशननी याला पाहतच सांगितलं. तो सावकाश त्यांच्या खोलीत गेला. एके ठिकाणी कैलाश मांडी घालून बसले होते. त्यांना पाहताच त्याला मैत्रेयीची आठवण झाली. फिरायला बाहेर घेऊन जातो, असं सांगायची खोटी; अतिशय उत्साहानं लवकर तयार होऊन बसली की तिच्या चेहऱ्यावरही अशीच उत्सुकता असते! आनंद असतो! ते तिच्या चेहऱ्यावरचे भाव आणि कैलाशजींच्या चेहऱ्यावरच्या भावामध्ये काहीही फरक नव्हता.

तो मंद हसत म्हणाला, "नमस्ते कैलाशजी!"

त्यांनी त्याच्याकडे पाहिलं, पण काहीही बोलले नाहीत.

"निघायचं?" त्यानं विचारताच ते उठून उभे राहिले. दोघेही पायऱ्यांवरून उतरले आणि इमारतीच्या भोवताली असलेल्या मोकळ्या जागेवरून चालू लागले. सवयीप्रमाणे कैलाशांच्या चालण्याचा वेग वाढला तरी स्वत:ला आवरत ते नरेंद्रच्या बरोबरीनं पावलं टाकू लागले. त्यानं आपल्या चालण्याचा वेग मुद्दामच हळू ठेवला होता. ते बोलायला सुरुवात करतील या अपेक्षेनं तो गप्पच होता. दोघांमध्ये आणि भोवताली काळोख भरून राहिला होता. मध्ये मध्ये रस्त्यावरच्या खांबांवरचे दिवे प्रकाश टाकत होते. रस्त्यावर या दोघांव्यतिरिक्त आणखी कुणीच नव्हतं.

दोन फेऱ्या झाल्या तरी ते काहीच बोलले नाहीत. अखेर त्यानंच विचारलं, "कैलाशजी! तुमच्या काश्मीरवर कितीतरी राजांनी राज्य केलंय ना!"

त्यांनी होकारार्थी मान हलवल्याचं नरेंद्रच्या लक्षात आलं.

"माझ्या माहितीप्रमाणे अवंतीवर्मा अत्यंत शूर आणि न्यायप्रिय होता! साम्राज्याचा

विस्तार करताना...''

"नाही...तसं नाही!''...नरेंद्रचं बोलणं पूर्ण होण्याआधीच ते बोलू लागले, "सगळ्या राजांमध्ये ललितादित्यच सर्वश्रेष्ठ म्हणावा लागेल. त्याची आज्ञा अष्ट-दिक्पालकही पाळायचे. त्या संदर्भातली कथा तुम्हाला ठाऊक आहे काय?''

बोलायची फारशी सवय नसल्यामुळे त्यांचा आवाज घोगरा येत होता. पण त्यांना जे सांगायचं होतं ते स्पष्ट होतं. तो उत्तरला, "नाही! कुठली गोष्ट?''

ते उत्साहानं सांगू लागले, "ललितादित्य किती प्रतापी राजा होता ठाऊकाय? त्याच्या सैन्यानं पूर्वेकडचा कलिंगदेश आणि दक्षिणेकडच्या कर्नाटक देशापर्यंत राज्यविस्तार केला होता. एकदा त्यानं पूर्व-समुद्रापाशी मुक्काम केला होता तेव्हा कपिथ खायची त्याला इच्छा झाली. त्यानं आपल्या सेनाधिकाऱ्याला ते आणून द्यायची आज्ञा केली. एका दिव्य पुरुषानं ते आणून दिलं तेव्हा तो कोण? असं विचारलं. तेव्हा तो इंद्राच्या दिव्य उद्यानाचा रक्षक असल्याचं समजलं.'' एवढं बोलून ते काही क्षण थांबले. एवढं एका दमात बोलायची सवय नसल्यामुळे ते थकले असावेत हे त्याच्या लक्षात आलं.

थोडा दम खाऊन ते पुढं बोलू लागले, "तो दिव्य पुरुष काय म्हणाला, ठाऊकाय? हे राजा! मागच्या जन्मी तू एका सत्पात्राला दान दिलंस, त्याचा परिणाम म्हणून तुला शंभर (अंध) आज्ञा लाभल्या आहेत. त्यामुळे तू ज्या ज्या दिशेला जाशील, तिथला दिक्पालक तुझी आज्ञा पाळत राहील. तू विचारी आहेस. तू काश्मीरमध्ये केवळ वर्षा ऋतूत मिळणारं फळ शिशिर ऋतूत पूर्व-समुद्राच्या काठावरून अपेक्षा करू शकशील काय?''

ते पुन्हा थांबले. पुढं म्हणाले, "तसं पाहिलं तर ही सर्वसाधारण काल्पनिक कथा वाटते. पण लक्षात घ्यायची गोष्ट अशी की आठव्या शतकाच्या पूर्वीच काश्मीरमधल्या सार्कोटक वंशातला एक राजा भारतातल्या सगळ्या प्रदेशांमध्ये सहजपणे संचार करू शकत होता! या कथेतून हे वास्तव समोर येत नाही काय?''

अंधारातही त्यांची नजर आपल्यावर खिळल्याचं जाणवून तो म्हणाला, "होय!''

"ललितादित्य किती कर्तबगार राजा होता हे सांगणारी आणखीही एक कथा आहे...'' ते आणखी उत्साहानं सांगू लागले, "एकदा त्यानं सुरेच्या नशेत असताना आपल्या आधी होऊन गेलेल्या राजानं, प्रवरसेन यानं उभारलेलं प्रवरपूर नावाचं गाव जाळून टाकायची आपल्या मंत्र्यांना आज्ञा दिली. मंत्र्यानं एका गवताच्या गंजीला आग लावून ती आग राजाला दाखवली. राजालाही आनंद झाला. पण सुरेचा अंमल उतरल्यावर त्याला हळहळ वाटू लागली. आपण चूक केल्याचं त्याला जाणवू लागलं. हे बघून मंत्र्यानं खरं काय घडलं ते सांगितलं. राजाला फार आनंद झाला. नंतर त्यानं आपल्या मंत्र्यांना आज्ञा दिली, यानंतर मी मदिरापान केलेले असताना

अयोग्य आज्ञा दिली तर ती कुणी पाळू नये! अशा राजांनी राज्य केलंय आमच्या काश्मीरवर!''

त्यांच्या आवाजात ओतप्रोत अभिमान होता. त्यानं त्यांच्या बोलण्याला संपूर्ण संमती दर्शवली.

आणखी दोन फेऱ्या झाल्या तेव्हा काळोख हळूहळू कमी होत चालला होता. येणाऱ्या उजेडाला शेवटचा निकराचा विरोध करून अयशस्वी झाल्यासारखा तो संपूर्णपणे मागं हटला. ते दोघे पाहत असताना काळंकभिन्न कांबळं फेकून देऊन आकाशराज उषेच्या स्वागतासाठी राखाडी पायघड्या घालून वाट पाहू लागला होता. क्षणाक्षणाला हलका प्रकाश आसमंत व्यापून टाकत असताना भूमीला नवीन जीवकळा प्राप्त होत होती. चालता चालता कैलाश थबकले आणि त्यांनी मस्तक झुकवलं. नंतर ते नरेंद्रकडे वळून म्हणाले, ''मला एक सांगा! काश्मीरला आपलं म्हणणं चुकीचं आहे काय?''

''नाही!'' त्यानं ठामपणे सांगितलं.

''सोडून जायला तो काय केवळ जमिनीचा तुकडा आहे?''

''अजिबात नाही!''

''मग... का असं...?'' वाक्य पुरं होण्याआधी त्यांना आतून दुःख दाटून आलं. त्या आवेगानं त्यांचा कृश देह हिंदकळला. त्यानं पुढं केलेल्या हाताचा आधार घेत त्यांनी स्वत:ला सावरलं.

काही क्षण तसेच जाऊ दिल्यानंतर नरेंद्र बोलू लागला, ''मगाशी अवंतीपुराचा विषय निघाला होता ना! त्याच्या काळातच सुय्य नावाचा एक मेधावी होता. काश्मीरला वितस्ता नदीच्या प्रवाहापासून वाचवण्यासाठी त्यानं कितीतरी योजना आखल्या होत्या. उद्या सांगतो ते!...''

त्यांच्या चेहऱ्यावर हास्य उमटलं. तोही हसला. आणखी दोन फेऱ्या मारून दोघंही त्यांच्या दारापाशी उभे राहिले तेव्हा त्यांनी विचारलं, ''उद्या येताय ना?''

''नक्की!''

''एक विचारू? तुम्ही गैरसमज करून घेणार नसाल तर...''

त्यांच्या मनात अजूनही अस्वस्थता अजूनही असल्याचं जाणवून तो म्हणाला, ''विचारा!''

''साम्राज्याच्या विस्ताराचं निमित्त करून का होईना, ललितादित्याला काश्मीर ओलांडून इतर भारतात जाणं शक्य झालं. तसंच इतरांनाही इथं येणं शक्य होतं. नाही का?''

''होय.'' नरेंद्र म्हणाला. ते हा प्रश्न का विचारताहेत याचा तो अंदाज घेत असतानाच त्यांनी पुढचा प्रश्न विचारला, ''तर मग तुम्ही तेव्हा का आला नाही?''

त्यांची दृष्टी त्याच्यावर खिळली होती. त्याचं उत्तर ऐकायला त्यांचा जीव कानांत आलाय, असं त्याला वाटलं.

प्रश्नाचा खुलासा होऊन तो म्हणाला, ''कैलाशजी! सगळ्या प्रश्नांना उत्तर नसतं!...'' एवढं बोलून तो पायऱ्या उतरू लागला. मागं वळून न पाहताही त्यांची ती प्रश्नार्थक नजर त्याच्या पाठीला टोचत राहिली.

तीस

“काय महाराज! आपला परतायचा विचार आहे की आम्ही सगळ्यांनी तिथं येऊन तुम्हाला उचलून घेऊन यायला पाहिजे?” विक्रम फोनवरून हसत हसत विचारत होता.

“येतोय रे! आणखी दोन दिवसांत निघतोच बघ! तिकीट बुक झाल्यावर तुला सांगणारच होतो. कसं काय चाललंय तिथं?” नरेंद्रनंही हसतच विचारलं.

“उत्तम! आजचा तुझा लेख फारच छान आहे. अरे हो! दुसरं एक सांगायचं म्हणजे पुढच्या आठवड्यात मुरारी येणार आहे. त्याच्या स्वागतासाठी बेंगळुरू सज्ज होतंय! त्याचं हैदराबादमधलं भाषण ऐकलंस काय? यू-ट्यूबवर आहे. हवी तर लिंक पाठवतो.”

“हो. पाठवून ठेव. वेळ असेल तेव्हा ऐकतो. तिकडची काय बातमी? मला प्रश्न पडलाय, अजून फुटीरवाद्यांचा दंगा कसा नाही?”

“सरकारनं योग्य पद्धतीनं कारभार केला तर यांच्या आदरातिथ्यासाठी पैसा कुठून राहणार? फोनवर नको बोलायला. प्रत्यक्ष भेटीच्या वेळी सगळं बोलता येईल.” काही क्षण थांबून विक्रम म्हणाला, “आणखी एक सांगायचं होतं तुला! अलीकडे काय घडतंय, ते दुर्बुद्धीजीवी जे असंबद्ध प्रश्न उपस्थित करायचे, त्यांना आपली माणसं वेदसूक्त-शास्त्रामधले श्लोक उत्तर म्हणून द्यायला लागली आहेत! त्यामुळे झालंय काय, आता उत्तर द्यायची पाळी त्यांच्यावर आली आहे! आम्ही हे असे आहोत, तुम्हीच हवंतर आम्हाला समजावून घ्या; असं स्पष्ट शब्दात सांगायची ताकत आपल्यात यायला पाहिजे. सदासर्वदा सगळ्यांशी मिळूनमिसळून राहणारे हिंदू जन्मजात सेक्युलरच आहेत. संपूर्ण देशभर असलेल्या मशिदी-चर्चेस त्यासाठी साक्षीदार आहेत. मी हिंदू आहे, असं म्हटलं की त्यात सेक्युलर असणं अंतर्भूतच

आहे. पण आम्ही सेक्युलर आहोत असं म्हणणाऱ्यांवर ते आधी हिंदू आहेत हे सिद्ध करायची जबाबदारी आहे. नाहीतर ते कशाच्या जोरावर स्वत:ला सेक्युलर म्हणवतात? मी म्हणतोय ते लक्षात येतंय ना?''

''होय! कारण हिंदू धर्म सोडला तर दुसरा कुठलाही धर्म सेक्युलर नाही! हेच बिल्ड करायचं म्हणतोयस ना?''

''होय. या दृष्टीनं इथं आल्यावर एखादा लेख लिहायला जमेल काय ते पाहा. त्यांनी हायजॅक केलेला आपला सेक्युलर हा शब्द पूर्वस्थळी आणून त्याची पुनर्स्थापना करायला पाहिजे. आता कसं झालंय, आम्ही तत्त्व पाळायचं आणि ते पोपटपंची करणार फक्त! पण आपल्याच लोकांना काय, कुठल्या शब्दांत सांगायचं याचं शिक्षण देणं आवश्यक आहे... बरं... शक्य तितक्या लवकर ये बाबा! वाट पाहतोय तुझी!...'' हे म्हणताना तो भावुक झाला होता.

''ठीकाय... बुकिंग झालं की फ्लाइटटाइम मेसेज करतो. तुला आणखी एक सांगायचंय... नंतर सांगतो...'' खोलीत संजीवजी आल्याचं बघून नरेंद्रनं बोलणं आवरतं घेतलं.

त्यांनी सलीम आणि मुश्ताक आल्याचं सांगितलं.

सलीम हसत सांगत होता, ''काय सांगायचं! रात्री साडेबाराला यानं फोन करून मला उठवलंय. तेव्हापासून सतत माझं डोकं खातोय!'' मुश्ताकचा चेहराही खुललेला होता. थोडी लाज आणि थोडा संकोच असला तरी तो आपल्याबरोबर यायला तयार झालाय, हे नरेंद्रच्या लक्षात आलं.

''नरेंन, हा तुमच्याबरोबर येतोय, तुमच्या गावात राहणार आहे, यात कुठलीच समस्या नाही. खरी समस्या वेगळीच आहे. परतल्यावर इथं काय सांगायचं?'' संजीवजी म्हणाले.

''काश्मीर सोडून जायला याच्याकडे कुठलंही कारण नाही. तो फार फारतर जम्मूला जाऊ शकेल. सीमा ओलांडून हा का गेला, असं कुणी विचारलं तर सांगायला आमच्याकडेही काहीतरी कारण पाहिजे.'' सलीमही म्हणाला. नंतर मुश्ताकला म्हणाला, ''माझ्या मनात एक विचार आलाय. तुझी अम्मी आजारी आहे, तिला डॉक्टरांना दाखवायला जम्मूला जातोय, असं सांग. दोघंही तिथं जा. नाहीतरी तिथं तुझ्या खालाजानचं घर आहेच. अम्मीला तिथं सोड. सर! हा तुम्हाला जम्मूला भेटेल. तिथून दोघं बेंगळुरूला जा. परतताना तू पुन्हा जम्मूला ये, तिथून अम्मीला घेऊन ये. असं केलं तर कुणालाही संशय येणार नाही. कसं?''

हे मुश्ताकला पटलं. त्यानं मान हलवली. त्याच्या मनात या तिघांविषयी विश्वास निर्माण झाल्याचं तिघांनाही जाणवलं.

त्याच वेळी मुश्ताकचा फोन वाजू लागला. फोन घेऊन तो म्हणाला, ''जातोय

अम्मी! निघालोच... इथून थेट तिथंच जातोय म्हटलं ना...'' त्यानं फोन बंद करताच आणखी एक फोन आला. तो घेत तो उठून उभा राहत म्हणाला, ''अतसलाम् आलेकुम... तिथंच निघालोय... निघतोयच...'' म्हणत तो निघालाच. या तिघांनाही ''अर्जंट काम आहे... आलोच जाऊन!'' एवढं सांगून घाईनं चालू लागला.

सलीमनं विचारलं, ''किती वेळ लागेल यायला?''

''असा जातो... असा आलो...'' त्यानं बाहेर पडता पडता सांगितलं. बघता बघता तो बाहेर पडला.

''यानं नवीन काही सुरू केलंय की काय?'' संजीवजींनी सलीमला विचारलं.

''नाही. यानं सगळं संपूर्णपणे सोडलंय. तेही याच्या वाटेला आले नाही तर बरं!''

''तर मग परवाचं तिकीट बुक करू का दोघांचं? की त्याला विचारून दिवस पक्का करू?'' नरेंद्रनं थोड्या शंकित स्वरातच विचारलं.

''तेच बरं दिसतंय. त्याला विचारूनच दिवस ठरवा. नाही तरी लगेच येणारच आहे ना!'' सलीम म्हणाला.

''तो यायच्या आत आपण मार्तंडचं सूर्य देवालय बघून येऊ या, सर!''

''आज मलाही सुट्टी आहे. चला, मीही येतो. आरती, तूही चल!'' संजीवजी म्हणाले.

निघून दहाएक मिनिटं झाली असतील; नरेंद्रला एका कन्नड टीव्ही चॅनेलकडून फोन आला, ''सर, सुंदरकृष्ण आज संध्याकाळी एक चर्चा ठेवायला सांगताहेत. ते, शब्बीर आणि मीरादेवी असणार आहेत. त्यांनीच तुमचंही नाव सुचवलंय. नव्हे, आग्रह आहे त्यांचा!''

''विषय? काश्मीर ना?''

''इस्लाम हा शांतीचं प्रतिपादन करणारा धर्म आहे, हा मुख्य विषय असू दे, असं त्यांनी सांगितलंय. तेच काश्मीरचा विषय काढतील. त्यांनी त्यांच्या पेपरकडून नवं आंदोलनच सुरू केलंय ना!''

''ठीकाय! पण मी बाहेरगावी आहे. जर फोनवरून जमणार असेल तर माझी काही हरकत नाही. चालेल ना?''

''बरं सर! ठीक सात वाजता आम्ही फोन करू.''

फोन बंद करत त्यानं संजीवजींना विचारलं, ''आपण सातच्या आत घरी पोचू ना? एक महत्त्वाचा फोन येणार आहे.''

''सात ना? अगदी सहज येऊ. काळजी नको!'' ते म्हणाले.

***

एवढ्या घाईनं स्वत: फोन करून यायला सांगितलंय म्हणजे तसंच काहीतरी

महत्त्वाचं काम असलं पाहिजे, असा विचार करत मुश्ताकनं घाईनं मुफ्ती लतीफांच्या घराच्या दिशेनं पावलं टाकली. घरी यायला सांगितलंय! काय काम असेल? या विचारातच तो जाऊन पोचला.

घराच्या दारातच चार माणसं उभी होती. सतत मुफ्तींच्या सोबत असणारीच माणसं. अंगरक्षक असावीत तशी. त्यांना ओलांडून तो आत गेला. माजघरात मुफ्ती बसले होते. त्याला मनोमन जाणवलं, का कोणजाणे, अलीकडे त्यांना पाहिलं तर पूर्वीसारखा आदर वाटत नाही.

''बिस्मिल्ला...'' म्हणत त्यांनी त्याच्याकडे नजर वळवली. नंतर म्हणाले, ''काय म्हणतोस! बडा माणूस झालास! किती वेळा निरोप पाठवायचा तुला?''

तो खाली मान घालून उभा राहिला.

''हं! बैस! तुला दोन महत्त्वाच्या विषयासंबंधी सांगायचंय.''

तो बसला. त्याच्या डोक्यात फक्त बेंगळुरूला जायचा विषय घोळत होता. जायचा दिवस ठरल्यावर अम्मीला सांगायला पाहिजे. तिला बजावायला पाहिजे, कुणालाही यासंदर्भात अक्षरही बोलू नकोस म्हणून! की तिला खरं कुठं जाणार आहे हे सांगितलं नाही तर? हं... तेच बरं होईल...

तो विचारात गढला असतानाच मुफ्तींचं बोलणं कानावर आलं, ''बद्र लढाईविषयी ऐकलंयस काय तू?''

''नाही!'' त्यानं प्रामाणिकपणे सांगितलं. अलीकडे त्याला खरंतर लढाईविषयी ऐकण्यातही रस राहिला नव्हता. पण ते यांना सांगण्यात अर्थ नाही, हेही त्याला समजत होतं.

''आम्ही ९० साली इथून काफरांना पळवून लावलं त्याला याच युद्धापासून स्फूर्ती मिळाली होती!'' ते अभिमानानं बोलू लागले, ''त्याचा तपशील तुलाही ठाऊक असणं आवश्यक आहे!''

मला नकोय ते! त्याच्या मनात आलं. हेच मुफ्तींना सांगायचं जिभेच्या टोकापर्यंत आलं तरी त्यानं ते आवरलं. एव्हाना त्यांना माझा राग आलाय! कशाला आणखी भडकवायचं? ते सांगतील ते ऐकायचं आणि निघून जायचं! तो त्यांचं बोलणं ऐकण्यासाठी सरसावून बसला.

''प्रवादींना अल्लाहचा दूत गॅब्रियल यानं संदेश पाठवायला सुरुवात करून तेरा वर्षं झाली होती. तरी मक्केत अरब लोक मोठ्या प्रमाणात इस्लाममध्ये आले नव्हते. आधी आपल्या देवदेवतांविषयी वाईट बोलणाऱ्या मुस्लिमांवर बहिष्कारच घातला होता. इथं राहिलं तर इस्लामचा विकास होणं शक्य होणार नाही, हे लक्षात येताच प्रवादींनी आपल्या सुमारे एकशे पन्नास अनुचर असलेल्या मुस्लिमांना एकेक करून मदीनाला पाठवून दिलं. अखेर आप्तस्नेही अबुबकर याच्याबरोबर आपणही रातोरात

मक्केहून निघून आधी जवळच्याच एका गुहेत लपून राहिले. त्यानंतर तेही मदीनाला जाऊन पोचले. आपलं जन्मगाव सोडायची परिस्थिती आणणाऱ्या मक्केचा सहाजिकच त्यांना प्रचंड क्रोध आला.''

हे नवं होतं. मुश्ताक मोठ्या कुतूहलानं पुढील बोलणं ऐकू लागला.

''प्रवादी मक्केहून मदीनाला येऊन सुमारे सहा महिने झाले होते. कुठलीच आर्थिक आवक नसल्यामुळे ते आणि त्यांच्या अनुचरांवर मदीनात नव्यानं धर्मांतर केलेल्यांवर अवलंबून राहायची पाळी आली होती. त्याच वेळी प्रवादींनी मुस्लिमांमध्ये सर्वप्रथम उम्मा अथवा भातृत्वाची कल्पना जन्माला घातली. मक्केच्या प्रत्येक मुस्लिमाला मदीनाच्या मुस्लिमाशी बंधुत्वाचं नातं निश्चित करण्यात आलं. हे किती मोठ्या प्रमाणात, तर मदीनाचा एक मुस्लीम तर आपल्या मक्केतल्या आपल्या बंधूला आपल्या संपत्तीतला वाटाही द्यायला तयार झाला. त्याचबरोबर आपल्या बायकांपैकी एक बायकोही देऊन निकाहही करून दिला होता. याचा परिणाम म्हणून परतलेले आणि स्थानिक हा भेदभावच राहिला नाही. त्याचबरोबर मक्केतही हा भेदभाव वाढायला वाव मिळाला नाही.''

''ओह!'' मुश्ताकनं आश्चर्य व्यक्त करत म्हटलं.

''त्या काळी अरब देशात सगळे व्यापारी व्यवहार कारवानांद्वारेच व्हायचे. तू अरेबियाचा नकाशा पाहिलास काय?''

''नाही...''

''नंतर नक्की पाहा! म्हणजे मी सांगतोय ते तुला अधिक समजेल. मक्का हे असं खालच्या बाजूला आहे आणि मदीना वरच्या बाजूला येतंय. मक्केहून निघणारे कारवान दक्षिणेच्या येमेनला किंवा उत्तरेच्या सीरियाला जायचे. मक्केहून आवश्यक ते पदार्थ उंटांवर लादून घेऊन जायचे. त्या कारवानचं नेतृत्व वाणिजांकडे असायचं. बहुतेक वेळा मोठ्या कारवानमध्ये कमालीचे दारिद्र्य असणाऱ्यांकडेही काहीना काही असायचंच. लुटारूंकडून कारवानांचं रक्षण करणाऱ्या योद्ध्यांचीही एक तरी तुकडी असायचीच. सीरियाला जाणाऱ्या कारवानांना तर मदीनाजवळूनच जावं लागत असे. जवळच असलेल्या लाल समुद्राच्या वाटेवरून जाताना मदीनाच्या लोकांना न समजता जाणं शक्य नव्हतं.''

''हं!...'' आता त्याची उत्सुकताही वाढू लागली.

''अशा कारवानांची प्रवादी वाट पाहत असायचे. त्यांच्यावर तुटून पडून लूटमार केली तर मक्केतल्या लोकांवर सूड उगवल्यासारखं व्हायचं आणि आपल्याला पैसा किंवा अमूल्य पदार्थ मिळतात, हा त्यांचा हिशेब होता. त्याप्रमाणे त्यांनी तीन वेळा आपल्या अनुयायांना पाठवून दिलं, पण तिन्ही वेळा कारवान चुकवून पळून गेले. नंतर ते स्वत:ही तीन वेळा हल्ला करायला जाऊन आले. पण उपयोग झाला

नाही. पुढच्या खेपेला त्यांनी एका छोट्या कारवानावर हल्ला करायला आपल्या अनुयायांना पाठवून दिलं. तो अरबांचा पवित्र असा रिजब महिन्याचा शेवटचा दिवस होता. पवित्र महिन्यात अरब कुठल्याही परिस्थितीत शस्त्राला हात लावायचे नाहीत. प्रवादींच्या अनुयायांपैकी एकानं केसांचं मुंडण केलं आणि आपण एक यात्री असल्याचा बहाणा केला. कारवानमधल्या सगळ्यांना ते खरं वाटलं. सगळे मध्ये थांबून स्वयंपाक करत होते. अशा वेळी मुस्लिमांनी त्यांच्यावर हल्ला केला आणि बहुतेकांची हत्या केली, उरलेल्यांना बंदी करून आणि सामानाची लुटालूट करण्यात यशस्वी झाले.''

''पवित्र महिन्यात, तेही अशाप्रकारे फसवून रक्त सांडणं चुकीचं नाही का?'' न राहावून त्यानं विचारलं.

''होय! आधी प्रवादींनाही तसंच वाटलं. पण लवकरच अल्लाहच्या दूताकडून 'पवित्र महिन्यात युद्ध करणं हा महा-अपराध आहे हे खरं, पण लोकांना चुकीच्या मार्गावर जाण्यापासून अडवणं, अल्लाहच्या मार्गानं जाणाऱ्यांना अडवायचं, मूर्तिपूजा करायची या सगळ्या अल्लाहच्या दृष्टीनं त्याहूनही मोठे अपराध आहेत!' असा संदेश आला. त्यामुळे प्रवादींनी जमलेल्या लुटीचे पाच भाग केले, एक भाग स्वतःला ठेवून बाकीचे सगळे वाटे इतरांमध्ये वाटून टाकले. मी सांगतोय त्याविषयी तुझ्या मनात शंका नको! सगळ्याला कुरआनातला दाखला देऊ शकतो मी!... ''

''हं!''

''सीरियाला जाताना न लुटता आलेला एक भलामोठा कारवान माघारी परतत असल्याची बातमी प्रवादींना समजली. आता त्यांना सोडायचं नाही असा विचार करून त्यांनी मदीनातल्या आपल्या सगळ्या अनुयायांना एकत्र केलं. हे येत असल्याची बातमी कारवानमधल्या लोकांनाही समजली. त्यांनी आपल्या मक्केच्या बांधवांकडून मदत मागवली. त्यांच्या रक्षणासाठी एक मोठी फौजच तयार झाली. पुढचं सगळं नीट लक्ष देऊन ऐक! ते महत्त्वाचं आहे!''

काही क्षण थांबून ते पुढं सांगू लागले, ''मक्का आणि मदीनेच्या फौजा समोरासमोर आल्या त्या बद्र या जागी. मध्यभागी सपाट असलेला भूप्रदेश. पूर्व आणि उत्तरेला उंच-उंच पर्वत. दक्षिणेकडे मोठमोठाले खडक. पूर्वेकडे पाण्याचे काही प्रवाह. पश्चिमेकडे वाळूचे ढिगारे. प्रवादींची सेना पूर्वेच्या पाण्याच्या प्रवाहापाशी ठाण मांडून होती. मक्केची कुरेशींची सेना पश्चिमेकडून येत होती. युद्धाच्या आदल्या रात्री कुरेशींनी तळ ठोकलेल्या जागी भरपूर पाऊस झाला होता. पाऊल टाकलं की वाळू कोसळत होती. दोन्ही सेना समोरासमोर आल्या. प्रवादींच्या सेनेत तीनशे पाच लोक असले तर कुरेशी साधारण किती असतील? सांग बघू!''

''चारशे?...''

"ह्या:! तेवढेच असते तर काळजीच नव्हती ना!"

क्षणभर त्याला आपल्या चुकीबद्दल अपराधी वाटलं. पण एखादी गोष्ट ठाऊक नसणं हा काही अपराध नाही. त्याला नरेंद्रची आठवण आली. शांतपणे तपशील सांगायची ती पद्धत किती उत्तम आहे!...

मुफ्ती पुढं डोळे विस्फारून सांगू लागले, "मक्केच्या सेनेत नऊशे पन्नास माणसं होती. दोन्ही सेना एकमेकांवर तुटून पडायच्या ऐवजी काही वीर पुढे झाले आणि त्यांनी काहीजणांना एकेक करून आव्हान दिलं. त्या प्रकारात कुरेशींचे काही महत्त्वाचे योद्धये मृत्युमुखी पडले. हे बघून त्या बाजूच्या योध्यांचं धैर्य खचलं. नंतर दोन्ही सैन्यं एकमेकावर तुटून पडली. तेव्हा आपल्या डेऱ्यातले प्रवादी दोन्ही हात उंचावून म्हणाले, हे देवा! अशा युद्धात या छोट्या समूहाचा पराभव झाला तर युद्ध पुढे सुरू राहील. तसंच तुझी पवित्र भूमी पवित्र पूजा या भूमीवरून नाहीशी होईल! नंतर ते डेऱ्याबाहेर आले आणि आपल्या सेनेला स्वर्गाच्या मार्गावर पुढे व्हायचा पुकारा करू लागले. त्यांचं बोलणं इतकं उत्साहवर्धक होतं की तिथंच खजूर खात बसलेला सोळा वर्षांचा मुलगा म्हणाला, माझ्या आणि स्वर्गाच्या मार्गावर हे खजूरच अडथळा निर्माण करताहेत ना! माझा देव भेटेपर्यंत मी खजूर खाणार नाही! एवढं बोलून, खजूर फेकून देऊन तो युद्धात उतरला. आणि बघताबघता मारला गेला!"

ही कथा सांगताना मुफ्तीही मग्न होऊन गेले होते.

"पुढं काय झालं?" मुश्ताकनं विचारलं.

ते त्याच्याकडे पाहत पुढे सांगू लागले, "त्यानंतर? खरा चमत्कार तर त्यानंतरच घडला! दोन्ही सैन्यांनी युद्ध करायला सुरुवात केली आणि एकाएकी मोठं वादळ सुरू झालं. सुरू होताच प्रवादी म्हणाले, हाच अल्लाहचा दूत आहे! हजार देवतांच्या बरोबर येऊन आपल्या शत्रूवर तुटून पडलाय! तीन वेळा झंझावात आला. ते पहिल्यांदा म्हणाले, हा अल्लाहचा दूत गॅब्रियल! दुसऱ्यांदा म्हणाले, हा मायकेल! आणि तिसऱ्यांदा म्हणाले, हा सेरेफिल! देवानुदेव आपल्या मदतीला धावून येत असल्याचं बघून मुस्लीम अतिशय त्वेषानं तुटून पडले. पावलं रुतणाऱ्या वाळूवर ताठपणे उभं राहणंही अशक्य होत असल्यामुळे कुरेशी एकीकडे वादळामुळे, दुसरीकडे पूर्वेकडून येणाऱ्या सूर्याच्या तळपत्या किरणामुळे हवालदिल झाले. त्यांच्यात गोंधळ उडाला. अशा वेळी त्वेषानं आक्रमण करणाऱ्या मुस्लिमांना तोंड देणं अशक्य होऊन ते गारद होऊ लागले. जेव्हा युद्ध संपलं तेव्हा एकोणपन्नास कुरेशी मेले आणि बाकीच्यांना पकडण्यात आले. प्रवादींच्या सैन्यातले फक्त चौदाजणं मरण पावले होते. आपल्या कट्टर वैऱ्याचं मस्तक आपल्या पायाशी आणून टाकल्यावर प्रवादींनी आनंद व्यक्त केला! ज्यांना पकडण्यात आलं होतं त्यांचीही डोकी उडवण्यात आली. कारवान धनधान्यानं भरलेला होता. ते लुटायला

मुस्लिमांमध्ये भांडणं सुरू झाली. ती इतक्या टोकाला पोचली की अखेर अल्लाहचा दूत गॅब्रियल यानं सांगितलं, ही सगळी संपत्ती अल्लाह आणि त्याच्या दूताची आहे! अल्लाहची भीती बाळगा आणि परस्परांशी संबंध सुधारून घ्या! तुम्ही मूविन असाल तर अल्लाहच्या संदेशवाहकाचं अनुकरण करा! असं सांगून त्यानं मुस्लिमांना आवरलं. हे सगळं कुर्रानात सांगितलंय!''

''हं!''

''लुटीतला पाचवा भाग अल्लाहचा, पाचवा प्रवादींना, त्यांच्या नातेवाइकांना, आणि दीनदलितांना दिला पाहिजे हा कायदा या घटनेनंतरच आचरणात आणण्यात आला.''

''आता आपण जकात देतो, त्याचं मूळ हेच ना?''

त्यांनी होकारार्थी मान हलवली.''

''मग पुढं त्या सगळ्यांचं काय झालं?''

''बहुतेकांची हत्या केली. कुणाकडेही बोट करून प्रवादींनी याच्या मानेवर मारा म्हणून सांगितलं तर त्याचा अर्थ याचं मुंडकं छाटा, असाच त्याचा अर्थ! हे त्यांच्या अनुयायांना ठाऊक होतं. लिहायला-वाचायला न येणाऱ्यांना शोधून त्यांना लिहायला-वाचायला शिकवायची आज्ञा करायचे. मक्केच्या एकेका कैद्याला मदीनाच्या दहा निरक्षरांना शिकवायची जबाबदारी द्यायचे. काही कैद्यांना पैसे देऊन सोडवून घेऊन जायची मक्केच्या काहीजणांना सूचना करण्यात आली होती.''

''हं!''

''थोडक्यात काय, बद्र युद्ध हे मुस्लिमांच्या दृष्टीनं मोठाच संघर्ष होता. यात सहभागी झालेल्या प्रत्येक मुस्लिमाच्या नावांची यादी करण्यात आली होती. कारण त्या युद्धात हार झाली असती तर आज इस्लामची नामोनिशाणीही राहिली नसती. त्यामुळेच आजही मुस्लीम राष्ट्राचा प्रत्येक सेनापती या बद्र युद्धाचा उल्लेख केल्याशिवाय राहत नाही. आपल्या सेनेत उत्साह भरण्यासाठी नऊशे पन्नास कुरेशींशी युद्ध करून त्यांना हरवणाऱ्या तीनशे पन्नास मुस्लिमांच्या शौर्याचं कौतुक करतो!''

एवढं सांगून मुफ्तींनी मोठा उच्छ्वास सोडला. त्यात गढून गेलेल्या मुश्ताकनंही हुंकार भरला.

''आता ही कथा मी तुला का सांगितली?'' मुफ्तींच्या या प्रश्नावर मात्र त्यानं नकारार्थी मान हलवली.''

''काही वर्षांपूर्वी सरकारनं पंडितांच्या घरवापसीची योजना बनवायला सुरुवात केली होती. तेव्हा आम्ही काय करायचो, ठाऊकाय? सांग!''

त्यानं पुन्हा नकारार्थी मान हलवली. त्याला काही आठवत नव्हतं.

''पुलवामामध्ये तिथल्या कालव्यामध्ये मोठाले दगड टाकले. पाण्याचा प्रवाह

त्यांच्या वस्तीकडे वळवला. घरात पाणी शिरल्यावर सगळे काफिर घाबरे होऊन घराबाहेर पडले!...'' म्हणत ते हसले. मुश्ताकला आजचं त्यांचं हसणं नेहमीपेक्षा क्रूर वाटलं.

''अल्लहम गुरिल्लाह, आताही तशीच एक योजना माझ्या डोक्यात आलीय! बाकीचे हरामखोर का तोंड मिटून गप्प बसलेत, माहीत नाही. पण मी असेपर्यंत काफिरांना इथे राहायला देणार नाही! काय करायचं ते मी सांगतो. यशस्वी करायची जबाबदारी तुझी!''

हे ऐकताच तो घाबरा झाला.

आतापर्यंत आपण यांच्या सूचनेप्रमाणे दगडफेक केलीय हे खरंय. सैनिकांचा द्वेष करत होतो, त्यांच्यापैकी कुणी मेलं तर आनंदित व्हायचो, हेही खरं! अनेकदा पंडितांच्या घरांवर दगड टाकलेत, ते निघून जावेत म्हणून घोषणाही अनेकदा दिल्यात. पण हे सगळं केव्हा केलं? आझादीचा परिणाम लक्षात यायच्या आधी. आता जुनं सगळं टाकून देऊन नवा माणूस व्हायला धडपडत असताना पुन्हा त्याच रस्त्यानं गेलं तर?...

''नाही! काबा की कसम! मला हे जमणार नाही!'' त्यानं जोरात मान हलवत सांगितलं.

हे ऐकताच त्यांचा संताप उफाळून आला.

''निजाम ए मुस्तफा नको काय तुला?'' त्यांनी डोळे वटारून विचारलं.

हेच! पुन:पुन्हा हेच सांगताहेत! प्रत्येक मशिदीतले छोटे-मोठे इमामही हेच सांगतात! अम्मी तर समजतंय तेव्हापासून हेच सांगत आलीय! आणि आता हे तरी वेगळं काय सांगताहेत? तेच! त्यासाठी आमच्यासारख्यांनी आयुष्य द्यायचं! दिलं तरी अखेर काहीही मिळत नाही! आपला सूड घेण्यासाठी सगळे आमचा वापर करून घेताहेत! दगड टाकायला आम्ही! पाण्याचा प्रवाह बदलायला आम्ही! काफिरांना पळवून लावायलाही आम्ही! शरिया कानून... धर्माधिष्ठित कानून... बस्स झालं हे सतत ऐकून!

''नको! मला कुठलाही निजाम ए मुस्तफा नकोय! मला माझ्यापुरतं राहू द्या!'' त्यानं हात जोडत सांगितलं. हे सांगताना त्याला गहिवर दाटून आला.

''थू:! हरामी! लाज नाही वाटत इस्लामच्या कामाला नाही म्हणताना? नरकाग्नीत होरपळून मरशील! मर जा!'' याची हाडं मोडतील असं बडवून काढण्याइतका संताप त्यांच्या मनात खदखदू लागला. त्यांनी स्वत:च्या संतापाला आवर घातला. ''अशा पवित्र कार्याच्या पूर्ततेसाठी कितीतरीजणं हपापलेले असताना हा बेक्कार मुलगा नाही म्हणतोय!''

एकीकडे तो संकोचून जात असतानाच दुसरीकडे त्यांच्या बोलण्याचा त्याला

संताप आला. आठवतंय तेव्हापासून शिव्या खाऊन आणि मार खाऊन हैराण झालोय मी! त्यात यांचीच कमी होती!...

तो ताडकन उठला.

"मला हरामी म्हणताय? इतरांच्या मनात द्वेष पेरून जीव घ्यायला सांगता. तुम्ही काय आहात ते आधी बघा! मी नरकात जाईन ना? काही हरकत नाही! स्वर्गासारख्या जागेचा नरक करणारे तुमच्यासारखे कुठे जाल, ते मीही बघतोच!" आपण काय बोलतोय, कुणापुढे बोलतोय, याचं भान न राहून त्यानं चढ्या आवाजात मनातलं बोलून दाखवलं आणि तिथून बाहेर जायला निघाला.

त्या क्षणी त्याच्या मागेच उभ्या असलेल्या चौघांपैकी तिघांनी त्याला घट्ट पकडून धरलं आणि चौथ्यानं त्याच्या मानेवर जोरात प्रहार केला.

"बिस्मिल्लाह..." म्हणता म्हणता त्याची शुद्ध गेली. ते चौघेही त्याला दरादरा ओढून घेऊन गेले.

तो नजरेआड झाला तरी मुफ्तींचा संताप आटोक्यात येत नव्हता. दातओठ खात ते तिथेच येरझाऱ्या घालत होते. प्रवादींच्या काळात कसे-कसे मुस्लीम होते! त्या काळी चुकून जरी कुणी त्यांना त्रास दिला तर ते विचारायचे, "कोण मला त्या त्रास देणाऱ्यापासून मुक्ती देईल?" त्यांच्या तोंडून एवढा प्रश्न बाहेर पडायचा अवकाश! सगळे मी-मी म्हणत पुढं व्हायचे आणि लवकरात लवकर त्या शत्रूचं मस्तक परमदयाळू - करुणानिधी अल्लाहूच्या नावाखाली प्रवादींच्या पायाशी लोळण घेत असायचं! खरे मुस्लीम म्हणजे अरब! हे सगळे केवळ नावाचेच!

थू:! त्यांनी चहा आणायची आज्ञा केली.

काही क्षण गेले. हळूहळू त्यांचा संताप उतरला. ते विचार करू लागले, मुश्ताकला द्यायचं असलेलं काम आणखी कुणाला द्यावं?

***

"बापरे!" आयुष्याच्या अशा प्रत्येक प्रसंगी त्याच्या तोंडून असाच उद्‌गार निघायचा.

ग्रीसच्या (ताथेबान) या बृहदाकार मंदिराचीही याच्याशी तुलना होऊ शकणार नाही. या भव्यतेशी तुलना करायला दुसरं काहीही सुचत नाही! तीनशे फुटांपेक्षा जास्त लांबी आणि सुमारे दीडशे फुटांपेक्षा जास्त रुंद असलेलं देवालयाचं प्रांगण, त्यातही चौकोनी आकाराची छोटी-छोटी चौऱ्याऐंशी देवालयं होती म्हणतात. मध्यभागी गर्भगृह... आता राहिलेले केवळ भग्नावशेष... तरीही मध्यभागी उभं राहून भोवताली नजर टाकली तर सगळ्या बाजूंनी व्यापून राहिलेली भव्यता स्वत:च्या दृढतेची ग्वाही देत होती. पाथेनान देवालय जसं पूर्वी होतं तशाप्रकारे निर्माण करायचं कार्य वेगानं आणि उत्साहानं होत आहे. तसंच इथंही झालं पाहिजे. हे खांब

आणखी किती दिवस या भूमीला घट्ट पकडून राहू शकतील तेवढंच त्यांचं आयुष्य! स्थानिक सत्ताधाऱ्यांनी हे बांधण्यासाठी जेवढे श्रम घेतले असतील, त्यापेक्षा एकेका मुस्लीम राजानं किती मेहनत घेतली, याची माहिती कानांवर येत होती.

"काश्मीरमधल्या वेगवेगळ्या देवालयांना भग्न करणारा सुलतान बुतशिकन यानंही प्रयत्न केला तरी इथले खांब हलवणं त्याला शक्य झालं नाही. तेव्हा त्यानं आत काठोकाठ लाकडं रचून आग लावली होती म्हणे."

"पण हे कुणी बांधलं?" आलेल्यांपैकी कुणी प्रवासी विचारत होते.

"राजा ललितादित्य." त्यांना कुणीतरी उत्तर देत होतं.

कारमध्ये बसताना नरेंद्रनं पुन्हा एकदा वळून पाहिलं.

"मला ज्यानं बांधलं त्याच्याइतकंच माझं सामर्थ्य! आतापर्यंत उभा आहे, हीच त्याची साक्ष!" छाती रुंदावून ते सांगत असल्याचा त्याला भास होत होता.

"का कोण जाणे, मुश्ताकचा फोन लागत नाहीये!" निघून दहाएक मिनिटं झाल्यावर सलीम म्हणाला, "पाच वाजले. एव्हाना त्याचा एखादा मेसेज तरी यायला हवा होता!" त्याच्या आवाजातलं भय लपत नव्हतं.

संजीवजींनी विचारलं, "त्याच्या घरी चौकशी केलीस काय?"

"होय. त्याची अम्मीही घाबरी झालीय! घरालगतच असणाऱ्या मुफ्तींकडे गेला होता म्हणे तो. बऱ्याच वेळापूर्वी तो तिथून बाहेर पडलाय!"

काही क्षण तणावपूर्ण शांततेत गेले. नंतर तो पुढे म्हणाला, "हा आणखी कुठेतरी अडकून पडलाय असं दिसतंय! तुम्हाला सोडल्यानंतर त्याच्या काही मित्रांकडे चौकशी करतो."

सलीमचा चेहरा बघून सगळ्यांचीच मनं कळवळली.

एकतीस

सुंदरकृष्णांच्या चेहऱ्यावर मंद हास्य विलसत होतं. मुरारींचं हैदराबादचं भाषण अप्रतिम जमलं होतं. त्याहीपेक्षा त्याचा जो काही प्रसार झाला, ते सगळं केवळ अद्वितीयच जमून आलं होतं. एकदाच नव्हे, पुन:पुन्हा प्रसार करायला कुणीच मागं हटलं नव्हतं. भाषण झाल्यानंतरही त्याच्यासमोरचा माइक तसाच ठेवून त्याला मनमोकळेपणानं बोलायची संधी उपलब्ध करून देण्यात अजिबात हयगय केली नव्हती. त्याच्या भाषणातले काही मुद्दे अभिव्यक्तीस्वातंत्र्याच्या मुद्द्यावर समर्थनीय ठरवावे लागतील : एवढे टोकाचे आहेत! हेच मुद्दे त्याच्याऐवजी आणखी कुणी मांडले असते तर त्याच्याविरुद्ध देशद्रोहाचा गुन्हा दाखल करण्यात आला असता. त्यानंतर साहित्यिक, नट-नट्यांनी आपापले पुरस्कार वापस करायची प्रक्रियाही सुरू होऊ शकली असती यात शंकाच नाही. एकूण काय, सगळं नियंत्रित करतात ती माध्यमंच! त्यांचं सामर्थ्य ही काही नवीन गोष्ट राहिलेली नाही. तरीही आपण स्वीकारलेल्या कामाविषयीची आस्था सहज असल्यामुळे घडणारी प्रत्येक घटना ते सूक्ष्मपणे न्याहाळत होते. राष्ट्रीय वाहिनींवर एकदाच प्रक्षेपण केलं तर इतर वाहिन्या त्यांनी व्यक्त केलेल्या विचारांना पाठिंबा देणाऱ्याच असल्यामुळे काळजी नव्हती. सगळेच आपल्या प्राइम-टाइमवर या विचारांना वेळ उपलब्ध करून देत होतं. या समस्येवर सरकार कसा मार्ग काढेल, हे समजेपर्यंत सगळ्यांनी या विषयाला हवा देऊन तो जिवंत राहील असं करायचा निर्णयच झाला होता. यानंतर असहिष्णुतेच्या झांजा वाजतच राहतील. आपल्याला संधी मिळेल तेव्हा याचा आवाज बुलंदच राहिला पाहिजे, असाच सगळ्यांचा प्रयत्न चालला होता.

मुरारी हैदराबादहून पश्चिम बंगालला जाऊन तिथून बेंगळुरूला येईल, त्यानंतर केरळला जाणार असून बेंगळुरूच्या कार्यक्रमाला तेवढंच प्राधान्य देऊ, असं सगळ्या

वाहिन्यांनी सांगितलं होतं. लोकांच्या संघटनांना एकत्र येण्यासाठी चालना देऊन काही नाही म्हटलं तरी सभेला पाच-सहा हजार माणसं जमवता येतील, असा अंदाज होता. त्यात मुसलमान किती जमतील याचा आताच अंदाज येत नव्हता. काश्मीरमधले धार्मिक पुढारीच या सगळ्यामागे असले तरी स्थानिक पुढाऱ्यांनी तरी संपूर्ण पाठिंबा दर्शवला आहे. त्याहीपेक्षा महत्त्वाचं म्हणजे हिंदू संघटनांचा असलेला पाठिंबा! कुठलाही अजेंडा असू दे; "पिढ्यान्पिढ्या वरच्या जातीचे तुमच्यावर घोर अन्याय करत आलेत!.." हे एक घोषवाक्य म्हटलं की हातातली सगळी कामं बाजूला सारून दलित धावत येतात! अधूनमधून आंबेडकरांची काही वाक्यं पेरली की बस्स! तो सगळा समाज मुठीत येणं अजिवात कठीण नाही! या विचारासरशी त्यांच्या चेहऱ्यावर पुन्हा छद्मी हास्य पसरलं.

स्वतंत्र भारताच्या पहिल्या मंत्रिमंडळात आंबेडकरांना समाविष्ट करण्याचा सल्ला देणारे सरदार पटेल जितके राष्ट्रप्रेमी होते, तितकेच संस्कृत ही राष्ट्रभाषा व्हावी म्हणून दडपण आणणारे आंबेडकरही देशप्रेमी होते हे सुंदरकृष्णांना ठाऊक नव्हतं, असं मुळीच नाही. केवळ हिंदू ग्रंथच नव्हे, इस्लामशी संबंधित ग्रंथांविषयीही संपूर्ण ज्ञान असलेले आंबेडकरही हिंदू-मुस्लीम ऐक्याविषयी निष्पक्षपाती मते ठेवून होते. ती मतंही सुंदरकृष्ण जाणून होते. ती ते मनात घोळवू लागले.

भारताचं विभाजन करून पाकिस्तानाची निर्मिती भारतासाठी कशी वरदान ठरणार आहे याचं आंबेडकरांनी सखोलपणे विश्लेषण केलं होतं. वर-वर दिसणारी राजकीय कारणं काहीही असली तरी ऐतिहासिकरीत्या मुस्लीम राजांनी भारतावर केलेल्या सततच्या हल्ल्यापासून सुरुवात करून, इस्लामचे ग्रंथ अभ्यासून त्यातून प्रतिपादित केलेली तत्त्वं समजावून घेतली होती. टर्की देशाचं एकीकरण आणि खलिफाच्या राज्यकारभाराच्या पुनर्स्थापनेसाठी भारतीय मुस्लिमांनी सुरू केलेली खिलाफत चळवळीला पाठिंबा देऊन त्यात उडी घेणाऱ्या गांधींनी नंतरच्या काळात भारतावर आक्रमण करायला अफगाणिस्थानला प्रोत्साहन देणाऱ्या भारतीय मुस्लिमांना समर्थन दिलं होतं. यावर आक्षेप घेणारे आंबेडकर! त्यांनी गांधींना अभिप्रेत असलेलं हिंदू-मुस्लीम ऐक्य हे पोकळ असल्याचं म्हटलं होतं. हे करताना त्यांनी एकच नव्हे, अनेक कारणांची यादी सादर केली होती. मुस्लिमांनी चालवलेल्या हिंदूंच्या टीकेवर काहीही न बोलता त्यांच्या सोबतच स्वराज्याची स्वप्नं पाहणाऱ्या गांधींना मुस्लिमांची मानसिकता संपूर्णपणे समजावून घेतलेले आंबेडकर 'वास्तववादी" वाटतात. मुस्लिमांची जातीव्यवस्था, केवळ स्वत:च्या धर्माविषयी मार्यादित असलेली त्यांची धार्मिकता आणि बंधुत्व, त्याचबरोबर बुरखा पांघरणाऱ्या मुस्लीम स्त्रियांच्या देहिक दुष्परिणामांची तमा न बाळगणं याविषयी आंबेडकरांनी परखड मतं मांडली होती. मुस्लिमांबरोबर गांधी-पद्धतीच्या साहचर्यापेक्षा एखाद्या सामंजस्य साधणं योग्य ठरेल असं ते

म्हणायचे. ते मुस्लिमांना मिळणाऱ्या सवलतींमुळे त्यांच्यातली आक्रमणशीलता कशी वाढेल आणि ते त्याकडे कसे हिंदूंची हार म्हणून पाहतात हेही त्यांनी विस्तारानं सांगितलं होतं. हिंदू निर्बल आहेत अशी भावना होऊ देणाऱ्या विचारांना विरोध करणाऱ्या आंबेडकरांनी म्हटलं होतं, मुस्लिमांना आपली सत्ता नसलेल्या देशात राहायची पाळी आली तर आपले धार्मिक कायदे आणि त्या देशाचे कायदे यामध्ये संघर्ष निर्माण झाला तर ते आपल्या धार्मिक कायद्याचं पालन करताना आपण नागरिक असलेल्या देशाच्या कायद्याचा भंग करतात. हे इस्लामच्या तत्त्वावर उजेड टाकून सांगितलं होतं. इस्लामच्या संदर्भात हा पहिला दोष आहे. दुसरं म्हणजे मुस्लिमाला कधीच भारत ही आपली मातृभूमी आहे आणि हिंदू हे आपले बांधव आहेत, ही भावना बाळगायची अनुमती त्यांचा धर्म त्यांना देत नाही. असं स्पष्टपणे सांगणाऱ्या आंबेडकरांना, 'जर कधी एखादा मुस्लीम देश भारतावर आक्रमण करायला आला तर आपल्या सैन्यातले मुस्लीम आपल्याच बाजूनं लढतील असा विश्वास ठेवता येईल काय?' असा अतिशय निर्णायक प्रश्न विचारला होता. ते जर आज हयात असते तर मुस्लिमांच्या रक्षणासाठी उभ्या असलेल्या आपल्या अनुयायांना त्यांनी कशी प्रतिक्रिया दिली असती?

ते या विचारात असतानाच त्यांना वास्तवाचं भान आलं. आपल्याला ठाऊक असलेलं सगळंच काही दाखवून द्यायचं कारण नाही. सगळ्यात महत्त्वाचं म्हणजे डोळ्यांवर पट्टी बांधायला तयार असणारे जोपर्यंत आहेत तोपर्यंत आपणही तेच करायला पाहिजे!

त्यांच्या चेहऱ्यावरचं छद्मी हास्य क्षणभर चमकून त्यांनी तातडीनं मिटून घेतलं.

कलम ३७०विषयी मोठी कथाच लिहिली आहे या नरेंद्रानं! आता कुणाला हवंय ते सगळं? सरकार कुठलाही बदल करणार नाही हे पाहणं हेच आपलं कर्तव्य आहे! आजच्या चर्चेत शब्बीर भाग घेताहेत, ही चांगली गोष्ट आहे. कुणीही कितीही सत्य सांगितलं तरी ते आपला मुद्दा सोडून इंचभरही इकडंतिकडं हलत नाहीत! एरवी त्यांच्याशी साधं बोलणंही अशक्य असतं! त्यात चर्चेच्या वेळी तर विचारताच कामा नये!

त्यांनी आपलं वॉच पाहिलं. स्टुडिओला जायची वेळ जवळ आली होती. त्याच वेळी त्यांना मीरादेवींची आठवण आली. त्यांनी लगेच त्यांना फोन केला आणि बजावून सांगितलं, "मॅडम! कितीही संताप आला तरी रागानं उठून जायचं नाही! निदान आजतरी रागावर नियंत्रण ठेवा! शब्बीर आहेत आज. अडचणीचे प्रश्न आले की आपण ते त्यांच्याकडे वळवू या. आलं ना लक्षात?"

"खरंय! मीही तसंच ठरवलंय." त्या म्हणाल्या. त्या निदान आज तरी मनोमन सुंदरकृष्णांविषयी कृतज्ञता बाळगून होत्या. हेच आपले खरे हितचिंतक, असा भाव

त्यांच्या मनात भरून राहिला होता. पाठोपाठ त्यांच्याविषयी मधुर भावना निर्माण होऊन त्यांच्या बांधेसूद शरीरयष्टीविषयी मनात सुप्त आकर्षणही वाटून गेलं. अलीकडे त्या सुंदरकृष्णांच्या फोनची आतुरतेनं वाट पाहायच्या. संधी मिळेल तेव्हा बोलताना आवाजही विशेष मृदु व्हायचा. एकदोन दिवस त्यांचा आवाज कानांवर पडला नाही तर त्या स्वत: काहीतरी निमित्त करून त्यांना फोन करून सलगीनं बोलणं हळूहळू अंगवळणी पडत चाललं होतं.

"गोमांस भक्षणा"चा प्रकार घडला त्या दिवसापासून हा बदल झाला होता. त्या दिवशी त्यांनी विशेष आस्थेनं मीरादेवींचं कौतुक केलं होतं. परिणामी अलीकडे मीरादेवींच्या मनात मंत्रिमहोदयांच्या बोजड पोटाविषयी तक्रारीचा सूर लागू लागला होता. एकदा ते असमाधान बोलून दाखवल्यावर मंत्रिमहोदयांनी निक्षून सांगितलं होतं, "हे बघ! तुला जिमला किंवा आणखी कुठे जायचं असेल तर जा! पण मला काही सांगायला यायचं कारण नाही! आयुष्य आहे तोवर मी चांगलंचुंगलं खाऊन-पिऊन राहणार आहे!" हे ऐकल्यावर मीरादेवींच्या मनात आलं, शिक्षण असेल तर या गोष्टींचं महत्त्व कळणार! यांच्यासारख्यांना कुठं समजणार?

पायात चप्पल चढवून मीरादेवीही स्टुडिओला जायला निघाल्या.

सुंदरकृष्ण स्टुडिओत पाय ठेवत असतानाच पुढं होऊन तिरुपतीनं हात हातात घेऊन त्यांचं स्वागत केलं. तिम्मप्पा हजर होता. नेहमीप्रमाणे हाच मुलाखत घेणार होता. शब्बीरही विश्वासपूर्ण हास्य करत त्यांच्याशी चार शब्द बोलले. मीरादेवी तर जागच्या उठून त्यांच्यापाशी येऊन चार वाक्यं बोलून सलगी दाखवून जागेवर बसल्या. सगळीकडे पाहत सुंदरकृष्णांनी विचारलं, "सगळे आले! पण नरेंद्र कुठे दिसत नाही?"

"ते गावात नाहीत सर, फोनवरूनच ते भाग घेताहेत. सुरुवात करायची? चला!" म्हणत तिम्मप्पा आपल्या खुर्चीवर बसला.

"नमस्कार! मी तुमचा लाडका तिम्मप्पा! कन्नड टीव्हीच्या प्राइमटाइम प्रोग्रॅममध्ये आपल्या सर्वांचं मन:पूर्वक स्वागत! केंद्र सरकारच्या "घरवापसी" योजना यशस्वी होण्याची सगळी लक्षणं नजरेला येत आहेत. काश्मीरमध्ये याआधी आपण पाहत होतो तशा प्रकारची मोठी दगडफेक, दंगा किंवा हिंसाचार या खेपेला घडलेला नाही असं प्रथमदर्शनी दिसून येतंय. पण आश्चर्य वाटावं अशाप्रकारे इतर राज्यांमध्ये मात्र काही ना काही अप्रिय घटना घडत असलेल्या दिसतात. शांतीप्रिय अल्पसंख्याक अशा मुस्लिमांच्या भावनांना धक्का पोचू नये या भावनेनं एक समूह सरकारच्या या धोरणाच्या विरोधात अक्षरयुध्द आणि आंदोलनं करत आहे. या पार्श्वभूमीवर इस्लाम शांतीप्रिय धर्म आहे का? या प्रश्नापासून आजच्या चर्चेला प्रारंभ करू या. त्यासाठी आज माझ्यासोबत स्टुडिओत प्रख्यात संपादक श्रीयुत सुंदरकृष्ण, प्रसिद्ध साहित्यिका

आणि लढाऊ बाण्याच्या लेखिका श्रीमती मीरादेवी आणि मुस्लीम समाजातील अग्रगण्य पुढारी शब्बीर आहेत.'' सगळ्यांनी नमस्कार केला.

त्यानं पुढं सांगितलं, ''...तसंच दूरध्वनीवरून तरुण अभ्यासक श्रीयुत नरेंद्रही आहेत. नमस्कार नरेंद्रजी!... माझा आवाज ऐकू येतोय ना तुम्हाला?'' त्यानं पुढं वाकून विचारलं. पाठपाठ नरेंद्रचा आवाज ऐकू आला, ''नमस्कार! ऐकू येतोय.''

''तर मग ठीक! आता आपण चर्चेला प्रारंभ करू या. पहिला प्रश्न शब्बीरना विचारतो; इस्लाममधील मूलतत्त्ववादी संघटनांनी संपूर्ण जगभर विविध देशांमध्ये घडवलेल्या अतिरेकी घटना पाहता तुमच्या धर्मात शांतीला काही स्थान आहे, असं तुम्हाला खरंच वाटतं का? प्रामाणिकपणे सांगा!''

''तुम्ही सांगा असे मूलतत्त्ववादी कुठल्या धर्मात नाहीत? तुम्हा हिंदूंमध्येही गोरक्षणकर्ते नाहीत काय? गोमांस खाल्ल्याचं निमित्त करून निरपराधी मुस्लिमांची हत्या केली जाते, त्याला काय म्हणता? अशी उदाहरणं असताना केवळ इस्लामलाच लक्ष्य केलं जातंय, ते योग्य आहे काय? इस्लाम शांतीचा पुरस्कार करतो, याविषयी दुमत व्हायचं कारण नाही.''

यावर सुंदरकृष्णांनी मंद हसत मीरादेवींकडे पाहिलं. त्याचा मथितार्थ मीरादेवींच्या लक्षात आला. वाद हा असा पाहिजे, हेच त्यांना सुचवायचं असल्याचं मीरादेवींच्या लक्षात आलं असलं तरी त्यापलीकडचं आणखी काही त्या स्मितामागं आहे काय याचा त्या शोध घेऊ लागल्या.

आता मुलाखातकार सुंदरकृष्णांकडे वळला.

''शब्बीर म्हणताहेत याकडे अत्यंत गंभीरपणे पाहणं गरजेचं आहे. मुस्लीम मूलतत्त्ववादाविषयी बोलण्याऐवजी आपल्या धर्मातल्या या बाबींकडे गंभीरपणे बघायची ही वेळ आहे असं तुम्हाला वाटत नाही का?''

''मला तर शब्बीरसारख्या मुसलमानांचं अजिबात भय वाटत नाही! त्यांच्यात मला कुठलाही मूलतत्त्ववादीचा अंश दिसत नाही! मीरादेवी, तुम्हाला भीती वाटते काय?'' त्यांनी हसत मीरादेवींकडे पाहत विचारलं.

''छे! अजिबात नाही!'' त्यांनीही हसत हसत मान वेळावत सांगितलं.

''नरेंद्र, यावर तुमची प्रतिक्रिया काय आहे?''

मध्ये काही क्षण गेले. नंतर त्याचा आवाज ऐकू आला, ''मला एक कळत नाही, आजचा विषय मुस्लीम धर्म शांतीप्रिय आहे काय हा असताना हिंदूंचा विषय का आला? असू दे! हिंदू धर्मातही मूलतत्त्ववादी आहेत हे गृहीत धरूनच ही चर्चा पुढं नेता येईलही. मला क्षमा करा. आकडेवारी ठाऊक नसताना बोलायला मला येत नाही. इसवी सन सहाशे बत्तीस साली प्रवादींचा अंत झाल्यानंतर सुरू झालेली खलिफतची राजवट इसवी सन १९२४ साली टर्की पुढारी, स्वतः मुस्लीम

असलेला मुस्तफा केमाल हतातर्क यानं संपवून टाकेपर्यंत मुस्लिमांनी जगभरात हत्या केलेल्यांची संख्या सुमारे दोनशे सत्तर दशलक्ष! तीही कशी? एकेकाचा शिरच्छेद करून किंवा मारून केलेला हा आकडा आहे. कारण सामूहिक हत्या करायला त्या वेळी बॉम्बसारख्या विनाशकारी शस्त्रास्त्रांचा शोध लागला नव्हता. १९२४ नंतरच्या हत्या त्यात अंतर्भूत केल्या तर ही संख्या कुठं पोचेल हे मला तरी ठाऊक नाही. इथेच आणखी एका गोष्टीचाही खुलासा करतो. ही आकडेवारी कुणा भारतीय धर्मवादीनं दिलेली नाही! अमेरिकेतल्या हल्ल्यानंतर तिथं रॅली काढणाऱ्या तिथल्या विश्लेषकांनी दिलीय. आता मला सांगा शब्बीरजी, हिंदू मूलतत्त्ववादींनी एकूण भारतात मारलेल्या मुस्लिमांचा हिशेब केला तर ती संख्या दोनशे सत्तर दशलक्षाच्या किती टक्के होईल?''

एवढं विचारून नरेंद्र थांबला तरी त्याच्या प्रश्नाचे प्रतिध्वनी ऐकू येत असल्यासारखं वाटत होतं.

''अरे! काय चाललंय काय? तुम्ही कुठल्यातरी काळातली आकडेवारी काढून आमच्यापुढे टाकली तर काय बोलणार?'' किंचितही विचलित न होता शब्बीरनी विचारलं.

''असं म्हणता? तर मग तुम्ही आजही काटेकोरपणे पाळताय ते तुमच्या धर्माचं आचरण कुठल्या काळातलं आहे, हे मी विचारू शकतो का?'' त्यानं विचारलं. त्याचा प्रश्न ऐकताच त्यांना आपल्या चुकीची जाणीव झाली.

''हे पाहा! मुसलमानांमध्ये मूलतत्त्ववादी नाहीत असं मला अजिबात म्हणायचं नाही! पण संपूर्ण समाजाच्या तुलनेत त्यांची टक्केवारी अगदीच नगण्य आहे. त्यांना वेचून काढलं तर बाकी सगळा समाज शांतीप्रियच आहे, हे लक्षात घ्या! माझंच उदाहरण घ्या! मी हातात कधीही गन धरलेली नाही. मग मला कुठल्या गटात टाकाल?'' त्यांनी सवाल टाकला.

''मूलत्ववाद्यांच्या कुठल्याही कृत्याचा कठोरपणे जाहीर निषेध न करता, त्यांचा कुठलाही फतवा ठामपणे न नाकारणाऱ्या, निक्रिय-पण तितक्याच धोकादायक असलेल्या गटात मी तुमचा समावेश करेन! जर उद्या कदाचित भारतातही शरिया राजवट आणायची संधी मिळाली तर तुम्ही मान्य कराल की नाही? याचं उत्तर द्या म्हणजे झालं!''

''अरे! इथे शरियाचा प्रश्न कशासाठी आला?'' ते टाळाटळ करत असल्याचं स्पष्ट दिसत होतं.

''समजा! अकस्मात आली; तर? त्या वेळी काय कराल? माझा प्रश्न सरळ आहे. सांगा! नाकाराल काय? हो किंवा नाही, काहीतरी एक उत्तर द्या.''

''तुमच्या या असल्या असंबंद्ध प्रश्नांना उत्तर द्यायला मी बांधील नाही!'' एवढं

म्हणून ते गप्प बसले. यावर नरेंद्रचं हसू हलकेच ऐकू आलं.

“तुमचा कुठला गट हे आलं ना तुमच्या लक्षात? हेच पाकिस्तान, बांगलादेश, अफगाणिस्तान आणि इतर मुस्लीम देशातले शांतीप्रिय नागरिक करत आहेत! तुमच्या या पाठिंब्यावरच समाजात शेकडा दहा-पंधरा टक्के असलेले मूलतत्त्ववादी आपल्या योजना पार पाडत असतात!”

यावर ते काही बोलले नाहीत, पण त्यांचा संताप त्यांच्या चेहऱ्यावर स्पष्ट उमटला होता.

“इस्लाममधील हिंसात्मक मुद्दे बाजूला ठेवून सामंजस्याचा भाग तेवढाच ठेवला पाहिजे, असं म्हणणाऱ्यांना मी शांतीप्रिय मुस्लीम म्हणतो. त्यांच्यापैकी कुणीही इस्लाम शांतीप्रिय असून केवळ शांतीचाच प्रसार करतो, या सारखं भोंगळ विधान करत नाहीत. कारण प्रवादींच्या माघारी केवळ अर्ध्या शतकाच्या आतच त्यांचा नातू हुसेन याची निर्घृणपणे हत्या करून शिया-सुन्नी युद्धाची कायमची सुरुवात करणाऱ्या इराकच्या करबला युद्ध हे शांतीचं प्रतीक आहे असं कुठलाही मुस्लीम समर्थन करायला जाणार नाही. शक्यच नाही! होय ना शब्बीरजी?”

या प्रश्नावर काही प्रतिक्रिया देण्याऐवजी शब्बीर चेहरा फिरवून बसून राहिले.

“आणखीही एक उदाहरण देतो. पाकिस्तानचे ब्रिगेडियर एस. के. मलीक यांनी लिहिलंय, त्यांच्या “द कुरॅनिक कन्सेप्ट ऑफ वॉर” या ग्रंथात, इस्लामची युद्धतत्त्वं कुर्रानात केवळ लपली आहेत असं नाही, तो कुरआनचा सिद्धान्तच आहे, नव्हे, तो कुर्रानचा अविभाज्य भागच आहे, असं स्पष्टपणे म्हणतात. हे तत्त्व परिपूर्ण आहे, समग्र आहे, समतोलित, प्रायोगिक, परिणामकारी आणि अनुकरणीय असल्याचं सांगतात. त्यांच्या या पुस्तकाला आणखी कुणी नाही, पाकिस्तानच्या माजी सेनाप्रमुख जनरल झिया उल हक यांनी प्रस्तावना लिहिली आहे. हे केवळ सैनिकांशी संबंधित नाही, इस्लामी राजवट आणू इच्छिणाऱ्या प्रत्येक नागरिकालाही लागू पडतं. तसं लागू पडण्यासाठी हे पुस्तक साहाय्यभूत ठरेल, असंही त्यांनी म्हटलं आहे!”

नरेंद्र क्षणभर बोलायचा थांबला. नंतर त्यानं विचारलं, “त्या पुस्तकात काय आहे ते सांगणं इथं अप्रस्तुत ठरणार आहे का, तिम्मप्पा?”

“नाही-नाही! बोला तुम्ही नरेंद्र!”

“प्रवादींना आधी युद्ध करायची अनुमती, नंतर आदेश मिळाल्यानंतर युद्ध न करणं हा कसा धर्मभ्रष्टपणा आहे किंवा युद्धात केवळ भाग घेणाऱ्यांसाठी विशेष स्वर्गाची उपलब्धी निर्माण झाली. कुर्रानाला युद्धामुळे एक क्रांतिकारी आयाम प्राप्त झाला आहे, असं मोठ्या अभिमानानं लिहिणारे लेखक यातच म्हणतात, त्यामुळे कुठल्याही परिस्थितीत खचून न जायची मानसिकता तयार होते! मृत्यूला कवटाळण्याची आणि समोरच्या शत्रूला संपूर्णपणे नष्ट करायची कठोरता ही कुर्रानची देणगी आहे,

स्पष्टपणे सांगणारे मलिक त्यांचं प्रत्येक म्हणणं स्पष्ट करताना कुर्रानमधल्या सुरहचे दाखले देतात, युद्धातल्या तांत्रिक बाजूंविषयीही सांगताना प्रतिस्पर्ध्याच्या छातीत धडकी भरवल्यानंतरच विजय मिळवणं शक्य आहे असं प्रतिपादन करताना ते जिहादची काय व्याख्या देतात, ठाऊक आहे? ते म्हणतात, जिहाद हा आपल्या ध्येयापर्यंत पोचण्यासाठी राजकीय, आर्थिक, सामाजिक, मानसिक, कौटुंबिक, नैतिक आणि आध्यात्मिक क्षेत्राप्रमाणेच सगळ्याच क्षेत्रात आपण चालवलेलं निरंतर, अंतहीन युद्ध! "इस्लामचं राज्य स्थापन करणं हेच त्याचं ध्येय असून मिलिट्री कारवाई हाही त्या ध्येयापर्यंत पोचायचाच एक मार्ग आहे. हे वैयक्तिक आणि सांघिक पातळीवरच नव्हे तर आंतरिक आणि बाह्य पातळीवरही सुरू राहते!" हे प्रतिस्पर्ध्याला कसं कळवायचं? तुम्ही त्यांच्या माना कापा! त्यांची सगळी बोटं छाटा! अशा अर्थाच्या सूरहचा उल्लेख करून ते सांगतात. इसवी सन ६२२मध्ये हातात शस्त्र धरायच्या आधी कुठलं अस्तित्व नसलेला इस्लाम पुढच्या केवळ दहा वर्षांत विस्तार पावल्याची पद्धत प्रवादी कालवश व्हायच्या वेळेआधी संपूर्ण अरब देश त्यांच्या हातात आला हे मोठ्या अभिमानानं सांगतात. भूक-तहान-आशा-आकांक्षा-दु:ख-मृत्यू सगळं काही ओलांडून उभ्या राहिलेल्यांना ते स्वर्गाविषयी सांगितल्याशिवाय राहत नाहीत!"

नरेंद्र बोलायचा थांबला. सगळे लक्ष देऊन ऐकत होते. त्यामुळे तिथं काही क्षण मौन पसरलं होतं.

"त्यातही अतिशय महत्त्वाची गोष्ट म्हणजे प्रवादींनी केलेल्या प्रमुख युद्धांविषयी आणि त्यातल्या हार-जितीविषयी विस्तारानं विश्लेषण करून त्याला अनुकल अशा सूरहांची रचना करून, त्यात सर्वप्रथम येतं ते बद्र युद्ध. जगभरातल्या सगळ्या मुस्लिमांना उत्तेजित करण्यासाठी आणि सगळ्या मुसलमान समूहाला आदर्श ठरलेल्या युद्धाचा नमुनाच तो! १९४९च्या जानेवारी १५ रोजी सौदी अरेबियाच्या एक मंत्र्यांनी बद्र युद्धावरील एक गाणं रचून कराचीमध्ये ते म्हटलं. काश्मीरचा जिहादची तुलना त्या युद्धाशी तुलना केल्याचा उल्लेख सरदार पटेलांनी १७ जानेवारीला नेहरूंना लिहिलेल्या पत्रात केला आहे. १९९०सालच्या घरवापसीतही पंडितांना पळवून लावण्याच्या पवित्र कार्याच्या वेळीही तेच गाणं वापरलं जात होतं. अगदी अखेरचं म्हणजे मलिकांनी केलेलं अत्युत्तम काम म्हणजे प्रवादींच्या संपूर्ण आयुष्यात, म्हणजे ८१ युद्धांची यादी करून, त्यातही स्वत: प्रवादींनी कोणकोणत्या युद्धात नेतृत्व केलं त्या २६ "फज्वा" युद्धं तसंच त्यांनी सैन्य पाठवून त्यांच्याकडून केलेल्या ५५ सरीय युद्धांचे दाखले दिले आहेत. त्या पुस्तकाच्या पानापानांत इस्लामच्या रणनीतीचा, त्याला असलेली आपल्या धर्माला असलेली मान्यता, हे सारं मोठ्या अभिमानानं सांगितलं आहे. त्यांनीच दाखवून दिल्याप्रमाणे इस्लाममध्ये

हिंसेच्या संदर्भातलं क्रौर्याला उत्तेजन देणारे भरपूर संदर्भ आहेत. त्यांच्याकडे वरवर पाहिलं तरी किमान हे मान्य करण्याचा प्रामाणिकपणा तरी नको का, शब्बीरजी?''

त्याचा प्रश्न ऐकू आला तेव्हा स्टुडिओत सुई पडली तरी आवाज ऐकू येईल अशी शांतता पसरली होती. ''मान्य केलं तर सुधारणेसाठी मोकळं राहावं लागेल, ही तुमची अडचण माझ्याही लक्षात येतेय. पण एकाचवेळी आत्मघातकी हल्लेखोर व्हायला तयार झालेले कितीतरी मुस्लीम तरुण आता कुर्रानमधली बोधवचनं बदलण्यासाठी कष्ट करताहेत. त्यामुळे आमच्यासमोर जे काही येईल ते त्यांच्यातर्फेच.''

तो बोलायचा थांबला.

''काही क्षणांची विश्रांती घेऊन ही चर्चा आपण अशीच पुढे चालू ठेवू या.'' सगळ्यात आधी भानावर आलेल्या मुलाखतकारानं, तिम्मप्पानं सांगितलं आणि सुंदरकृष्णांचा जीव भांड्यात पडला. बसल्या जागेवरून ते काही बोलू पाहत होते. पण शब्बीरनी त्यावर काहीच प्रतिक्रिया दिली नाही. त्यांनी समोरचं एक बिस्कीट उचलून तोंडात टाकलं.

पुन्हा चर्चा सुरू झाली. मुलाखतकारानं विचारलं, ''सुंदरकृष्ण, विषय काश्मीरचा आहे. पण या विषयावर देशभर सर्वत्र आंदोलनं करायची काय आवश्यकता होती, हा प्रश्न अनेकांच्या मनात निर्माण होत आहे. यावर तुम्हाला काय वाटतं?''

''आवश्यक होतं ते! तिथल्या अल्पसंख्याक मुस्लिमांच्या हक्काची पायमल्ली होत असताना आम्ही गप्प बसणं कसं योग्य ठरेल? या आंदोलनाचे दोन मुख्य उद्देश मला इथे मांडले पाहिजेत. त्यातला एक, सात दशकांपासून चालत आलेले नीतिनियम बदलायच्या प्रक्रियेत सरकारनं कुठलंही असंविधानिक पाऊल उचलता कामा नये! दुसरं म्हणजे काश्मीरच्या आमच्या अल्पसंख्याक बांधवांच्या भावभावनांचा आदर ठेवला नाही तर त्याचे घोर परिणाम भोगावेच लागतील, याची जाणीव राज्यकर्त्यांना करून देणं हेही आमचं कर्तव्य आहे! काश्मीरला हवा असलेला सर्व प्रकारचा पाठिंबा द्यायला आम्ही सिद्ध आहोत हेच आम्हाला सांगायचं आहे!...'' म्हणत त्यांनी शब्बीरांकडे पाहिलं.

''आम्हाला विश्वासात घेतल्याशिवाय सरकार या बाबतीतला कुठलाही निर्णय घेऊ शकणार नाही!'' शब्बीरही ठामपणानं म्हणाले.

''काश्मीरमध्ये काहीही बदल करायचा असेल तरी ३७० कलमाची सीमारेषा ओलांडावीच लागेल. त्याविषयी कालच्या लेखात मी विस्तारानं लिहिलं आहे. लोकशाहीत अशा कुठल्याही प्रमादाला आपण पाठिंबा देता कामा नये!'' आता मीरादेवीही म्हणाल्या. आता नरेंद्रची पाळी असल्याप्रमाणे सगळे त्याची वाट पाहू लागले.

नरेंद्रचा आवाज ऐकू आला, ''हे लोकांदेशानुसार निवडून आलेलं सरकार असल्यामुळे काहीही निर्णय घेण्याआधी लोकप्रतिनिधींचं बहुमत अत्यावश्यक आहे. मला वाटतं हे सगळ्यांनाच ठाऊक आहे! त्यामुळे काहीतरी असंवैधानिक केलं जाईल की काय, हा प्रश्नच उपस्थित होत नाही, असं माझं मत आहे. पण सुंदरकृष्णांनी उपस्थित केलेला काश्मीरच्या बांधवांना हे हवंय, म्हणण्यावर माझा एक प्रश्न आहे. त्यांना तुम्ही कशाप्रकारे पाठिंबा द्याल, सुंदरकृष्ण?''

''सर्व प्रकारचा पाठिंबा द्यायला आम्ही सज्ज आहोत! एव्हाना संपूर्ण देशभर आंदोलनं सुरू केलेली नाहीत काय?''

''पण काश्मीरमधले पुढारी तर कुठल्याही प्रकारचा पाठिंबा नको म्हणताहेत ना!''

''त्यांच्यावर कसलं दडपण आहे, ते कुठं ठाऊक आहे? बोलण्यातून त्यांनी नकार दिला असला तरी आमच्या आंदोलनामुळे त्यांचं नैतिक धैर्य वाढणार नाही हे कसं सांगाल?''

''त्यांना तुम्ही देत असलेल्या नैतिक धैर्याची आवश्यकता आहे असं तुम्ही कशावरून समजताहात?''

नरेंद्रच्या प्रश्नामुळे त्यांना संताप आला. ते रागानं म्हणाले, ''अरेच्चा! हा काय प्रश्न आहे? कुठल्याही राज्यात असले तरी सगळे मुस्लीम एकच आहेत, हे आम्हाला ठाऊक नाही की काय?''

''तुमची ही जी समजूत आहे, ती संपूर्ण चुकीची आहे! सगळ्या मुसलमानांचं दैवत, प्रवादी आणि किब्ला एक आहे, हे मान्य. पण त्यांच्या गरजा वेगवेगळ्या आहेत. ते जिथं राहतात तिथला राजकीय, सामाजिक आणि नैसर्गिक परिस्थितीनुसार त्यांच्या गरजा असतात. बेंगळुरूचा मुसलमान काश्मीरमध्ये दगडफेक करत जगू शकेल अशी तुमची समजूत आहे काय?''

यावर त्यांना काहीच उत्तर सुचलं नाही.

''काश्मीरचे कट्टर मुसलमान जम्मूच्या मुसलमानांपासून अंतर राखून असतात. अशी परिस्थिती असताना तुम्ही तिकडून पाठवलेलं पाठिंब्याचं पार्सल तिथं स्वीकारलं जाईल, असं तुम्हाला वाटतं काय?''

यावरही उत्तर न देता ते फोनकडे पाहत बसले होते. ''दहा दशकांपासून...'' तो बोलायला लागण्याआधी शब्बीर मध्येच म्हणाले, ''तुम्ही मुख्य विषय बाजूला ठेवून इतरच काहीतरी बोलत आहात! चर्चेचा सूरच बदलता आहात! असल्या चर्चेसाठी माझ्याकडे वेळ नाही. आपण इथं का जमलो आहोत? अल्पसंख्याकांना पाठिंबा देण्यासाठीच ना? ते सोडून इतरच काहीतरी चाललंय इथं! या देशावर इतरांचा जेवढा हक्क आहे, तेवढाच आमचाही आहे! त्यासाठीच आमचं हे आंदोलन

आहे! आमच्या वाडवडिलांनीच नव्हे, त्याआधीच्या पूर्वजांनीही या देशासाठी बलिदान दिलं आहे, हे तर मान्य कराल? आम्हाला या देशभक्त म्हणवणाऱ्यांचा सिद्धान्त ठाऊक आहे. त्यांचा हेतू आम्ही मुळीच सफल होऊ देणार नाही!...'' ते चढ्या आवाजात एकाच पट्टीत बोलू लागले तेव्हा नरेंद्र शांत बसला. त्यांचं बोलणं अजिबात थांबेना तेव्हा मुलाखतकर्त्यानं मध्येच म्हटलं, ''शब्बीर, त्यांना त्यांचं बोलणं पुरं करू द्या. नंतर तुम्हालाही पुरेसा वेळ मिळेल ना! आमच्या चॅनेलवर सगळ्यांनी एकदम बोलायची पद्धत नाही. तुम्हालाही ठाऊक आहे हे!'' नंतरही ते काही क्षण बोलत राहिले, नंतर गप्प बसले. नरेंद्रला पुढं बोलायला सांगताच तो पुन्हा बोलू लागला.

''सात दशकांपासून काश्मीरच्या मुसलमानांना बंदुका-गोळ्या-धर्मबोधन याबरोबरच तिथल्या लोकशाहीची पाळमुळं नष्ट करायच्या सगळ्या गोष्टी पाकिस्तानमधून आयात होत असतात. नव्वदच्या दशकात पाकिस्तानचे माजी सेनाप्रमुख जनरल झिया उल हक यांनी ऑपरेशन टोपाक नावाचा कार्यक्रम राबवून त्याद्वारे मुस्लिमांनी कसे जम्मू-काश्मीरच्या न्यायव्यवस्था-शासनव्यवस्था आणि कारवाईच्या मोक्याच्या जागी बसून तिथली व्यवस्था आपल्या ताब्यात घेतली पाहिजे आणि अखेर सैन्याच्या कारभारात सहभाग घेत कसं स्वातंत्र्य मिळवायला पाहिजे हे तीन टप्पात विवरण करून सांगितल्याचं सिद्ध झालं आहे.''

काही क्षण थांबून तो पुन्हा बोलू लागला, ''धर्माचा आधार घेऊन राजकारण चालवायच्या अरब पद्धतीप्रमाणे पाकिस्तानही राज्यकारभार चालवतं, तसं सगळ्या मुस्लीम राष्ट्रांनी करायला सुरुवात केली आहे. आता काश्मीरमधल्या मुसलमानांना आपला दुरुपयोग केला जात आहे याचं भान येत आहे. कायदेशीरपणानं भारताबरोबर राहिलं तर ते त्यांच्या मनात पेरणं शक्य नाही, याचं भान आलं आहे. मी हे सगळं सांगतोय ते आपल्या प्रेक्षकांसाठी! सगळं स्पष्ट असतानाही गोंधळ उडवून द्यायची महत्त्वाकांक्षा असणाऱ्यांबरोबर सुंदरकृष्ण तुम्ही देशाच्या इतर भागात काम केलं आहे, तुम्हाला यशही मिळेल! पण तुमची ही मात्रा काश्मीरमध्ये लागू पडणार नाही!'' आता त्याचा आवाज कठोर झाला होता.

एवढा वेळ सगळी चर्चा ऐकणाऱ्या मीरादेवींचा संयम मात्र संपुष्टात आला. त्या भडकून म्हणाल्या, ''काय चाललंय हे! चेष्टा चाललीय काय...''

वाक्य पुरं व्हायच्या आधीच मुलाखतकर्त्यानं तोंड घातलं आणि काही क्षणांच्या विश्रांतीनंतर चर्चा पुढे चालू राहत असल्याचं सांगितलं. पण नंतरही मीरादेवींनी तोच सूर पकडला होता, ''काय बोलताय तुम्ही हे! समाजाच्या एका भागावर एवढा अन्याय सुरू असताना त्याच्याविरुद्ध आवाज उठवण्यात महत्त्वाकांक्षेचा भाग कुठे आला?''

क्षणभर त्या तारस्वराला कुणीच उत्तर दिलं नाही. त्यानंतर फोनमधून त्याचा ठाम आणि घनगंभीर आवाज ऐकू आला, "शरम वाटायला पाहिजे!"

मीरादेवी अवाक् झाल्या. कुणाला म्हणतोय हा बेशरम? मला?

पुन्हा त्याचा आवाज ऐकू आला, "होय! १९९०साली एक-दोन नव्हे!...चार लाखांपेक्षा जास्त काश्मीरी हिंदूंवर आपलं पिढीजात घरदार सोडून परागंदा व्हायची पाळी आली होती! भारतात खलिफतची राजवट नाहीये! संविधानानुसार प्रत्येक भारतीयाच्या रक्षणाची जबाबदारी असलेल्या अखिल डेमॉक्रसी रिपब्लिक सरकारची! एक संपूर्ण समुदाय आपल्याच देशात देशोधडीला लावल्यावर त्यांना "निर्वासित" असं लेबल लावलेल्या, तिथली पुढील पिढी जन्मालाच येणार नाही, असं करणाऱ्या, मानवतेच्या हक्काचं प्रतिपादन करायचा निर्लज्जपणा करणाऱ्या आपण सगळ्यांनाच लाज वाटायला पाहिजे!"

त्याच्या आवाजाच्या कठोरपणामुळे फोन फुटून जाईल की काय असं वाटत होतं.

"अत्यंत दुर्धर प्रसंगांना सामोरं जाऊन दैहिक-मानसिकदृष्ट्या गलितगात्र होऊन कुठेकुठेतरी भरकटत जाऊन नवा थारा शोधायच्या प्रयत्नात जवळजवळ तीन दशकांपेक्षा जास्त काळ धडपडत असणाऱ्यांना त्यांच्या मूळस्थानी पाठवायला धडपडणं म्हणजे आपण त्यांच्यावर काही उपकार करत नाही आहोत! हे तर सरकारचं कर्तव्य आहे. या कामात मदत करायच्या ऐवजी त्यात आडकाठी घालणाऱ्या तुमच्यासारख्यांना लाज वाटायला पाहिजे!"

सुरुवातीला, यानं आपल्याला व्यक्तिगत पातळीवर म्हटलेलं नाही, या विचारानं काही क्षण बरं वाटलं तरी अखेरीस त्यानं आपल्या सगळ्यांचीच लाज काढल्याचं बघून मीरादेवींच्या अंगाची लाहीलाही झाली. त्या भडकून नेहमीच्या हट्टीपणानं म्हणाल्या, "त्यांना माघारी पाठवू नका म्हणून कोण म्हणतंय इकडं?"

"तुम्ही जा म्हटल्यावर निघून जायला ते काही भीक मागून जगत नाहीयेत! पुढच्या पिढीची हजारो कुटुंबं तर परदेशात जाऊन स्थायिक झाली आहेत! भारतात आलेल्या काश्मीरी कुटुंबांनाही तिथे मुक्त वातावरण आणि विश्वास वाटण्यासारखी परिस्थिती निर्माण करून दिल्यानंतरच ते तिकडे जातील ना? तुम्ही एकीकडे पाळण्याला झोके देताय आणि दुसरीकडे बाळाला चिमटे काढताय! असं कसं चालेल?"

"तिथं त्यांना कशाचीही अडचण नाही. काहीही कमतरता नाहीये. सरकारी नोकऱ्यांबरोबर राहायला फुकटची घरंही दिली जात आहेत! आणखी काय करायचं असतं?" त्या फुटकळपणे म्हणाल्या.

नरेंद्रचा आवाज पुन्हा ऐकू आला, "मीरादेवी, एक खासगी प्रश्न विचारतो.

तुमच्या घरात प्रत्येक बेडरूमला अॅटॅच्ड बाथरूम असेल ना?''

मीरादेवींना या प्रश्नाचा अर्थच समजला नाही. काय उत्तर द्यावं हे न समजून त्या सुंदरकृष्णांकडे पाहू लागल्या. पुन्हा त्याचा आवाज ऐकू आला, ''तुम्ही असं करा; चार दिवस- फक्त चार दिवस- चारच दिवस त्यांना मिळालेल्या त्या फुकटच्या घरांमध्ये राहून या. त्यांच्या सोबत राहून या! बस्स! त्यानंतर पुढं जे बोलायचं ते बोलू या.''

तो बोलायचा थांबला. मीरादेवींच्या संतापाचा पारा इतका वाढला होता की इतर कुठला प्रसंग असता, समोर कॅमेरा नसता तर त्या तो फोन फोडूनच टाकला असता! त्यांनी किंचाळूनच विचारलं, ''तुम्हाला कसं ठाऊक त्यांची घरं कशी आहेत ते? तुम्ही काय काश्मीरला जाऊन बघून आलात?...''

''होय. बघूनच बोलतोय! आता मी तिथूनच बोलतोय!''

या उत्तरावर मात्र त्यांचा संयम पूर्णपणे नष्ट झाला. काही केल्या स्वत:ला आवरणं त्यांना जमलं नाही. त्या ताडकन उठल्या आणि तरातरा चालत तिथून बाहेर पडल्या.

एक दीर्घ सुस्कारा सोडण्याव्यतिरिक्त सुंदरकृष्णांच्या हातातही राहिलं नव्हतं. शब्बीर तिम्मप्पावर तुटून पडले.

तिम्मप्पानं कार्यक्रम संपल्याचं जाहीर केलं.

बत्तीस

"नमस्ते शारदादेवी काश्मीर पुरवासिनी।
त्वामहं प्रार्थए नित्यं विद्यादानं च देही मे ॥

संध्याकाळी देवापुढे दिवा लावल्यानंतर मैत्रेयी म्हणत असलेल्या श्लोकांपैकी हाही एक. आधी आधी ती हा श्लोक म्हणत असताना मला त्यात विशेष असं काही वाटत नव्हतं. काश्मीर हे शारदादेवीचं वास्तव्याचं स्थान आहे, हे कसं, हा प्रश्नही मनात यायचा नाही. आता, हे तिकडेच गेलेले असल्यामुळे त्या जागेशी संबंधित काहीही असलं तरी तिकडं सहजच लक्ष जातं.

मैत्रेयी म्हणत होती, "अम्मा! अप्पांना एवढा राग येतो, हे मला ठाऊकच नव्हतं!" तिनंही टीव्हीवरची चर्चा ऐकली होती. तेव्हा तिच्या तोंडून सहजच हे वाक्य बाहेर पडलं होतं. मीही तितक्याच प्रामाणिकपणे म्हटलं, "मलाही ठाऊक नव्हतं!" आपण तिकडं गेल्याचं कुणालाही सांगू नकोस असं त्यांनी बजावलं होतं. त्या दिवशी मी गप्प होते. पण दुसरे दिवशी फोन स्विचऑफ होता तेव्हा घाबरून अम्माला सांगितलंच. आता तर ती तिन्हीत्रिकाळ टीव्हीपुढून हलतच नाही! आजच्या चर्चेत यांचा सहभाग असल्याचंही अम्मानंच सांगितलं होतं. अलीकडे तर ती काश्मीरच्या संदर्भातली प्रत्येक बातमी न चुकता माझ्या कानावर घालत असते! मधूनच तिची हाक येते, "बघ, बघ! दगडफेकीचं काहीतरी दाखवताहेत!..." कधी फोन करून सांगते, "कर्फ्यू आहे म्हणे! तुला समजलं काय? काय चाललंय श्रीनगरमध्ये! तुझे यजमान ठीक आहेत की नाही? फोन करून पाहिलंस काय?" काही विशेष ऐकलं तर न राहवून माडीवरही येते.

मग मीही लगेच यांना मेसेज करते. लगेच उत्तर आलं असं कधीच होत नाही!

फोन केला तरी तेच. फोन उचलतच नाहीत! दोन-तीन तास गेल्यानंतर कधीतरी मेसेज येतो! त्रोटक. खुशालीचा. वर लिहितात, काळजी करू नकोस-मी आरामात आहे! याव्यतिरिक्त आणखी काहीही जास्तीचं नसतं. मला ठाऊक आहे, मागचाच मेसेज पुन:पुन्हा पाठवतात! जाताना म्हणाले होते, 'काही नाही... तिकडची प्रेक्षणीय स्थळं पाहून येतो,'' म्हणून! सतत, रात्रंदिवस बघतच असतात काय! काही समजत नाही यांचं! कर्फ्यू-दगडफेक-गोळीबार याच्यामध्ये जगणं हे तिथल्या लोकांचं नशीब! आपण काय करायचंय ते घेऊन? आणखी किती दिवस राहणार आहेत तिथं कोणजाणे!

काहीही असो! सगळ्यात महत्त्वाचं म्हणजे हे त्या बयेवर भडकले! हा त्यांचा स्वभाव नाही. तरीही भडकले, यामागं काहीतरी कारण असलंच पाहिजे! लगेच फोन करून विचारावंसं वाटतंय खरं! करतेच!

तिनं फोन उचलला, ''हॅलो! अहो ऐकलं का? मी बोलतेय!''

''हं! बोल आशा! का फोन केला होतास?''

''अहो, पण तुम्ही एवढा कशाला मनस्ताप करून घेतला होतात? तुम्ही ठीक आहात ना? तुमची प्रकृती बरी आहे की नाही? तिथं सगळं क्षेम आहे ना?'' बोलता-बोलता तिला रडू अनावर झालं.

काही क्षण तसेच शांततेत गेले. नंतर नरेंद्रनं उत्तर दिलं, ''हो! सगळं क्षेम आहे. काळजी करू नकोस. तिकडं आल्यावर सगळं सविस्तर सांगतोच.''

''केव्हा निघताय तुम्ही?'' कधी एकदा हे त्या नरकातून माघारी परततील असं तिला झालं होतं.

''निघतो उद्या-परवा! फ्लाइट बुक केल्यावर कळवतो. मैत्रेयीलाही सांग.''

हे ऐकताच ती आनंदानं म्हणाली, ''कळवा. मी आणि मैत्रेयी एअरपोर्टवर येऊ. का कोण जाणे, राहवत नाहीये! शक्य तितक्या लवकर तुम्हाला बघावंसं वाटतंय!''

''कळवतो!'' त्यांनी सांगताच फोन ठेवला. लगेच अस्मिताचा फोन आला, ''भय्या छान आहेत ना? केव्हा येताहेत?''

''येतील एक-दोन दिवसांत!''

अप्पा येताहेत हे समजताच मैत्रेयीचा चेहराही खुलला. अप्पा नसतील तर तिचं चैतन्यच हरपलेलं असतं. हे तिला जितक्या कथा सांगतात, जशा रंगवून सांगतात, तसं मला नाही सांगता येत. तिला राजा-राणीच्या कथा सांगायला गेलं तर नको म्हणते. एरवी ते परगावी गेले तरी दिवसाआड फोन करून गप्पा मारल्याशिवाय तिला झोप येत नाही. या खेपेला मात्र लेकीचीही आठवण येऊ नये इतके तिकडेच गढून गेलेत! सकाळी विक्रमनी फोन केला होता, ''काही हवं असेल तर सांगा

वहिनी; आणून देतो!'' ही नेहमीचीच पद्धत. हे गावात नसले की काही हवं-नको असेल तर तेच चौकशी करून आणून देतात.

अम्मांनी फोन करून सांगितलं, ''अर्जुनवर कार्यक्रम दाखवताहेत टीव्हीवर, बघ! खूप छान आहे! तो लहान असल्यापासून आतापर्यंतचं सगळं दाखवताहेत!''

मी होकार दिला. मैत्रेयीही ऐकणार नाही. तिला फक्त चर्चा ऐकायला आवडतात. तिला हाक मारून सांगितलं, ''मैत्रेयी! टीव्हीवर अर्जुन अंकलची स्टोरी दाखवताहेत. बघ चल!'' ती तिच्या रूममधून बाहेर येताच तिला बळेच मांडीवर घेऊन टीव्हीपुढे बसले. तिच्या वयाच्या इतर मुलांसारखी ही आईला कधीच लगटून बसत नाही. स्वतंत्रपणे बसते. तोच तिचा स्वभाव! कितीतरी वेळा तर मला जाणवतं, तिला माझा नव्हे, मला तिचा आधार आहे! याचं कधी कधी बरं वाटलं तरी कधीतरी हा विचित्रपणाच वाटतो!

माझी नजर टीव्हीच्या पडद्यावर खिळली असली तरी मन मात्र न पाहिलेल्या काश्मीरमध्ये असलेल्या यांची कल्पना करण्यात रमलं होतं. काहीही अपाय न होता हे माघारी आले म्हणजे झालं! हेच पुन:पुन्हा मनात येत होतं.

***

मीरादेवी बॅगमध्ये कपडे भरत होत्या. याआधीच हे आपल्याला का सुचलं नाही, या विचारानं त्या हळहळत होत्या. इथंच राहून आपण आंतरराष्ट्रीय तारका व्हायची स्वप्नं पाहत बसलोय! आणि तो रास्कल तिथं जाऊन पोचलाय! सगळ्यांच्यासमोर 'चार दिवस इथल्या घरात राहून बघा' म्हणून टीव्हीवर सार्वजनिकरीत्या सुनावतोय! उद्या पहाटे मीही निघतेय म्हणावं! तिथं जाऊन त्यानं काय-काय बातम्या गोळा केल्यात ते पाहतेच मी! रामनाथही सोबत येताहेत. नाहीतरी मुरारी येईपर्यंत इथंतरी मला काय काम आहे म्हणा! उलट तिथं राहून रामनाथकडून हव्या तेवढ्या कथा लिहून घेता येतील! फोटोही हवे तेवढे असतील. भरपूर व्हिडिओही करता येतील. इकडे पाठवून देता येतील. एकूण काय, दणदणाट करता येईल! शिवाय हे सगळं पुस्तकातही समाविष्ट करता येईल!... पण हे सगळं आधीच का नाही सुचलं, या विचारानं त्यांना स्वत:चा राग येत होता.

त्या याच विचारात असताना मंत्र्यांचा फोन आला. ते विचारत होते, ''किती वाजता आहे तुझी फ्लाइट?''

''सकाळी साडेसहा वाजता. पोचायला दोन वाजतील.'' त्या थोड्या आढ्यतेनंच उत्तरल्या.

''बरं! इंद्रजित नावाचे एकजण येतील. ते तुला एअरपोर्टवरून घेऊन जातील. जपून! किती दिवसांसाठी जायचा विचार आहे?''

''ठाऊक नाही. तिथं गेल्यानंतर ठरवेन.''

काही क्षण शांततेत गेले. नंतर मंत्रिमहोदयांनी विचारलं, ''रात्री येऊ?''

''नको! सकाळी लवकर जायला पाहिजे ना!'' त्या दिवशीची नाराजी व्यक्त करायला संधी मिळाल्याबद्दल मीरादेवींना मनोमन आनंद झाला होता. फोन ठेवताच त्यांना सुंदरकृष्णांची आठवण झाली. त्यांनी बजावलेलं असतानाही उठून आले, ते काही बरोबर झालं नाही, असंही वाटलं. पण काय करणार? एकदा संताप आला की काहीच हातात राहत नाही! तिथंच बसून राहिले असते तर हातून आणखी काहीतरी घडलं असतं! त्यापेक्षा निघून आले, तेच उत्तम झालं! पण हे सुंदरकृष्णांना कसं पटवायचं? जाऊ दे! त्यावर नंतर विचार करीन. तूर्त काश्मीरला जात असल्याचं निमित्त करून त्यांच्या मनातला कडवटपणा थोडातरी कमी करता येईल.

हा विचार बळावताच त्यांनी सुंदरकृष्णांना फोन केला. आवाजात कुठल्याही प्रकारच्या असमाधानाचा लवलेशही न दर्शवता ते म्हणाले, ''हं मॅडम! बोला!''

''उद्या पहाटे काश्मीरला निघतेय. सोबत रामनाथही आहेत...''

''ओह! अचानक निघालात! काय विशेष?'' हे म्हणता-म्हणता त्यांना उत्तरही सुचलं.

मीरादेवीच थोडं कसंबसं हसत म्हणाल्या, ''सॉरी! आज पूर्ण वेळ बसायला जमलं नाही!''

''असू द्या! काही हरकत नाही!'' ते म्हणाले. थोडं आश्चर्य वाटलं तरी न दाखवता मीरादेवी पुढं म्हणाल्या, ''तिथून शक्य तेवढी माहिती पाठवते. मुरारी यायच्या आधी दोन दिवस मी बेंगळुरूमध्ये हजर राहीन. चालेल ना?''

''चालेल. काही हरकत नाही!''

''ठीकाय मग! आल्यावर भेटूच.'' तिनं आनंदानं फोन ठेवला. इकडे सुंदरकृष्णही मनातल्या मनात ''काय बावळट बाई आहे!...'' म्हणत पुन्हा आपल्या मेलकडे वळले.

त्या दिवसाची चर्चा त्यांना हव्या असलेल्या दिशेनं चालली नाही याचं असमाधान मनात असलं तरी त्यावर विचार करत बसण्याइतकाही वेळ नाही हे त्यांना समजत होतं. पुढच्या आठवड्यातल्या संपूर्ण कार्यक्रमाची जबाबदारी त्यांच्यावरच होती. याशिवाय घडणाऱ्या लहान-मोठ्या घटनांवर प्रतिक्रिया देत अस्वस्थ होण्यापेक्षा अनेकदा गप्प बसणंच उचित ठरतं असं त्यांचाही अनुभव सांगत होता.

तेहतीस

नरेंद्रला मध्यरात्री दोन वाजताच जाग आली. फोन पाहिला, कुठलाही मेसेज नव्हता.

काल दुपारीच सलीमनं सांगितलं होतं, ''कितीही वेळ झाला तरी मुश्ताक भेटला की लगेच तुम्हाला कळवतो. तो कधीच अशाप्रकारे फोन बंद ठेवत नाही. सकाळपर्यंत काही समजलं नाही तर काहीतरी अघटित घडलंय, असंच समजावं लागेल. मी सरळ पोलीस-कंप्लेंट देईन! तुम्ही गावाला निघा, सर!''

सलीमचं हे बोलणं त्याच्या मस्तकात भिरभिरत होतं. काल संध्याकाळी घरी आल्यावरही मुश्ताकविषयीचे विचार मनात घोळत होते. चर्चा सुरू व्हायच्या वेळीही मनातला तो विचार मागं हटायला तयार नव्हता. कधी नव्हे ते त्याचं डोकं दुखायला सुरुवात झाली होती. शेवटी-शेवटी तर मस्तकशूळानं डोकं फुटेल की काय असं झालं होतं. परिणामी सतत असणारा संयम कोलमडून पडला आणि त्या बाईवर संतापत असतानाही सलीमचं ''तुम्ही तुमचे निघा!''च आठवत होतं.

पण आशाचा आवाज फोनवर ऐकला आणि मन काही प्रमाणात का होईना, शांत झालं! माझी मन:स्थिती जाणून किती योग्य वेळी फोन केला तिनं! दुसऱ्याच्या मनाचा चुकलेला ताल समजून घेऊन त्याला साजेशी प्रतिक्रिया देण्याची कला केवळ ग्रंथांच्या अभ्यासानं येत नाही. रोजचा पेपरही नियमितपणे न वाचणारी आशा ही साजेशी सहचारिणी असल्याचा अनुभव याआधीही असंख्य वेळा आल्याचं आठवून त्याचं मन भरून आलं.

आशाच्या पाठोपाठ मैत्रेयीचीही आठवण गाढ झाली. काही क्षण का होईना, त्याचं मन शांत झालं; तेवढंच!

वरकरणी ओबडधोबड भासणाऱ्या मुश्ताकची नजर आठवली आणि वाटलं,

आणखी दोन दिवस राहून त्याच्याविषयी जाणून घेतल्यानंतर परतावं. पण काहीच समजलं नाही तर किती दिवस असंच राहायचं? त्याला काही ठरवता येईन. मन गोंधळून गेलं. आपण घाई करून निघून गेलो तर नंतर तो एकटा येणं अशक्य आहे, हेही त्याला समजत होतं. नाहीतरी इतके दिवस गेलेच आहेत. आणखी दोन दिवसांनी काय होणाराय? हेच ठीक होईल. सकाळी हेच संजीवजींना सांगायचं ठरवल्यावर त्याला समाधान वाटलं.

तरीही एकदा जाग आल्यावर पुन्हा झोप लागलीच नाही.

पाच वाजायची तो वाटच बघत होता. पाच वाजताच तो उठून कैलाशजींच्या घराकडे निघाला.

***

जाइनिमाज अंथरून बशीर अहमद वाट पाहत होते. अजान विरून गेल्यानंतरही कैलाशांच्या घंटेचा आवाज आला नाही. चाहूलही नव्हती. इतक्या वर्षांत निमाज केला नाही ही पहिलीच वेळ होती. कालच्या दिवसभरात जमलं नव्हतं. त्यामुळे आजही जमणार नाही हे त्यांनाही उमजलं होतं. कैलाशांची भेट होण्याआधी मनाला थोडीतरी शांतता मिळायची ती निमाजाच्या वेळी. तो यायला सुरुवात झाली आणि ती शांतता काहीशी डहुळून निघाली होती. ते विचारत असलेले प्रश्न, त्याला माझ्या मनानं देत असलेली प्रतिक्रिया ही तर दैनंदिन क्रिया होऊन गेली होती. परिणामी माझी रोजची सकाळ नव्या द्वंद्वाबरोबर सुरू होत असली तरी त्यात अन्याय नव्हता. ते सरळ घरातच घुसले तर काय करायचं, ते बाहेर कुठे भेटले तर त्यांना कसं सामोरं जायचं, ते इथून परतत असताना वाटेत त्यांना काही कमी-जास्त झालं तर काय करायचं, त्याला कोण जबाबदार, अशा प्रश्नावर विचार करणाऱ्या मनाला हे त्यांचं न येणं अगदीच अनपेक्षित होतं.

वेळ चालला होता. बशीरांची अस्वस्थता वाढत चालली होती. पिंजऱ्यातल्या बंदी श्वापदाप्रमाणे ते घरातच काही वेळ फेऱ्या मारत राहिले. अखेर न राहवून त्यांनी दरवाजा उघडला आणि बाहेर पडले. दाराबाहेर रस्त्यावर येऊन पाहिलं तेव्हा त्यांना घरासमोरच्या खांबावर लटकवलेली घंटा, आणि तिच्या जिभेला बांधलेला दोर दिसला. वाजवणारा नसल्यामुळे ती घंटा निश्चल होती. तिच्याकडे काही क्षण पाहत उभे राहिल्यावर बशीरांच्या मनात तीव्रपणे आलं, न्याय मागायचा हक्क... नाही, आवश्यकता आपल्यालाही आहे!

नकळत ते त्या घंटेच्या दिशेनं पुढे झाले. दोर हातात घेऊन जोरात ओढला. घंटेनं कुठलाही पक्षपात केला नाही. तो आवाज विरून जायच्या आधी बशीर जोरात किंचाळले, ''मेगच्छ इन्साफ!''

आवाज विरला. आता त्यांना थोडं शांत वाटू लागलं. त्यांनी दोनदा पुन्हा घंटा

वाजवून तेच म्हटलं, "मेगच्छ इन्साफ! मेगच्छ इन्साफ!"

आणखी बरं वाटलं. घंटा वाजवताना प्रत्येक वेळी मनाला ग्रासून टाकणारी बधिरता कणाकणानं मागं सरतेय असं त्यांना वाटत होतं. तो घंटानाद मनाच्या जवळजवळ येत चालला होता. "आणखी... आणखी जोरात वाजव!..." असं बाबा सांगत असल्यासारखं वाटून बशीर आणखी आणखी जोरात घंटा वाजवत न्यायाची मागणी करत राहिले. कुणाकडे?

अखेर हात दुखायला लागला तेव्हा त्यांनी हात आवरता घेतला.

आता त्यांना वाटू लागलं, इतके दिवस कैलाशना घाबरून मी घरातच का बसून राहिलो? काही गरज नव्हती. उलट आपणही त्यांच्याबरोबर सहभागी झालो असतो... अंहं... त्यांच्यासोबत वाजवायला पाहिजे होतं. खरंय! माझं काही न्याय देणाऱ्या जहांगिराचं स्थान नाही! माझ्यावरही अन्याय झालाय! त्यामुळे मीही त्यांच्यासारखा न्याय मागणाराच! बंधनात गुरफटून टाकणाऱ्या न्यायाच्या एकेक कड्या ढिल्या होत जाऊन आपण बंधमुक्त होत असल्याचं वाटलं. कितीतरी एकरात पसरलेल्या हजारो नरकांना ओलांडून वेगळ्याच जगतात जाऊन पाहिल्यावर जाणवलं, तिथं माझ्या पाप-पुण्याचा हिशेब करणारा मीच असल्याचं जाणवलं. मन हलकं-हलकं होत होतं. उंच... उंच... आणखी आणखी उंचच उंच... अत्युच्च जागी जाऊन... अवकाशात उड्डाण करायची इच्छा तीव्र झाली होती. अशीच निरंतर घंटा वाजवतच राहावं असं वाटत होतं. घसा फाटेपर्यंत न्याय मागत राहिलं पाहिजे...

हा नवा विचार सुचून सगळं हलकं-हलकं झालं तसा त्यांचा घंटा वाजवायचा उत्साह कमी कमी होत गेला. ते शांत-शांत होत गेले. क्लांत होऊन ते त्याच खांबाला टेकून उभे राहिले.

बऱ्याच उशिरानं ते घरात गेले तेव्हा त्यांनी पाहिलं; त्यांचीच वाट पाहत असलेल्या रीफतजाननं डोळे पुसले आणि ती चहा करायला स्वयंपाकघरात वळली.

अंघोळ करताना बशीरांच्या मनात त्या मुलाशी बोललंच पाहिजे, असा निश्चय जन्मला. पण बाहेर आल्यावर मनात वेगळाच विचार आला. त्याच्याकडे जाण्याआधी त्यानं सांगितलेले कुर्रानमधले आयत शोधून काढून त्यांचा संपूर्ण अर्थ समजून घ्यायला पाहिजे. ते समजून घेतल्यानंतर त्याला भेटायचं. नंतर कैलाशनाही भेटणं सोपं जाईल. पण... काय बोलायचं त्यांच्याशी? काय बोलू? ते नंतर ठरेल आपोआप. पण भेटून बोललं पाहिजे. नजरेला नजर भिडवून. नजर न चुकवता! कैलाशांची प्रतिक्रिया काय होईल?

याच विचारात त्यांनी कपाटातलं कुर्रान ए मजीद बाहेर काढलं. त्यांच्या हातांना सूक्ष्म कंप सुटला होता. त्यांनी त्यावर मस्तक टेकवलं, चुंबन घेतलं आणि आदरानं

छातीशी कवटाळून ते बसले. त्यांच्या मनात एक अनामिक भाव दाटून आला होता. त्यानंतर मन स्थिर व्हायला बराच वेळ लागला.

त्यांना तीव्रपणे जाणवलं, हा पवित्र ग्रंथ आपण कधीच संपूर्ण वाचला नाही. नमाज करताना आवश्यक असलेल्या चार-पाच सुरह वगळता आपल्याला याविषयी फारशी माहिती नाही. आता यावर नजर फिरवायची परिस्थिती अल्लाहूनंच आणली आहे! कुर्आनची पानं चाळत असताना त्यांना जाणवलं यात एकूण एकशे चौदा सुरह... त्यातल्या पहिल्या पाच ठाऊक होत्या. अल-फातिह. न्याय-साक्षीचा प्रस्ताप त्यात येत नाही. दुसरी अल-बकरह... एकापाठोपाठ एक पानं ओलांडून पाहत असताना त्यांनी पाहिलं; त्यात एकूण दोनशे शहाऐंशी अयात... बाकीच्या सुरहमध्ये किती किती अयात आहेत, ठाऊक नाही. हे सगळं वाचून त्यातलं आपल्याला हवं असलेलं शोधायला कितीतरी दिवस लागतील! हे पटू लागलं तसे बशीर हताश होऊ लागले. त्या मुलालाच विचारता येईल; पण आमच्या धर्माविषयीचा त्याचा अभ्यास कितपत असेल? त्याहीपेक्षा मीच वाचलेलं नाही, हा माझा निर्लज्जपणाच नाही का, या विचारानं ते खजिल झाले.

हताश मनानं ते उद्गारले, ''या अल्लाह! तूच यातून काहीतरी मार्ग दाखव!'' आणि भिंतीवरच्या काबाच्या चित्रावर नजर खिळवून बसून राहिले. अचानक काहीतरी सुचलं आणि ते उठून पायात चप्पल घालू लागले. रीफतनं विचारलं, ''हे काय? काही न खाता दुकानाला निघालात?...''

तिला फटकारत ते उद्गारले, ''प्रत्येक बाबीत तोंड घालायचं कारण नाही!..'' आणि ते चालू लागले. ते दिसेनासे होईपर्यंत ती त्या दिशेला पाहत राहिली, नंतर बाहेर येऊन तिनंही त्या घंटेकडे निरखून पाहिलं. नंतर दोर खेचून नवऱ्याप्रमाणेच ''मेगच्छ इन्साफ...!'' म्हणून ओरडायचा तिनं प्रयत्न केला. जोर लावल्यामुळे घंटा वाजली, पण आतून आवश्यक असलेलं दडपण नसल्यामुळे गळ्यातून आवाज उमटला नाही. मग तिला सगळंच काहीतरी खोटं असल्यासारखं वाटून ती तरातरा घरात शिरली.

***

मशीद जवळ येऊ लागली तसा बशीरांचा चालायचा वेग आणखी वाढला. ही मशीद मुख्य रस्त्यालगतच होती. दुकानाला जायच्या रस्त्यावरच असल्यामुळे ही त्यांना ठाऊक होती. पण ते कधीच आत गेले नव्हते. त्यामुळे इमामांचा परिचय नव्हता. नसेना का! आता होईल ओळख, असं म्हणत त्यांनी आत असलेल्यांशी संवाद साधला.

''अत सलामू आलेकुम!''

''व आकेकुम अत सलाम!'' त्यांनीही प्रतिक्रिया दिली. हा लहान तरुण

मुलगाच होता.

“मला तुमच्याकडून एक मदत हवी होती! पवित्र कुर्ानमध्ये असलेल्या न्याय आणि साक्षीच्या संदर्भातल्या आयत कुठलं? मला समजून, शिकून घ्यायचं आहे.”

“कितीतरी आहेत ना! तुम्हाला कुठलं पाहिजे?” म्हणत त्या तरुणानं आपल्याजवळचं कुर्ान उघडून दाखवलं. नंतर सांगू लागले, “लोकांना न्यायाच्या बाजूनं उभं राहायचं असेल तर ग्रंथ आणि तागडी...”

“अंहं! ते नव्हे...”

“मग... हे?...” म्हणत त्यांनी आणखी एक आयत वाचायला सुरुवात केली, “न्यायाबरोबर योग्य रीतीनं तोलून...”

“नाही. हेही नाही.”

आता त्या तरुणानं बशीरांकडे बघत सांगितलं, “मला इतकं काटेकोरपणे सांगायला जमणार नाही. तुम्ही आणखी कुणाकडे तरी जावं हे चांगलं!” नंतर म्हणाले, “तुम्ही असं करा... मुख्य रस्त्याच्या पलीकडे जा. उजवीकडे पंडितांची वस्ती आहे. तसेच दहा मिनिटं चालत राहिलात तर डावीकडे एक मोठी मशीद दिसेल. तिथल्या मुफ्तींना विचारा. ते नक्की इन्शाअल्ला, तुमच्या प्रश्नाचं व्यवस्थित उत्तर देतील.”

“खुदा हाफीज...” म्हणत बशीर तिथून बाहेर निघालेले बशीर थबकले आणि त्यांनी इमामांना विचारलं, “एकूण किती आयात आहेत कुर्ान-इ-मजीदमध्ये?”

“सहा हजार दोनशे तीस.” इमाम हसत उत्तरले. त्यांना “शुक्रिया” सांगून घाईघाईनं तिथून बाहेर पडलेल्या बशीरना वाटेत पंडितांची कॉलनी लागली आणि त्यांचं मन तिकडे वळलं. त्यांनी खिशात हात घातला आणि त्या तरुणानं दिलेलं व्हिजिटिंग कार्ड बाहेर काढलं. पण स्वत:लाच “आधी हे काम करायला पाहिजे...” असं बजावत त्यांनी आणखी वेग वाढवला. अलीकडे कितीतरी दिवसांत ते कधीच इतक्या वेगानं चालले नव्हते. पण आज मात्र त्यांना प्रत्येक क्षण अतिशय महत्त्वाचा वाटत होता. त्यामुळे शरीरात असलेली सगळी शक्ती एकवटून ते पावलं टाकत होते.

सुमारे दहा मिनिटं चालल्यानंतर डावीकडे मशीद दिसली. बरीच मोठी मशीद. तिच्यासमोर काही क्षण उभं राहून त्यांनी थोडा दम खाल्ला. आजूबाजूला कुणीच नव्हतं. रस्त्यावरही माणसांची फारशी वर्दळ नव्हती. मशिदीचा मोठा दरवाजा बंद असला तरी लहान दरवाजा थोडासा उघडला होता. त्यातून आत जायचा विचार करून बशीर तिकडे गेले.

ते दारापाशी उभे असताना त्यांना आतलं बोलणं ऐकू येत होतं ते पवित्र कुर्ानाचं पठण असेल असं वाटून ते थोडे पुढे होऊन दोन्ही हातांनी दुवा मागू लागले. तेव्हा त्यांना आतलं बोलणं अधिक स्पष्टपणे ऐकू येऊ लागलं. ते जागीच

थांबून ते ऐकू लागले.

***

संजीवजी म्हणाले, ''काहीच बातमी समजलेली नाही! सलीमनं पोलीस स्टेशनवरूनच फोन केला होता. आणखी अर्ध्या तासात येतोय तो. त्याच्याबरोबर बाहेर फेरफटका मारून या. मी ऑफिसला जातोय.''

''ठीकाय! मी परवाचं तिकीट बुक करतोय. म्हणजे मुश्ताकचा ठावठिकाणा समजल्यावर पुढचं ठरवू या. होय की नाही?''

यावर काही न बोलता केवळ मान हलवून ते निघाले. नरेंद्रनं लगेच तिकीट बुक केलं. सकाळच्या साडेदहाच्या फ्लाइटमध्ये सीट मिळाली. नंतर लगेच त्यानं आशा आणि विक्रमला मेसेज टाकला. त्यांच्या प्रतिक्रिया वाचत असतानाच पंडितजींचा फोन आला.

''नमस्ते नरेंद्रजी! आज वेळ आहे का भेटायला?''

''नमस्ते! इथं मी मोकळाच असतो. काय म्हणताय?''

''तुम्हाला आता दल सरोवरापाशी यायला जमेल काय?''

''आता म्हणजे... आणखी तासभर तरी लागेल. ड्रायव्हर बाहेर गेलाय. काय बरं विशेष?''

''काही नाही, तुम्हाला माझी शाळा दाखवायची होती.''

''हो का? फारच छान! तुम्हालाही एक बातमी सांगायची आहे. तुमचे मित्र कैलाशजींची शाळाही इथे या कॉलनीतच सुरू होतेय!''

''तर मग एक करू या. तुमचा ड्रायव्हर आला की इथं या. इथून तिथंही जाऊ या. चालेल?''

''नक्कीच!'' नरेंद्र म्हणाला.

सलीम आला. तो बराच काळजीत दिसत होता. म्हणाला, ''मुश्ताकची काहीच बातमी समजत नाही. त्याच्या अम्माला कुठल्या शब्दात समजवायचं ते कळेनासं झालंय. बातमी समजल्यावर त्याचे नातेवाईकही गावाहून आलेत.''

हे ऐकून घेण्याव्यतिरिक्त दुसरी कुठलीच प्रतिक्रिया नरेंद्रला सुचली नाही. दोघंही बाहेर निघाले. सलीम स्वत:शीच बोलल्यासारखा म्हणत होता, ''काहीही झालं तरी एक-दोन दिवसांत काहीना काहीतरी समजायला पाहिजे. मी कधीपासून त्याला सांगत होतो तुझा विचार कर आणि शांत राहा म्हणून!''

नरेंद्रनं सांगितलं, ''सलीम, परवाचं माझं तिकीट बुक केलंय. मी पुढं निघतो.''

''होय सर! तुम्ही निघावं हेच बरं. तो भेटल्यावर त्याला पटवून पाठवून द्यायची जबाबदारी माझी.'' सलीम आपल्यात गुंतला होता, त्याच्या बोलण्यानं भानावर येऊन तो सवयीच्या आत्मविश्वासानं म्हणाला.

पाच विद्यार्थी असलेली पंडितजींची शाळा एका खोलीत होती. खोलीपेक्षा शेड म्हणावं अशी ती जागा होती. नरेंद्रनं हे का सांगितलं हे त्यांनाही आता उमजलं होतं. त्यामुळे जागेविषयीही ते समाधानी होते. ते परतताना सांगत होते, “पुढच्या आठवड्यात मुलांना माझ्या डोंगरावर घेऊन जाईन. तिथून श्रीनगर दिसतं, हे त्यांनीही पाहायलाच पाहिजे.” नरेंद्रला पदोपदी त्यांच्या बदललेल्या व्यक्तिमत्त्वाचा प्रत्यय येत होता. येणारा प्रत्येक क्षण कसा कारणी लावता येईल याचा ते सतत विचार करत असल्याचं तो पाहत होता. ते विषय-जागा-कार्यक्रम यांच्याविषयीच काही काही सांगत होते. त्यांचं ऐकत असतानाच नरेंद्रला फोन आला, नवा नंबर...

“हॅलो!...”

“आदाब! मी बशीर अहमद! आठवलं का? त्या दिवशी तुम्ही आमच्या घरी आला होतात...”

नरेंद्रच्या लक्षात आलं ते कुठल्याशा दडपणाखाली असावेत. तो म्हणाला, “हो हो! आठवतं तर! बोला! काय म्हणताय?” त्यानं थोड्या सलगीनंच विचारलं.

“तुम्हाला तातडीनं भेटायला पाहिजे. कॉलनीसमोरच्या आडव्या रस्त्यावर उभा आहे. तुम्ही कुठं आहात? काश्मीरहून बाहेर निघाला नाही ना?” त्यांच्या आवाजात उत्सुकता होती.

“नाही. बाहेर पडलोय. पंधरा मिनिटांत येणार आहे. कॉलनीच्या गेटपाशी आल्यावर फोन करू?” त्यानंही उत्साहित स्वरात सांगितलं.

“होय, करा करा!”

त्यांचं बोलणं झाल्यावर नरेंद्रच्या मनात काहीशी चलबिचल सुरू झाली. हे भेटायला फारच उत्सुक दिसताहेत. काय बरं कारण असेल या घाईचं?

गेटजवळ येत असतानाच सलीमला सांगितलं, “मला इथंच उतरव. आणि तुम्ही आत जा. मी येतोच पाच मिनिटात.” कारमधून उतरून त्यानं बशीरना फोन केला. कार आत निघून गेली. तो समोरच्या लहान रस्त्याच्या दिशेनं निघाला.

काही क्षणातच त्या रस्त्यावर त्याला बशीर दिसले. याला पाहताच ते जवळ-जवळ धावत त्याच्याकडे आले. अगदी जवळ येताच ते हलक्या आवाजात म्हणाले, “एक महत्त्वाचं बोलायचंय! इथं बोलणं शक्य नाही. आणखी कुठंतरी जायचं काय?”

नरेंद्रनं त्यांच्याकडे पाहिलं. सुमारे दहा मिनिटं ते वेळ काढण्यासाठी येरझाऱ्या घालत असावेत हे त्याच्या लक्षात आलं. त्यांचा गोरापान चेहरा लाल झाला होता. काही केसांच्या बटा घामामुळे कपाळावर चिकटल्या होत्या. चेहऱ्यावरचे भाव? दमणुकीमुळे की दुखावल्यामुळे? की?... जे काही असेल ते बोलायला ते उत्सुक दिसत होते.

"चला..." म्हणत तो त्यांना संजीवजींच्या घरालगतच्या रिकाम्या घरी घेऊन गेला. तिथंपर्यंत जाताना बशीर आजूबाजूला नजर फिरवत होते. कैलाशही इथंच राहतात हे आठवून ते विव्हळ झाले. मोठा सुस्कारा सोडून ते घरात शिरले. नरेंद्रनं खुर्ची पुढे केली. त्यावर बसायच्या आधीच त्यांनी दबलेल्या आवाजात बोलायला सुरुवात केली.

"लक्ष देऊन ऐका! आज संध्याकाळी असर-नमाज संपल्यावर या कॉलनीवर हल्ला केला जाणार आहे. सैन्याला इथे पोचायला उशीर व्हावा म्हणून नेमक्या त्याच वेळी इथून काही किलोमीटर अंतरावर मोठ्या प्रमाणात दगडफेक केली जाणार आहे. हल्ला नेमक्या कशा प्रकारचा असणार आहे, त्याचा तपशील मला ठाऊक नाही. एका व्हॅनमधून सात-आठ माणसं आत घुसणार आहेत हे मात्र नक्की! तुम्ही लगेच सैन्याशी संपर्क साधून ही बातमी सांगा. पण तुम्हाला ही बातमी कुठून समजली हे हल्लेखोरांना समजता कामा नये! आपल्याला ही एकमेव संधी आहे. यात कुठेही चूक होता कामा नये! समजलं ना मी काय म्हणतो ते?"

नरेंद्रनं मान हालवून हो म्हटलं. त्याला परिस्थितीच्या गांभीर्याची कल्पना आली होती. त्यानं सगळं लक्ष देऊन ऐकल्याची खात्री होताच बशीर खाली मान घालून बसून राहिले. काही क्षण तळमळीत गेल्यावर त्यांनी स्वत:ला पुन्हा काबूत आणलं आणि त्यांनी सावकाश विचारलं, "त्या दिवशी तुम्ही एक आयत सांगितली होती. ती पुन्हा सांगाल का?"

"तुमचा न्याय आणि साक्षी तुमच्या स्वत:च्या, तुमच्या माता-पित्याच्या विरुद्ध जाणारं असलं तरी तुम्ही न्यायमार्गावरून दूर जाऊ नका!... सुरह चार, आयत एकशे पस्तीस." नरेंद्रनं सांगितलं. तरीही त्यांच्या मनात काहीतरी चलबिचल चालल्याचं नरेंद्रला जाणवत होतं.

"अशाच प्रकारचे विचार सांगणारे आणखीही काही आयत आहेत का पवित्र कुर्रान ई मजीदमध्ये?"

त्यांच्या मनाच्या खोल गर्देतून हा प्रश्न आल्याचं त्याला जाणवत होतं. त्यानं त्यांच्याकडे पाहत उत्तर दिलं, "होय."

पुन्हा बशीर खाली मान घालून बसले. काही क्षण शांततेत गेले. नंतर त्यांनी मान वर करून त्याच्याकडे पाहत सांगितलं, "मी निघतो. सगळ्यांचं रक्षण करा!... मास्टरजींचंही..." बोलता बोलता त्यांच्या आवाजाला कंप सुटला आणि ते बोलायचे थांबले. पुन्हा "खुदा हाफिज..." म्हणत ते उठले आणि शांतपणे चालू लागले.

त्यांना थांबवावं असं खूप आतून वाटलं तर "का?" याचं उत्तर न सुचल्यामुळे आणि त्यांना जाताना पाहणंही शक्य न होऊन नरेंद्र खिडकीबाहेर पाहत उभा राहिला.

***

सगळं सांगून झाल्यावर त्यानं सलीमला विचारलं, "आता काय करायचं?"

"आधी संजीवजींना सांगू या. त्यांना ऑफिसमधून बोलवून घेऊ या..." हे पटून नरेंद्रनं फोन करून संजीवजींना सगळं सांगितलं. काही क्षणातच संजीवजी ऑफिसमधून बाहेर पडले आणि त्यांनी त्यांच्या परिचयाच्या कमांडरच्या कानांवर ही गोष्ट घातली. तिथून ते घरी येऊन पोचले तेव्हा दुपारचे तीन वाजले होते. सगळेजण दिवसभर बाहेर असतात, त्यामुळे त्यांनी ही जागा निवडली असेल असं कमांडरांनीही बोलून दाखवलं होतं. संजीवजींचं बोलणं दोघंही ऐकत होते. ते सांगत होते, "आपण कुणीही घराबाहेर यायचं नाही, दोन तुकड्या बिगरगणवेशात येतील, त्यातले काही सहजच फिरत असल्यासारखे दाखवतील, काही लपून राहतील. आणखी काही तुकड्या जवळपासच तयारीत असतील. दगडफेकीचा बंदोबस्त करण्यासाठी इथून दहा किलोमीटर परिसरातल्या सगळ्या संवेदनशील प्रदेशात तुकड्या सज्ज आहेत. सगळं गुप्तपणे चाललंय!"

हे ऐकताच सगळ्यांचे चेहरे आणखी गंभीर झाले.

"सर! कुणाला जी काही काळजी घ्यायची ती घेऊ दे, आपणही आपली काळजी घ्यायला पाहिजे. कॉलनीतल्या सगळ्यांनीच घरात राहायला नको. बाहेर पाठवून देणं सोपं आहे. पण तसं केलं तर शंका येईल. तरीही वाटतंय, वयस्कर आणि मुलांना बाहेर धाडून देऊ या. मी करतो त्याची व्यवस्था! तुम्ही इतरांच्या घरी जाऊन अंदाज द्या." एवढं बोलून सलीम कुणाच्या संमतीची वाट न पाहता कुणा-कुणाला फोन करू लागला. संजीवजी कॉलनीत फिरून एकेकाला बातमी सांगू लागले. काय ठरलंय ते कमांडरलाही त्यांनी सांगितलं. पुढच्या तासाभरात दूध आणि भाजी पुरवणाऱ्या व्हॅन फेरी मारून गेल्या. तिथल्या पहारेकऱ्यानं काहीही न विचारता त्यांच्यासाठी गेट उघडलं होतं. त्या जागोजागी उभ्या राहिल्या आणि त्यात वयस्कर आणि मुलांना चढवण्यात आलं. सगळ्यात सलीम आघाडीवर होता. कैलाशजी जरा नाराज होते. "आजपासून शाळा सुरू करायची होती ना!..." म्हणत राहिले.

"उद्यापासून सुरू करायचीय. इथं आता स्वच्छता अभियानाचा काहीतरी कार्यक्रम आहे. आधीच तुमची प्रकृती बरी नसते ना! तुम्ही आधीच निघा!" असं सांगत नरेंद्रनं त्यांचा दंड पकडून त्यांना व्हॅनमध्ये बसवलं. मग तेही आणखी काही न बोलता मुकाट्यानं जागेवर बसले.

पण, "मी कुठेही जाणार नाही!..." असा हट्ट करत संजीवजींच्या घरीच थांबलेल्या हृदयनाथ पंडितांनी मात्र आपलाच हट्ट खरा केला. त्यांच्यावर कुणीच बळजबरी केली नाही. त्यांना सगळं तपशीलानं सांगितलं. सगळं ऐकल्यावर एक दीर्घ श्वास घेऊन ते माजघरातल्या कोपऱ्यात पद्मासन घालून बसले. त्यांनी

"सत्यमेव जयते नानृतम, सत्येन पंथा विततो देवयाना:" म्हणायला सुरुवात केली. सत्याचाच विजय होईल, ते कधीही नष्ट होणार नाही, सत्याचा पंथ नेहमीच रुंद असतो... हा त्याचा अर्थ त्यांच्या मनात पुन:पुन्हा घोळत राहिला आणि त्याचे प्रतिध्वनी कानात गुंजत राहिले. हेच सत्याच्या नित्यस्वरूपाचं दर्शन जाणवू लागलं. सत्याला मरण नाही. सगळ्या सत्याचे आपण साक्षीदार असूच असं नाही. किंवा आपण ज्याचे साक्षीदार आहोत त्या सत्याचा कदाचित आपल्याशी काही संबंधही नसेल. पण सत्य कधीही कुठंही जात नाही. ते शाश्वत स्वरूपात राहिलंच पाहिजे. अखेर त्याचाच विजय झाला पाहिजे. आता मी माझ्या वाट्याच्या सत्याला साक्षी होत आहे, हा प्रसन्न भाव त्यांच्या मनाला व्यापून राहिला असला तरी, पाठोपाठ, हे केवळ माझ्या एकट्याचं सत्य नाही; साऱ्या काश्मीरचं सत्य आहे असं वाटून त्यांचा चेहरा गंभीर झाला. आजची दुपार रोजच्यापेक्षा मोठी आहे... पृथ्वीही ध्यानमग्न आहे... अंतरिक्षही ध्यानमग्न आहे... भूलोकही ध्यानमग्न आहे... पाणी आणि पर्वतही ध्यानमग्न आहेत... सगळं निश्चळ आहे... कुठेही हालचाल नाही... असं म्हणत हृदयनाथ पंडितांनी डोळे मिटून घेतले.

"आरती! कसलाही आवाज झाला तरी तू बाहेर यायचं नाही. आम्ही येईपर्यंत दरवाजाही उघडायचा नाही. असं कर, त्या पलंगाच्या खाली बसून राहा. समजलं?" डबडबलेल्या डोळ्यांनी पाहत असलेल्या बायकोला हे सांगून तिच्या उत्तराची वाट न बघता संजीवजी दरवाजा बंद करून बाहेर पडले.

सगळी व्यवस्था ठरल्याप्रमाणे झालीय की नाही हे बघून नरेंद्र स्तब्ध झाला. कुठल्याही क्षणी अजान कानावर पडू शकेल अशा अपेक्षेनं तो उभा होता. कॉलनीच्या रस्त्यांवरून काही अपरिचित चेहरे निवांतपणे फिरू लागले होते. तेही बाहेर दिसणाऱ्यांना घराच राहून सहकार्य करण्याची सूचना देत होते. देवळाच्या आवारात चौघं बसले होते आणि त्यांच्यापैकी एकानं देवळातल्या घंटेला बांधलेला दोर हातानं घट्ट धरला होता.

"सगळीकडे सैन्याचा बंदोबस्त आहे सर! पहारेकऱ्याच्या चौकीत तीन-चार जणं लपून बसलेत. गेटापाशी जुनी व्हॅन दिसतेय ना; तिच्या मागंही आहेत. काळजी करायचं कारण नाही. सात-आठ हल्लेखोरच काय वीस-पंचवीस जणं आले तरी क्षणार्धात खातमा होईल. काळजी करायची गरज नाही."

शेजारी उभं राहून सांगणाऱ्या सलीमकडे नरेंद्रचं लक्ष गेलं. बातमी समजल्यापासून यानं क्षणभरही विश्रांती घेतलेली नाही, हे नरेंद्र पाहतच होता. त्यानं आपल्या मित्रांनाही निरोप दिले होते. तेही गेटपाशीच कुठे-कुठे वावरत होते. गरज भासली तर असे दे, म्हणून त्यानं कुठल्याशा हॉस्पिटलच्या डॉक्टरांनाही फोन करून कळवून ठेवलं होतं. तेव्हाही तो संजीवजींना म्हणाला होता, 'सैन्य तर आहेच!

आपणही आपल्याला शक्य असेल तेवढं करायला पाहिजे ना!'' शिवाय हट्टानं 'सगळं संपेपर्यंत मीही तुमच्यासोबतच राहतो...'' म्हणत इथेच राहिला होता. नरेंद्रच्या मनात त्याच्याविषयी अभिमान दाटून आला. त्याच्या खांद्यावर हात ठेवताना 'धन्यवाद सलीम!'' त्याच्या तोंडून सहजच उद्‌गार बाहेर पडला.

तो नरेंद्रकडे वळला आणि म्हणाला, ''सर! एकच उपकार करा! सगळे मुस्लीम सारखेच ना? हा प्रश्न यानंतर कुणालाही कधीच विचारू नका! वेळ येताच सगळे आपल्याआपणच ते दाखवून देतात!''

हे बोलताना सलीमच्या चेहऱ्यावर आत्मविश्वासाचं मंद हसू असलं तरी त्याच्या हृदयातली भावना नरेंद्रच्या हृदयाला भिडली. त्याच्याही चेहऱ्यावर आश्वासक हास्य उमटलं.

एक सैनिक त्यांच्याच दिशेनं येत होता. त्यांना म्हणाला, ''अरेच्चा! आता जा म्हटलं तरी इथं का उभे राहिलात?'' त्याला पाहताच नरेंद्रला काहीशी ओळख पटल्यासारखं वाटलं, पण नीट आठवेना. तेव्हा तोच म्हणाला, ''अरे, सर! तुम्ही? मेजर अर्जुनचे भाऊ ना? त्या दिवशी गणेश देवालयापाशी आपली भेट झाली होती!''

आता ओळख पटून नरेंद्रही उत्साहानं हसत म्हणाला, ''ओह! लक्ष्मण संधू! आता आठवलं!''

''होय-होय! काही क्षणातच नमाज सुरू होईल! तुम्ही आधी आत व्हा! तुम्ही बाहेर राहिलात तर आम्हाला त्यांना पळवून लावण्यापेक्षा तुम्हाला वाचवायचंच मोठं काम लागतं! मग कुठलीही रणनीती वापरूनही काहीच उपयोग होत नाही!'' असं म्हणत त्यानं नरेंद्रचा दंड पकडून त्याला घरात ढकललं. घरात शिरण्याआधी नरेंद्रनंही आंगठ्याची खूण करून ''ऑल द बेस्ट'' म्हटलं.

त्यानंही अंगठा वर करत म्हटलं, ''थँक यू! काही काळजी करू नका! आम्ही आहोत!''

संजीवजींनाही घेऊन जाण्यासाठी ते पायऱ्या चढत असताना तेच वरून उतरताना दिसले. तिघंही ठरल्याप्रमाणे रिकाम्या घरात शिरले आणि दार बंद केलं. खिडकी किलकिली करून त्यातून दिसणाऱ्या कॉलनीच्या गेटवर नजर रोखून बसले.

***

''हात तिच्या! श्रीनगर-श्रीनगर म्हणतात ते एवढंसंच आहे काय? याच्यासाठी कशाला सगळे एवढे भांडतात, कोणजाणे!'' सभोवताली नजर फिरवत मीरादेवी म्हणाल्या. इंद्रजित गोंधळून त्यांच्याकडे पाहत राहिले.

''क्षमा करा! त्यांना हिंदी येत नाही.'' रामनाथ त्यांना सांगू लागले तेव्हा

मीरादेवींनाही हे लक्षात येऊन त्यांचा चेहरा पडला. हिंदी-आक्रमणाविरुद्धच्या लढ्याच्या वेळी टाउनहॉलवर जाऊन दिलेल्या घोषणा आठवल्या. त्या प्रसंगानंतर येत असलेलं थोडंफार हिंदीही त्यांनी जबरदस्तीनं मागं टाकलं होतं. त्यामुळे अलीकडे तर हिंदीशी कसलाच संपर्क राहिला नव्हता. परिणामी आता त्यांच्यावर प्रत्येक बाबतीत रामनाथांवरच अवलंबून राहायची पाळी आली होती. हे लक्षात येऊन त्यांना सोबत आणलंय, हा केवढा शहाणपणा झाला! या विचारानं त्यांनी स्वत:चीच पाठ मनोमन थोपटून घेतली. या विचारात असतानाच हॉटेल आलं.

"मॅडम, जेवण झाल्यावर थोडी विश्रांती घेताय ना?" रामनाथांनी विचारलं.

"नको नको! लगेच निघू या. आज जितकं बघता येईल तेवढं बघून घेऊ या." त्या म्हणाल्या. काहीतरी करून नरेंद्रला मागं टाकून आपण पुढं जायला पाहिजे! एवढंच नव्हे, त्यानं आपल्याला इथे बघायला पाहिजे, अशीही त्यांच्या मनात आशा निर्माण झाली. आपल्याला बघून त्याच्या चेहऱ्यावर गोंधळ उमटेल, तेव्हा त्याच्याकडे उपेक्षेनं बघत मान वळवून कसं निघून जायचं, याचीही त्यांनी मनातल्या मनात रंगीत तालीम केली होती! त्या कल्पनेनंच त्यांना आनंदाच्या उकळ्या फुटल्या होत्या.

त्याचं चर्चेच्या वेळचं बोलणं आठवून त्यांनी सांगितलं, "आधी काश्मीरी हिंदूंच्या घरी जाऊ या."

"त्यांची कॉलनी थोड्या लांब आहे म्हणे, मॅडम!" चौकशी करून रामनाथ म्हणाले.

"असू दे! आधी तिथंच जायचं!" मीरादेवींनी निक्षून सांगितलं.

विजयाचा वास त्यांच्या नाकाला जाणवत होता. कारमध्ये असल्यामुळे त्या निवांत मागच्या सीटला रेलून बसल्या होत्या. "पोहोचलीस की नाही?" मंत्रिमहोदयांचा मेसेज होता. पण उत्तर द्यायची इच्छा नव्हती. मनातल्या मनात, "वाटू दे थोडी काळजी! म्हणजे माझी किंमत कळेल!" असं म्हणून त्यांनी फोन ठेवून दिला. पुन्हा फोन घेऊन त्यांनी सुंदरकृष्णना "पोचले..." असा निरोप टाकला. पाच मिनिटं झाली तरी त्यांची काहीच प्रतिक्रिया आली नाही. सतत हातात फोन असतो त्यांचा! मेसेज बघितला असेल की नाही? की कुठल्या मीटिंगमध्ये असतील?

या विचारात मीरादेवींनी खिडकीबाहेर नजर टाकली. त्यांना काही लहान मुलं हातात काहीतरी घेऊन उभी असलेली दिसली. त्या एकदम ओरडल्या, "थांबा! कार थांबवा!"

ड्रायव्हरला भाषा समजली नसली तरी त्यांच्या अविर्भावामुळे दचकून त्यानं गाडी थांबवली.

"मॅडम! ती मुलं दगडफेक करायच्या तयारीत आहेत! आपल्या रिंगलीडरच्या सूचनेची वाट पाहताहेत! इथं थांबता कामा नये, धोका आहे म्हणताहेत ड्रायव्हर!"

मॅडमचा उत्साह बघून घाबरलेल्या रामनाथनी सांगितलं.

"ए! काही बोलू नका! मला समजत नाही काय! ती दोन छोटी छोटी मुलं काय करणारायत?" हे म्हणता-म्हणता इतरांना काही समजायच्या आत त्यांनी कारचा दरवाजा उघडला आणि तरातरा रस्ता ओलांडू लागल्या. त्याच वेळी त्यांच्या मनात एक विचार आला आणि त्यांनी सुंदरकृष्णांना फोन करून कन्नड टीव्हीला आपल्याशी स्काइपमधून संपर्क साधून आपला इंटरव्ह्यू घ्यायला सांगितलं. काही क्षणातच चॅनेलनं त्यांच्याशी संपर्क साधला. मोठ्या आनंदानं त्यांनी मीरादेवींचा लाइव्ह इंटरव्ह्यू प्रक्षेपित करायची तयारी केली. रस्ता ओलांडल्यावर फोन मुलांकडे वळवला. इकडे टीव्हीवर ब्रेकिंग न्यूज म्हणत सांगायला सुरुवात केली, "आमच्या प्रेषक मीरादेवी या स्वत: काश्मीर येथील श्रीनगरहून आपल्याशी संपर्क साधत आहेत..."

चार-पाचवेळा हॉर्न वाजवला तरी मीरादेवी मागे वळल्या नाहीत तेव्हा घाबरलेले इंद्रजित रामनाथांकडे वळून घाबऱ्या-घाबऱ्या ओरडले, "सर! हे बेंगळुरू नाही! त्यांना लगेच मागे बोलवा! लवकर! घाई करा!"

कारच्या मागं सुमारे वीस पावलांवर हळूहळू माणसांचा समूह गोळा होत असल्याचं त्यांना आरशात दिसत होतं. याची कसलीही जाणीव नसलेल्या मीरादेवी त्या दोन मुलांकडे घाईनं पावलं टाकत होत्या. त्यांचं सगळं लक्ष फोनमधून होत असलेल्या थेट प्रसरणाकडेच केंद्रित झालं होतं. आपल्या आधी इथं येऊनही अशा दृश्याकडे दुर्लक्ष करून कुठेतरी दडून बसलेल्या मूर्खपणाची त्यांना कीव येत होती. तिकडे इंद्रजित आणि ड्रायव्हर घसा फोडून ओरडत होते. रामनाथांनाही गांभीर्य कळलं असलं आणि तेही कन्नडमध्ये ओरडत असले तरी या दोघांच्या आवाजात त्यांचा आवाज ऐकूच येत नव्हता. ते हात करून मीरादेवींचं त्या गर्दीकडे लक्ष वेधू पाहत होते, पण मीरादेवी आपल्याच नादात असल्यामुळे त्यांच्या ते लक्षात येत नव्हतं. लक्ष गेलं तेव्हा पंधरा-वीस तरुणांचा प्रक्षुब्ध घोळका आपल्या दिशेनं येत असलेला बघून त्या घाबरल्या. वळून त्यांनी पळायला सुरुवात केली, त्याच वेळी समोरच्या त्या छोट्या मुलांनी फेकलेला एक धोंडा त्यांच्या कपाळावर जोरात बसला आणि रक्ताची चिळकांडी उसळली. त्यांचा तोल गेला. पायातल्या उंच टाचांच्या चपलांनी असहकार पुकारला. त्यांच्या तोडून "अम्मा..." अशी किंकाळी बाहेर पडली.

त्या किंकाळीचंही थेट प्रसारण झालं.

***

"थांबवा! तुमचं ते थेट प्रसारण थांबवा म्हणतो ना!" हातात फोन घेऊन सुंदरकृष्ण चॅनेलवर संतापत होते. त्यांचा चेहरा लालबुंद झाला होता. नजरेत संतापानं रक्त उतरलं होतं.

त्यांना "होय सर! करतो..." म्हणणाऱ्या चॅनेलवाल्यांना प्रसारण थांबवण्यात रस नव्हता असं दिसत होतं. एवढी मसालेदार बातमी हातची कोण सोडणार?

***

अजानची वाट पाहणाऱ्या बशीरनी मशिदीत पाऊल ठेवलं. त्यांना मशिदीत येऊन नमाज करून कितीतरी काळ लोटला होता. त्यामुळे त्यांना तिथलं सगळंच विचित्र वाटत होतं. निमाज सुरू व्हायला आणखी दहा मिनिटं असली तरी काही माणसं त्याआधीच जमली होती. आणखी काही माणसंही घाईघाईनं येत होती. सगळे वजु करून आत येऊन तिथे अंथरलेल्या मोठ्या जायनिमाजवर रांगेत उभे राहू लागले तेव्हा बशीर पहिल्या रांगेतल्या जागेवर उभे राहून मुफ्ती लतीफना निरखून पाहू लागले. इथून मुफ्ती लतीफ स्पष्टपणे दिसत होते. इतकंच नव्हे, माइक नसतानाही त्यांचा आवाज स्पष्टपणे ऐकू येत होता. त्यांनी पाहिलं, मुफ्ती मोठ्या उत्साहानं सगळ्यांमध्ये मिसळून बोलत होते. जवळ येऊन प्रश्न विचारणाऱ्यांना त्यांच्या खांद्यावर हात ठेवून, काही जणांचा हात हातात घेऊन सावधपणे उत्तर देत होते.

कुणीतरी काहीतरी विचारलं तेव्हा मुफ्ती सांगू लागले, "आज शुक्रवार नसला तरीही आपल्या दृष्टीनं शुभ दिवस आहे! शैतानांना, काफिरांना नष्ट करायचे सगळे दिवस आपल्या दृष्टीनं शुभदिनच असतात हे लक्षात ठेवा. अल्ला सुभानवु व तालाची कृपा असणं महत्त्वाचं आहे!" आणि ते खदखदून हसू लागले.

ते हसणं ऐकताना बशीरना सगळं आठवू लागलं. जन्मले तेव्हा आपल्या दोन्ही डोळ्यांसारखे असलेले अन्वर आणि आसिफ! त्यातला एक फुलं देणारा वृक्ष बनला होता तर दुसरा विषवृक्ष होऊन वाढला होता! ते विष कैलाशांच्या संपूर्ण कुटुंबालाच मारक ठरलं! यात माझी काय चूक झाली?

त्यांचं लक्ष त्या विषवृक्षाचं बीज पेरणाऱ्याकडे वळलं. बीज पेरून न थांबता त्याला नियमितपणे खतपाणी घालण्यातही काही कसूर केली नाही यांनी!

या विचारासरशी त्यांच्या मनातली आपणच विषवृक्ष वाढल्याची, अक्षम्य पाप केल्याची भावना विरून गेली! केवळ माझीच नव्हे, सगळ्यांचीच मानसिकता अशी व्हायला कारणीभूत व्हायची जबाबदारी कशी टाळता येईल?

मनात हे विचार सुरू असतानाच मुफ्ती लतीफनी नमाजाला प्रारंभ केला.

सुरह वाचत, रकात करताना, मध्ये मध्ये मान वर करून बशीर लतीफांची पाठ पाहत होते. एवढे जीव गेले! तरी मी मुस्लीम की काफीर हे ठरवण्यासाठी किती कष्ट घेतले मी! सतीशचा मृत्यू अन्यायानं झाला, सवितेचे तुकडे-तुकडे झाले! त्या क्षणी मी सगळ्यांना मुस्लीमच दिसलो होतो! पण माझ्या बाबांच्या आणि माझ्या दृष्टीनं तर मी काफीरच होतो ना! आता मी नरेंद्रला भेटून जे काही केलं, ते या

कशीर । ३४७

सगळ्यांच्या मते काफीरचं काम! पण माझ्या अल्लाहूच्या आणि माझ्या दृष्टीनं मी आज कट्टर मुस्लीम आहे! आज बाबा हवे होते! त्यांना आनंद झाला असता! पण मनात हा विश्वास निर्माण होईतो सगळं आयुष्यच संपून गेलं ना! मन या विचारासरशी खिन्न होऊन गेलं.

सगळी चूक... अंहं, पहिली चूक आमची नाही! आम्हाला बाहुल्यांप्रमाणे खेळवणाऱ्यांचीच आहे. जोवर आम्ही खेळत राहू तोवर ते आम्हाला खेळवायचं थांबवणार नाहीत. आपण खेळवलो जातोय हे समजल्यावरही आम्ही खेळत राहिलो तर मात्र ती चूक आमचीच.

त्यांच्या डोळ्यांसमोर अन्वरचा काळा ठिक्कर पडलेला देह तरळून गेला. उन्मळून येणारं दु:ख डोळ्यांवाटे पाझरलं. डोळे पुसतच त्यांनी सज्द केलं. तरी डोळे वाहायचे थांबले नाहीत. हा कितवा रकात, हे मोजायचंही भान राहिलं नव्हतं. देह दमून गेला होता, मन जड झालं होतं.

नि:श्वास सोडताना त्यांनी पुन्हा मुफ्ती लतीफांकडे पाहिलं. आता त्यांच्या डोळ्यातलं पाणी आटलं होतं.

"तुमचा न्याय आणि साक्षी स्वत: तुमच्या अथवा तुमच्या माता-पित्याच्या आणि नातेवाइकांच्या विरोधात जाणार असली तरी हरकत नाही! न्यायपालनापासून ढळू नका!..." सुरह चार, आयत एकशे पस्तीस!..." त्यांनी स्वत:लाच बजावलं.

नमाज संपला होता. सगळे एकेक करून बाहेर पडू लागले. बशीर मात्र आपल्या जागेवर बसूनच होते. सुमारे दहा मिनिटं लागली सगळ्यांना तिथून बाहेर पडायला.

मुफ्ती लतीफांचं त्यांच्याकडे लक्ष गेलं. त्यांनी विचारलं, "अरे! तुम्ही अजून निघाला नाही!... काही विचारायचं होतं काय?"

आपल्या मशिदीत याआधी कधीच यांना पाहिलं नाही, हे आठवलं तरी त्यांच्या चेहऱ्यावरचं ते हास्य तसंच होतं.

"होय! तुमच्याशी एकांतात बोलायचं होतं... म्हणून आलो होतो..." म्हणत बशीर सावकाश उठले आणि मशिदीचा दरवाजा बंद करून आतली कडी घातली.

ती घट्ट बसल्याची खात्री करून घेऊन ते आत वळले.

◆